D1771413

பாராட்டுரைகள்

இதற்கு முன் நாம் பார்த்திராத பாபாசாகிபை இந்நூல் நமக்கு வழங்குகிறது: இன்று நாம் சவர்ண நொய்மை என்றழைப்பதை எதிர்கொள்பவரை. இந்து சட்ட மசோதாவை விவாதித்துக் கொண்டிருக்கையில், பணிபுரியச் செல்வதற்காக பாபா சாகிபை கற்பிதம் செய்து கொள்வது நமக்கு எப்போதும் பீதியளிப்பதாய் இருந்து வந்திருக்கிறது, தாக்கியவர்களை அவர் எப்படி எதிர்கொண்டார்? அவர்களின் வாயடைத்திட என்ன சொன்னார்? நகர்ப்புற பணித்தளத்திலுள்ள ஒரு தலித்துக்கு, இது அரசியலாக இருக்கும் முன்னரே, மிகவும் தனிப்பட்டதான கேள்விக்குரிய பதிலாகும். பணியாற்றுவதற்கான அவரது திறன்–அவருடன் தொடர்ந்து அருவருப்படைந்தவர்கள் மத்தியில்–அன்றாடமும் நினைத்துப் பார்க்க வேண்டியதாகும். எழுபதாண்டுகளுக்கு முன்னர் இருந்தது போன்றே இன்றும் பொருத்தப்பாடுடைய கேலிச்சித்திரங்கள் இங்குள்ளன. இவற்றில் சில உங்கள் திராணியைத் தாக்கக்கூடியவை–சரியான இடத்திலே அதனைக் கொண்டிருக்கும் பட்சத்தில். மற்றும் சியாம சுந்தரது வார்த்தைகளின் கனத்துடன் இக்கேலிச்சித்திரங்களிடத்தே நீங்கள் திரும்புகையில், மிகவும் தனித்து நிற்கின்ற, ஆனால் இன்னும் செயலாற்றுகின்ற அம்பேத்கரைக் காண்பீர்கள்.

–விஜேத குமார், ஆசிரியர் மற்றும் எழுத்தாளர்.

இப்புத்தகத்தில் சேகரிக்கப்பட்டுள்ள, 1932–லிருந்து 1956–வரையிலான கேலிச்சித்திரங்களில், வேடிக்கையானது ஏதுமில்லை. அம்பேத்கரின் அரசியல் வாழ்வு முழுவதிலும், அவரை வேண்டுமென்றே தவறாகப் பிரதிநிதித்துவப்படுத்திய, அசிங்கமான சவர்ண நோக்கை அப்பட்டமாக வெளிப்படுத்துகின்றன. அம்பேத்கரை வெட்கமின்றி சாதியரீதியில், பழிதீர்க்கும் விதத்தில் பரிகசிக்கும் இப்புத்தகம், நெஞ்சைப் பிளப்பதாக உள்ளது–அதே வேளையில், ஒவ்வொரு கேலிச் சித்திரத்துடன் சேர்ந்துள்ள சூழலும் விளக்கக்குறிப்பும் மிகவும் செழுமைப்படுத்துகிறது. பல கேலிச்சித்திரங்களில் குள்ளராக சித்தரிக்கப்பட்டிருப்பினும், பிரும்மாண்ட ஆளுமையாக எழுந்து நிற்கிறார். அவர் பரிகசிக்கப்படுவதை எண்ணிப்பார்ப்பது, நாம் கற்றுக்கொள்ள நிறையவே தருகிறது.

– வருண் குரோவர், நகைச்சுவையாளர் மற்றும் திரைக்கதையாளர்.

ஒரு கேலிச்சித்திரத்தின் தலித் சொல்லாடல்கள் மீது, ஊடகத்தில் தொடர்ந்து நிகழ்த்தப்படும் வன்முறையை அம்பலப்படுத்தி, நகைக்கத்தக்கதல்ல நூலில் சியாம சுந்தர் பாராட்டத்தக்க பணியாற்றியுள்ளார். கலை சார்ந்த சுதந்திரத்தின் வேடத்தில், மேல்சாதி பெரும்பான்மைவாதம் குறித்த கூரிய விமர்சனத்தை அவர் முன்வைத்துள்ளது மட்டுமின்றி, தலித் வரலாற்றினுடைய முக்கிய தருணங்களின் மீது மிகவும் தேவைப்படுவதான வெளிச்சத்தைப் பாய்ச்சி, பாபாசாகிபின் பங்களிப்பை மீளவும் கோரி நிற்கிறார்.

—ராஜ்யசிறி கூடி, காட்சி கலைஞர் மற்றும் இனவரைவியலாளர்.

நகைக்கத்தக்கதல்ல

அம்பேத்கர் கேலிச்சித்திரங்கள்

1932–1956

தெரிவும் தொகுப்பும்

உன்னாமதி சியாம சுந்தர்

தமிழில்

சா. தேவதாஸ்

எதிர் வெளியீடு

நகைக்கத்தக்கதல்ல
அம்பேத்கர் கேலிச் சித்திரங்கள், 1932–1956

தெரிவும் தொகுப்பும்: உண்ணாமதி சியாம சுந்தர்
தமிழில்: சா. தேவதாஸ்

முதல் பதிப்பு: ஜனவரி 2022
எதிர் வெளியீடு,
96, நியூ ஸ்கீம் ரோடு, பொள்ளாச்சி – 642 002
தொலைபேசி: 04259 226012, 99425 11302
விலை: ரூ.499

மெய்ப்புத் திருத்தம்: மே.கா. கிட்டு

No Laughing Matter
The Ambedkar Cartoons, 1932–1956

Edited and Selected by: Unnamadhi Syama Sundar
Translated by: Sa. Devadoss

First Edition: January 2022
Published by
Ethir Veliyeedu, 96, New Scheme Road, Pollachi– 642 002
email: ethirveliyedu@gmail.com
www.ethirveliyedu.in

ISBN: 978-93-90811-22-9
Cover Design: Santhosh Narayanan
Printed at Jothy Enterprises, Chennai.

English Edition Published by Navayana Publishing Pvt Ltd., 2019

All rights reserved. No part of this book may be reprinted or reproduced or utilised in any form or by any electronic, mechanical or other means, now known or hereafter invented, including photocopying and recording, or in any information storage or retrieval system, without permission in writing from the Publisher.

உள்ளடக்கம்

அணிந்துரை – சூரஜ் எங்க்டே 15
அறிமுகம் 23

1. 1930கள்

1. பதற்றமிக்க தருணங்கள் 56
   இந்துஸ்தான் டைம்ஸ், ஜூலை 30, 1932, சங்கர்
2. இசை விருதுகளுக்காகப் பயிற்சி 59
   இந்துஸ்தான் டைம்ஸ், ஆகஸ்டு 10, 1932, சங்கர்
3. மாபெரும் தேசிய சிக்கல் 62
   இந்துஸ்தான் டைம்ஸ், செப்டம்பர் 4, 1932, சங்கர்
4. ஒட்டாவாவுக்கு முன் சுயராஜ்ஜியம் 65
   இந்துஸ்தான் டைம்ஸ், நவம்பர் 15, 1932, சங்கர்
5. துண்டு, தார்-பிரஷ் மற்றும் சுத்தியல் 67
   இந்துஸ்தான் டைம்ஸ், பிப்ரவரி 17, 1933, சங்கர்
6. அவரது திருப்பம் 71
   இந்துஸ்தான் டைம்ஸ், ஜூலை 21, 1935, சங்கர்
7. காழ்ப்புணர்வு வாயில்கள் 74
   பயோனீர், அக்டோபர் 18, 1935, என்வெர் அகமத்
8. சட்ட மாணவருக்கு உதவி 78
   இந்துஸ்தான் டைம்ஸ், அக்டோபர் 21, 1935, சங்கர்
9. ஆயத்தமாயுள்ள மருத்துவர்கள் 80
   இந்துஸ்தான் டைம்ஸ், ஜனவரி 8, 1936, சங்கர்
10. முட்டைகளை உடைக்காமல் ஆம்லெட் செய்வது 83
    இந்துஸ்தான் டைம்ஸ், ஜூலை 29, 1936, சங்கர்
11. துணிகர இளைஞன் 85
    பயோனீர், ஆகஸ்டு 19, 1936, என்வெர் அகமத்

2. 1942–1943

1. ஹரிஜனங்களுக்கு ஆலய நுழைவு அனுமதி 90
   இந்துஸ்தான் டைம்ஸ், ஜூலை 6, 1942, சங்கர்
2. செங்கல்லைப் போடுதல் 93
   பயோனீர், ஜூலை 31, 1942, என்வெர் அகமத்
3. நோயில் வருந்தும் யானை 97
   பயோனீர், நவம்பர் 3, 1942, என்வெர் அகமத்
4. ஏன் என்று கேட்பதற்கு நாங்களில்லை 102
   இந்துஸ்தான் டைம்ஸ், ஜனவரி 21, 1943, சங்கர்
5. ஏகாதிபத்திய ஜனநாயகம் 105
   இந்துஸ்தான் டைம்ஸ், பிப்ரவரி 14, 1943, சங்கர்
6. பழைய நல்ல நாட்களுக்குத் திரும்புதல் 108
   இந்துஸ்தான் டைம்ஸ், மார்ச் 16, 1943, சங்கர்
7. இவையெல்லாம் சொர்க்கமும்கூட 110
   இந்துஸ்தான் டைம்ஸ், மே 11, 1943, சங்கர்
8. தாமே விருந்தளிப்போர் 113
   டான், மே 12, 1943, வாசு
9. உடல் தகுதி சரி, ஆனால்– 116
   இந்துஸ்தான் டைம்ஸ், அக்டோபர் 6, 1943, சங்கர்
10. புத்தகத்தின் படி 119
    இந்துஸ்தான் டைம்ஸ், நவம்பர் 28, 1943, சங்கர்
11. கீழே போ! 121
    இந்துஸ்தான் டைம்ஸ், நவம்பர் 30, 1943, சங்கர்

3. 1944–1946

1. 'நிலக்கரி பற்றாக்குறை' என்று யார் கூறுகிறார்? 126
   இந்துஸ்தான் டைம்ஸ், பிப்ரவரி 1, 1944, சங்கர்
2. ரகசியம் வெளிப்பட்டது 128
   இந்துஸ்தான் டைம்ஸ், ஏப்ரல் 7, 1944, சங்கர்
3. அவரின் மாபெரும் தருணம் 131
   இந்துஸ்தான் டைம்ஸ், ஜூலை 21, 1944, சங்கர்
4. முக்கிய நாள்? 134
   டான், ஆகஸ்டு 16, 1944, வாசு

5. டாக்டர் அம்பேத்கரின் தருமசங்கடம் 136
இந்துஸ்தான் டைம்ஸ், ஏப்ரல் 1, 1945, சங்கர்
6. குருதி சிந்தும் அரசியல் 139
இந்துஸ்தான் டைம்ஸ் ஏப்ரல் 1, 1946, சங்கர்
7. ஆலய நுழைவு–எமது பிறப்புரிமை 142
இந்துஸ்தான் டைம்ஸ், ஜூன் 1, 1946, சங்கர்
8. இரட்டைச் சிக்கல் 145
பயோனீர், ஜூன் 2, 1946, வாசு
9. டாக்டர் அம்பேத்கரின் தரும சங்கடம் (II) 147
பயோனீர், ஜூன் 6, 1946, வாசு
10. விலகிப்போதல் 150
பயோனீர், ஜூன் 19, 1946, வாசு
11. படேலிடமிருந்து பாடங்கள் 153
இந்துஸ்தான் டைம்ஸ், ஜூலை 21, 1946, சங்கர்
12. குழம்பிய கணக்கு 156
டான், ஆகஸ்டு 29, 1946, என்வெர் அகமத்

4. 1947–1948

1. புதுடெல்லியில் ஆரூடம் கூறல் 160
லீடர், ஏப்ரல் 15, 1947, உம்மன்
2. நேச சக்திகள் 163
லீடர், ஜூலை 6, 1947, உம்மன்
3. ஏணியைத் தூக்கி எறிதல் 166
பயோனீர், ஏப்ரல் 28, 1948, வாசு
4. பிரதமரும் விஷமக்காரரும் 169
பயோனீர், மே 3, 1948, வாசு
5. விஷமமின்றி 171
நேஷனல் ஹெரால்ட், செப்டம்பர் 8, 1948, பிரேஷ்வர்
6. புதிய தீண்டாமை 175
நேஷனல் ஹெரால்ட், நவம்பர் 7, 1948, பிரேஷ்வர்
7. செயல்பாட்டு முன்மாதிரி 179
இந்துஸ்தான் டைம்ஸ், நவம்பர் 9, 1948, என்வெர் அகமத்
8. இந்தியச் சிற்பம் (தொன்மையானதல்ல) 182
சங்கர்ஸ் வீக்லி, நவம்பர் 14, 1948, சங்கர்

9. முரட்டுக் கிளர்ச்சி 185
   சங்கர்ஸ் வீக்லி, நவம்பர் 14, 1948, சங்கர்
10. சர்க்கஸ்? 189
    நேஷனல் ஹெரால்ட், நவம்பர் 19, 1948, பிரேஷ்வர்
11. பொருளாதார ஜனநாயகம் 191
    இந்துஸ்தான் டைம்ஸ், நவம்பர் 21, 1948, என்வெர் அகமத்
12. அம்பேத்கர், முன்னெடுப்பாளர் 194
    இந்துஸ்தான் டைம்ஸ், நவம்பர் 21, 1948, என்வெர் அகமத்
13. மறைக்கப்பட்டது 196
    இந்துஸ்தான் டைம்ஸ், நவம்பர் 30, 1948, என்வெர் அகமத்
14. விளையாட்டுக் காட்சிகள் 198
    இந்துஸ்தான் டைம்ஸ், டிசம்பர் 5, 1948, என்வெர் அகமத்
15. சம்பிரதாயமாக வாலை நறுக்குதல் 201
    சங்கர்ஸ் வீக்லி, டிசம்பர் 12, 1948, சங்கர்
16. பழைய பழக்கம் 204
    சங்கர்ஸ் வீக்லி, டிசம்பர் 26, 1948, சங்கர்

5. 1949-1950

1. ஓரரையா ஈரறையா-அதுதான் கேள்வி! 208
   இந்துஸ்தான் டைம்ஸ், ஜனவரி 9, 1949, என்வெர் அகமத்
2. சனாதன நிருத்தியம் 210
   சங்கர்ஸ் வீக்லி, பிப்ரவரி 20, 1949, சங்கர்
3. வெளியே போ! 213
   நேஷனல் ஹெரால்ட், பிப்ரவரி 26, 1949, பிரேஷ்வர்
4. பிறந்தநாள் மோதல்கள் 216
   சங்கர்ஸ் வீக்லி, ஏப்ரல் 16, 1949, சங்கர்
5. காலம் பறந்தோடுகிறது! 219
   இந்துஸ்தான் டைம்ஸ், மே 29, 1949, என்வெர் அகமத்
6. மெதுவாக ஆனால் உறுதியாக அல்ல 221
   சங்கர்ஸ் வீக்லி, ஜூன் 5, 1949, சங்கர்
7. 315 சட்டப்பிரிவுகள் 224
   சங்கர்ஸ் வீக்லி, ஆகஸ்டு 7, 1949, சங்கர்
8. கூழ் இருப்பது அதனை உண்பதில் இருக்கிறது 227
   சங்கர்ஸ் வீக்லி, ஆகஸ்டு 14, 1949, சங்கர்

9. வடிவம் கொள்ளல் 229
   இந்துஸ்தான் டைம்ஸ், ஆகஸ்டு 15, 1949, என்வெர் அகமத்
10. பழைய குற்றவாளி 232
    இந்துஸ்தான் டைம்ஸ், ஆகஸ்டு 24, 1949, என்வெர் அகமத்
11. நத்தையும் சவுக்கும் 234
    சங்கர்ஸ் வீக்லி, ஆகஸ்டு 28, 1949, சங்கர்
12. பெருங்கடலில் வேடிக்கை நாடகம் 241
    பயோனீர், செப்டம்பர் 2, 1949, ஆர். பானர்ஜி
13. மாபெரும் மாயாஜாலக்காரர் 244
    நேஷனல் ஹெரால்ட், செப்டம்பர் 13, 1949, பிரேஷ்வர்
14. விடுதலைக்குப் பின்னர் 247
    பயோனீர், செப்டம்பர் 18, 1949, ஆர். பானர்ஜி
15. மனு மனுவைச் சந்திக்கிறார் 251
    பயோனீர், நவம்பர், 19, 1949, ஆர். பானர்ஜி
16. கலியுக பீமன் 253
    நேஷனல் ஹெரால்ட், நவம்பர் 20, 1949, பிரேஷ்வர்
17. அரசமைப்புச் சட்ட சபையின் குஞ்சு பொரிப்பான் 255
    இந்துஸ்தான் டைம்ஸ், நவம்பர் 26, 1949, என்வெர் அகமத்
18. மகிழ்வான தாய், மகிழ்வான குழந்தை 258
    பயோனீர், நவம்பர் 26, 1949, ஆர். பானர்ஜி
19. எடுத்துப்போ அல்லது விட்டுச் செல் 260
    சங்கர்ஸ் வீக்லி, நவம்பர் 27, 1949, சங்கர்
20. வளரும் பலவான் (Mighty Joe young grows up) 263
    நேஷனல் ஹெரால்ட், நவம்பர் 30, 1949, பிரேஷ்வர்
21. மூலையைச் சுற்றிலும் 267
    சங்கர்ஸ் வீக்லி, டிசம்பர் 11, 1949, சங்கர்
22. விவாகரத்தினை நோக்கிய சாலை 271
    பயோனீர், டிசம்பர் 15, 1949, ஆர். பானர்ஜி
23. நவீன மனு 274
    ஃபிலிம் இந்தியா, டிசம்பர் 1949, ஈரன்
24. பிறப்பு 276
    இந்துஸ்தான் டைம்ஸ், ஜனவரி 24, 1950, என்வெர் அகமத்
25. தம் நிலத்தின் ஓவ்வோர் அங்குலத்திற்காகவும் போராடுதல் 278
    சங்கர்ஸ் வீக்லி, ஏப்ரல் 30, 1950, சங்கர்
26. "அவர்களும் வரக்கூடும்" 281
    நேஷனல் ஹெரால்ட், மே 14, 1950, பிரேஷ்வர்

27. பரிநிர்வாணத்தை நோக்கி 284
    சங்கர்ஸ் வீக்லி, 'இவ்வார மனிதர்' அக்டோபர் 8, 1950, சங்கர்

6. 1951–1952

1. ஒரு மசோதாக் கழுதையில் அம்பேத்கர் சவாரி செய்கிறார் 288
   ஆர்கனைஸர், பிப்ரவரி 12, 1951, ரவீந்திரா
2. மோசமான நெய்! 291
   நேஷனல் ஹெரால்ட், பிப்ரவரி 22, 1951, பிரேஷ்வர்
3. தன் கட்சியைத் தாக்குதல் 294
   டைம்ஸ் ஆஃப் இந்தியா, ஏப்ரல் 4, 1951, ஆர்.கே. லட்சுமண்
4. பழக்கதோஷம் 296
   நேஷனல் ஹெரால்ட், ஏப்ரல் 19, 1951, பிரேஷ்வர்
5. குளவி ஹரிஜனங்கள் 299
   சங்கர்ஸ் வீக்லி, ஏப்ரல் 22, 1951, சங்கர்
6. உண்மை விபரங்களை எதிர்கொள்ளல் 303
   சங்கர்ஸ் வீக்லி, ஏப்ரல் 23, 1951, சங்கர்
7. தீப்பந்தத்தை அணைத்தல் 305
   டைம்ஸ் ஆஃப் இந்தியா, மே 19, 1951, ஆர்.கே. லட்சுமண்
8. பௌத்த சிகிச்சை 307
   சங்கர்ஸ் வீக்லி, மே 21, 1951, சங்கர்
9. பிரம்பை எடுக்க வேண்டாம் 310
   சங்கர்ஸ் வீக்லி, ஜூன் 3, 1951, சங்கர்
10. பந்தயம் 313
    சங்கர்ஸ் வீக்லி, ஜூன் 10, 1951, சங்கர்
11. பிச்சை 315
    சங்கர்ஸ் வீக்லி, ஜூன் 10, 1951, சங்கர்
12. உடல் பலம் 317
    நேஷனல் ஹெரால்ட், செப்டம்பர் 19, 1951, பிரேஷ்வர்
13. விட்டுச் செல்லப்படுதல் 321
    நேஷனல் ஹெரால்ட், செப்டம்பர் 30, 1951, பிரேஷ்வர்
14. வாயடைத்தல் 324
    லீடர், செப்டம்பர் 30, 1951, உம்மன்
15. வைராக்கியம்? 328
    சங்கர்ஸ் வீக்லி, அக்டோபர் 7, 1951, சங்கர்

16. குவாலியரில் காணாது போதல் 330
    சங்கர்ஸ் வீக்லி, அக்டோபர் 7, 1951, சங்கர்
17. யாத்ரிகரின் முன்னேற்றம் 333
    சங்கர்ஸ் வீக்லி, அக்டோபர் 7, 1951, சங்கர்
18. நிச்சயதார்த்தம் செய்ய வரலாம் 335
    சங்கர்ஸ் வீக்லி, அக்டோபர் 14, 1951, சங்கர்
19. திரௌபதியின் பாத்திரம் 338
    சங்கர்ஸ் வீக்லி, நவம்பர் 4, 1951, சங்கர்
20. லில்லிபுட்டில் கல்லிவர் 340
    நேஷனல் ஹெரால்ட், நவம்பர் 10, 1951, பிரேஷ்வர்
21. ஷேவ் மட்டும் 343
    நேஷனல் ஹெரால்ட், நவம்பர் 28, 1951, பிரேஷ்வர்
22. அம்பேத்கரின் கோமாளித்தனங்கள் 345
    லீடர், டிசம்பர் 7, 1951, உம்மன்
23. வேற்றுமையில் ஒற்றுமை 348
    லீடர், நவம்பர் 9, 1951, உம்மன்
24. அந்தப்புரம் சார்ந்த ஒப்பந்தம் 351
    சங்கர்ஸ் வீக்லி, டிசம்பர் 16, 1951, அபு ஆப்ரஹாம்
25. பரஸ்பர உதவி 353
    சங்கர்ஸ் வீக்லி, டிசம்பர் 30, 1951, குட்டி
26. விசித்திரக் கூட்டாளிகள் 355
    ஃபிலிம் இந்தியா, டிசம்பர் 1951, ஈரன்
27. "கைவிடுகிறீர்களா?" 357
    நேஷனல் ஹெரால்ட், ஜனவரி 8, 1952, பிரேஷ்வர்
28. "நீங்கள் செய்தீர்கள்!" 360
    சங்கர்ஸ் வீக்லி, ஜனவரி, 20, 1952, சங்கர்
29. யானைச் சிறுவன் 362
    ஃபிலிம் இந்தியா, ஜனவரி 1952, ஈரன்
30. அரேபிய இரவுகள்? 364
    நேஷனல் ஹெரால்ட், பிப்ரவரி 10, 1952, பிரேஷ்வர்
31. கடலின் கிழவன் 366
    சங்கர்ஸ் வீக்லி, பிப்ரவரி 17, 1952, சங்கர்
32. டேவிட்டும் கோலியாத்தும் 368
    ஃபிலிம் இந்தியா, பிப்ரவரி 1952, ஈரன்
33. இந்தியா லார்வட் 370
    ஃபிலிம் இந்தியா, மார்ச் 1952, ஈரன்

34. சுதந்திரமாயிருப்பதன் முக்கியத்துவம் 372
    நேஷனல் ஹெரால்ட், மே 14, 1952, பிரேஷ்வர்
35. சிறிய கருணைகள் 375
    சங்கர்ஸ் வீக்லி, ஜூன் 8, 1952, சங்கர்
36. மீண்டும் தனிமையை உணர்தல் 378
    நேஷனல் ஹெரால்ட், அக்டோபர் 1, 1952, பிரேஷ்வர்

7. 1953–1956

1. அவரின் ஒரே சாதனை 382
   நேஷனல் ஹெரால்ட், பிப்ரவரி 1, 1953, பிரேஷ்வர்
2. சார்பு நிலையில் 386
   சங்கர்ஸ் வீக்லி, பிப்ரவரி 8, 1953, சங்கர்
3. பௌத்த இலாகா? 388
   சங்கர்ஸ் வீக்லி, ஜூன் 7, 1953, சங்கர்
4. குறிபார்த்து சுடுபவர் 391
   சங்கர்ஸ் வீக்லி, செப்டம்பர் 6, 1953, சங்கர்
5. மற்றும் அவர் ஆயத்தமாயுள்ளார் 394
   நேஷனல் ஹெரால்ட், அக்டோபர் 8, 1953, பிரேஷ்வர்
6. அடக்கி வாசித்தல் 396
   சங்கர்ஸ் வீக்லி, மே 23, 1954, சங்கர்
7. பிளவுண்ட அய்க்கிய முன்னணி 399
   சங்கர்ஸ் வீக்லி, ஆகஸ்டு 1, 1954, சங்கர்
8. அரசாங்கத் தீண்டத்தகாதவர் 401
   சங்கர்ஸ் வீக்லி, செப்டம்பர் 12, 1954, சங்கர்
9. அவர்கள் கேக் சாப்பிடட்டும் 403
   சங்கர்ஸ் வீக்லி, ஜனவரி 1, 1956, சங்கர்
10. வைராக்கியம் 406
    நேஷனல் ஹெரால்ட், செப்டம்பர் 25, 1956, பிரேஷ்வர்
11. பிக்கு பீமாராவ் 410
    சங்கர்ஸ் வீக்லி, "தி மேன் ஆஃப் தி வீக்,"
    டிசம்பர் 9, 1956, சங்கர்

நன்றி பாராட்டுதல் 412
குறிப்புகள் 414

அணிந்துரை

சூரஜ் யங்டே

உடன் நிகழ்காலத்தில் சாதிய விமர்சனத்தை கல்வி வளாக வேட்கையுடன் மேற்கொள்ளும் ஒரே கேலிச்சித்திரக்காரராக உண்ணாமதி சியாம சுந்தர் இருக்கக்கூடும். அவரது அரசியல் தெளிவானது, அவரது தொழில் நுணுக்கம் நேரிடையானது. இரண்டும் சேர்ந்து புத்தாயிரத்தின் வாசகர் பலரது வாழ்வை செழுமைப்படுத்துகின்றன. சியாமின் விடுதலை உணர்வு அவ்வளவு ஆழமிக்கதாக இருப்பதால், அரசியல் அங்கதத்தின் பாவிக்கப்பட்ட பல விதிமுறைகளை நொறுக்கித் தள்ளுவதிலிருந்து அவர் வெட்கி விலகுவதில்லை. அவரது தூரிகை போன்றே அவரது பேனாவும் கத்தியின் கூர்மையுடையது என்பதை, அவரது நீண்டகால வாசகர்கள் இந்நூலெங்கிலும் ஏற்று, இறுதியில் நிறைவடைவார்கள்.

சியாம் எனக் கையொப்பமிடும், ஜவஹர்லால் நேரு பல்கலைக்கழக மாணவரான சியாம சுந்தர், விசிறிகள் மற்றும் நண்பர்களின் விசுவாசமான அடித்தளத்தால், சாதி எதிர்ப்பு வட்டாரங்களில் நன்கறியப்பட்டவராக மாறினார். நான் தொலைதூர இங்கிலாந்தில் இருந்தாலும் அவரது இந்தச் செல்வாக்கே 2011-இல் என் கவனத்தில் அவரது பணியைக் கொண்டுவந்தது. எங்களது பரஸ்பர நண்பர் விபா காம்ப்ளே, சியாமின் சமீபத்தைய கேலிச்சித்திரம் குறித்த தனது முகநூல் பதிவில், அவரை "உண்ணி" என அபிமானத்துடன் குறிப்பிட்டார். அவரின் ஒவ்வொரு தீற்றலிலும் தனது ஆசைகளையும் தளையிடப்பட்டுள்ள நடுக்கங்களையும் முன்வைத்திடும் வேட்கை உடனடியாகப் புலனானது-ஒவ்வொரு தீற்றலும் முனைப்பான கல்வி வளாகப் பொலிவைக் கொண்டிருந்தது. ஒழுங்கு முறையிலான கல்வி வளாகம் சார்ந்ததாக மட்டுமின்றி, ஓர் இயக்கமாக இருந்தது.

Round Table India என்னும் இணையதளம், சியாம் தன் மேதைமையைப் பெரிதும் பரவல் செய்த இடமானது. தம் இலக்கியப் படைப்புகளுடன் கூடவே அவரது படைப்பை இடம்பெறச் செய்யுமாறு, அச்சமூகத்தின் எழுத்தாளர்-ஆய்வாளர் பலரை நாடிவருமாறு அவரின் தனித்தன்மை இட்டுச்சென்றது. அம்பேத்கரிய அரசியலில் செயல்துடிப்புடன் ஆழ்ந்த தலித் கேலிச்சித்திரக்காரர் என்னும் முன்னோடியாக, சியாமைக் கூறிக்கொள்வது மிகையானதில்லை. அச்சமூகத்தின் மேதைகள் பலர் புதிய பாதைகளைத் திறந்து விடுகையில் தம்மைக் காண்கின்ற, பொறாமைப்பட முடியாத இடத்தில் அவர் இருக்கிறார். இத்தகைய செல்வாக்கினால் பல சந்தர்ப்பங்கள் சந்தேகத்திற்கிடமின்றி வந்துசேரும், ஆனால் அவரின் தனிமை தொட்டுணரக் கூடியது. வரம்பினை நொறுக்கிடும்போது உணரப்படும் பெருமிதம், புதியதும் அறியப்படாததுமான இடத்திற்கு வந்து சேர்ந்துள்ளதன், தகுதிக்குரியதல்ல என்று குறிப்பிடப்படுவதன், 'பிரதான நீரோட்டத்'தின் ஓரமாக ஒருவரின் படைப்பாற்றல் தூசு படிந்து கிடப்பதன் பயத்தால் உடனே இடமாற்றம் செய்யப்படும். தன்னை எதிர்பார்ப்பவர்களுக்கு ஆற்றல்மிக்க வழிகாட்டிகளாய் இருந்துகொண்டே, நெகிழ்ச்சித்தன்மையுடன் இருத்தல் என்றும் பொறுப்புணர்வை நிறைவேற்றுபவர்களாயும் சியாம் போன்ற கலைஞர்கள் விளங்குகின்றனர்.

இப்பொறுப்புணர்வு 'நகைக்கத்தக்கதல்ல'தற்கு சாயமேற்றுகிறது. அம்பேத்கரது பொதுவாழ்வின் முக்கிய ஆண்டுகளான 1932 – லிருந்து 1956-வரையுள்ள காலகட்டத்தை இந்நூல் விவரிக்கிறது. ஆங்கிலமொழி தினசரிகளில் அம்பேத்கரைச் சித்தரிக்கும், ஏழு காலக்கிரமமான கட்டங்களைச் சேர்ந்த, 122 கேலிச்சித்திரங்களைக் கொண்டுள்ளது. 1919-இல் அவர் பொதுவாழ்வுக்கு வந்ததும், இவ்விளம் மனித உரிமைச் செயல்பாட்டாளரை தினசரிகள் முதல்முறையாக கவனத்தில் கொண்டன. ஒவ்வொரு துணிச்சலான காலடியுடனும், ஒவ்வொரு அடிபடியாத தார்மிகச் செயலுடனும் அவர் செல்வாக்குடன் வளர்ந்தபோது, அவரது செயல்பாட்டின் அறிக்கைகள் பத்திபத்தியாக நிரம்பின. அரசியல் கேலிச்சித்திரங்களின் வடிவிலே, இப்போக்குகளை அங்கதம் செய்தது தவிர்க்க முடியாததும்கூட இவை உத்தேசம் இல்லாமலே, அரசியல் கேலிச்சித்திரங்களின் சரிதத்தில் அவரை அமரத்துவமிக்கவராக்கின. ஒவ்வொருவரும் ஒரு வரலாற்றைக்

கொண்டிருக்கிறார் மற்றும் பலவான அர்த்தங்களாலும் சாதி நுட்பத்தாலும் சுமை ஏற்றப்பட்டிருக்கிறார். 'நகைக்கத்தக்கதல்ல' காரணமாக, இன்னும் நுணுக்கமான, ஆழமாக ஆய்வு செய்யப்பட்ட தளத்தின் மீதான இவ்'வரலாற்று'டன் நாம் உடன்பட்டிருக்கிறோம்.

இந்தியாவில் அரசியல் கேலிச்சித்திரம் வரைவது எதிர்பார்க்கப்பட்ட ஏற்ற-இறக்கங்களினூடே உருக்கொண்டது. இறுதியில் இவ்வரலாறு, மிகமுக்கியமான விளிம்புநிலை முன்னேற்றத்தின் பிரதான நாயகரான அம்பேத்கர் என்னும் தனியொரு ஆளுமை மீதான, பிரத்யேக குவிமையம் கொள்வதை நாம் காணமுடியும். 'நகைக்கத்தக்கதல்ல' ஒரு சகாப்தத்தின் அரசியல்-சமூகச் சூழலை, ஒவ்வொரு கேலிச் சித்திரத்துடன் சேர்ந்துள்ள பிரதிவாயிலாக, விவரணங்களுடன் தீட்டுகிறது. இவை வெறுமனே விளக்கக் குறிப்புகளல்ல, வலுவான கண்டனத்துடன் சேர்ந்த, அரசியல் தருணங்களின் நுண்ணிய விளக்கங்களே-ஒரு கல்வி வளாக வாசகமாகவும் அது தகுதிபெறுகிறது. இது, எண்ணற்ற ஆவணப்பதிவுகள், புத்தகங்கள், பாராளுமன்ற உரைகளில் முழுமையான ஆய்வு செய்ததிலிருந்து கிட்டிய, அவ்வப்போதான குறுக்கீடுகள் நிரம்பிய, இறுக்கமான ஆய்வுத்திட்டமாகும். பழிக்கும் தன்மையிலான மேற்பரப்பினைச் சுரண்டுதல் பகுதியும் தரப்பட்டிருக்கிறது-நகைச்சுவை செய்யும் ஒவ்வொரு கேலிச்சித்திரத்தின் பாவனைகளும், தற்காலத்தின் முதிர்விலிருந்து பரிகாசத்திற்குள்ளாகின்றன. இப்பிரிவிலுள்ள ஒவ்வொரு விமர்சனக் குறிப்பும், ஒரு சூத்திரத்தின் சலிப்பிற்குள் விழுந்துவிடாமல், பொலிவுடனும் தெளிவுடனும் உள்ளது. இப்புத்தகத்தின் அருகே வரக்கூடிய ஒரே இன்னொரு புத்தகம் ஸ்டீபன் ஹெஸ் மற்றும் ஸாண்டி நார்த்ரோப் தொகுத்து 1996-இல் வெளியிடப்பட்டதாகும்: *Drawn & Quartered: The History of American Political Cartoons*. சியாமின் புத்தகத்தின் உயரத்தை எட்டக்கூடியதாக, இந்தியாவில் இணையானதாக ஒன்றைக்காண்பது சிரமமே. இது, அரசியல் கேலிச்சித்திரங்களில் சித்தரிக்கப்பட்ட சம்பவங்களின், பெரிதும் அற்பமான, சந்தர்ப்ப சூழலின் குவிமையத்தை மீறி, அம்பேத்கரது போராட்டத்தின் வரலாற்று ஆதாரத்தளத்தை ஆற்றலுடன் முன்னணிக்குக் கொண்டு வருகிறது. ஒவ்வொரு திருப்பத்திலும் தொடர்ந்து விரக்தியுற்றாலும், வைஸ்ராயின் செயற்குழு உறுப்பினராக, பட்டியல்சாதி கூட்டமைப்புத் தலைவராக, முதல் அமைச்சரவையில் அமைச்சராக, பாராளுமன்ற உறுப்பினராக,

அதுபோலவே அரசுப் பொறுப்பிற்கு வெளியே பெருந்திரள் தலைவராக, மக்கள் பிரதிநிதியாக அவரை ஆக்கிய முக்கிய நிகழ்வுகளெல்லாம், வாசகர்களின் நலன்களுக்காக இங்கே சிரமத்துடன் தொகுத்தளிக்கப்படுகின்றன. கூரிய செவிகளுள்ளோர் அவற்றைக் கேட்பது சிறந்தது. ‘வேலியின் மறுபுறத்திலிருந்து பார்த்த’ என்னும் துணைத் தலைப்புடன் அம்பேத்கரின் அரசியல் வாழ்க்கை வரலாறாகவும் இப்புத்தகம் பார்க்கப்படும்.

சித்திரங்களில் லேசான ஆர்வமுள்ள யாரும் இப்புத்தகத்தால் ஈர்க்கப்படுவார். அடர்த்தியான (அச்சொல்லின் இரு பொருள்களிலும்) சித்திரம் அதிகபட்ச கவனத்துடன் கையாளப்பட்டிருக்கிறது. ‘நகைக்கத்தக்கதல்ல’தினை வாசிக்கும் ஒருவரிடத்தே, மாபெரும் அய்ரோப்பிய யதார்த்தவாதிகளால் தீட்டப்பட்ட அறிவுவிளக்க சகாப்த ஓவிய வரிசைகளினூடே நடந்து சென்றுள்ள ஒருவரைப்போல, காலம், வெளி, ஞாபகத்தை இழந்து, ஓவியக் கண்காட்சியில் பலமணிநேரங்களைச் செலவிட்டுள்ள உணர்வினை விட்டுச் செல்லும்-விவரணங்களிலுள்ள பொலிவுகூட எளிதாக கண்டறியப்படுவதான விஷயங்கள், சிந்திக்குமாறு ஒருவருக்கு இடைவேளையை வழங்கிடும். தொகுப்பாளரது உழைப்பின் பயனாக, நாம் அம்பேத்கரது பொது வாழ்வின் வசீகரத்தை கண்டுணர்கிறோம், இல்லாது போயின், ஆழப்புதைந்திருக்கும். அவர் தனித்து நின்றபோதும், பிரித்தானியர், காங்கிரஸார், கம்யூனிஸ்டுகள், இந்து சக்திகள், தனது சொந்த மக்கள் என அனைத்துத் தரப்பிலிருந்தும் பகைமையை எதிர்கொண்டு, தன் பெரும்பாலான போராட்டங்களில், உயர்ந்தும் தீர்மானகரமாயும் விளங்கினார். இத்தகைய பகைமை பாபாசாகிபிற்கு சாதாரணமாக இருந்ததை இக்கேலிச்சித்திரங்கள் சுட்டிக்காட்டுகின்றன. வதைத்தெடுத்த இச்சூழலில் அவர் உயிர்த்திருந்தது எவ்வளவு சிரமமாயிருந்திருக்கும் என ஒருவர் யூகிக்கவே முடியும். அவரது 35 ஆண்டுகளுக்கும் மேலான பொதுவாழ்வில், தனக்கு இழைக்கப்பட்ட சோதனைக்கு தாக்குப்பிடித்து நின்றது, அம்பேத்கரது தீரத்திற்கும் நெறிமுறைகளுக்குமான ஆவணமாகும். ‘நகைக்கத்தக்கதல்ல’ அம்பேத்கரது தீரத்திற்கான அத்தாட்சியாகும். இந்நூலை வாசிப்பது மிகவும் காட்சி ரூபமாக, அநீதியின் அற்பத்தனத்துடன் மோதி நிற்குமாறு நம்மை நிர்ப்பந்திக்கின்றது.

தனது நடைமுறை சார்ந்த, ஜனநாயகரீதியிலான, சோஷலிஸ உறுதிப்பாட்டில், கவிழ்ந்துவிட்ட கப்பலை அதன் லட்சிய விதியின் பால் வழிகாட்டும், தனியொரு மனிதராக இருக்கிறார். இம்முற்போக்கான, தொலையுணர்வு ஆற்றல்மிக்க இந்த அம்பேத்கரே, முதிர்வடைந்த, புரிந்துகொள்ளலுள்ள, அக்கறைமிக்க உலகக் குடிமகனாக வளரும் என்ற நம்பிக்கையில், கைக்குழந்தையான இந்தியாவை வளர்த்தெடுத்தவர். ஒவ்வொரு ஆசாரவாத போக்கிற்குமான தனது எதிர்ப்பில் (இந்துப் பெண்கள் மீதான வன்முறைக்கு முடிவுகட்ட முற்பட்ட இந்து சட்ட மசோதா போல) அல்லது இடைக்காலத்து நபர்களை அவர் ஒதுக்கித் தள்ளியதில் (மகாமகோபாத்யாய, ராவ் பகதூர், கான் பகதூர் போல) தீர்க்கதரிசிகளென அரசியல் தலைவர்களைக் கொண்டாடியதை எதிர்த்ததில், எதிர்காலம் என்னவாய் இருக்கக்கூடும் என்பதற்கான லட்சியத்தை அம்பேத்கர் நமக்கு அளித்தார்.

பழமைவாத இந்து ஆதரவு சக்திகளுடனான அவரது மோதல்களில் ஆச்சரியப்பட ஒன்றுமில்லை. எடுத்துக்காட்டாக, அவர்களில் சிலர், அரசமைப்புச் சட்டத்தின் மைய அலகாக, ஒரு தளத்திற்கு கொடூரங்களின் அறையாக, கிராமக் குடியரசின் பண்பை தக்கவைத்துக்கொள்ள விரும்பினர். இந்தியா குறித்த அவர்களின் கற்பனை, வால்டேர் பேஜ்ஹாட் போன்ற காலனித்துவ நபர்களால் உருவாக்கப்பட்டு தயாரிக்கப்பட்டதென்று எடுத்துக்காட்டி, அம்பேத்கர் இவ்வாதங்களை ஒதுக்கித் தள்ளினார். கிராமியக் குடியரசுகள் மீண்டும் மீண்டும் காலனியாக்கப்பட்ட இந்தியாவின் மௌனமான பார்வையாளர்கள் என சார்லஸ் மெட்கால்ஃபேவை மேற்கோள் காட்டியதில், அம்பேத்கர் நேரியதன்மையும் சாதுர்யமும் கொண்டிருந்தார்.

பெண்கள் உரிமைப் பிரச்சனையைப் பொறுத்தவரை, செய்தியறையில். மிகவும் விவாதிக்கப்பட்ட அரசியல்வாதியாக அம்பேத்கர் இருந்திருக்கக்கூடும். ஊடகத்தினாலும் கேலிச்சித்திரக்காரராலும் ஈர்க்கப்பட்ட கவனத்தின் அளவிலிருந்து இதனை அளந்தறிய முடியும். விவாகரத்து பெரும் உரிமைக்கான அம்பேத்கரின் முன்மொழிவு, அனைவராலும் அவமதிப்பாக எடுத்துக் கொள்ளப்பட்டது- 22 இடங்களைப் பெண்களுக்கு விட்டுவிட்டு 489 உறுப்பினருள்ள மக்களவையில்

மேலோங்கியிருந்த, வேட்டி கட்டிய, கோட்-சூட் போட்ட இந்து-இஸ்லாமிய ஆண்கள் அனைவராலும்.

இப்புத்தகம் மேட்டுக்குடியினரது பிறழ்வுகளின் அருங்காட்சியகம். விடுதலை அரசியலை நோக்கிய அவர்தம் கருத்துகளும் சாயமேறிய காட்சியும் முழுதாகப் பார்வைக்கு வைக்கப்பட்டுள்ளன. அவர்தம் சித்தாந்த நிகழ்ச்சி நிரல்களின் அற்ப ஆதாயங்களுக்காகத் தம் கலையைப் பயன்படுத்திய கேலிச்சித்திரக்காரர், அடுத்தபடியாக மன்னிக்க முடியாதபடி விமர்சனத்திற்குள்ளாகின்றனர். ‘வந்து கொண்டிருக்கும் எதிர்காலத்தால் பாதிப்புறாமல், தனது எதிர்-புரட்சிகர கிறுக்கலை வரைந்துகொண்டு, கேலிச்சித்திரக்காரர் தன் பாதுகாப்பான வெளியில் இருக்கட்டும்’ என்றறிவிக்கின்றது ‘நகைக்கத்தக்கதல்ல’. சித்தாந்த ஆதரவற்ற அங்கதம் உள்ளீடற்ற நிறுத்தற்குறியே, ஒரு குழந்தையாக, அழுகின்ற குழந்தையாக, அடங்காத கைக்கூலியாக, சமயங்களில் பிற தேசியவாத தலைவர்களிடையே தன்னை குள்ளனாக்கிக் கொள்பவராக அம்பேத்கர் காட்டப்படுகிறார். சிலவேளைகளில், செருப்பில்லாதவராக (மஹர் சேவகத்தின் பிரதிநிதியாக), சமூக-அரசியல் ஏணியிலேறும் பெண் தன்னை விபசாரம் செய்து கொள்வதாக, (கட்டுக்கடங்காத ஆணாதிக்க உணர்வைக் கவனியுங்கள்) பிரச்சனையை உருவாக்குபவராக, பிற இந்தியத் தலைவர்களின் வளப்பத்தை தொந்தரவு செய்வதையே தனியொரு நோக்கமாகக் கொண்டவராக அவரைப் பார்க்கிறோம்.

இந்நூலை வாசிக்கையில் ஒரு பரிச்சயமான உணர்வு எழும். ஏராளமான தலித் தலைவர்களின் வாழ்க்கைப்பதிவு, இதே மாதிரிதான் அச்சு ஊடகத்திலும் இணையதளங்களிலும் மேற்கொள்ளப்படுகிறது இன்றைக்கும்! இன்றைக்கு அம்பேத்கர் நம்மிடையே இருந்தால் எப்படி சித்தரிக்கப்பட்டிருப்பார்?

உடன் இடம்பெறும் விளக்கக் குறிப்புகள் பாரதூரமானவையாக உன்னதமானவையாக உள்ளன. ஒவ்வொரு திருப்பத்திலும், நேர்த்தியான விமர்சனக் குறிப்புடன் ஒரு புதிய கேலிச்சித்திரம் முன்வைக்கப்படுகிறது-ஓர் ஆவணப்படத்தின் புகழ்பெற்ற திரைக்கதையாக எடுத்துக் கொள்ளப்பட்டுவிடக்கூடியதாக இருக்கிறது. கேலிச்சித்திரக்காரரின் சாதிய வாசகங்களுக்கு வறண்ட நகைச்சுவை மற்றும் பரிகசிப்பதும் கோமாளித்தனமானதுமான எதிர்வினைகளை ஆய்வாளரின் கண்ணாடியால் தக்கவைத்திருக்க

இயலவில்லை. 'நகைக்கத்தக்கதல்ல' கடுமையானதாயிருக்கிறது, யாரையும் விட்டுவைப்பதில்லை. சங்கர், என்வெர் அகமத், வாசு, ஆர்.கே. லட்சுமண், ஈரன், ஆர். பானர்ஜி, உம்மன், பிரேஷ்வர், ரவீந்திரா என இந்திய அரசியல் கேலிச்சித்திரத்தின் பிதாமகர்களும் இவர்களைத் தம் தினசரிகளில் அமர்த்தியிருந்த ஆசிரியர்களும் விமர்சனத்திற்கு உள்ளாக்கப்படுகின்றனர்.

இந்நூல் ஆங்கிலத் தினசரிகளுடன் கட்டுண்டு விடுவதால், தலித் வாழ்க்கை மற்றும் இந்திய வரலாற்றின் ஆராயப்படாத இதர அம்சங்களில் ஆய்வாளர்கள் உத்வேகம் கொண்டு ஈடுபடுவார்கள் எனும் அடக்கமான நம்பிக்கையுடன் வருகின்றது. ஒரு விளிம்புநிலையாளன் உலகின் படைப்பாளிகள்-தயாரிப்பாளர்களிடையே தனது வம்சாவளியை கூறிக்கொள்ளும்போது, துறைசார்ந்த எல்லைகள் மங்கி, புதிய பாதைகள் பின் தொடர்கின்றன. அம்பேத்கரின் பல்திறமான பண்புகளைப் பார்க்கையில், அவரது எழுத்துகள்-உரைகளிலிருந்து பெறப்படும் அரசியல் அங்கதம், சாத்தியமாகும் ஒரு திட்டமாக இருக்கும். அம்பேத்கர் நகைச்சுவைக்கு அந்நியமானவர் இல்லையே. எதிரிகளை வாயடைத்துப் போக வைக்க அவர் பரிகாசத்தையும் வலுவான கருவியாகப் பயன்படுத்தினார் என்பது இந்நூலிலிருந்தே தெரியும். அம்பேத்கரை அங்கதவாதியாகப் பார்ப்பது ஒரு பயன்மிக்க சாத்தியப்பாடு. ஹானர் டவ்மியர், லூயி ரோமகர்ஸ் மற்றும் இ.சிம்ஸ் கேம்ப்பெல், சார்லஸ் ஆல்ஸ்டன், யூஜின் மஜித் (இஸ்லாம் தேசத்தின் தினசரி *Mohammad Speaks*) போன்ற புகழ்வாய்ந்த கருப்பு கேலிச்சித்திரக்காரர்கள், அரசியல் புலிகளை எதிர்கொண்டு, கடுமையாக, தயக்கமின்றி, அதே வேளையில் ஏற்கக்கூடிய வடிவங்களில், அதிகாரத்திடம் உண்மையினை உரைத்தனர். தலித் சொல்லாடலில் இது இல்லாதிருப்பது அதற்குப் பாதகமே.

ஈமோஜி[1]கள், கணினிக் கோப்புகளின் யுகத்தில், படைப்பாற்றலும் எதிர்வினைகளும் எண்ணியல் வடிவமாக்கப்படுகையில், செய்தித்தாள்களின் முகப்புப் பக்கங்களில் கருப்பு-வெள்ளைத் தீற்றல்கள் பெருமிதத்துடன் நிரந்தரமாயிருக்க, அரசியல் அங்கதமும் கேலிச்சித்திரங்களும் முரட்டுத்தனத்துடனும் மென்மையுடனும் உள்ளன-அன்றைய தினத்தின் நுண்ணிய பார்வைகள் பலவற்றை துலக்கமாக்குகின்றன. பேனா-காகித

உறவு சுருங்கி, எண்ணியல் பென்சில்-நீள்சதுரத் திரை உறவு முன்னணிக்கு வந்து கொண்டிருப்பதாகத் தோன்றுகிறது.

இப்புத்தகத்தைக் கீழே வைக்கையில், தலித் அரசியலில் மிகவும் கற்றறிந்தவராக, அறிவு விளக்கம் பெற்றவராக, கூர்மையானவராக வெளிவருவீர்கள். வர இருக்கும் எதிர்காலப் படைப்புகளுக்கு வழிகாட்டும் மைல்கல்லாக 'நகைக்கத்தக்கதல்ல' நிச்சயம் இயங்கும்.

மார்ச் 15, 2019
கேம்பிரிட்ஜ், இங்கிலாந்து

அறிமுகம்

மிருதுவான அவமதிப்பும் இறுதி அடியும்

உண்ணாமதி சியாம சுந்தர்

நான் வளர்ந்து வந்தபோது டாக்டர் பி. ஆர். அம்பேத்கர் என்பது எப்போதும் தொலைதூரப் பெயராகவே இருந்து வந்திருந்தது. அவரைப்பற்றி நான் அறிந்திருந்ததெல்லாம், தலித்துகளுக்கு நல்லது செய்துள்ளார் என்பதே. 1990-களில் விஜயவாடாவில் என் பள்ளி நாட்களில், எங்களது பள்ளிப் பாடத்திட்டத்தின் ஒருங்கிணைந்த பகுதியான, 'பாபுஜி' மற்றும் 'சாச்சா' நேருவுடன் மிகவும் பரிச்சயம் கொண்டிருந்தேன். வகுப்பறையில் அம்பேத்கரைப் பற்றி கேள்விப்படவே இல்லை, சமூக அறிவியல் வகுப்பில்கூட இல்லை. ஏழாம் வகுப்பில் காந்தி பரிச்சயமாகி இருக்கவே, சத்திய சோதனை என்னும் அவரது சுயசரிதையை இருபது ரூபாய்க்கு வாங்கினேன். ரயில் பெட்டியிலிருந்து அவர் இறக்கிவிடப்பட்ட தென்னாப்பிரிக்கச் சம்பவம் தவிர்த்து, அது பெரிதும் சலிப்பேற்படுத்தியது, ஆர்வத்தை ஏற்படுத்தவில்லை. என் தந்தை இந்திய கம்யூனிஸ்ட் கட்சியில் செயல் துடிப்போடு இருந்ததால் அடிக்கடி லெனின், மார்க்ஸ் பற்றிக் கேள்விப்பட்டேனேயன்றி, அம்பேத்கர் பற்றியல்ல, இவ்வகை மாதிரி கல்லூரியில் தொடர்ந்து நாகார்ஜுனா சாகரிலுள்ள தலித்-ஆதிவாசி மாணவர்களுக்கான சமூக நல்வாழ்வு கல்லூரி, ஆந்திர பிரதேச உண்டு உறைவிட பட்டவகுப்பு கல்லூரியில் சேர்ந்தேன், இங்கும் 'அம்பேத்கர்' என்னும் பெயரைக் கேள்விப்படவில்லை. 2002-இல் எம்.ஏ., பயில்வதற்காக பாண்டிச்சேரி பல்கலைக்கழகம் சென்றபோது, என் நண்பர்களில் ஒருவன் அம்பேத்கரின் எழுத்துகளையும் உரைகளையும் வாசிக்குமாறு கூறினான். இந்தியா எதிர்கொண்டுள்ள சமூக-

அரசியல் பிரச்சனைகளுக்கெல்லாம் தீர்வினை அம்பேத்கர் கொண்டுள்ளார் என்றான். அப்புறம் அவரது சாதி ஒழிப்பு தெலுங்கு நூலை வாங்கினேன். புகழ்வாய்ந்த வழக்குரைஞரும் மனித உரிமைப் போராளியும் அம்பேத்கரியருமான போஜ தாரகத்தால் அது மொழி பெயர்க்கப்பட்டிருந்தது. ஆரம்பத்தில் அம்பேத்கரின் வாதத்தை நான் புரிந்து கொள்ளவில்லை-அப்போது அறிவாற்றல் மிகுந்ததாக அது இருந்திருக்கலாம்.

குழந்தைப் பருவத்திலிருந்து ஓவியம் வரைவதில் எனக்கு நாட்டம் இருந்து வந்தது. பாண்டிச்சேரி பல்கலைக்கழகத்தில் எனது ஆசிரியர்களுள் ஒருவர், அச்சு ஊடகம்-செய்தித் தொடர்பு குறித்து ஒரு பாடப் பிரிவை நடத்தினார். அதன் பொருட்டு மாணவர்கள் ஒரு வார இதழைத் தயாரிக்க வேண்டியிருந்தது. சில கட்டுரைகளுக்கு நான் விளக்கப்படங்கள் வரைய வேண்டியிருந்தது. பிற்பாடு 2004-இல் எம்.ஏ. வரலாற்றுப் படிப்புக்காக ஜவஹர்லால் நேரு பல்கலைக்கழகத்தில் சேர்ந்தபோது, அம்பேத்கர் படிப்பு வட்டத்தின் இருமாத இதழ் Insight-னை நிறுவியிருந்த, என் முதுநிலை மாணவர் அனூப் குமாரைச் சந்தித்தேன். இன்சைட்டுக்கும் இதர வளாக இதழ்களுக்கும் கேலிச்சித்திரங்கள் அனுப்பத் தொடங்கினேன். அப்போதுகூட, அம்பேத்கரிடமான எனது ஆர்வம் தோன்றி மறைவதாகவே இருந்தது. காலனித்துவ சகாப்த இந்திய கேலிச்சித்திரங்கள் என்னும் தலைப்பில் தெலுங்கில் குவிமையம் கொண்டதாக எம்.பில்.லுக்குப் பதிவு செய்தேன். ஆவணக் காப்பகங்களில் தேடியபோது, சமூக சீர்திருத்தம், சாதி, தீண்டாமை குறித்த கேலிச்சித்திரங்களைக் காண நேர்ந்தது. எடுத்துக்காட்டாக. 1 முதல் 4 வரையிலானவை. முதலாவது கேலிச்சித்திரம் 'சிறி கே. பாஷ்யம் காரு' 1930-இல் வரைந்தது; இவர் சீர்திருத்த மனோபாவமுள்ள பிராமண காந்தியவாதி; இவரது பெயரிலுள்ள பிராமண முன்னொட்டு-பின்னொட்டுடன், சித்திரகுப்தா என்னும் அங்கதமான நகைச்சுவை இதழில் இடம்பெற்றது; சென்னையிலிருந்து வெளிவந்த பஞ்ச் சின் செல்வாக்குடையது. இதன் தலைப்பு 'அந்தரநிட்ட நாமு' –தீண்டாமை என்று பொருள்படும். இரண்டாவது கேலிச்சித்திரம், வாசு வரைந்து அதே இதழில் இடம் பெற்றிருந்தது (இவர் வரைந்து டான் மற்றும் பயோனீர் இதழ்களில் இடம்பெற்ற கேலிச்சித்திரங்கள் இந்நூலில் இடம்பெற்றுள்ளன); ஆங்கில வெளியீடு ஒன்றில் இடம் பெற்றதன் மறுதயாரிப்பாக இருக்கவேண்டும். தெலுங்குத் தினசரிகளும்

இதழ்களும் பெரிதும் பிற மொழிகளிலிருந்து மொழிபெயர்த்து கேலிச் சித்திரங்களைப் பயன்படுத்தின. விஸ்வநாத் சிங்கால் இந்தியில் கையொப்பமிடப்பட்டுள்ள படம்-3, சூதுவாதுள்ள பிராமணருடன் ஏழைக்கட்சிக்காரரைக் கொண்டுள்ளது. ‘பணம் சம்பாதிப்பது என்று வந்துவிட்டால், தீண்டாமை ஒரு பிரச்சனையில்லை’ என்னும் தலைப்பில். படம்-4, எஸ். பிரம்மாவால் தீட்டப்பட்டது. இந்து-முஸ்லீம் ஒற்றுமை பற்றியது. 1937-இல் சித்திரகுப்தாவின் அட்டையில் இடம்பெற்றது. ‘எது குறித்தும் உடன்படாதவர்கள், குழந்தை விவாகம் என்றால் அப்படி உடன்பட்டுவிடுவார்கள்’ என்கிறது பரிகசிப்புடன்.

అంటరానితనము
చిత్రకారుడు శ్రీ. కే. భాష్యంగారు

படம் – 2: வெளியில் ஒரு ஹரிஜனை 'சகோதரன்' என்றும் தம் வீடுகளில் தனிப்பட்ட முறையில் 'மோசமானவன்' என்றும் அழைக்கின்றனர். மகாத்மா தன் ஆதரவாளர்கள் மத்தியில் மனமாற்றமில்லை என்கிறார். இவையெல்லாம் இந்து மதத்திற்குள் நிகழ்கின்றன.

அறிமுகம் 27

தேசியவாதம் மற்றும் துணைத் தேசியவாதத்தின் காட்சி வெளிப்பாடுகள்: காலனிய ஆந்திராவின் கேலிச்சித்திரங்கள், 1913-1953 (2009) என்னும் எனது எம்.பில். ஆய்வேடு, சமூகப் பிரச்சனைகளை விவாதிக்க, ஒரு வடிவமாக கேலிச்சித்திரம் எப்படிப் பயன்பட்டது என என்னை உணரவைத்தது. வெளியிலிருந்து வந்த தேர்வாளர் என் ஆய்வேட்டை நிராகரித்து, எதிர்மறைக் குறிப்பெழுதினார்; பல்கலைக்கழகத்திலும் என்னை அலைக்கழித்த சாதிப்பாகுபாடு குறித்த பிரச்சனைகள் பற்றி,

ஆவேசமாக வரையத்தொடங்கினேன். ஜவஹர்லால் நேரு பல்கலைக்கழகத்திலிருந்த ஒத்தமனமுடைய நண்பர்களுடன் பெரிதும் இவற்றைப் பகிர்ந்து கொண்டேன். காலப்போக்கில் இவர்களில் பலர், பசிய வெளிகளைத்தேடி, வளாகத்திலிருந்து வெளியேறி விட்டனர். தொடர்பில் இருந்திட முகநூலே வழியானது. என் கேலிச்சித்திரங்களைப் பார்க்க முடியாதவர்கள் அவற்றை இணையத்தில் பதிவிடுமாறு ஆலோசனை கூறினார்கள். இதன்மூலம் என் படைப்புக்குப் பார்வையாளர் அதிகரித்தனர். சீக்கிரமே Round Table India போன்ற அம்பேத்கரிய இணையதளங்கள் என் படைப்புகளை வெளியிடத் தொடங்கின.

NCERT வெளியிட்ட பதினோராம் வகுப்பு, சமூக அறிவியல் பாடநூலில், சர்ச்சைக்கு இடமான அம்பேத்கர் கேலிச்சித்திரம் குறித்த செய்தி ஏப்ரல்-மே 2012-இல் வெளியானபோது, நான் பார்த்திருந்த அம்பேத்கர் தொடர்பான முதல் கேலிச்சித்திரம் அதுவாக இல்லை-ஆகஸ்டு 28, 1949-இல் சங்கர்ஸ் வீக்லியில் கே.சங்கர் பிள்ளை வெளியிட்டிருந்ததன் மறு அச்சுதான் அது. எனது எம். பில்லுக்காக ஆயத்தமாகிக் கொண்டிருந்தபோது, கிருஷ்ண பத்திரிகா என்னும் தெலுங்கு தினசரியில் வந்திருந்த அவரது கேலிச்சித்திரத்தை நான் பார்க்க நேர்ந்தது. அது சங்கரது கேலிச்சித்திரத்தின் மறு அச்சு. 'துண்டு, தார்-பிரஷ் மற்றும் சுத்தியல்' என்னும் தலைப்பில் இந்துஸ்தான் டைம்ஸில் (பிப்ரவரி 17, 1933) முதலில் வெளிவந்தது. (இந்நூலிலும் இடம் பெற்றுள்ளது.) அப்போதுகூட அம்பேத்கர் குறித்த அல்லது சார்ந்த கேலிச்சித்திரங்களையெல்லாம் ஆய்வு செய்திடும் நாட்டம் வந்ததில்லை.

NCERT சர்ச்சையைத் தொடர்ந்து, முன்னாள் UGC தலைவரும் பின்னர் சமூக-அறிவியல் ஆய்வுக்கான இந்திய மன்றத்தின் தலைவருமான சுகதேவ் தோரட் தலைமையில் ஒரு குழு, பாடநூல்களை பரிசீலிக்க, நியமிக்கப்பட்டது. பல பாடநூல் நிபுணர்களை விசாரித்தது. நவாயனாவின் எஸ். ஆனந்த் வரவழைக்கப்பட்டபோது, எனது படைப்பில் பரிச்சயம் மிகுந்திருந்த அவர், என் பெயரைக் குறிப்பிட்டார். டெல்லி NCERTஅலுவலகத்தின் ஒரு கூட்டத்தில் மட்டும் கலந்து கொண்ட நாங்கள், தேநீர்-பிஸ்கட் எடுத்துக்கொண்டு, பார்வையாளராக இருந்தோம். ஒரேயொரு கேலிச்சித்திரம் இவ்வளவு கடுமையாக

விமர்சிக்கப்படுகையில், அம்பேத்கர் இடம்பெற்றவற்றையெல்லாம் பார்த்தால் என்ன என்று தோன்றிற்று.

முன்னுதாரணங்கள் இருந்துள்ளன. 1970-இல் நவஜீவன் டிரஸ்ட் வெளியிட்ட (சாந்திலால் ஷாவால் தொகுக்கப்பட்டது) Gandhi in cartoons; இந்திரா காந்தி அணிந்துரையுடன் 1983-இல் சில்ரன்ஸ் புத்தக டிரஸ்டால் வெளியிடப்பட்ட Don't spare me shankar என்னும், கேலிச்சித்திரக்காரர் சங்கரது நூலில் இடம்பெற்ற நேரு குறித்த கேலிச்சித்திரங்கள். அம்பேத்கரைப் பற்றிய கேலிச்சித்திரங்களின் தொகுதி ஏன் இல்லை என்பது எனக்கு வியப்பாயிருந்தது-அவற்றில் பெரும்பாலும் பரிகசிப்பதாயிருப்பினும். இந்த எண்ணத்துடன் 1930-ஆம் ஆண்டிலிருந்து (தேசியவாத ஊடகம் எனப்படுவது அம்பேத்கரை கவனத்தில் கொள்ளுமாறு நிர்பந்திக்கப்பட்ட, முதல் வட்டமேஜை மாநாடு நடந்த ஆண்டு) 1956 வரை (அம்பேத்கர் மறைந்த ஆண்டு) ஆவணக்காப்பகத்தை ஆராயத் தொடங்கினேன்.

டெல்லியின் காந்தி அருங்காட்சியகத்தில் Gandhi in cartoons நூலின் பிரதியை வாங்கியதும், தனஞ்சய் கீர் எழுதிய Dr. Ambedkar: Life and Mission என்னும் வாழ்க்கை வரலாற்றைப் பார்த்தேன். எனது பல்கலைக்கழக நாட்களில் அம்பேத்கர் குறித்து நான் வாசித்த முதல் புத்தகம், அருண்ஷோரியின் worshipping False Gods-இந்நூல் அம்பேத்கரை பிரித்தானியக் கைக்கூலி என்கிறது. கீரின் நூலை அறிந்து கொள்ளும் முன்பு, சர்ச்சைகள் காரணமாக ஷோரியின் புத்தகத்தை கேள்விப்பட்டிருந்தேன் என்பதுதான் முரண்நகை, கீரின் புத்தகத்தைப் படித்ததும், காந்தியால் அம்பேத்கருக்கு பெரும் அநீதி இழைக்கப்பட்டிருந்ததாக உணர்ந்தேன். அதே வேளையில், ஆவணக்காப்பகங்களில், ஆராய்ந்தபோது, அம்பேத்கரை எதிர்மறையாக சித்தரிப்பதை ஒரு விதிமுறையாகக் கொண்டிருந்த 'தேசியவாத' இந்திய ஊடகம் மோசமாக நடந்து கொண்டிருந்ததை உணர்ந்து கொண்டேன். இந்தச் சமயத்தில்தான், ஜாபர் பட்டேலின் பாபாசாகிப் அம்பேத்கர் (2000) படத்தை என் கணினியில் ஒன்றுக்கு மேற்பட்ட தடவைகள் பார்த்தேன். அம்பேத்கரின் ஆப்பிரிக்க-அமெரிக்க நண்பர் ஒருவர் நியூயார்க்கிலுள்ள ஒரு தேவாலயத்திற்கு அவரை அழைத்துச் செல்ல, அங்குள்ள பாதிரியார் அம்பேத்கரை பிறருக்கு அறிமுகப்படுத்தும்- 'நம்மைப்போலவே இவர்களும் தம் நாட்டில் மோசமான இனப்பாகுபாட்டினை எதிர்கொள்கிறார்கள், இவர்களுக்காகப்

பிரார்த்திப்போம்'- காட்சியில் நெகிழ்ந்து போனேன். எனது தலித் கிறித்தவ பின்புலத்தால், இக்காட்சி என்னைப் பெரிதும் நெகிழவைத்து, எனது ஆய்வுக்கு உத்வேகம் ஊட்டியிருக்கக்கூடும். அம்பேத்கர் தொடர்பான கேலிச்சித்திரங்களையும் செய்திகளையும் ஆவணக் காப்பகங்களில் தேடச்செல்லும் முன்பு, இக்காட்சியை அடிக்கடி பார்ப்பேன்.

ஆரம்பத்தில், ஹைதராபாத், மெட்ராஸ், டெல்லி, பாம்பே, புனே, கல்கத்தாவிலுள்ள ஆவணங்களில் தினசரிகளையும் இதழ்களையும் பரிசீலித்தேன். சிலவேளைகளில், வேதப்பாலம் (ஆந்திராவின் பிரகாசம் மாவட்டத்திலுள்ள) காந்திய நூலகம் போல, சரிவரத் தெரியாத இடங்களில் அறிய முத்துக்களைக் காண நேர்ந்தது. நூலகர்களும் அலுவலர்களும் என்ன தேடுகிறீர்கள் என்று வினவியபோது, காந்தி பற்றி ஆராய்ச்சி செய்கிறேன் என்று கூறிவிடுவேன். அம்பேத்கர் என்று நான் பதிலளித்து இருந்தால், கதவு சாத்தப்பட்டிருக்கும் என அஞ்சினேன். பாபா சாகிப்கூட 1917-இல் பரோடாவில் தங்குவதற்கு ஓரிடத்தைத் தேடியபோது, பார்ஸிக்காரர் என்று சொல்லவேண்டி இருந்தது. அவரது அடையாளம் பற்றிய உண்மை வெளிப்பட்டதும், வெளியேற்றப்பட்டார்.

எனது முதல் நோக்கம் இத்தகைய புத்தகமல்ல. அம்பேத்கர் தொடர்பாக சுவையானதாக எதையேனும் பார்த்துவிட்டால், அதனை ஸ்கேன் செய்து முகநூலில் பதிவிட்டு விடுவேன்-சமூக ஊடக வசதிவாய்ப்பு உள்ளோராக தலித்-சாதிஎதிர்ப்பு இயக்கங்களில் உள்ள நண்பர்கள் பார்த்து பகிர்ந்து கொள்ளும் வகையில். கேலிச்சித்திரங்களின் சேகரம் பெரிதானதும் அதனை நூலாக்குவது பற்றி எண்ணினேன். இத்தகைய திட்டத்தை எண்ணிப்பார்த்த முதல் நபர் நானில்லை என உணர்ந்து கொண்டேன். 1951-இல் நேரு அமைச்சரவையிலிருந்து அம்பேத்கர் விலகிய பிறகு, அவரது செயலராகவும் தட்டச்சராகவும் பணியாற்றிய நானக் சந்த் ராட்டு, (1922-2002) அவரது ஆய்வுக் கட்டுரைகளையெல்லாம் திரட்டி, 'புத்தரும் அவரது தம்மமும்,' 'இந்து மதத்தின் புதிர்கள்' என்னும் இரு நூல்களுக்கான கையெழுத்துப்படிகள் தயாரிப்பில் உதவிவிட்டு, 2000-இல் அம்பேத்கரின் கேலிச்சித்திரங்களது தொகுப்பைக்கொண்டு வரப்போவதாக அறிவித்தார், ஆனால் அது வெளிவருமுன்பே மறைந்துவிட்டார். NCERT-இன்

பதினோராம் வகுப்பு அரசியல்-சமூக பாடப்புத்தகத்தில் (பக்.18) வெளியிடப்பட்ட ஒரேயொரு கேலிச்சித்திரம் தவிர்த்து, இதுவரையிலும் இந்திய கேலிச்சித்திரங்களில் அம்பேத்கர் பற்றி, நாம் எதுவும் கேள்விப்படவில்லை.

இந்தியாவில் அரசியல் கேலிச்சித்திரங்கள் கல்வி வளாகத்தினரால் தீவிரமாக ஆய்வு செய்யப்படவில்லை. அவாத் பஞ்ச் மற்றும் பார்ஸி பஞ்ச் -சிலிருந்து எடுத்து, சிறு முன்னுரையுடன் வந்த முஸிருல் ஹாஸனின் தொகுதி தவிர்த்து, நவீன வரலாற்றைப் பதிவு செய்வதில் எந்த ஆய்வு முயற்சியும் இல்லை. 2006-இல் கேலிச்சித்திரக்காரர் கி.பி. உண்ணி குறிப்பிட்டார்: 'விருந்தோம்பல் மிக்க சுமார் நூறு ஆண்டுகளுக்குப் பிறகு நமது கேலிச்சித்திர உலகம் சீரற்றதாகத் தோன்றுகிறது. மோசமாயுள்ளது. ஒழுங்கமைவு இல்லாமல். நம்முடையதைப் போன்றே வளரத் தொடங்கிய ஜப்பானிய கேலிச்சித்திர உலகம் போல நம்மிடையே கேலிச்சித்திர ஆவணக் காப்பகங்களோ அருங்காட்சியகங்களோ இல்லை.' இந்திய கேலிச்சித்திரங்கள் விவாதிக்கப்படும் அரிதான சந்தர்ப்பத்தில், அம்பேத்கர் இடம்பெற்ற கேலிச்சித்திரங்கள் பற்றி அறிஞர்கள் எந்தக் குறிப்பான பார்வையினையும் வெளியிட்டதில்லை, தலித்துகளுக்கு எதிரான சாதிப்பாகுபாட்டுப் பிரச்சனை பிரதிநிதித்துவப் படுத்தப்பட்டுள்ளது என்று பரிசீலிக்கவும் இல்லை. NCERT கேலிச்சித்திர சர்ச்சை எழும்வரையும், அம்பேத்கரைக்குறித்த கேலிச்சித்திரங்கள் தீண்டப்படாத விஷயமாகவே இருந்தன. இச்சர்ச்சை இல்லாது போயிருப்பின், இந்தத் திட்டம் கூட நம்மிடம் இருந்திருக்காது. எடுத்துக்காட்டாக கேம்பிரிட்ஜ் பல்கலைக்கழக அச்சகத்தால் 2014-இல் வெளியிடப்பட்ட *Caricaturing culture in India: cartoons and History in the Modern World* நூலில், மானுடவியலாளர் ரீது கெய்ரோலா கந்தூரி, 'அறியப்பட்டுள்ள' ஒரே அம்பேத்கர் கேலிச்சித்திரத்துடன் நிறைவு செய்கிறார்:

> "தெரிவு செய்யப்பட்ட கேலிச்சித்திரங்கள், அரசியல்வாதிகளின் எதிர்ப்பு, 'புண்படுத்தும்' கேலிச்சித்திரத்தை நீக்கவேண்டும் என்னும் கோரிக்கை, ஒரு தினசரியில் வெளியான சர்ச்சை குறித்து கல்விவளாகத்தினரிடையே அடுத்து நிகழ்ந்த விவாதத்தை சேர்த்துக் கொள்ளவேண்டும் என்னும் NCERT பாடநூல் ஆலோசகர்களின் முடிவு–அதுவே கேலிச்சித்திரங்கள்

குறித்து எழும் பொதுமக்கள் எடுத்துரைப்பின் அங்கமாகின்றது– அர்த்தத்தை முடிவுகட்டுவதன் மீதான கோரிக்கைகளாகும்."

கந்தூரி, காந்திக்கென்றே ஒரு அத்தியாயத்தை ஒதுக்குகிறார்- குறிப்பாக அவரது தென்னாப்பிரிக்க ஆண்டுகளுக்காக- அப்போது அவர் நடத்திய செய்தித்தாள்களில் பிரித்தானிய செய்தித்தாள்களிலும் Hindi Punch-லிருந்தும் கேலிச்சித்திரங்களைத் தெரிவு செய்து வெளியிட்டார்- விரிவான விளக்கக்குறிப்புகளுடன்.

இந்திய ஒப்பீனியன் ஆசிரியராகவும் பிரித்தானிய கேலிச்சித்திரங்களின் விஷயமாகவுமுள்ள காந்தி, கூரிய விமர்சகராயும் பகுப்பாய்வுப் பொருளாயும் விளங்கினார். ஏகாதிபத்தியத் திட்டங்களைத் தாக்கிடும் ஆயுதமாக, சத்தியாகிரகத்தின் ஆற்றலை கேலிச்சித்திரக்காரர் முன்னிறுத்தியதை தன் வாசகர்களுக்குத் தொடர்புறுத்தினார். மொழிபெயர்ப்பாளர்–விளக்கவுரையாளர் என்னும் இப்பாத்திரத்துடன் காந்தி, கேலிச்சித்திரங்களின் அர்த்தத்தை முடிவுகட்டினார்– பலம்வாய்ந்த எதிர்ப்புள்ள ஆன்மாவின் ஆற்றலாக தன் வலிமையையும் சத்தியாக்கிரகத்தையும் முன்னிறுத்தினார்... மொழிபெயர்ப்பு, விளக்கவுரை வாயிலாக. ஏகாதிபத்திய மனத்தை ரகசியமாக ஆக்கிரமிப்பதற்கு, புலம்பெயர்ந்து வந்த இந்திய வாசகர்களுக்கு இருந்த, பண்பாட்டு– அரசியல் பிரதியாக ஆங்கில கேலிச்சித்திரங்கள் ஆகின."

எனினும், தேசியவாத செய்தித்தாள்களால் கேலிச்சித்திரங்களில் அம்பேத்கர் எப்படி சித்தரிக்கப்பட்டார் அல்லது அவர் மராத்தியில் நிறுவி நடத்திய நான்கு செய்தித்தாள்கள் (மூக்நாயக், பகிஸ்கிரித் பாரத், ஜனதா மற்றும் பிரபுத்த பாரத்) அசலாகவோ மறுபிரசுரமாகவோ கேலிச்சித்திரங்களை ஏன் கொண்டிருக்கவில்லை என்பது குறித்து கந்தூரியிடம் இதுபோன்ற முயற்சி இல்லை. சுமார் இரு தசாப்தங்களாக கேலிச்சித்திரங்கள் தன்னை ஆக்கிரமித்துக் கொண்டிருந்ததாகக் கூறும் கந்தூரி, NCERT கேலிச்சித்திரம் மற்றும் அதன் விளைவை விவாதிக்க மட்டுமே, அம்பேத்கருடனான ஈடுபாட்டை வரம்பிட்டுக் கொள்கிறார்.

இருப்பினும் இந்நூலின் நோக்கம், கேலிச்சித்திரக் கலை மீதான கல்வி வளாக இலக்கியத்திலுள்ள இத்தீவிர இடைவெளி பற்றிப் பேசுவதோ, அம்பேத்கர் குறித்து ஆவணங்களிலுள்ள கேலிச்சித்திரங்களின் விலாவாரியான அகர முதலியை வழங்குவதோ அல்ல. என்னுடைய பாணி, ஆய்வு நிகழ்ச்சி நிரல் என்பதை

விடவும் அரசியல் நோக்கம் சார்ந்ததே. இவ்வளவு சிக்கல்கள் இருப்பதால், பெருநகரங்களிலுள்ள நூலகங்கள் மற்றும் ஆவணக் காப்பகங்கள், ஆங்கில மொழி ஊடகத்துடன் என்னைக் கட்டுப்படுத்திக்கொள்ள வேண்டியிருந்தது. இதனையெல்லாம், ஜவஹர்லால் நேரு பல்கலைக்கழகத்தில் எனது செலவிலேயே செய்துகொண்டிருந்தேன்-அப்போது அப் பல்கலைக்கழகம் மாணவர்களிடத்தே, எனது பின்புலமுடைய மாணவர்களிடத்தே அதிகமாக, விரோதமாகிக் கொண்டிருந்தது.

ஆங்கிலமல்லாத ஊடகத்தில் வெளியாகி இருக்கக்கூடிய, அம்பேத்கர் மீதான கேலிச்சித்திரங்கள், இப்புத்தகத்தின் எல்லைக்கு அப்பாற்பட்டவை. 'நகைக்கத்தக்கதல்ல' அச்சுக்குப் போகும்போது, அம்பேத்கரிய இயக்கத்தின் முன்னோடி செயல்பாட்டாளர் விஜய் சூர்வாடே தொகுத்துள்ள நூலொன்று வெளிவருவது பற்றி அறிகிறேன்- அம்பேத்கர் கால மராத்தி அச்சு ஊடகத்தின் கேலிச்சித்திரங்கள் வாயிலாக, அவர் எவ்வாறு பிரதிநிதித்துவ ப்படுத்தப்பட்டுள்ளார் என்று ஆராய்வது இப்புத்தகம். இங்கே முன்வைக்கப்படுபவை, ஆங்கிலமொழி அச்சு ஊடகத்தில் அம்பேத்கர் குறித்து வெளியான, தெரிவுசெய்யப்பட்ட கேலிச்சித்திரங்களே; இவை சங்கர் (*இந்துஸ்தான் டைம்ஸ்* மற்றும் *சங்கர்ஸ் வீக்லி*), என்வெர் அகமத் (*இந்துஸ்தான் டைம்ஸ், பயோனீர், டைம்ஸ் ஆஃ ப் இந்தியா*), வாசு (*டான், பயோனீர்*), ஆர்.கே. லட்சுமண் (*டைம்ஸ் ஆஃப் இந்தியா*), ஈரன் (*பயோனீர், ஃபிலிம் இந்தியா*), ஆர். பானர்ஜி (*பயோனீர்*), உம்மன் (*லீடர்*), பிரேஷ்வர் (*நேஷனல் ஹெரால்ட்*), ரவீந்திரா (*ஆர்கனைஸர்*) ஆகியோருடையவை மற்றும் கையொப்பமில்லாத சில கேலிச்சித்திரங்கள்.

அம்பேத்கரின் எழுச்சி

கொலம்பியா பல்கலைக்கழகம் மற்றும் லண்டன் ஸ்கூல் ஆஃப் எகனாமிக்ஸில் படிப்பை முடித்து, 1917-இல் திரும்பிய அம்பேத்கர், தான் பெற்றிருந்த கல்வி உதவித் தொகைக்காக, பரோடா மகாராஜா சாயாஜிராவ் கெய்க்வாடிடம் பத்தாண்டு காலம் பணியாற்றவேண்டும் என்ற ஒப்பந்தம் இருந்தது. ஆனால் அவர் தங்குவதற்கு யாரும் இடம்தராத பரோடாவில்,

கொடூரமான தீண்டாமையை அனுபவித்த அவர், முதல் பத்து தினங்களிலேயே பாம்பே நகருக்குத் திரும்பவேண்டியதாயிற்று. அவர் பிறந்த நூற்றாண்டு ஆண்டு 1990-இல், அவரது இறப்புக்குப் பின் waiting for a visa என்னும் சிறுபிரசுரமாக வெளிவந்ததில், அம்பேத்கர் எழுதுகிறார்:

> "'அய்ரோப்பாவிலும் அமெரிக்காவிலும் நான் தங்கியிருந்த 5 ஆண்டுகள், நானொரு தீண்டத்தகாதவன் என்பதான பிரக்ஞையை என் மனத்திலிருந்து துடைத்து அழித்துவிட்டிருக்க', இந்தியாவில் தீண்டத்தகாதவராக தான் சென்ற இடங்களிலெல்லாம், தனக்கும் மற்றவருக்கும் பிரச்சனையாயிருந்தார்."

இத்தகைய நிராகரிப்பையும் அந்நியப்படுத்தலையும் சந்தித்து, பாம்பேக்குத் திரும்புமாறு கட்டாயப்படுத்தப்பட்ட அவர், தனிக்கல்வி ஆசிரியராகவும் கணக்காளராகவும் அங்கே சிரமப்பட்டு வாழவேண்டியிருந்தது. அம்பேத்கரிய இயக்கத்தின் ஆரம்ப ஆண்டுகளைப் பதிந்துள்ள வரலாற்றாளர் எலினார் ஸெல்லியட் எழுதுகிறார்: 'பார்ஸி குடும்பங்களில் டியூஷன் எடுப்பது, பங்குச் சந்தை ஆலோசகராக, தார்வார் கல்லூரியில் ஆசிரியராக ஒன்னரை ஆண்டுகள் கழித்த பிறகு, பாம்பேயில் சிடென்ஹாம் காலேஜ் ஆஃப் காமர்ஸில் இரண்டாண்டுகள் பேராசிரியராகப் பணியாற்றும் வாய்ப்பு பெற்றார். நவம்பர் 1918-இல் தேர்தல் சீர்திருத்தங்கள் குறித்த சவுத்பரோ குழுவிடம் எழுத்து மற்றும் வாய்மொழிப் பிரமாணத்தை சமர்ப்பித்தார்- 'அன்றாட சமூக வாழ்வில் தீண்டப்படாதோர் சாதி இந்துக்களிடமிருந்து வேறுபட்டவர்கள், இவ்வாறு அரசியல் ரீதியிலும் தனியான தன்மையைக் கொண்டிருப்பவர்கள்... பொது வாக்காளர் கொண்ட தொகுதிகளில் தீண்டத்தகாதோரே அதிகம் பாதிக்கப்படுகின்றனர். அவர்களுக்குப் போதுமான பிரதிநிதித்துவம் அளிக்கப்பட வேண்டுமாயின், தனிச்சிறப்பான ஒதுக்கீடு அவசியம்.' 19-ஆம் நூற்றாண்டிலிருந்து மேற்கு இந்தியாவின் தலித் தலைவர்களது அரசியலை இது எதிரொலித்தது-அவர்களே அம்பேத்கரது எழுச்சிக்கான அடித்தளப் பணியை மேற்கொண்டிருந்தனர் என்பது ஸெல்லியாட்டின் ஆவணங்களிலிருந்து தெரிய வருகிறது. தனித்தொகுதி மற்றும் தீண்டப்படாதோருக்கு ஒதுக்கீடு செய்யப்பட்ட இடங்களுக்கான இக்கோரிக்கை அம்பேத்கரின் அடிப்படை நம்பிக்கைகளில் ஒன்றாயிற்று; நாளடைவில் 1930-31-இல் நடைபெற்ற வட்டமேஜை

மாநாட்டிற்கு அடித்தள வர்க்கங்களின் தலைவராக-இது காந்தியால் ஆட்சேபிக்கப்பட்டது-அழைக்கப்படுவதற்கு இட்டுச் சென்றது. இந்தியாவிலிருந்த பிரித்தானிய மற்றும் தேசியவாத ஊடகம் இரண்டும், அம்பேத்கரை கவனத்தில் கொள்ளுமாறு நிர்ப்பந்திக்கப்பட்டபோது, அதுவரையிலும் அம்பேத்கர் குறிப்பிடத்தக்க எதனையும் செய்திருக்கவில்லை என்பதில்லை.

கொங்கணப் பிரதேசத்தில் சவதார் குளத்திலிருந்து நீர் எடுக்கும் பொருட்டு, 1927-இல் மகத் மாநாடு கூட்டியதுதான் அம்பேத்கரின் மாபெரும் அரசியல் முன்முயற்சி. 1923-இல் பாம்பே சட்டமன்ற மேலவை (அதற்கான தேர்தல்களை காங்கிரஸ் புறக்கணித்திருந்தது) பொது நிதியால் பராமரிக்கப்பட்ட குளங்கள், கிணறுகள், பள்ளிகள், நீதிமன்றங்கள், மருத்துவமனைகளில், தீண்டப்படாதோர் உள்ளிட்ட ஒவ்வொருவருக்கும் உரிமை உண்டு என்று போல் தீர்மானம் அறிவித்தது. அம்பேத்கர் தலைமையில் மகத்தில் மார்ச் 20, 1927 அன்று 3000 தலித்கள் கூடினர்-குளத்திலிருந்து நீர் எடுப்பதற்காக மட்டுமின்றி, அம்பேத்கர் கண்டவாறு, ‘சமத்துவ நெறியை நிறுவும் பொருட்டு’. இருப்பினும், விடுதலைப் போராட்டத்தை ஆதரித்த பிரித்தானியரும் அம்பேத்கரிடத்தே அனுதாபம் மிக்கவருமான பி.ஜி. ஹார்னிமானின் பாம்பே குரோனிகல் தவிர்த்து வேறெந்த ‘தேசியவாத’ ஊடகமும் இம்முக்கிய போராட்டத்தை வெளியிடவில்லை. தலித் இயக்கம் இச்சம்பவத்தை ‘சுதந்திரப் பிரகடன’மாகக் கருதுகிறது. மகத்தில் அம்பேத்கர் ஆற்றிய உரையில் கூறியிருந்தார்:

> “இக்கூட்டம் முன்னெப்போதும் இருந்திராதது. இந்திய வரலாற்றில் இதற்கு இணையானதை காணவே முடியாது என்றுணர்கிறேன். இதற்கு இணையானதை கடந்த காலத்தில் காண முற்பட்டால், பிரான்ஸின் வரலாற்றிடம் செல்லவேண்டும். 1789–இல் கூடிய புரட்சிகர பிரெஞ்சு தேசிய மன்றம், சமூக அமைப்புக்கு புதிய கொள்கைகளை முன்வைத்தது.”

எனினும் இந்நிகழ்வு அப்போதைய தினசரிகளின் கவனத்தையோ, பிற்பாடு வரலாற்று பாடநூல் ஆசிரியர்களின் கவனத்தையோ (1930-இல் காந்தியால் தலைமை தாங்கப்பட்ட, பெரிதும் வரலாறு ஆக்கப்பட்ட தண்டி உப்புச் சத்தியாக்கிரகம் போலின்றி) ஈர்க்காது போனது. டிசம்பர் 25, 1927 அன்று நடந்த மகத் போராட்டத்தின் இரண்டாம் பகுதியில், மனுஸ்மிருதி பிரதி

சம்பிரதாயமாக எரிக்கப்படுவதை நடத்திக் காட்டினார். 1936-இல் சாதி ஒழிப்பின் பிரச்சனைக்குரிய வெளியீட்டு வரலாறும் அவ்வளவு செய்தியாகவில்லை அல்லது கேலிச்சித்திரங்களுக்கு இட்டுச்செல்லவில்லை. நீண்ட காலம் இழுக்கடிக்கப்பட்ட இவ்விவகாரம் செய்திமதிப்புள்ளதே. 1935இல் தான் இந்துவாக மடியப்போவதில்லை என அம்பேத்கர் அறிவித்த பிறகு, இந்து தலைவர்களும் இந்து ஊடகமும் பரபரப்படைந்தனர். அப்போதுதான் லாகூரை தலையிடமாகக் கொண்ட ஆரிய சமாஜின் அமைப்பான, சீர்திருத்தவாத ஜாத்-பாத் தோடக் மண்டலியின் ஆண்டு மாநாட்டில் தலைமை உரையாற்ற அவர் அழைக்கப்பட்டார். ஆனால் அவரது உரையின் உள்ளடக்கம் 'தாங்கிக்கொள்ள முடியாததாக' இருந்ததால், அமைப்பாளர்கள் அவரை வரவழைக்கவில்லை. முந்தைய மாநாட்டுத் தலைவர்களாக இருந்தவர்களில் சுவாமி சிரத்தானந்தா, மோதிலால் நேரு, ராஜா நரேந்திர நாத், பாய் பிரேமானந்த், ரமேஸ்வரி நேரு, சிறி சத்தியானந்த ஸ்டோக்ஸ் ஆகியோர் அடக்கம். இவ்வுரை நகலை அம்பேத்கர் தானே வெளியிட்டதும், காந்தி தனது *ஹரிஜனில்* எதிர்வினை ஆற்றினார்; ஆனால் 'தேசியவாத' ஊடகம் அமைதிகாத்தது. அம்பேத்கர் இதில் இந்துக்களிடம் கூறுகிறார்:

> "அறிவுக்கு எந்த இடத்தையும் மறுதலிக்கின்ற வேதங்களுக்கும் சாத்திரங்களுக்கும் வெடிமருந்து வைக்க வேண்டும்; ஒழுக்கத்திற்கு எந்த இடத்தையும் மறுதலிக்கின்ற வேதங்களுக்கும் சாத்திரங்களுக்கும். சுருதிகள், ஸ்மிருதிகளின் மதத்தை நீங்கள் அழித்தாக வேண்டும். வேறெதுவும் உதவாது."

சித்தாந்தச் சார்பு எதுவாயினும், எந்தவொரு கேலிச் சித்திரக்காரருக்கும் இது இரையாக இருந்திருக்கவேண்டும். இருந்தும் ஒன்றும் நிகழவில்லை.

காந்தியுடன் சேர்ந்து தன் காலத்தின் உண்மையான மக்கள் திரள் தலைவராக விளங்கியவர் அம்பேத்கர் என்பது உண்மை. எந்தவொரு உயர்சாதி கம்யூனிஸ்டோ நேருவோ நெருங்க முடியாது. மகாத்மா அவரை கடுமையான மிரட்டலாகவே பார்த்தார், 1932-இல் இப்படியான வாசகங்களை வெளியிட்டார்-'பெருந்திரளினரான தீண்டத்தகாதோரை பிரதிநிதித்துவப்படுத்துவதாக நானே கூறிக்கொள்வேன். தீண்டப்படாதோரிடையே வாக்கெடுப்பு நிகழ்ந்தால் அதிக வாக்குகள் பெறுவேன்;' இன்னொன்று-

'தீண்டத்தகாதோர் நன்கு அமைப்பாகவில்லை. அவர்களிடையே அரசியல் பிரக்ஞை இல்லை; கொடூரமாக நடத்தப்படும் அவர்களைக் காப்பாற்ற விரும்புகிறேன்.' நல்வாய்ப்பாக, அவரது கூற்றுகளை பொய்யாக்கிடப் போதுமான ஆவணங்கள் உண்டு. ஒவ்வொரு சந்தர்ப்பத்திலும் லட்சக்கணக்கானோர் பாபாசாகிபை சூழ்ந்து கொண்டனர். அவர் அழைப்புவிட்ட போதெல்லாம் மக்கள் அப்படியே எழுந்தனர் என்கிறார் அவரது வாழ்க்கை வரலாற்றாளர் கீர்:

"அம்பேத்கர் தன் அரசியல் கட்சியை நவீன முறையில் அமைத்திட முற்படவில்லை. தனிப்பட்ட அமைப்பில் அவருக்கு நாட்டமில்லை. அவர் தொடர்பு கொண்டிருந்த அமைப்புகளில் ஆண்டு மாநாடுகளோ பொதுச் சந்திப்புகளோ நடக்கவில்லை. அவர் எங்கே எப்போது அமர்ந்தாரோ அங்கே அப்போது மாநாடு நடந்தது, தீர்மானம் நிறைவேறியது. தலைவரோ செயலரோ செயற்குழுவோ அவரது ஏற்பாட்டின்படி நடக்கவேண்டி இருந்தது. அவரது நாணயம், திறன், தியாகம், அறிவின்பால் அவரின் ஆதரவாளர்கள் ஈர்க்கப்பட்டனர். கும்பல் சேர்ப்பது, திட்டமிட்டு ஊடகங்களில் வெளிவருமாறு செய்யப்பட்ட புகழுரைகள், ஒரு தலைவருக்கு எதிராக இன்னொருவரை மோதவிடும் தந்திரம் என்பவற்றில் அவருக்கு ஆர்வமில்லை. தனது பதாகையின் கீழ் தன் மக்கள் திரளவேண்டும் என அவர் விரும்பியபோது, அவர் வெறுமனே ஓர் அறை கூவல் விடுத்தார், மழைக்காலத்தில் பயிர் எழுந்தது போல, அமைப்பு எழுந்தது. கோடைகாலத்தில் வயலில் எதுவுமிருக்காது, பதாகை அவரது படிப்பறை மூலையில் கிடக்க, மக்கள் தம் இல்லங்களில் இருந்தனர்."

அவர் காலத்து தினசரிகளும் பிற்பாடு வரலாற்றாசிரியர்களும் பாடநூலாசிரியர்களும் அவரை நடத்திய விதத்திலிருந்து- தீண்டத்தகாதவராக-அம்பேத்கரின் சிலவான வாழ்க்கை வரலாறுகளும் அவருக்கு நெருக்கமானவர்களும் நினைவுக் குறிப்புகளுமே அவரது அளப்பரும் செல்வாக்கிற்குச் சாட்சியம் தாங்குகின்றன. முதலில் மராட்டியத்திலும் 1990-இல் இந்தியாவெங்கிலும் அவர் பிறந்த நூற்றாண்டு விழாவுக்குப் பிறகு, பல்வேறு வடிவங்களில் அவரை திருஉருப்படுத்தியதும் அவரது கதையை உயிர்ப்போடு வைத்திருந்தது-அது எளிதாக தொன்மமாக்கப்பட்டு, எளிமைப்படுத்தப்பட்டபோது. 1979லிருந்து பாபாசாகிப் அம்பேத்கர்: எழுத்துகளும் உரைகளும் என்னும்

மராத்திய அரசாங்கத்திட்டத்தில் உழைத்துவந்த வசந்த் மூன், 1930-க்குப் பிறகு அம்பேத்கர் பாபா அலை எப்படி எழுந்தது என்பதை vasti-யில் எழுதுகிறார் (1995-இல் மராத்தியில் வெளியிடப்பட்டது, Growing up Untouchable in India: A Dalit Autobiography என்னும் தலைப்பில் கெய்ல் ஓம்வெட்டால்-மொழிபெயர்க்கப்பட்டது.)

"பாபாசாகிப் அம்பேத்கர் நாக்பூருக்கு வந்தபோதெல்லாம் ஆலைத் தொழிலாளர்கள் வேலைநிறுத்தம் செய்வர் அல்லது விடுப்பில் செல்வர். தாதாசாகிப் கெய்க்வாட் மற்றும் பி.என்.ராஜ்போஜ் அவருடன் வந்துவிடுவார். அவர்களை வரவேற்று ஊர்வலமாக அழைத்துவர சமுதாயத்தின் ஆடவர்–பெண்டிரெல்லாம் நிலையத்திற்குச் சென்றுவிடுவர். திருமணத்திற்குப் போவதுபோல பெண்கள் இவ்வணிவகுப்புகளுக்குச் சென்றார்கள்; 'ஓ கம்லாஜி, ஓ பாய்ஜி, ஏன் நீங்களெல்லாம் வீடுகளில் இருக்கிறீர்கள்? எல்லோரும் முன்னே போயுள்ளனர்" என அண்டை அயலில் இருந்தவர்களிடம் கூறினர். அப்புறம் ஒவ்வொருவரும் ஊர்வலத்தாருடன் சேர்ந்துகொள்ள விரைவார்கள். அண்டை அயல் காலியாகிவிடும்.

சில ஹரிஜன மாணவர்களது ஒத்துழைப்புடன் அவர் தங்கிப் படித்துவந்த நாக்பூரின் சொக்கமேளாவிடுதி நிர்வாகம், 1941-இல் விடுதியின் ஆண்டுவிழாவுக்கு மகாத்மா காந்தியை அழைக்க முடிவெடுத்ததை மூன் நினைவுகூர்கிறார். எனினும் அம்பேத்கரியர்களாகவும் சமதா சைனிக்தளின் செயல்வீரர்களாகவும் உள்ள பெரும்பாலான மாணவர்கள் இதனை எதிர்த்தனர். பெரும் போலீஸ் பாதுகாப்புடன் காந்தி வந்து சேர்ந்தார்- அவர் வரவில்லை என அம்பேத்கரியர்கள் எண்ணும் வகையில், இரு நிலையங்களுக்கு முன்னரே இறங்குமாறு செய்யப்பட்டு, நிகழ்ச்சிக்கு அழைத்துவரப்பட்டார். விடுதியின் பின்புற வழியாக உள்ளே நுழைந்தார். 'காந்தி நீடூழி வாழ்க' என அவரது ஆதரவாளர்கள் முழங்குவதற்கு முயன்றபோது, 'மகாத்மா காந்தியே, திரும்பிப்போ!' என வெளியிலிருந்து ஆயிரக்கணக்கான ஆர்ப்பாட்டக்காரர்கள் முழங்கினர். அடுத்து என்ன நிகழ்கிறது என்பது, வேறெங்கிலும் சந்திக்க முடியாத வரலாற்றுணர்வு, இன்றைய வாசகர்களுக்குக் கிடைத்திட உதவும்.

"காந்திஜி மேடைக்கு வரும் மட்டும் உள்ளே எல்லாம் அமைதியாயிருந்தது. ஆனால் அவர் பேச எழுந்ததும், பார்வையாளரிடையே இருந்த அம்பேத்கரியர்கள் சிலர் 'காந்திஜி எங்களிடம் நிறையக் கேள்விகள்

உள்ளன' என கூச்சலிடத் தொடங்கினர். காந்திஜி நிசப்தமாக நின்று கொண்டிருந்தார். 'கேளுங்கள்' என்றார். ஆனால் அமளி அதிகரித்தது. அதில் யாராலும் கேள்விகளைச் செவிமடுக்க இயலவில்லை. ரயில்பாதையோரமாக நின்றிருந்த ஆயிரக்கணக்கானோர் விடுதியின் மீது கல்லெறிதலில் இறங்கினர். கற்கள் அரங்கிலும் வீழ்ந்தன. கல்வீச்சு நிற்பதாகத் தெரியவில்லை. பந்தல் துணி சரிந்தது. காந்தி பேசுவதற்கான வாய்ப்பை யாரும் தரவில்லை. இந்த அமளியில், விழா ஏற்பாட்டாளர்கள் காந்தியைப் பாதுகாக்க வேண்டி மேடையிலிருந்து கூட்டி வர, பின்புறமாக நுழைந்தது போலவே வெளியேறினார்.

"அம்பேத்கர் நீடூழி வாழ்க! பீம் ராஜ்யம் விரைவில் வரும்!" என்று முழக்கங்கள் எழுந்து கொண்டிருக்க, மகாத்மா காந்தியின் வண்டி கிளம்பிற்று. முழக்கங்களை நிசப்படுத்த முயன்ற சகாராம் மெஷ்ராமை மக்கள் தூக்கி, ஒரு கிணற்றில் போட முற்பட்டனர். அப்போது நாராயண் ஹரி கும்பரே மக்களைச் சமாதானப்படுத்த முயன்றார். மக்களின் காந்தி எதிர்ப்பு ஆவேசத்தை இச்சம்பவம் எடுத்துக்காட்டியது."

இருந்தும் பெரும்பாலான தினசரிகளில் பெரிதாகத் தென்பட்டவர் காந்தியே. தினசரிகளின் ஆசிரியர்களும் உரிமையாளர்களும் போலவே கேலிச்சித்திரக்காரர்கள், காங்கிரஸ்-தேசியவாத சித்தாந்தத்தைக் காணுமாறு செய்யப்பட்டனர். சங்கர் எனக் கையெழுத்திட்ட ஜே. சங்கரன் பிள்ளை அம்பேத்கரிய விவாதங்களின் உச்சகட்டத்தில், 1932இல் இந்துஸ்தான் டைம்ஸில் இணைந்தார். மகாத்மாவை சித்தரிக்க வேண்டிவரும்போது, காந்தியையும் காங்கிரஸையும் உற்சாகமாக ஆதரித்து வந்த தினசரியின் நிர்வாகத்தினுடைய வணக்கத்திற்குரிய அணுகுமுறையை, சங்கர் பகிர்ந்துகொண்டார். உண்மையில், இத்தினசரியின் முதல் இதழ், செப்டம்பர் 26, 1924-அன்று காந்தியால் வெளியிடப்பட்டது. தேசியவாத அகாலிகளால் முதலில் நிறுவப்பட்டு, மகாத்மாவின் ஆதரவாளரும் நிதி வழங்குபவருமான ஜி.டி.பிர்லா அத்தினசரிக்கு நிதி உதவி செய்தார். காந்தியின் ஹரிஜன் சேவக் சங்கின் இயக்குனர் குழுவில் செயல்பட்டு, அதற்கும் நிதியுதவி செய்தார் பிர்லா; அதில் 'ஹரிஜன்' யாரும் உறுப்பினராக இயலாது. 1933-இல் அத்தினசரியை பிர்லா தன் கட்டுப்பாட்டில் கொண்டுவரவும், பிர்லா குடும்பத்தினரின் உடைமையில் இருந்து வந்தது. தேவதாஸ் காந்தி 1937-இல் அதன் மேலாண்மை ஆசிரியராக நியமிக்கப்பட்டு, 1957-இல்

இறக்கும்வரை அப்பொறுப்பில் நீடித்தார். ஆதலின், காந்தியின் பிறந்தநாளின் போது, இத்தினசரி பரப்புரைக்கான மேடையானதில் ஆச்சரியமில்லை; மகாத்மா குறித்து மிகைப்படுத்தப்பட்ட அறிக்கைகள் இடம்பெறும்- அக்டோபர் 2, 1935 நாளிட்ட தினசரியின் முகப்புப் பக்கத்திலிருந்து இது தெளிவாகும். பாரதமாதா தேசத்தின் நேசத்தைக் காணிக்கையாக காந்திக்குச் சமர்ப்பிப்பதை சித்தரித்து, சங்கர் தன் கடமையை ஆற்றுகிறார். உற்சாகம் ததும்பும் அறிக்கை இப்படி ஆரம்பிக்கின்றது:

MORNING EDITION

The Hindustan Times

LARGEST CIRCULATION IN NORTHERN, NORTH WESTERN & CENTRAL INDIA

VOL. XII NO. 272 — DELHI: WEDNESDAY, OCTOBER 2, 1935 — PRICE ONE ANNA

NATION CELEBRATES MAHATMA'S BIRTHDAY

Tributes to Unique Personality

Leader of Modern India & Champion of Harijans

HIS ACTIVITIES IN CAUSE OF KHADDAR AND RURAL UPLIFT

Delhi Citizens to Pay Their Homage To-day

His Love of Harijans

Gospel of Khaddar

Rural Uplift Campaign

Leader of Modern India

SETH JAMNALAL BAJAJ'S TRIBUTES

Every Indian's Sacred Duty To Buy Khaddar

Mass Meeting Of Delhi Citizens This Evening

CRAIK'S 'UNFOUNDED AND UNCALLED FOR' ALLEGATIONS

Lala Shamlal Completely Vindicated

BHULABHAI DESAI'S REPLY TO HOME MEMBER

Punjab Terrorist Movement Began With Assault on L. Lajpat Rai

EXPLOSION IN JODHPUR

Three Dead: Six Seriously Injured

CAUSE NOT KNOWN

OBITUARY

MUNITIONS FOR ETHIOPIA

Mysterious Ships Seen Cruising Near Somaliland

ITALIAN SUBMARINES ON LOOK-OUT

அறிமுகம் 41

"இன்று மகாத்மா காந்தியின் 67-வது பிறந்தநாளை டெல்லி கொண்டாடும். அப்படியே இந்தியாவிலுள்ள ஒவ்வொரு கிராமமும் குக்கிராமமும், ஒவ்வொரு நகரமும் பெரு நகரமும். வெளிநாடுகளிலுள்ள இந்தியர் எங்கேயிருப்பினும், இந்நாளைக் கொண்டாடி வணங்குவர்- சுயராஜ்ஜியத்தை வென்றெடுக்கும் முயற்சியில், ஆன்ம ஆற்றலின் உன்னதத்தை சராசரி இந்தியனும் உணர்ந்து கொள்வதில், வேறுயாரையும்விட, துணைபுரிந்துள்ள அம்மனிதரை."

தன் ஆயுளில் நான்கு தினசரிகள் வெளிவருவதை மிகச் சிரமத்துடன் கவனித்து வந்த அம்பேத்கர், இவற்றையெல்லாம் கண்ணுற்றார். What congress and Gandhi have Done to the Untouchables (1946)-இல் அவர் எழுதுகிறார்:

"இந்திய ஊடகம் காங்கிரஸிற்கு உடந்தையாயிருக்கிறது; காங்கிரஸ் ஒருபோதும் தவறியதில்லை என நம்புகிறது: காங்கிரஸின் கௌரவம் அல்லது சித்தாந்தத்துடன் ஒத்தியையாத எந்தச் செய்திக்கும் விளம்பரம் தருவதில்லை என்னும் கொள்கையடிப்படையில் செயல்படுகிறது. அவர்களிடம் ஊடகம் இல்லை. காங்கிரஸ் ஊடகம் அவர்களுக்கு மூடி இருக்கும். லேசான விளம்பரம் கூட அவர்களுக்கு தரக்கூடாது எனத் தீர்மானிக்கப்பட்டிருக்கிறது. தமக்கென்று ஊடகத்தை அவர்களால் வைத்துக் கொள்ள இயலாது. விளம்பர வருவாயின்றி எந்தத் தினசரியும் பிழைத்திருக்க இயலாது. விளம்பர வருவாய் வர்த்தகத்திலிருந்தே வரும், சிறியதும் பெரியதுமான அனைத்து வர்த்தகமும் இந்தியாவில் காங்கிரஸுடன் தொடர்புகொண்டுள்ளது; காங்கிரஸல்லாத எந்த ஊடகத்தையும் ஆதரிக்காது. இந்தியாவின் பிரதான செய்தி விநியோக நிறுவனம், அஸோஸியேட்டட் பிரஸ் ஆஃப் இந்தியா, முற்றிலும் மெட்ராஸ் பிராமணரால் நிறைந்தது-உண்மையில் இந்தியாவின் முழுமையான ஊடகமே அவர்கள் கைகளில் உள்ளது; அவர்களோ, நன்கறிந்த காரணங்களுக்காக, காங்கிரஸ் சார்பாளர்கள், காங்கிரஸுக்கு விரோதமான எந்த செய்திக்கும் விளம்பரம் கிடைத்திட அனுமதிக்கமாட்டார்கள்."

1935-இல் நிறையப் பேர் கூடியிருந்த அடித்தட்டு மக்களின் மாநாட்டில், இந்துமதத்திலிருந்து வெளியேறுவது பற்றி அம்பேத்கர் பேசியபோது, 'அம்பேத்கர் நழுவவிடுவது எதனை?' என்னும் தலையங்கத்தில் (இந்துஸ்தான் டைம்ஸ் அக்டோபர் 19, 1935) சாடியது. "தன் ஆதரவாளர்கள் பெயரில் வெளியேறிச் செல்வது பற்றிப் பேச டாக்டர் அம்பேத்கருக்கு உரிமையில்லை. அதிகாரம்

கையருகே இருக்கிறது, தீக்குளிப்பது என்னும் அருவருப்பான மிரட்டல்களால் சமூகத்தை பீதிக்குள்ளாக்குவதற்குப் பதிலாக, அதனைப் பறித்துக் கொள்வது அவர்களது கடமையாகும்.”

நிலவரம் இப்படி இருக்க, சங்கரோ வேறெந்த கேலிச்சித்திரக்காரரோ தன் வெளிப்பாட்டுச் சுதந்திரத்திற்கு வெளிப்பாடு தரும் வகையில் முற்றிலும் சுதந்திரமாயில்லை. ஊதியத்திற்குப் பணியாற்றும் ஒரு கேலிச்சித்திரக்காரர், தன் எஜமானர்களுக்குக் கட்டுப்படுபவர். அத்துடன், அவர்தம் சமூக-சாதியப் பின்புலத்தில், காந்தி மீதான நேசம், தேசியவாத லட்சியத்தில் பிடிப்பு, தலித் லட்சியம் மற்றும் அம்பேத்கரிடத்தே லகுவான வெறுப்பு என்பன இயற்கையாகவே அவர்களில் பலருக்கு வந்துவிட்டன. இங்கே இடம்பெற்றுள்ள கேலிச்சித்திரக்காரரில், சங்கர் மிகவும் அறிவார்த்தமானவர், அம்பேத்கரிடத்தே பொறாமை சேர்ந்த அபிமானம் கொண்டிருந்ததாகத் தோன்றியவர். தன் மாமனாரின் வாழ்க்கை வரலாற்றில் அலக்கா சங்கர் எழுதுகிறார்: “தனது படைப்பின் சரியான நீதிபதியாக சங்கர் விளங்கினார். சமயங்களில் அவரது கேலிச்சித்திரம் அச்சில் வெளிவந்த பின்னரே செய்தித்தாளின் ஆசிரியர் பார்ப்பார்.” ஆனால் சங்கரின் செல்வாக்குடைய ஒருவர், நாளிதழ் ஆசிரியருடனும் (தேவதாஸ் காந்தி) நிர்வாகத்துடனும் மாறுபாடுகள் கொண்டபோது, வெளியேற்றப்பட்டார். தேவதாஸ் காந்தியின் மகன் ராஜ்மோகன் காந்தி *History in the Making 75 years of the Hindustan Times*-இல் 2000-இல் எழுதும்போது நினைத்துப் பார்க்கிறார்: “தேவதாஸ் காந்தி இந்துஸ்தான் டைம்ஸை சிறப்பாகவே நிர்வகித்தார். அவரிடம் வலிமையான அகந்தை கிடையாது. ஒவ்வொருவருக்கும் போதுமான சுதந்திரமளித்தார். வெளியேறவேண்டியவராக அவர் கருதியது சங்கரையே. ராஜாஜி மீதான ஒரு கேலிச்சித்திரமே இதற்குக் காரணம்-அதன் காரணமாக சங்கர் கண்டிக்கப்பட்டார்.” தேவதாஸ் காந்தியின் மாமனார் சி.ராஜகோபாலாச்சாரி. இப்படியிருந்தது மேட்டுக்குடியினரின் மன்றம்.

1948-இல் இன்னொரு கேலிச்சித்திரக்காரர் என்வெர் அகமத் கொண்டுவரப் படவும், சங்கர் தர்மசங்கடத்திற்கு உள்ளானார், வெளியேறிவிட்டார். அதுவரையிலும் அகமத், முஸ்லீம் லீக்கின் ஊதுகுழல் *டானில்* பணியாற்றியவர், மகாத்மாவைத்தாக்கி கேலிச்சித்திரங்கள் தீட்டியவர் என்பதெல்லாம் பிரச்சனைக்குரியதாக

இருக்கவில்லை. வெகு சீக்கிரமே அகமத் தன் பாணியை மாற்றி தனது தினசரியின் போக்கிற்கேற்ப சரிசெய்து, சங்கரின் பாரத் மாதாவுக்கு அன்பையும் பொழிந்தார். அதே ஆண்டு சங்கர் தன் பெயரில் வார இதழைத் தொடங்கினார். அவரின் அபிமானி பிரதமர் நேருவால் ஆரம்பித்துவைக்கப்பட்டது; நேருவின் சலுகையால் சங்கர் ஆதாயமுற்றார் (சங்கர் நிறுவிய சில்ரன்ஸ் புக் டிரஸ்டிலிருந்து இவ்வார இதழ் வெளியானது; பெரிய நாளிதழ்களின் தலைமையகமான டெல்லியின் பகதூர் ஷா ஜாஃபர் மார்கிலுள்ள நேரு இல்லத்தில் தொடர்ந்து இயங்கிற்று). சங்கர்ஸ் வீக்லியில்தான் அவர் 'நத்தையும் சவுக்கும்' கேலிச் சித்திரத்தை வரைந்தார். 'இவ்வார மனிதர்' பிரிவில் (1950-இல் மதமாற்றம் குறித்தும் 1956-இல் அவர் இறந்தபோதும்) அம்பேத்கரின் இரு உருவச்சித்திரங்களை வழங்கினார். சங்கர் எப்படி அம்பேத்கரைக் கண்டார் என்று வாசகர்கள் உணர்ந்து கொள்வதற்காக, இவ்விரண்டும் இந்நூலில் தரப்பட்டுள்ளன.

வரலாற்றுக்கு வெளியே ஓரடி

இதில் இடம்பெற்றுள்ள கேலிச்சித்திரங்களில் பல, அம்பேத்கரைப் போற்றாத தன்மையில் இருப்பினும் அம்பேத்கர் இடம்பெற்றுள்ள காரணத்திற்காகவே சேர்க்கப்பட்டிருப்பதை, இந்நூலைப் புரட்டிப்பார்க்கும் எவரும் சீக்கிரமே உணர்ந்து கொள்வார். வரலாற்றிலிருந்து லகுவாக விட்டுச் செல்லப்படுவதான ஒன்றைப் பற்றிச் சிந்திக்க நமக்கு வாய்ப்பளிக்கிறது அவரது தோற்றம். கேலிச்சித்திரங்களில் அம்பேத்கரின் தோற்றம், வரலாற்றின் வடிவமைப்பாளர் என்னும் வளர்ந்துவரும் அவரது பாத்திரத்திற்கு சமிக்ஞை காட்டுவதாயின், அவரைப் பற்றிய கேலிச்சித்திரங்கள், சாதிய அவமதிப்புகள் கேலிச்சித்திரக்காரரது எளிதான பாலின மேன்மைக்குள் நழுவிட, காழ்ப்புணர்வு மற்றும் அடக்கி வைத்தலின் ஒரு மரபை இன்னொன்றால் இடம்பெயரச் செய்கின்றன. அம்பேத்கரை சுற்றித்திரியும் பெண்ணாக சித்தரிப்பதை சங்கர் விரும்பினால், பிரேஷ்வரும் என்வெர் அகமத்தும் அதையேதான் செய்கின்றனர். கேலிச்சித்திரக்காரரின் பெண்-வெறுப்பு தாராளமாக காட்சிக்கு வைக்கப்பட்டுள்ளன. மேலோட்டமாகப்பார்க்கையில் அரசமைப்புச் சட்டமன்ற விவாதங்களின் அல்லது இந்து சட்ட மசோதா மீதான தீவிர

விவாதத்தில் பலர் அம்பேத்கர் பக்கமாக இருந்தாலும், அதனை அம்பேத்கருடன் வரம்பிட்டுக் கொள்ளவில்லை. நேருவையோ ராஜகோபாலாச்சாரியையோ மறக்கப்பட்டுவிட்ட சோஷலிஸத் தலைவர் அசோக மேதாவையோ பெண்ணாகக் காட்டுவதும் சாதாரணமாயிருந்தது. இதனை எண்ணிப்பாருங்கள்:

பிரம்பை விட்டு வைத்தல்

Spare the Rod...
CONSTITUTION AMENDMENT
Fears were expressed in Parliament that the powers vested in Government by the Constitution Amendment Bill would be used to curb opposition.

அரசமைப்புத் திருத்த சட்டத்தால் அரசாங்கத்திடம் குவிக்கப்பட்டுள்ள அதிகாரங்கள் எதிர்க்கட்சியை அடக்கப் பயன்படுத்தப்படும் எனப் பாராளுமன்றத்தில் அச்சத்தை வெளியிட்டனர்.

ஊடக சுதந்திரத்தின் மீதான கட்டுப்பாடுகளை விவாதித்த, முதலாவது அரசமைப்புச் சட்டத்திருத்தம் குறித்த சங்கரின் கேலிச்சித்திரத்தில், ராஜாஜி தலைமை ஆசிரியையாக இருக்க, அம்பேத்கரோ மராத்திய பாணியில் உடையணிந்து, செருப்பில்லாத பணிப் பெண்ணாக உள்ளார். அம்பேத்கர் காங்கிரஸ் அரசாங்கத்திலிருந்து வெளியேறிய பிறகு, 1951 – இல் வரையப்பட்ட இன்னொரு கேலிச்சித்திரத்தில், அய்ந்து கணவர்களுடன் துயிலப் போகும் பரபரப்புக்குள்ளாகும்

அறிமுகம் 45

திரௌபதியாக அம்பேத்கரைச் சித்தரித்துள்ளார் சங்கர். 'விமர்சனபூர்வ' கற்பித்தலை வளர்த்தெடுக்கும் உத்தேசமுள்ள பாடநூலில், கூட்டணி அரசியலின் பிரச்சனைகளை விளக்கிட இது உதவுமா? மாணவர்களில் பலர் சாதிய வகைமாதிரிகளில் கற்பிக்கப்பட்டிருக்க, இத்தகு படிமங்களை உருவாக்கிக்கொள்ளும் சுதந்திரத்திற்கு மாணவர்கள் அனுமதிக்கப்படுவார்களா? டெல்லி லேடி இரவின் கல்லூரியில் தலைமை விருந்தினராகப் பங்கேற்றபின், இந்துஸ்தான் டைம்ஸில் சங்கர் வெளியிட்ட கேலிச்சித்திரம், அங்கு அவர் பார்த்த உதட்டுச்சாயமணிந்த யுவதியை எப்படிப் பரிகசித்தது என அலாகா சங்கர் பேசுகிறார். 'கன்னாட் பிளேஸில் உதட்டுச் சாயச்சேவை மையம் திறப்பது குறித்து யோசனை என்பது அதன் தலைப்பு. இது முற்போக்கான பெண் செயல்பாட்டாளர்களுக்கு கோபத்தை ஏற்படுத்தவே, ராஜ்குமாரி அம்ரித் கவுர் இதுபற்றிக் காந்தியிடம் புகாரும் செய்தார். 1953-இல் ஈரனால் வரையப் பெற்றிருக்கக் கூடிய ஃபிலிம் இந்தியா, கேலிச்சித்திரம் தன் சார்பினை அப்பட்டமாக எடுத்துக் காட்டியது.

அம்பேத்கர் அரசமைப்புச் சட்டமன்றத்தை முன்னெடுத்து, நேரு அமைச்சரவையில் சட்ட அமைச்சராகச் சேர்ந்த பின்னரே, நிருபர்களும் கேலிச்சித்திரக்காரர்களும் அவருக்கு முறையாக

இடம் ஒதுக்குமாறு நிர்ப்பந்திக்கப்பட்டனர். ஊடகம் அம்பேத்கர் குறித்து நேர்மறைச் செய்திகளை சுமந்து வந்தபோது, வேடிக்கை செய்ய இடமில்லாத நிலையிலும், கேலிச்சித்திரக்காரர்கள் திட்டமிட்டே அம்பேத்கரைக் குறிவைத்தனர். எடுத்துக்காட்டாக, 'அம்பேத்கரின் அரசமைப்புச் சட்டம் குறித்து விமர்சனத்தை விடவும் அதிகப்பாராட்டு' என்னும் தலைப்பில் நேஷனல் ஹெரால்டில் (நவம்பர் 20, 1949) அரசமைப்புச் சட்டத்தின் மூன்றாவது வாசிப்பு குறித்த செய்தி வெளியானதும், மறுபக்கத்தில் பிரேஷ்வரால் அம்பேத்கர் பரிகசிக்கப்பட்டிருந்தார் ('கலியுக பீமன்').

NCERT பாடநூலில் வெளிவந்த கேலிச்சித்திரம் 'நத்தையும் சவுக்கும்'-இல் ஆட்சேபனை இல்லாதவர்களின் வாதங்களில் ஒன்று: நிச்சயமாக, அம்பேத்கரே இக்கேலிச்சித்திரத்தைப் பார்த்திருக்க வேண்டும்; அவர் இதனை ஆட்சேபித்ததாகப் பதிவில்லை, பிறகேன் தலித்துகள் இன்று அதனை அரசியலாக்குகின்றனர்? இந்நூலின் இறுதிக் கட்டப் பணிகளின்போது, முழுதாக விசாரிக்கப்பட முடியாத செய்தி ஒன்று எங்களுக்கு வந்தது ஆனால் அதன் நம்பகத்தன்மையைச் சந்தேகிக்க இயலாது. 1948-லிருந்து 1951-வரை இந்து சட்ட மசோதா மீதான விவாதத்தின்போது,-இதுகுறித்து இந்நூலில் 13 கேலிச்சித்திரங்கள் உள்ளன-சூரத் சிங் செகாவத் இந்துஸ்தான் டைம்ஸில் ஒரு கேலிச்சித்திரத்தை வெளியிட்டார். செகாவத்தின் பேரனும் கட்சி சாராத அரசியல் செயல்பாட்டாளருமான யஸ்வர்தன் சிங் செகாவத் மூலம் ராஜஸ்தானிலிருந்து இது குறித்த செய்தி எங்களுக்கு வந்து சேர்ந்தது (அவர் 2018 ராஜஸ்தான் தேர்தல்களில் கூடப் போட்டியிட்டார்). பிர்லாக்களைப் போல, இந்தச் செகாவத் குடும்பம் பிலானியிலிருந்து வந்தது. ரஜபுத்திரரான சூரஜ் சிங் செகாவத் பம்பாயின் ஜே.ஜே. ஸ்கூல் ஆஃப் ஆர்ட்டில் பயிற்சிபெற்று, கேலிச்சித்திரக்காரராக இந்துஸ்தான் டைம்ஸில் பணியாற்றினார். சங்கருக்கு நெருக்கமாக இருந்தார்; சர்ச்சைக்கு இடமான இந்து தர்ம மசோதாவில் காலாவதியான விதிமுறைகள் என அவரும் சில விமர்சகர்களும் உணர்ந்ததை, அம்பேத்கர் சேர்ந்திருப்பது பற்றி ஒரு கேலிச்சித்திரம் தீட்டியிருந்தார். உபயோகமற்ற பாரத்தை இழுத்துச் செல்வதன் நோக்கம் என்ன? என்ற ராஜஸ்தானி சாயலுள்ள இந்தி தலைப்பில், பாராளுமன்றத்திற்கு வெளியே விலங்கின் சடலத்தை அம்பேத்கர்

இழுத்துச் செல்வதாக வரைந்து, செகாவத் தன் விமர்சனத்தை தொடர்புறுத்தினார். அம்பேத்கர் வெளிறிய நீல நிறத்தில் இருந்தார். அவர் சார்ந்த மஹர் சாதி இறந்துபோன ஆடுமாடுகளை தூக்கிச் செல்வது. செகாவத் மற்றும் இந்துஸ்தான் டைம்ஸ் மீது அவர் அவமதிப்பு வழக்குத் தொடர்ந்தார். தன் சாதியை வைத்துப் பழிக்கப்படுவதாக எண்ணினார். செகாவத் ஒரு ரஜபுத்திரர், ஆனால் 'முற்போக்கு' வகையினர், அம்பேத்கரின் சாதி சார்ந்து புண்படுத்தும் உத்தேசம் இல்லாதவர், ராஜஸ்தானியில் புழங்கும் ஒரு பழமொழியின் உணர்வையேத் தொடர்புறுத்துகிறார் என ஜி.டி.பிர்லா தலையிட்டு விளக்க வேண்டியிருந்தது. 1946-இல் நடந்த தலித் திருமண விழாவில் செகாவத் கலந்து கொண்டிருந்தார் என்று சுட்டிக்காட்டப்பட்டது. அக்காலங்களில் அது பயனுள்ளதாகக் கருதப்பட்டது (வருத்தத்திற்குரிய வழியில் இப்போதும்கூட). 2009-இல் ராஜஸ்தானின் ETV தொலைக்காட்சிக்கு அளித்த நேர்முகத்தில், மறந்து போகப்பட்ட கேலிச்சித்திர சர்ச்சையை செகாவத் நினைவு கூர்ந்தார்.

நன்கறியப்பட்ட பழமொழியுடன் சேர்ந்த படிமம் ஒன்றை தான் தீங்கற்ற விதத்தில் பயன்படுத்தியிருந்ததாக செகாவத் தன்னைத் தற்காத்துக் கொண்டார். இந்தியாவில் மொழியும் மரபுத் தொடரும் சாதிக் காழ்ப்புணர்வு கொண்டுள்ளன. காந்தியின் அபிமானக் கவிஞர் துளசிதாஸரின் புகழ்பெற்ற வாசகம் இப்படி உள்ளது: 'மத்தளம், முட்டாள், சூத்திரன், மிருகம், பெண்/ இவர்களைச் சரிசெய்திட அடிக்கவேண்டும்.' சமயங்களில் இசைநயம் கொண்டுள்ள மென்மையான புண்படுத்தல், சவர்ண பேச்சு முறையைச் சேர்ந்தது; நமது காலங்களில் இறுதி அடிகள் பெரிதும் சட்ட அம்புகளை ஏவுகின்றன (அது அம்பேத்கருக்கு துணை நின்ற தொழில் நுணுக்கம்). எனவேதான் தாமதமாக, தலித்துகளிடம் இழிவான மொழியை வழமையாயும் இயல்பாயும் கையாள்வதை சட்டவிரோதமாக்கிடும், பட்டியலின சாதிகள்-பட்டியலினப் பழங்குடிகளின் வன்கொடுமை தடுப்புச் சட்டத்தைப் பெற்றிருக்கிறோம்-('மிகவும் ஊழல் மலிந்தவர்கள் OBC-களிடமிருந்தும் SC-களிடமிருந்தும் வருகின்றனர் மற்றும் இப்போது அதிகப்படியாக ST-களிடமிருந்து' என்று புகழ்பெற்ற அறிவுஜீவி ஒருவரினைக் கூறுமாறு பேச்சுரிமை இட்டுச் செல்வது போல).

உடனிகழ்கால இந்தியாவில், சாதிப் பிரச்சனை அல்லது தலித் பிரமுகர்களை கேலிச்சித்திரங்களில் (அல்லது பெரும்பாலான சவர்ணர்[2] கட்டுப்பாட்டிலுள்ள வெளிகளில்) சித்தரிப்பது என்று வருகையில் விஷயங்கள் அவ்வளவாக மாறிவிடவில்லை என்பதை நிதானமான விழிப்புணர்வுடன் எடுத்துக்கொள்கிறோம். நாம் நிச்சயமாக மிகுதியும் அறிவு விளக்கம்பெற்ற காலத்தில் வாழவில்லை. 1990–இல் மண்டல் கமிஷன் அறிக்கையை வி.பி. சிங் அரசாங்கம் நடைமுறைப்படுத்திய போது, *இந்தியா டுடே*யின் செய்திக் கட்டுரை–கேலிச்சித்திரங்கள் குறித்து மனித உரிமைகள் செயல்வீரர் கே.பாலகோபால் எழுதுகிறார்: 'புறவயமான,' உணர்ச்சிவசப்படாத செய்திக் கட்டுரைப் பாணியை இயல்பாக பாவனை செய்யும் செய்திப் பத்திரிகை *இந்தியா டுடே*, ஆங்கிலம், இந்தி, தமிழ், மலையாளம், தெலுங்கு மொழிகளிலுள்ள கணிசமான வாசகர்களின் பார்வைகளைத் தகர்த்தெறிந்திட, நடுநிலை பாவனையை உதறியெறிந்துவிட்டு, வெளிப்படையாக வேகம் கொண்டு வருகிறது. தேசிய முன்னணி உறுப்பினர்கள், ஆதரவாளர்களின் மோசமான அவ நம்பிக்கை வாதத்தை கண்டித்து, ராஜீவ் காந்தியின் அவ நம்பிக்கைவாத முட்டாள் தனங்களை தாக்குகிறது–அவர்களெல்லாம் பொதுவெளியில் இட ஒதுக்கீட்டை ஆதரித்துவிட்டு, ரகசியமாக இடஒதுக்கீட்டு எதிர்ப்பியக்கத்தை ஆதரிக்கின்றார்கள் என்பதால் அல்ல மாறாக நேரெதிரான காரணத்திற்காக: அவர்கள் மண்டல் கமிஷனின் பரிந்துரைகளை வெளிப்படையாகப் பழிக்கவில்லை என்பதற்காக. இட ஒதுக்கீட்டுக்கு எதிராக மிகவும் புண்படுத்துகின்ற கேலிச்சித்திரங்களில் ஒன்றினை வெளியிடுகிறது. சிங்கும் SC–ST–யினரும் BC ஆண்களும் பெண்களும் ஒரு கப்பலில் உல்லாசமாயிருக்கின்றனர்; கப்பலில் பறக்கும் மூன்று கொடிகள், கப்பலைச் சுற்றிலும் முன்னேறிய சாதி மாணவர்கள் தம் பட்டச்சான்றிதழ்களை உயர்த்தியபடி அமிழ்ந்து கொண்டிருப்பதைப் பார்த்து குரூரமாக இளிப்பதைக் குறிக்கிறது. இன்னும் அடாவடித்தனமான யதார்த்த கேலிச்சித்திரத்தை கற்பிதம் செய்வது சிரமமாகும்–ஒதுக்கீடுகள் குறித்து கூக்குரல்களைக் கேட்கும் போதிலும், அது அநேகமாக நேர் எதிரானதாகும்."

2012-இல் ஒட்டுமொத்த மன்மோகன் சிங்கின் அரசாங்கமும் கோல்கேட் எனப்பட்ட நிலக்கரி ஊழலில் சிக்கியிருந்தது- இதில் கட்சி-சாதிபேதமின்றி பெரும் அரசியல்வாதிகளெல்லாம் தொடர்பு கொண்டிருந்தனர். தி இந்து (ஆகஸ்டு 23, 2012)வில் கேசவ் வரைந்திருந்த கேலிச்சித்திரத்தில் 'ஊழல்' வண்ணத்தில் சித்தரிக்கப்பட்டிருந்தது-இருண்ட 'அசுர' அரசியல்வாதி வடிவில்.

இந்நூலின் வடிவமைப்பு

2012-இல் NCERT-யின் ஒரு கேலிச்சித்திரம் கட்டவிழ்த்துவிட்ட ஏராளமான விளக்கங்களைப் பரிசீலியுங்கள். 'சங்கர் போன்ற திறமைசாலிகளின் படைப்பில் நேருவின் சவுக்கு 'விறைப்பாயும்' அம்பேத்கருடையது 'தளர்ந்தும்' இருப்பது இயல்பானதா?' (ருசிர் ஜோஷி, இந்தியா டுடே); 'ஹாஹா, தலித்துகள் மந்தமாயுள்ளனர். இந்த 2006-ஆம் ஆண்டு பாடப் புத்தகத்தைக் கண்டறிந்து எதிர்த்திட அவர்களுக்கு ஆறாண்டுகள் பிடித்துள்ளது.' (ஃபேஸ்புக் விமர்சனக் குறிப்பு); 'நமது நாடாளுமன்றவாதிகள் செய்திருப்பது, ஒரு கேலிச்சித்திரத்தை அதன் வரலாற்றுச் சூழலிலிருந்து எடுத்து வந்து, அர்த்தமற்ற உள்ளீடற்ற ஜனநாயகமற்ற தாராளவாதச் செயலில் ஈடுபட்டுள்ளனர்' (அனுப் சுரேந்திரநாத், Law and Other things என்னும் வலைப்பூவில்); 'எனது ஆலோசனை எளிதானது- எதிர்பார்ப்பு: ஜாமீன் பெற்றுவிடுங்கள்- 60 ஆண்டுகளுக்கு செல்லுபடியாகக் கூடியதாக. அம்பேத்கரைப் பொறுத்தவரை அவர் வரைவு அட்டையில் தோன்றக்கூடாது. அவர் உண்மையிலேயே தீண்டத்தகாதவரே!' (இந்துஸ்தான் டைம்ஸில் கேலிச்சித்திரக்காரர் விஸ்வஜோதி கோஷ்); 'அரசமைப்புச்சட்ட நிகழ்வுப் போக்கில் கேலிச்சித்திரக்காரரின் விமர்சனப் பார்வையை அர்த்தப்படுத்திட முற்படுகையில், டாக்டர் அம்பேத்கருக்கு எதிரான தம் சாதிய

காழ்ப்புணர்வுகளிலிருந்து மாணவர்களையும் ஆசிரியர்களையும் காத்திடும் ஆற்றலை, கேலிச்சித்திரத்தினுடனுள்ள பிரதி கொண்டுள்ளதா?' (அனூப் குமார், *Round Table India*). பட்டியல் சென்றுகொண்டே உள்ளது. நடுநிலைமை இல்லை.

இந்நூலில் இடம்பெறுகின்ற எல்லாக் கேலிச்சித்திரங்களுக்கும் ரஷோமான் தாக்கத்தைப் பொருத்திப் பார்க்கலாம் என்று கருதுகிறேன். அகிரா குரோசோவா திரைப்படத்தில், ஒரு கொலை நான்கு வெவ்வேறு சாட்சிகளால் முரண்பட விவரிக்கப்படும். நாம் முயன்றுள்ளது இறப்புக்குப் பிந்தைய சாட்சியத்தின் ஒரு விதத்தைத்தான்.

இவ்வாறு இப்புத்தகத்தை ஒன்றிணைத்திருப்பது ஆசாரமற்ற அணுகுமுறையே. இங்கே தரப்பட்டுள்ள பல படிமங்கள் குறிப்பான நிகழ்வுகளே. எடுத்துக்காட்டாக, அரசமைப்புச் சட்டமன்றத்தில் அம்பேத்கர் நஸீருத்தீன் அகமத்துடன் விவாதிக்கிறார்; இதில் ஆழ்கடலில் நடக்கும் திருட்டில் விவகார எல்லை குறித்து இருவரும் மாறுபாடு கொள்கின்றனர்-இத்தகு கேலிச்சித்திரங்களுக்கு விளக்கம் தேவைப்படுகின்றது. நவயானா அணியினருடன் முறையாக அமர்ந்து, கேலிச்சித்திரங்களின் காட்சி மொழி, நாங்கள் மேற்கொள்ளவேண்டிய அரசியல் அணுகுமுறை குறித்து நீண்ட நேரம் விவாதித்தோம். இவ்வொத்துழைப்பே இந்நூலை உருவாக்கியது. கேலிச்சித்திரங்களுடன் இணைந்துள்ள பிரதிகள் நவயானா பதிப்பாசிரியர்களாலும் என்னாலும் சேர்ந்து எழுதப்பட்டவை. எங்களது தனித்தனியான அகப்பார்வைகளை தனியொரு பிரதியாக்கியுள்ளோம். செய்தித்தாள் அறிக்கைகளையும் அக்காலத் தலையங்கங்களையும் வாசித்து, வரலாற்றுச் சூழலை முன்வைத்துள்ளோம்; செய்தித்தாள்கள் கவனிக்காது விடும் உண்மை விபரங்களையும் நிகழ்வுகளையும் நிகழ்வுப் போக்குகளையும் இடம்பெறச் செய்துள்ளோம். ஆங்கிலத்திலுள்ள அம்பேத்கரின் எழுத்துகளும் உரைகளும், அதுபோலவே தனஞ்செய் கீர் எழுதிய வாழ்க்கை வரலாறு, விஜய் மங்கராவ் தொகுக்கப்பட்டுள்ள *(DR.B.R. Ambedkar: A chronology)* அம்பேத்கரது பொதுவாழ்வை அடையாளப்படுத்திடும் காலக்கிரமமான நிகழ்வுகளின் நாட்குறிப்பு ஆகியவை எங்களுக்கு வேண்டிய தகவல்களை அளித்துள்ளன. வாசிப்பின் லகுத்தன்மைக்காகவும் நேர்த்திக்காகவும் விதிகளின்

சான்று-அடிக்குறிப்புகளைத் தவிர்த்துள்ளோம். இவையெல்லாம் புத்தக இறுதியில் இணைக்கப்பட்டுள்ளன.

தலித் அரசியல் நோக்கிலிருந்து பேசும் குறிப்புகளுடன் ஒவ்வொரு கேலிச்சித்திரமும் தரப்பட்டுள்ளது. இதுவும் போதாது. ஏனெனில், உடனிகழ்காலச் சம்பவங்கள் மீதான தீவிரமற்ற, லேசான விமர்சனக் குறிப்பாக, கேலிச்சித்திரங்கள் தம்மை முன்வைக்கின்றன; விவரிப்புகள் வெறுமனே நீதி பகரும் தீர்ப்புரைகளாகிவிட முடியாது. இது உடனடியாக எமது நிலையைப் பலவீனப்படுத்திவிடும், 2012-இல் முன்வைக்கப்பட்ட அதே வாதங்களை நாங்கள் சந்திக்க நேரும்-இப்புத்தகம் ஒன்றுமில்லாததைப் பிரச்சனையாக்குகிறது, வெறும் தமாஸாக இருந்ததை நாங்கள் தேவையின்றி கடுமையானதாக்குகிறோம் என்று. நகைச்சுவை பிற்போக்கான சொல்லாடலைத் தொடர்வதற்கான முகாந்திரமில்லை, அது சித்தாந்தச் சார்புகளிலிருந்து விடுபட்டதல்ல, அதிகாரச் சொல்லாடலின் சேவகனாகிவிடக் கூடியது என்று எடுத்துக்காட்ட வேண்டிய அவசியம் எங்களுக்கு இருந்தது.

ஆதலின் இப்புத்தகத்திலுள்ள ஒவ்வொரு கேலிச்சித்திரமும், இருபிரிவுகளிலான விமர்சனக் குறிப்பைக் கொண்டுள்ளது. முதலாவது, வரலாற்றுச் சூழலைத் தருகிறது. 'உணர்த்தப்படுவது' என்னும் தலைப்பிலான இரண்டாம் பகுதி, கேலிச்சித்திரங்களை அவற்றின் தன்மையிலேயே பரிசீலித்திடும் வேடிக்கை முயற்சியாகும். படிமத்தின் வேடிக்கையான பாவனைகள் அங்கத நோக்கிலிருந்து பகுப்பாய்வு செய்யப்படுகின்றன; தாம் பரிகசிக்கப்பட முடியாத காப்பாற்றல் உள்ளவர்களாக எண்ணிக் கொண்டு, உயர்ந்த குதிரைகளில் அமர்ந்துள்ள கேலிச்சித்திரக்காரர்கள் இறக்கிவிடப்படுகின்றனர். இந்து சட்ட மசோதாவை நிறைவேற்றி வென்றமைக்காக, உயர்சாதிப் பெண்டிரைக் கடத்துபவராக அம்பேத்கரை, ஆர்.எஸ்.எஸ். ஆதரவுள்ள ஆர்கனைஸரின் கேலிச்சித்திரக்காரர் ரவீந்திரா முன்வைக்கும் போது, சந்தேகத்தின் பலன் அவருக்கு ஏன் தரப்படவேண்டும்?

தேசியவாதச் சொல்லாடல்களில் புலப்படாது செய்யப்பட்டுள்ள, தசாப்தங்களின் தலித் போராட்டங்களின் செல்வாக்குள்ள வரலாற்றுத் தகவல் அளிக்கப்பட்டுள்ளது. இதர சவர்ணத் தலைவர்களுடனான

உறவில் அம்பேத்கர் அநேகமாக பிரத்யேகமாகத் தோன்றுகிறார் அல்லது அவரது நடவடிக்கை மிகுதியான சவர்ண மக்களுடன் தொடர்புடையதாக இருக்கும்போது. இம்முன்னணி இதழ்களில் அவரது முக்கியத்துவமும் செயல்பாடும் தலித்துகளுக்காகவும் தலித்துகள் மத்தியிலும் இருப்பதை உணர்த்தும் கேலிச்சித்திரத்தைப் பார்ப்பது அரிது.

பெரும்பாலான கேலிச்சித்திரங்கள் தலைப்புகளைப் பெற்றுள்ளன; இல்லாத இடங்களில் தலைப்புகளைத் தந்துள்ளோம் ('நத்தையும் சவுக்கும்' உட்பட)- எஞ்சியவற்றுடன் இயைந்து நிற்கும் வகையில். கேலிச்சித்திரக்காரர் வாரியாகவோ வெளியீடு வாரியாகவோ அல்லாமல், காலக்கிரமப்படி இந்நூல் ஒழுங்குபடுத்தப்பட்டிருக்கிறது- ஏனெனில் இத்திட்டத்தில் தலைமையாக இருப்பவர் அம்பேத்கரே. அவரது இருப்பு-அவரது கண்ணியத்தை சமரசம் செய்து கொள்வதாக இருப்பினும்- இக்கேலிச்சித்திரங்களுக்கு சிறிது மதிப்பினைத் தருகின்றது. சில விதங்களில், இப்புத்தகம், வெட்கமின்றி என்ற போதிலும், அப்பட்டமான ஒருதலைப்பட்ச வாழ்க்கை வரலாற்றையும் வரலாற்றையும் முன்வைக்க முற்படுகிறது.

1930-களின் கேலிச்சித்திரங்கள் பெரிதும் காந்தியுடனான அவரது ஆவேசமான பரிவர்த்தனைகள் தொடர்பானவை. 1942-43இல் அவர் தொழிலாளர் உறுப்பினராயிருந்த, வைஸ்ராயின் செயற்குழுவில் அவரது பணிக்காகப் பரிகசிக்கப்படுவதைப் பார்க்கிறோம். 1944-46இல் புதிய இந்திய அரசாங்கத்தில் நடந்து கொண்டிருந்த விவாதங்களில், தலித்துகளுக்கு பிரதிநிதித்துவம் பெற முற்படுவதற்காகப் பரிகசிக்கப்படுகிறார். 1947-48 கேலிச்சித்திரங்களில் மேலோங்கியிருப்பது, அரசமைப்புச் சட்டம் சார்ந்த அவரது பணி. 1950-51-இல், இந்து சட்ட மசோதாவின் பிரத்யேகச் சூழலிலேயே அவர் பேசப்படுகிறார். 1953-56 என்னும் இறுதிக் காலகட்டம், அவரை ஒரு சந்தர்ப்பவாத அரசியல்வாதியாக விடாப்பிடியாக நையாண்டி செய்யும் கேலிச்சித்திரங்களைக் கொண்டிருக்கிறது. அவரை நல்லவிதமாகச் சித்தரிக்கும் கேலிச்சித்திரங்கள் சொற்பமே, அவையும் வஞ்சனையுடன் சிந்தனையற்ற காட்சி மொழி கொண்டவை- அவரது சாதுர்யத்தைக்காட்ட, மேலாதிக்கம் கொண்ட பிராமணனாகக் காட்டப்படுகிறார். தீண்டாமையும் ஆலய

நுழைவும் வேடிக்கைக்காக அடிக்கடி குறிப்பிடப்படுகின்றன-சவர்ணர்களை மட்டும் வேதனைக் குள்ளாக்கிடும் கவனமற்ற தன்மையுடன்.

இங்கே இடம்பெற்றுள்ள 122 கேலிச்சித்திரங்களைப் பற்றி பிற விளக்கங்களும் நிச்சயமாக தரப்பட முடியும், மேலும் 'உணர்வு நுட்பமான' புத்தகங்கள் எழுதப்பட முடியும். NCERT பாடநூலின் கேலிச்சித்திரத்தை ஆதரித்த பலதாராளவாதிகள் 'நகைக்கத்தக்கதல்ல' நூலை திகைப்புடனும் நம்பமுடியாத தன்மையுடனும் வாசிக்கக்கூடும்; கேலிச்சித்திரத்திலுள்ள உருவங்களுக்கு உரிய மரியாதை தரப்படவில்லை. தொடுகோட்டிலிருந்து விலகிவிட்டது, கற்பிதமான விவரணங்களில் நிதானமிழந்துவிட்டது மற்றும் காட்சி ஆதாரத்தை அவமதிக்கிறது என நாங்கள் குற்றஞ்சாட்டப்படலாம். இந்த அம்சங்களில் நாங்கள் குற்றவாளிகளே. ஆனால் காந்தி *(Gandhi in cartoons)* மற்றும் நேரு *(Don't spare Me, Shankar)* குறித்த ஆவணக்காப்பக கேலிச்சித்திர தொகுப்புகளுடன் இம்முயற்சியை வேறுபடுத்திப் பாருங்கள்; அவை விமர்சனபூர்வ விளக்கங்களைத் தருவதில்லை; சீரிய நபர்களின் அணிந்துரைகளை மட்டும் கொண்டுள்ளன-அவசர நிலையின் போது தன் வார இதழை நிறுத்துமாறு சங்கரை நிர்ப்பந்தித்த இந்திரா காந்தி, நகைமுரண் இழக்கப்படாமலேயே, அணிந்துரை வழங்கிடும் கௌரவம் பெற்றிருந்தார். இத்தகு திட்டங்களுக்கு அரசு நூலகங்களிலிருந்து புத்தகங்களை வாங்குவதற்கான அனுமதியைப் பெற்றுவிடும் உத்தரவாதமிருந்தது. இப்புத்தகங்களில் காந்தியும் நேருவும் நாயகர்கள் மட்டுமே, இவர்களின் நாயக பிம்பங்களை வலுப்படுத்துவது தவிர்த்து, இந்நூலாசிரியர்களுக்கு விளக்கவுரை தரும் பொறுப்பில்லை. எனினும், அம்பேத்கரின் கேலிச்சித்திரங்களில் அவர் பெரிதும் வில்லனாக, ஒரு சட்டகத்திலுள்ள மிகச்சிறு நபராக, பெரிதும் பழிப்புக்குரியவராக இருக்கிறார். 'நகைக்கத்தக்கதல்ல' பயந்த மனப்பான்மையுடன் கொண்டுவரப்படும் இன்னொரு நினைவு மலரல்ல. இருமுனை கொண்டதான இப்புத்தகம், தனக்குப் பிரியமானவருக்கு மோசமானதாகத் தோன்றும் கேலிச்சித்திரங்களையே பொதுமக்களிடம் முன்வைக்கின்றது-ஆவணக் காப்பகங்களிலிருந்து தூசிதட்டி எழுப்பி எடுத்த படிமங்களையே பரிகசிக்கிறது, மீண்டும் சுழற்சிக்கு விடுகிறது. பிரெஞ்சுப் புரட்சியிலிருந்து உத்வேகமுற்றவரை

கொண்டாடுகிறோம், இருந்தும் அதன் பங்களிப்பான அரசியல் கேலிச்சித்திர மரபுக்கு எதிராக நாம் சீற்றம் கொள்வதாகத் தெரிகிறது.

முதலில் இது ஒரு நூலாக உத்தேசிக்கப்படவில்லை. நவயானாவை அணுகுவதற்கு முன், என்னிடம் வேறொரு திட்டமிருந்தது. நான் சேகரித்திருந்த ஆவணக் காப்பக விஷயங்களையெல்லாம் குறிப்புகளுடன் தோரட் குழுவிடம் சமர்ப்பித்திடக் கருதியிருந்தேன். போதுமான அளவு நான் சேகரித்திருந்தபோது, குழு தன் பணியை முடித்திருந்தது, சர்ச்சைக்கிடமான கேலிச்சித்திரம் அகற்றப்பட்டிருந்தது. அப்போதுதான் ஒரு நூலாகக் கொண்டுவரலாம் என்றெண்ணினேன். நண்பர்கள் தந்த ஊக்கத்தால் ஏப்ரல் 2016-இல் நவயானாவை அணுகினேன். இதனை எப்படிக் கொண்டுவரலாம் என நாங்கள் பலமுறை விவாதித்த பிறகு, வெளியீட்டாளர் எஸ். ஆனந்த் டெல்லி பல்கலைக்கழகத்தின் ரோஹன் காம்ப்ளேயிடம் என்னை அறிமுகப்படுத்தினார்; கேலிச்சித்திரங்கள் தொடர்பாக மேலும் விபரங்கள் சேகரிக்க அவர் துணை நின்றார். அடுத்து, நவயானாவின் பதிப்பாசிரியர் அலெக்ஸ் ஜார்ஜ் குறிப்புகள் எடுப்பதில் உதவினார். பணி நத்தை வேகத்தில் சென்றது. சவுக்கினைச் சொடுக்க யாருமில்லை, ஆனால் மெதுவாக நாங்களே சொடுக்கிக் கொண்டு வெறியடைந்தோம்.

அசலான ஆதாரங்களிலின்றும் எடுக்கப்படாமல், நொறுங்கிய தினசரிகளிலிருந்தும் ஆவணக்காப்பக நுண்-படச்சுருள்களிலிருந்தும் எடுக்கப்பட்ட ஸ்கேன்கள் நல்ல தரத்தில் இல்லை என்பதை ஒத்துக் கொள்கிறேன். Gandhi in cartoons அல்லது Don't spare Me, shankar-னை வாசித்துள்ள யாரும் இந்த ஸ்கேன்களின் தரத்தில் அதிருப்தி அடைவார். வரலாற்றில் அம்பேத்கர் புறக்கணிக்கப்பட்டிருக்க, எனக்குக் கிட்டிய ஆதாரங்களின் வரம்புக்குட்பட்ட தன்மை காரணமாக, இதுதான் என்னால் முடிந்துள்ளது. எனினும் வரலாற்றினை மக்கள் மறுபரிசீலனை செய்யவும், அதில் அம்பேத்கர் எப்படி இடம் பெறுகிறார் என்று காணவும் செய்வதில், இப்புத்தகம் ஓரளவு உதவும் என நம்புகிறேன்.

1
1930கள்

1
பதற்றமிக்க தருணங்கள்:
சிந்தனைவயப்பட்டுள்ள பிரதமர்

இந்துஸ்தான் டைம்ஸ், ஜூலை 30, 1932, சங்கர்

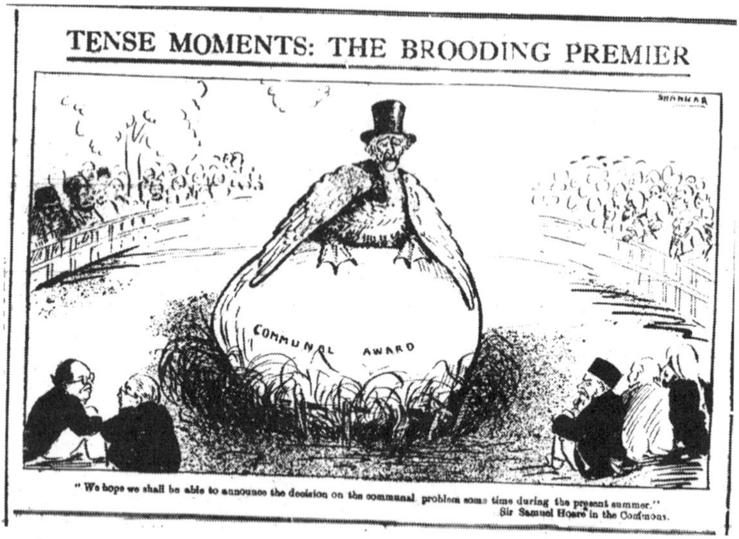

TENSE MOMENTS: THE BROODING PREMIER

COMMUNAL AWARD

"We hope we shall be able to announce the decision on the communal problem some time during the present summer."
— Sir Samuel Hoare in the Commons.

'இப்போதைய கோடைகாலத்தில் எப்போதேனும் இனப்பிரச்சனை குறித்த முடிவினை நம்மால் அறிவிக்க இயலும் என நம்புகிறோம்.'
— காமன்ஸ் சபையில் சர் சாமுயுவெல் ஹோரே

காலனித்துவ இந்தியாவில் ஆங்கில தினசரி கேலிச்சித்திரங்களின் உலகிற்குள் பி.ஆர்.அம்பேத்கரின் நுழைவை இது அடையாளப்படுத்தலாம். அமெரிக்காவிலும் லண்டனிலும் பட்டப்படிப்புகளை முடித்து திரும்பிய இரண்டாண்டுகளுக்குப்பின், தேர்தல் சீர்திருத்தங்கள் குறித்து 1919-இல் சவுத்பரோ குழுமுன்பு அம்பேத்கர் சாட்சியம் அளித்தபோது, அரசியல் ரீதியில் செல்வாக்குடையவர் ஆனார். 1920-களில், குறிப்பாக 1927-இன் மஹத் சத்தியாக்கிரகத்திற்குப் பிறகு, அடித்தள மக்களின் சார்பாளராக அம்பேத்கர் தன்னை நிறுவிக்கொண்டார்; இந்தியாவின்

எதிர்கால அரசமைப்புச் சட்டம் பற்றி விவாதிக்கவும் அதிகாரப் பரவல் பற்றிப் பேசவும் 1930-32-களின் வட்டமேஜை மாநாடுகளில் பங்கேற்க பிரித்தானிய அரசாங்கம் அவரை அழைக்கலானது. 1930-இல் ஒத்துழையாமை இயக்கத்திற்கு காந்தி அழைப்பு விடுத்திருந்ததால், காங்கிரஸ் முதல் வட்டமேஜை மாநாட்டில் கலந்து கொள்ளவில்லை; (மெட்ராஸ் ராஜதானியிலிருந்து) தீண்டத்தகாதோரைப் பிரதிநிதித்துவப்படுத்தும் வகையில் அம்பேத்கர் மற்றும் இரட்டைமலை சீனிவாசன், இஸ்லாமியரைப் பிரதிநிதித்துவப்படுத்திட எம்.ஏ. ஜின்னா(வுடன் மற்றவர்கள்), பல்வேறு சிறுபான்மை சமுதாயங்களின் பிரதிநிதிகள் மற்றும் குறுநில மன்னர்கள் கலந்துகொண்டனர். தேர்ந்தெடுக்கப்பட்ட அமைப்புகளில் சமுதாயப் பிரதிநிதித்துவம் குறித்து விவாதித்த, இரண்டாவது வட்டமேஜை மாநாட்டிற்குப் பிறகு (செப்டம்பர்-டிசம்பர் 1931), முஸ்லீம்கள், சீக்கியர்கள், ஒடுக்கப்பட்ட வர்க்கத்தினர் உள்ளிட்ட சிறுபான்மையினருக்கு தனித்தனித் தொகுதிகளை, காமன்ஸ் சபையில் இந்திய அரசுச் செயலர் சர் சாம்யுவெல் ஹோரே வழங்கினார். ஆனால் இம்முடிவுகளை நடைமுறைப்படுத்திட பிரித்தானிய அரசாங்கம் முயற்சி ஏதும் மேற்கொள்ளவில்லை.

இச்சூழலில் வரையப்பட்ட இக்கேலிச் சித்திரம், இடப்புறத்தில் அம்பேத்கரையும் வலப்புறத்தே கிலாபத் இயக்கத் தலைவர் மௌலானா சௌகத் அலியையும், வலது கோடியில் சீக்கியத் தலைவர் மாஸ்டர் தாரா சிங்கையும், மக்டொனால்டிடமிருந்து முறையான அறிவிப்பை எதிர்பார்த்துக் காத்திருப்பதைக் காட்டுகிறது. அன்றே இந்துஸ்தான் டைம்ஸ் “Mac does it on his own” என்னும் தலைப்பில் ஒரு தலையங்கத்தை வெளியிட்டது; அது communal Award[3] மற்றும் பிரதமரின் பாத்திரத்தை கடுமையாகத் தாக்கியது; ‘வீணாக்கப்பட்ட சந்தர்ப்பங்கள், கறுப்பான ஞாபகங்கள், உருக்குலைந்த வாழ்க்கைகள் என்னும் கபாலக் குவியலிலிருந்து தீவிர தீர்ப்பினை அளித்திடும் நன்றிகெட்ட செயலினை திரு ராம்ஸே மக்டொனால்ட் தன்முன் வைத்துள்ளார்’ என்று முடித்தது.

உணர்த்தப்படுவது

Communal Award-க்காக சிறுபான்மைத் தலைவர்கள் நீண்டகாலம் காத்திருக்க வேண்டியிருந்தது என்பது முட்டை மீது அமர்ந்துள்ள பறவையின் உருவகம் மூலம் மிகைப்படுத்தப்படுகிறது. வாத்துப் போன்ற பறவையின் கூட்டினைச் சுற்றி களத்தில் அமர்ந்திருக்கும் சீரிய சிறுபான்மைத் தலைவர்கள் பிரும்மாண்டமான முட்டை பொறிக்கப்படுவதற்காகக் காத்திருப்பதைக் காட்டும் இன்னொரு வேடிக்கை அம்சத்தைக் கொண்டுள்ளது. மகாத்மாவாக இல்லாதபோது சீர்மிகு தலைவர்கள் தரையில் அமர்வதில்லை- அவரது பணிவும் தயாளமுமான பண்பின் காரணமாக அது இயல்பாயிருக்கும். அம்பேத்கரும் அவரைப் போன்றத் தலைவர்களும் சுய முக்கியத்துவமுள்ளவர்களாகக் கருதப் படுவதால், தரையில் அமரமாட்டார்கள். ஆதலின் கேலிச்சித்திரக்காரர் அவர்களை வேடிக்கையுடன் அமரவைத்துள்ளார்; அவர்கள் நிலைகுலைந்து, சீற்றமிக்கவர்களாகக் காணப்படுகின்றனர்.

இதற்கிடையே, மேற்கு கோதாவரி மாவட்டத்தின் உமாமகேசுவரம் கிராமத்தில், இந்நூலாசிரியரின் தலைமையில் அம்பேத்கரியர்களின் குழுவொன்று, தனித் தேர்தல் தொகுதிகளை ஆதரித்தமைக்காக, ராம்ஸே மக்டொனால்டுக்கு, கிழக்கால அப்பா ராவ் வடிவமைத்திருந்த சிலையை நிறுவிடத் தீர்மானித்திருந்தது. அது ஏற்கனவே உள்ள அம்பேத்கர் சிலையருகே இடம்பெறும். சிலை விரும்பிகளான ஜெகஜீவன்ராம், என்.டி.ராமாராவ், ஒய். எஸ்.ராஜசேகர் ரெட்டி போன்றோரின் சிலைகள் அம்பேத்கர் அருகே இடம்பெறுவதைவிடவும் இது மேலானது. மாயாவதியோ இங்கிலாந்து அரசியோ அமைதியாக இம்முயற்சிகளை ஊக்குவிப்பதில்லை.

2
இசை விருதுகளுக்காகப் பயிற்சி

இந்துஸ்தான் டைம்ஸ், ஆகஸ்டு 10, 1932, சங்கர்

"பல்வேறு சமுதாயங்களால் முன்வைக்கப்பட்டுள்ள கோரிக்கைகளை முழுமையாகத் தீர்த்திட, எந்தவொரு சமுதாய உடன்பாட்டுக்கும் சாத்தியமில்லை என்னும் உண்மை தெளிவாக வெளிப்படுத்தப்படவேண்டும்."
– சமுதாயத் தீர்ப்பு குறித்த சிம்லா கூட்டறிக்கை

தனித் தொகுதிகளுக்கான ஒடுக்கப்பட்ட வர்க்கங்களின் கோரிக்கை, காந்தி தலைமையிலான காங்கிரஸால் கடும் எதிர்ப்புக்குள்ளானது. அவர்தம் பார்வையில், தீண்டத்தகாதோர் இந்து அமைப்பிலிருந்து தம்மைப் பிரித்துக் கொள்ள இயலாது, அதற்குள்ளாகத் தம்மைச் சரிசெய்து கொள்ளவேண்டும் - இதன்பொருட்டு அம்பேத்கர் தன் ஆயுள் முழுதும் போராடினார். இக்கேலிச்சித்திரம் வெளியாவதற்கு சில மாதங்களுக்கு முன்னர், ஒடுக்கப்பட்டோருக்கு சாதகமான சமுதாயத்தீர்ப்புக்காகப் போராட பல எதிர்ப்பு சக்திகளுடன் சேர்ந்து வற்புறுத்தினார்.

எடுத்துக்காட்டாக, தென்னிந்தியாவில் ஒடுக்கப்பட்டவர்களின் தலைவராயிருந்த எம்.சி.ராஜா முதலில் சகாவாயிருந்து, பின் அணிமாறினார்; ஒடுக்கப்பட்ட வர்க்கங்களுக்கு ஒதுக்கீடு செய்யப்பட்ட இடங்களுடன், ஒரு தொகுதிக்கு ஆதரவாக, இந்து மகாசபை தலைவர் பி.எஸ்.மூஞ்சேவுடன் உடன்பாடு கொண்டார். சமுதாயத் தீர்ப்பு சிறுபான்மை சமுதாயங்களுக்கு பாதுகாவலாக உணரப்பட்டது. இக்கேலிச்சித்திரத்தில் சீக்கியர் கோரிக்கைகளைச் சர்தார் உஜ்ஜல் சிங்கும் (லூடியன்ஸ் டெல்லியின் பிரதான நிர்மாணகர்த்தா சர் ஷோபா சிங்கின் சகோதரர்), முஸ்லீம்களின் கோரிக்கைகளை மௌலானா சௌகத் அலியும், இந்துக்களின் உரிமைகளை இந்துமகாசபை தலைவர் பி.எஸ்.மூஞ்சேயும், அடித்தள மக்களின் 'துயரங்களை' பி.ஆர். அம்பேத்கரும் பிரதிநிதித்துவப் படுத்துகின்றனர்.

ராஜா விலகிச் சென்றதும், ஆதரவு தேடி தீண்டத்தகாதோரின் பல குழுக்களையும் அமைப்புகளையும் சந்தித்தார்; இக்காலகட்டம், அவர்காலத்து தலித் அமைப்புகளில் பெரும்பாலானவற்றின் பரந்துபட்ட ஆதரவை அவருக்குப் பெற்றுத் தந்தது. ஆகஸ்டு-20, 1932 அன்று மாட்சிமை தாங்கிய அரசாங்கத்தின் சமுதாயத் தீர்ப்பு பிரித்தானிய பிரதமரால் அறிவிக்கப்பட, அம்பேத்கர் நிலை ஏற்கப்பட்டதாயிற்று; தமது தலைவர்களைத் தேர்ந்தெடுக்க ஒரு வாக்கும் பொதுத் தொகுதியில் இன்னொரு வாக்குமாக இரட்டை வாக்குரிமையுள்ள தனித் தொகுதிகளை ஒடுக்கப்பட்டோருக்கு அது வழங்கிற்று. புதிதாய்ப் பெற்ற இவ்வுரிமைகளை வாபஸ்பெற நிர்ப்பந்தித்து, காந்தி சாகும்வரை உண்ணாவிரதம் மேற்கொண்டதால் இவ்வெற்றி குறுகியகாலமே நீடித்தது.

உணர்த்தப்படுவது

நீரோ வயலின் வாசிப்பது குறித்த இயல்பான, பொருள் இழந்த குறிப்புணர்த்தல் இருக்கவே செய்கிறது; ஆனால் சங்கர் காட்சியும் சப்தமுமான நமது இரு புலன்களுக்குச் சவால் விடுபவராயும் தோன்றுகிறார். பின்புலத்தில் பற்றியெரியும் கட்டிடம் ('இந்தியா'). முன்புறத்தில் சிறுபான்மைத் தலைவர்கள் வயலின் வாசிக்கின்றனர். நகைச்சுவையுணர்வில்லாத அம்பேத்கர் மட்டுமே அறிந்த ஓர் உண்மை உண்டு: பாம்பேயில் நானா மற்றும் பால் சாத்தே

சகோதரர்களிடமிருந்தும் டெல்லியில் திரு. முகர்ஜியிடமிருந்தும் பாபாசாகிப் வயலின் பயிற்சி மேற்கொண்டவர். கீர் கூறுகிறார்: 'தான் விரும்பிய இசையைக் கேட்க முதுமையில் அம்பேத்கருக்கு நேரம் இருந்தது. ஒவ்வொருவரும் இசையில் இணக்கத்தையும் கலையில் அழகையும் நேசிக்க வேண்டும் என்பது அவரது அபிப்பிராயம். தன் வாழ்வின் அந்தியில் வயலின் வாசித்திட அவர் பயிற்சி மேற்கொண்டார்.' இதற்கிடையே, சிறுபான்மையினரின் உரிமைகளைக் கோரும் குரல்களை ஆர்ப்பாட்டமான தேசியவாதம் தொடர்ந்து அடக்கி வைக்கிறது.

3
மாபெரும் தேசிய சிக்கல்

இந்துஸ்தான் டைம்ஸ், செப்டம்பர் 4, 1932, சங்கர்

'நான் எதிர்காலம் பற்றியே சிந்திக்க விரும்புகிறேன். பெரியதும் சிறியதுமான சமுதாயங்கள் அமைதியாயும் இணக்கமாயும் சேர்ந்து இயங்குவதையே விரும்புகிறேன்.'
– திரு. ராம்ஸே மக்டொனால்ட்

சிறுபான்மைத் தலைவர்களுக்கு, குறிப்பாக அம்பேத்கருக்கு, எதிராக விரோதம் நிலவிய காலத்தில் இக்கேலிச் சித்திரம் வெளியானது. சவர்ணரின் கட்டுப்பாட்டிலிருந்த மைய நீரோட்ட ஊடகத்தில் இத்தகைய காங்கிரஸ் தன்மையிலான அபிப்பிராயங்கள் மேலோங்கி இருந்தன. சீக்கிரமே, சமுதாய தீர்ப்பு மூலமாக இந்து மதத்திலிருந்து ஒடுக்கப்பட்ட வர்க்கங்கள் பிரிந்து போவதை எதிர்த்து, சாகும்வரை உண்ணாவிரதம் இருக்கப் போவதை அறிவிக்க இருந்தார். அதுவரையும் ஒடுக்கப்பட்டோரின் தலைவர் என்னும் அம்பேத்கரின் தகுதிநிலையை ஏற்க மறுத்த, சவர்ணத்

தலைவர்களும் ஊடகமும் அவரது தலைமையை ஏற்றிட அது சரியான தருணமாயிருந்தது மற்றும் சிக்கலைத் தீர்க்க அவரை நாடவும்-என்கிறார் தனஞ்செய் கீர். இக்கேலிச்சித்திரத்தில் ராம்ஸே மக்டொனால்ட் குதிரைப் பந்தயத்தின் 'ஆரம்ப'க் கோட்டில் நிற்கிறார்-இவ்வுருவகத்தை சங்கர் திறம்படக் கையாள்கிறார்.

Handicap (சிக்கல்) என்னும் வார்த்தை குதிரைப் பந்தயத்தில் தோற்றுவாயினை உடையது; உயரிய குதிரை கூடுதல் சுமையை ஒரு 'சிக்கலாக' எடுத்துச் செல்லவேண்டும் என நடுவர் தீர்ப்பளிப்பார்; இப்பயன்பாடு, 'வில்லங்கம், திறமையின்மை' என்றுணர்த்தத் தலைப்பட்டது 1890-இல். 'மன/உடலியல் திறமையின்மை' என்றும் நவீன காலப் பொருள் 20-ஆம் நூற்றாண்டின் ஆரம்பத்தில் வளர்ந்தது. சங்கர் அடிக்கடி பயன்படுத்திடும் படிமமான இந்திய அன்னை பந்தயத்தை வருத்தத்துடன் கவனிக்கின்றாள். ஒவ்வொரு குதிரை வீரருக்கும் ஒரு சிக்கல்-கழுதை மீது அம்பேத்கர் அமர்ந்திருக்க, அதன் வாலை ஒருவர் இழுத்துக் கொண்டிருக்கிறார், அவர் எம்.சி.ராஜாவாக இருக்கலாம்; அம்பேத்கருக்கு முன்னேயுள்ள பி.எஸ். மூஞ்சே பின்பக்கமாகப் பார்க்கின்றார்; தன் பின்னே மிரட்டப்படுபவராக சர்தார் உஜ்ஜல் சிங் தோன்றுகிறார்; இச்சட்டகத்திலுள்ள ஒரே பெண்ணாக குதிரை மீது நிற்பவர் ராதாபாய் சுப்பராயன் (அவரும் முஸ்லீம் லீக்கின் ஜகநாரா ஷாநாவாஸும் தான் வட்டமேஜை மாநாட்டில் கலந்துகொண்ட இரு பெண்டிர்); மௌலானா சவுகத் அலி அம்பேத்கருக்கு அருகே ஒரு குதிரையில் இருக்கிறார். வலப்புறமாயிருக்கும் இரு வெள்ளையர்கள் ஆங்கிலோ-இந்தியரின் பிரதிநிதிகளாயிருக்கக் கூடும்-சிறுபான்மையினருக்கான எழுச்சிப் போராட்டத்தில் உண்மையில் பயனடைந்தவர்களாக அவர்களைச் சுட்டிக்காட்டுகிறார் சங்கர்; அவர்களுக்குச் சிக்கல் இல்லை, காலனிய அரசாங்கத்தைப் பிரதிநிதித்துவப் படுத்துபவர்கள்.

உணர்த்தப்படுவது

ஏசுவைப் போலவே அம்பேத்கர் கழுதையில் சவாரி செய்கிறார். கழுதை குதிரையிடம் தோற்றுவிடும் என்பதை அம்பேத்கர் உணர்பவராக இல்லை. இது அவரது பிடிவாதத்தைக் குறிப்பதாக இருக்கலாம்; குதிரைகளுடன் போட்டியிட அம்பேத்கர் கழுதை

மீது வருகிறார் என்ற அவமதிப்பு இங்கு இருக்க வேண்டும். எதிர் திசையில் பார்த்தபடி தான் அமர்ந்திருந்தால், அவர் மோதலைச் சந்திக்கக்கூடும் என்பதை மூஞ்சே கண்டு கொள்ளத் தவறுகிறார். அம்பேத்கருடையது போன்ற சவாரியைப் பெற்றுள்ள மூஞ்சே, பின்னோக்கிப் பார்ப்பது, அவரது பிற்போக்குச் சிந்தனையைக் குறிக்கும்; பழைய மேற்கு ஆசிய மற்றும் துணைக் கண்டத்தின் அவமதிப்புச் சடங்கைக் குறிக்கும்-பின்னோக்கிப் பார்த்தபடி கழுதையில் அமர்த்தப்பட்டவரை ஊர்சுற்றிவரச் செய்து அவமதிப்பர். மூஞ்சே பின்னோக்கி பார்த்திருக்க, அம்பேத்கர் நிறுத்தி வைக்கப்பட்டிருக்கிறார்-சமுதாயத்திற்குள்ளேயான பூசல்களால். சேலை உடுத்தி கழைக் கூத்தாடும் ராதாபாய் சுப்பராயன் காட்சியை வழங்கிக் கொண்டிருக்கிறார். குட்டிக் குதிரை மீது நிற்பவராக, நிஜமான மனிதரிடையே சவாரி செய்வதாக பாவனை செய்பவராக பரிகசிப்புக்கு உள்ளாகிறார். நாயின் மீது சவாரி செய்யும் குரங்கு, பின்தங்கியுள்ள பிற தலைவர்களுக்கு முன்னே சென்று, பரிகாசத்தை இன்னொரு மட்டத்திற்கு கொண்டு சேர்க்கிறது. இங்கே நடந்துகொண்டிருப்பதும் குரங்கு விவகாரமே, கட்டுக் கதைக்குரிய விஷயமே, தீவிர அரசியலல்ல என கேலிச்சித்திரக்காரர் சொல்வது போல் தோன்றுகிறது.

1930கள் 65

4
ஒட்டாவாவுக்கு முன் சுயராஜ்ஜியம்

இந்துஸ்தான் டைம்ஸ், நவம்பர் 15, 1932, சங்கர்

சுயராஜ்ஜிய அமைச்சரவை மட்டுமே வர்த்தகத் தெரிவுகளின் பயனுள்ள யதார்த்தத்தை ஆக்கிடத் தகுதிவாய்ந்தது என 'over a cup of Tea'-இல் உணர்த்தப்படுகிறது.

மாபெரும் மந்தநிலை, அதனையடுத்து பிரித்தானியத் தொழிலின் சரிவு ஆகியவற்றிற்குப் பிறகு, சுதந்திரச் சந்தை மீதான நம்பிக்கையிலிருந்து பின்வாங்கிய ஏகாதிபத்திய அரசாங்கம், ஆரம்பநிலை கீன்ஸியனியத்தில் கால் நனைத்தது. இச்சூழலில் காலனிய நலன்களை வலுப்படுத்த ஒட்டாவா மாநாடு நடந்தது. நிகழ்ச்சி நிரல் இப்படி இருந்தது: முதலாவது, பிரித்தானியத் தாயகத்தின் நலன்களைப் பாதுகாப்பது; இரண்டாவது, காலனிகளின் நலன்களைப் பாதுகாப்பது; மூன்றாவது, மற்ற அயல்நாடுகளின் நலன்களைப் பாதுகாப்பது. மேற்கத்தைய நாடுகள் பொதுச் சேவைகளில் முதலீடு செய்யுமாறு கட்டாயப்படுத்தப்பட, இந்திய அரசாங்கம் இன்னும் முதலாளித்துவ நலன்களைப்

பாதுகாத்திட முயன்று கொண்டிருந்தது. முந்தைய தசாப்தத்தின் தீவிர ஒத்துழையாமை நிலையிலிருந்து விலகிவந்த காங்கிரஸ், ஏற்றுமதி நலன்களைப் பாதுகாத்திட, பிர்லா, டாடா போன்ற தொழிற்துறை தலைவர்களுடன் சேர்ந்து இயங்கியது. இதற்கிடையே, குடியானவர் இயக்கங்களில் தீவிர மாறுதல் நிகழ்ந்து கொண்டிருந்தது. ஒரு கேலிச்சித்திரமாக இது குறிப்பிடத்தக்கதல்லவாயினும், ஏற்கெனவே நிகழ்ந்துவிட்ட எதிர்காலத்தை முன்னுரைக்கும், யூகவகைச் சிந்தனையில் சுவாரஸ்யமான பயிற்சியாயிருந்தது. நவம்பர் 15, 1932 இந்துஸ்தான் டைம்ஸில் வெளியான தலையங்கத்தின் அடிப்படையில் அமைந்திருந்தது.

சங்கரைக் கண்டறிந்து வளர்த்தெடுத்தவர் என்று பாராட்டப்பட்ட, பத்திரிகை ஆசிரியர் போத்தன் ஜோஸப் Over a cup of Tea என்னும் தலைப்பில் தினசரிப் பத்திகள் எழுதுவதுண்டு. இத்தலையங்கத்தில், ஜூலை 21, ஆகஸ்டு 20 நாட்களுக்கிடையே நிகழ்ந்த ஒட்டாவா மாநாடு மற்றும் இந்தியாவில் சுயராஜ்ஜியக் கோரிக்கை பற்றி, தன் பார்வைகளை வெளியிட்டிருந்தார். ஒட்டாவா வர்த்தக ஒப்பந்தங்களை இந்தியா ஏற்றுக்கொண்டது சுயராஜ்ஜியத்துடன் தொடர்புடையது ஏனெனில், செயற்குழு உறுப்பினர்களை செயலர்களாகக் கொண்டு, அமைச்சரவையை உருவாக்குமாறு வைஸ்ராய் காந்தியை கேட்டுக் கொண்டிருந்தார். வல்லபாய் படேல், ஜவஹர்லால் நேரு, டாக்டர் எம்.ஏ. அன்சாரி, சர்தேஜ் பகதூர் சாப்ரு, டாக்டர் பி.ஆர்.அம்பேத்கர், சர் சி.பி. ராமசுவாமி, எஃப். இ. ஜேம்ஸ், சர்தார் சர்துல் சிங், சர் அப்துர் ரஹ்மான், டாக்டர் எஸ்.கே.டட்டா ஆகியோரை அது கொண்டிருக்கலாம் என ஆலோசனை கூறினார். காந்தியின் உண்ணாவிரதம் மற்றும் பூனா ஒப்பந்தம் இருப்பினும், 1932-இல் கூட இத்தகைய திட்டத்தின் அங்கமாக அம்பேத்கர் கருதப்பட்டது, தன் இடத்தை இங்கேயும் வரலாற்றிலும் வகிக்கிறது.

உணர்த்தப்படுவது

தெரிவிக்க ஒன்றுமில்லை.

5
துண்டு, தார்-பிரஷ் மற்றும் சுத்தியல்
இந்துஸ்தான் டைம்ஸ், பிப்ரவரி 17, 1933, சங்கர்

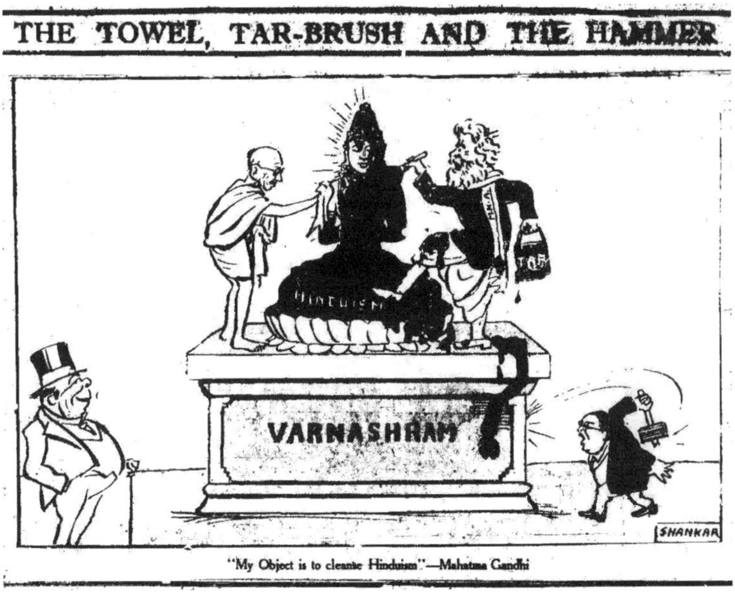

THE TOWEL, TAR-BRUSH AND THE HAMMER

"My Object is to cleanse Hinduism" —Mahatma Gandhi

"எனது நோக்கம் இந்து மதத்தைத் தூய்மைப்படுத்துவதே"
–மகாத்மா காந்தி

பூனா ஒப்பந்தத்தை ஏற்குமாறு அம்பேத்கர் நிர்ப்பந்தப்படுத்தப்பட்ட பிறகு, செப்டம்பர் 24, 1932-இல் நல்ல தாராளவாத இந்துக்களாகப் பாவனை செய்வோர் (காந்தி தலைமையில்) நல்ல/மோசமான இந்துவாக இருப்பது என்பது குறித்து, மோசமான வலதுசாரி இந்துக்களுடன் மோதினர். 1936-இல் சாதி ஒழிப்பில் அம்பேத்கர் சொல்ல இருந்ததை அநேகமாக முன்னுரைத்தனர். மிகச்சிறந்த/ மோசமான இந்து இருக்க முடியும். ஆனால் நல்ல இந்து இருக்கமுடியாது. காந்தி ஹரிஜன் செய்தித்தாளையும் ஹரிஜன் சேவக் சங்கத்தையும் (அதிலிருந்து ஹரிஜனங்கள் விலக்கப்பட்டனர்

என்பது முரண்நகை) நிறுவினார், தீண்டாமைக்குத் தீர்வாக ஆலய நுழைவை முன்வைத்தார். நவம்பர் 1, 1932-இல் காங்கிரஸ் தலைவர் பி.சுப்பராயன் கவுண்டர், மெட்ராஸ் மேலவையில் ஆலயநுழைவு, ஊனங்கள் அகற்றும் மசோதாவை முன்மொழிந்தார்; கடுமையான சனாதனவாதியான எம்.கே. ஆச்சார்யா (1879-1935) இதனை எதிர்த்தார். முன்னதாக, ஜனவரி 23, 1928 குடியரசில் எழுதிய தலையங்கத்தில் பெரியார் ஈ.வெ.ராமசாமி, பால்ய விவாக ஒழிப்பு மசோதாவுக்கு எதிரான ஆச்சார்யாவின் வார்த்தைகளை ஆவணப்படுத்துகிறார்: 'குழந்தைத் திருமணம் நிலவாவிட்டால், உண்மையான கற்பு சாத்தியமில்லை, பெண்களின் வாழ்க்கை மோசமாகிவிடும்; ஆண்களுக்கு சிறை தண்டனை விதித்தால், குடும்ப வாழ்வு துயரமிக்கதாகி, ஆபத்திற்குள்ளாகும்; பெண்களின் நடத்தை அவமானகரமானதாகிவிடும்; குழந்தைத் திருமணம் இல்லாதுபோனால், உண்மையான ஒழுக்கம் நிலவுவது சாத்தியமில்லை...'

ஆலய நுழைவு விவாதத்தின் போது, வர்ணாஸ்ரம தர்மத்தின் நியாயத்தைப் பேசுகையில் அம்பேத்கரும் காந்தியும் மீண்டும் மோதிக்கொண்டனர். இக்கேலிச்சித்திரம் வெளியான நாளன்று இந்துஸ்தான் டைம்ஸின் முதல்பக்கம், அம்பேத்கரின் பின்வரும் அறிக்கையைக் கொண்டிருந்தது: மதம், சமூக சமத்துவத்தின் மதமாக இருக்கவேண்டுமாயின், ஆலய நுழைவை அனுமதிக்கும் வகையில் அதன் விதிமுறையைத் திருத்துவது மட்டும் போதாது. சதுர்வர்ணச் சித்தாந்தத்தை வெளியேற்றுவதே தேவைப்படுவது. சமத்துவமின்மையின் வடிவங்களாக மட்டுமே உள்ள சாதியமைப்பு மற்றும் தீண்டாமையின் பெற்றோரும் அனைத்து ஏற்றத்தாழ்வின் மூலகாரணியும் அதுவே. அது மேற்கொள்ளப்படும் வரை, ஒடுக்கப்பட்டவர்கள் ஆலய நுழைவை மட்டும் நிராகரிக்காமல், இந்து மதத்தையும் நிராகரிப்பார்கள். சதுர்வர்ணமும் சாதியமைப்பும் ஒடுக்கப்பட்டவர்களின் சுயமரியாதையுடன் பொருந்திப் போகாதவை. அது தலைமைச் சித்தாந்தமாக இருக்கும் வரையும், ஒடுக்கப்பட்டவர்கள் இழிவாகவே பார்க்கப்படுவார்கள். சதுர்வர்ணம் மற்றும் சாதியமைப்புக் கொள்கை கைவிடப்பட்டு, சாத்திரங்களிலிருந்து அகற்றப்பட்டால்தான், அவர்களை இந்துக்கள் என்றழைக்க முடியும்.'

காந்தி எழுதிய பதில்: "நிரந்தரமான பழிப்புச் சித்தாந்தம் இந்துமத உணர்வுக்கு முற்றிலும் அந்நியமானதாகும். எனது கருத்தமைவில் உயர்வோ தாழ்வோ கிடையாது. எனவே உயர்வு மனப்பான்மையை எதிர்ப்பதில் டாக்டர் அம்பேத்கருடன் முழுமையாக உடனிருப்பேன். ஆனால் அம்பேத்கர் வர்ணாஸ்ரமத்துடனேயே போராட விரும்பும்போது, நான் அவரது முகாமில் இருக்க இயலாது ஏனெனில், வர்ணாஸ்ரம தர்மம் இந்து மதத்தின் ஒருங்கிணைந்த பகுதி என நம்புகிறேன்."

கம்யூனிஸ சிந்தனையாளர் எம்.என்.ராய் தனது நினைவுக்குறிப்புகளில், காந்தியின் ஆலய நுழைவை ஆச்சார்யா எப்படி அசுரத்தன்மை (பேய்த்தனமானது) என்று குறிப்பிட்டார் என நினைவுகூர்கிறார். பெரும்பாலான கம்யூனிஸ்டுகள் இன்று ஒதுங்கிவிடுவதான, வெளிப்படைத்தன்மையில் தொடர்ந்து குறிப்பிடுகிறார்: "காந்திக்கு எதிரான தாக்குதலின் மீது திரு. ஆச்சார்யாவின் பார்வைகளினுடைய பிரதிநிதித்துவப் பண்பை ஆட்சேபிக்க முடியும். இருப்பினும் அது பாதுகாப்பற்ற மைதானமே. காந்தியே தனது ஆலய நுழைவு மற்றும் தீண்டாமை ஒழிப்புப் போராட்டத்திற்கு எதிரான சனாதன எதிர்ப்பின் நியாயத்தை ஒத்துக் கொண்டுள்ளார். அவர் தனது அபிமானப் பழக்கங்களை சட்டத்தால் திணிக்க இயலாது. ஆசாரவாதிகளின் ஒப்புதலோடு இம்மேம்போக்கான சமூக-மத சீர்திருத்த நடவடிக்கைகளை அறிமுகப்படுத்துவதே அவரது ஆசை. அத்துடன், மகாத்மாவே சனாதன தர்மத்தின் பிரதான ஆதரவாளர்; திரு ஆச்சார்யாவால் விமர்சிக்கப்படும் ஆன்மிக லட்சியங்களிலும் தார்மிக நெறிகளிலும் முழுதாக நம்பிக்கையுள்ளவர். அரசியல் தன்மையிலிருந்து நீக்கப்பட்டு (அது தர்க்க ரீதியிலானது) மற்றும் காந்தி மீதான தாக்குதல், திரு ஆச்சார்யாவின் அறிக்கை, இந்திய ஆன்மிக இயக்கத்தின் எந்தவொரு போதகராலும் முன்வைக்கப்படக் கூடியதே-அவர் ரவீந்திரநாத்தாகூராயினும் சரி, மகாத்மா காந்தியாயினும் சரி, ஆசாரவாத காந்தியாயினும் சரி, ஆரிய சமாஜியாயினும் சரி, இந்து மகாசபை உறுப்பினராயினும் சரி. ராமகிருஷ்ண விவேகானந்த இயக்கத்தின் வேதாந்தியாயினும் சரி, நவீன அறிவுஜீவியாயினும் சரி.'

எனினும் அம்பேத்கரின் தாராள மனப்பான்மையின் எதிர்கால நன்மை பெற்றவரான ராய், தன் நினைவுக் குறிப்புகளில்

அம்பேத்கரைக் குறிப்பிடுவதே இல்லை, அதன் மூலம் இன்னொரு தீண்டாமையைப் பின்பற்றுகிறார்.

உணர்த்தப்படுவது

ஆச்சார்யா ஒரு காலை மேலே வைத்துக்கூட இந்து பெண் தெய்வமாகத் தோன்றுவதை கருப்பாக தீட்டிக் கொண்டிருக்க, காந்தி ஒரு துண்டினால் துடைத்துக் கொண்டிருக்கிறார். அம்பேத்கர் இதன் அடித்தளத்தையே தகர்த்துக் கொண்டிருக்கிறார்-ஆனால் எதையும் சாதிக்க முடியவில்லை. பிரித்தானிய அங்கத இதழ் பஞ்சில் இடம்பெறும் பாத்திரமான ஜான் புல்லைக் குறிப்பிடும் வெள்ளையன், இக்காட்சியை ரசிக்கிறான், விலகி நிற்க முடிந்தால் நாமும் அனுபவிக்கலாம்.

6

அவரது திருப்பம்

இந்துஸ்தான் டைம்ஸ், ஜூலை 21, 1935, சங்கர்

Dr. Ambedkar is reported to hav e told his party that he had done his bit to his community and he should be allowed to retire for private reasons. He desired to con fine himself to his legal practice a id college.

தன் சமூகத்திற்கு தன் பங்கினை நிறைவேற்றியிருப்பதாகவும், தன் தனிப்பட்ட காரணங்களுக்காக ஓய்வுகொள்ள அனுமதிக்கப்படவேண்டும் என டாக்டர் அம்பேத்கர் தன் கட்சியிடம் கூறியுள்ளதாகத் தெரிகிறது. தன் வழக்கறிஞர் தொழிலுடனும் கல்லூரிப் பணியுடனும் தன்னை நிறுத்திக்கொள்ள வேண்டும் என ஆசைப்பட்டார்.

1935ஆம் ஆண்டு அம்பேத்கருக்கு தனிப்பட்ட துன்பியல் காலமாகும். மே 26 அன்று அவரது மனைவி ராமாபாய் நீடித்துவந்த நோய்க்குப் பலியானார். தன் சகாக்களுடனான பேச்சில், தனது கல்வி சார்ந்த சாதனைகள் இருந்தபோதும், வாழ்வின் எளிய ஆனந்தங்களைக் கூட அவருக்கு அளிக்க முடியாதது பற்றி வருந்தியுள்ளார். 1924இல் அவர் வழக்குரைஞர்

தொழிலில் ஈடுபடத் தொடங்கியிருந்தாலும் அவரது நிதிநிலையும் மேம்பட்டதாகத் தெரியவில்லை. ஒரு தீண்டத்தகாதவருக்கு கணிசமான வருவாய் தரும் வழக்குகளைப் பெறுவது அநேகமாக சாத்தியமற்றதே. தேசிய அரசியலில் அவரது ஈடுபாடு, உயர்நீதிமன்றத்தில் வழக்கறிஞராகிடும் அவரது முயற்சிகளைத் தடுத்தன. இந்தியப் பொருளாதாரம் குறித்த 10 தொகுதிகளிலான புத்தகம், புத்தரைப் பற்றிய விமர்சனபூர்வ வாழ்க்கை வரலாறு மற்றும் ஒரு நாவல் என்பன நிதிப்பற்றாக் குறையால் கைவிடப்பட்டன. இக்காலகட்டங்களில் சிரமப்பட்டு வந்த அம்பேத்கர் தன் அரசியல் வாழ்வு பற்றி அடிக்கடி வருந்தினார், அரசியல் வாழ்விலிருந்து ஓய்வுபெற்று, தனது இலக்கிய ஈடுபாடுகளைப் பின்தொடர விரும்பினார். ஜூலை 20, 1935 நாளிட்ட இந்துஸ்தான் டைம்ஸ், அம்பேத்கர் அரசியலிலிருந்து ஓய்வு பெறப்போவது பற்றி அறிவித்தது. நீதிமன்ற வழக்குகள் மற்றும் கற்பித்தலுடன் தன்னை நிறுத்திக் கொள்ளப் போவதாக அவர் குறிப்பிட்டதாகக் கூறப்படுகிறது. ஒடுக்கப்பட்டோருக்கு தன் பங்கினை நிறைவேற்றியுள்ள தான், வரப்போகும் தேர்தலில் போட்டியிடப் போவதில்லை என்றார். அப்போது அவரது சகா டாக்டர் புருஷோத்தம் சோலன்கிபாம்பே ஒடுக்கப்பட்ட வர்க்கங்களின் தலைவராகத் தேர்ந்தெடுக்கப்பட்டார். நிர்வாகம் சாராத அரசமைப்புச் சட்ட ஆலோசகராக தொடர்ந்து அரசியல் பங்காற்றினார். எனினும், பாம்பே அரசாங்க சட்டக் கல்லூரியின் முதல்வராக நியமிக்கப்பட்ட போது அவரின் பிரதானப் பணி கல்வி சார்ந்ததாயிற்று.

உணர்த்தப்படுவது

ஊதியம் பெறும் கேலிச்சித்திரக்காரரான சங்கர் இங்கே, வாழ்க்கைச் செலவுகளுக்குச் சிரமப்பட்டவரை, கடினமான தீர்மானங்களை மேற்கொண்டு தான் வாழும் பொருட்டு சில கடப்பாடுகளைக் கைவிட வேண்டியிருந்தவரை தமாஸ் செய்கிறார். ஆனால் இது அப்படியே இருக்க வேண்டியதாக இல்லாது போகலாம். சம்பிரதாய நிலையிலே இத்தமாஸ் நிகழ்கிறது. முதலில், தீவிரத்தன்மையை உணர்த்தும் வகையில் அம்பேத்கர் கருப்பு உடை அணிந்துள்ளார்-உலகின் அநீதிகளையெல்லாம் எதிர்க்கும் ஆற்றலுணர்வை உணர்த்துவதாக. இரண்டாவது

சட்டகத்திலுள்ள அம்பேத்கரின் சரிபார்ப்புகளது நேர்கோடுகளை நாம் எட்டுகையில், இம்மிரட்டல் பிசுபிசுத்துப் போகிறது. இன்னும் சர்வதேசத் தன்மை மிக்கவராக அன்றாட மனிதராக மிரட்டலற்றவராகத் தோன்றுமாறு செய்யப்படுகிறார். தலித்தின் தோல்வியில் சவர்ணரின் குழப்பம் தணிவிக்கப்படுகிறது. லேசான திரை கவிகின்றது. இப்போது லேசான தமாஷுடன் விஷமம் திருப்தியடைகிறது.

7
காழ்ப்புணர்வு வாயில்கள்

பயோனீர், அக்டோபர் 18, 1935, என்வெர் அகமத்

THE GATES OF PREJUDICE

DR. AMBEDKAR: "For years we have appealed to them in vain".

டாக்டர் அம்பேத்கர்: "ஆண்டுக் கணக்கில் வீணாக நாங்கள் அவர்களிடம் முறையிட்டுள்ளோம்"

ராமா பாயின் மரணத்தையடுத்து, அரசாங்க சட்டக்கல்லூரி முதல்வராகப் பொறுப்பேற்கும் நிலையிலிருந்தார். இச்செய்தி பரவவே, அரசியலிலிருந்து அவர் ஓய்வுபெற இருப்பது பற்றிய வதந்திகள் தினசரிகளில் நிறைந்து காணப்பட்டன. பூனா ஒப்பந்தம் மூன்றாண்டுகளுக்கு முன் 1932-இல் மேற்கொள்ளப்பட்டது. ஒடுக்கப்பட்டோருக்காக முன்வைக்கப்பட தனித்தேர்தல்

தொகுதிகளுக்கு எதிராக காந்தி, உண்ணா நோன்பைத் தொடங்கி இருந்தார். செப்டம்பர் 19, 1932-இல் ஆற்றிய உரையில் அம்பேத்கர் அறிவித்தார்: 'மகாத்மா காந்தியின் உயிரைக் காப்பாற்றும் பொருட்டு, என் சோதரரின் நேரிய, அடிப்படை உரிமைகளை காட்டிக்கொடுப்பதான பொறுப்பேற்றிட நான் விரும்பவில்லை!' ஆனால் சில தினங்களுக்குப் பிறகு, அதீத பொதுமக்கள்-அரசியல் அழுத்தத்தால், காங்கிரஸின் கோரிக்கைகளுக்கு இணங்கினார்; வட்டமேஜை மாநாடுகளில் பெற்றிருந்த உரிமைகளுக்குப் பதிலாக, ஒதுக்கீடு செய்யப்பட தொகுதிகள் அளிக்கப்பட்டிருந்தன. இதனைத் தொடர்ந்து, பூனா ஒப்பந்த நிபந்தனைகளை அங்கீகரிக்கும் அரசமைப்புச் சட்ட விதிகளை உறுதிப்படுத்திட உழைக்க முயன்ற அம்பேத்கரை உடல்நலக் குறைவு பாதித்தது; ஆனால் அதுவும் கணிசமாக எதிர்க்கப்பட்டது. பூனா ஒப்பந்தத்தின் போதான அவரது அனுபவம் அவரது மனதில் தீவிர உறுதிப்பாட்டினை உருவாக்கிற்று: இந்துமதச் சீர்திருத்தத்தின் மூலம் ஒடுக்கப்பட்டோரின் விடுதலையை அடைய முடியாது. 1933-இல் காந்தியைச் சந்தித்த அவர், தன்னை இந்துவாகக் கருதிக் கொள்ளவில்லை எனத் தெள்ளத் தெளிவாகத் தெரிவித்துவிட்டார்.

1933-இன் ஆரம்பத்தில் தாதாசாகிப் கெய்க்வாடுக்கு எழுதிய கடிதத்தில், 1930-இல் தொடங்கப்பட்டிருந்த கலாராம் ஆலய நுழைவு இயக்கத்தை நிறுத்தி வைக்குமாறு வேண்டினார். ஒடுக்கப்பட்டோர் சிலை வழிபாட்டாளர்களாவதை தான் விரும்பவில்லை மாறாக அவர்தம் நிலைகுறித்த பிரக்ஞையை உருவாக்கவே விரும்புவதாக எழுதினார். அக்டோபர் 13, 1935-இல் நாஸிக்கில் கலாராம் ஆலயத்திலிருந்து 80கிமீ தொலைவிலுள்ள எவோலாவில், கடந்த பத்தாண்டுகளில் மேற்கொள்ளப்பட்ட போராட்டங்களின் வெளிச்சத்தில் ஒடுக்கப்பட்ட வர்க்கங்களின் நிலையைப் பரிசீலிப்பதற்காக ஒரு மாநாடு கூட்டப்பட்டது. இங்கே அம்பேத்கர் அடுத்து வந்த போராட்ட தசாப்தங்களுக்கான மேடையை நிறுவிய, சகாப்தத்தை உருவாக்கும் உரையை நிகழ்த்தினார். கூடியிருந்த பத்தாயிரம் பார்வையாளருக்கு, இந்துமதத்தின் தலைமையில் சமமான குடிமக்கள் என்னும் அங்கீகாரத்திற்காக, நீடித்த போராட்டத்தை மேற்கொண்டமைக்காக தன் மரியாதைகளைச் செலுத்தினார். கலாராம் ஆலயப் போராட்டம் உள்ளிட்ட, அவர்கள் ஈடுபட்டிருந்த நிகழ்வுகளைத் தொகுத்துரைத்து, இந்நோக்கங்களுக்காக

செலவிடப்பட்ட காலமும் பணமும் வீணாகிப் போயிருப்பதை வேதனையுடன் குறிப்பிட்டார். அவர்கள் இந்து சமூகத்தின் உறுப்பினர்களாயிருப்பது மற்றும் அவ்வமைப்பில் தொடர்ந்து பங்கேற்பதன் காரணமாக இதனைச் சொல்ல நேர்ந்தது என்றார். எளிமையான கேள்வி முன்வைக்கப்பட்டது: ஒடுக்கப்பட்ட வகுப்பினர் இத்தகைய நம்பிக்கையை நிராகரித்து இன்னொன்றைத் தழுவியிருந்தால், அது சிறப்பானதாக இருந்திருக்காதா. 'நம்மை இந்துக்கள் என்று அழைத்துக்கொள்கின்ற கெடு வாய்ப்பால், இப்படி நடத்தப்படுகிறோம். இன்னொரு மதத்தின் உறுப்பினர்களாயிருந்திருந்தால், யாரும் இப்படி நடத்தி இருக்க மாட்டார்கள். தகுதியில் நடத்துவதில் உங்களுக்கு சமத்துவத்தைத் தரும் எந்த மதத்தையும் தெரிவு செய்து கொள்ளுங்கள். நமது தவறுகளை இப்போது சரிசெய்து கொள்வோம். தீண்டத்தகாதவன் என்னும் ஓட்டுடன் பிறந்துள்ள கெடுவாய்ப்பினைப் பெற்றிருக்கிறேன். எனினும் அது என் தவறல்ல; ஆனால் நானொரு இந்துவாக மடியப்போவதில்லை, அது எனது ஆற்றலில் இருக்கிறது.' ஓர் அறைகூவலுடன் உரையை முடித்தார்- 'உங்களுக்கு தகுதி மற்றும் உங்களை நடத்துவதில் சமத்துவம் தரும் எந்த மதத்தையும் தெரிவு செய்து கொள்ளுங்கள்.'

கவனமாக விவாதித்த மாநாடு, சாதி இந்துக்களிடம் சமரசமான முயற்சிகளை முடித்துக் கொள்ளவும், தம்மை தனித்ததொரு அலகாக நிறுவிக் கொள்ளவும் தீர்மானம் இயற்றியது. இதனைத் தொடர்ந்து, ஏராளமான மதத்தலைவர்கள் அம்பேத்கரை அணுகினார்கள்; காந்தி தன் ஏமாற்றம் குறித்து தனக்கே உரித்தான கண்டனத்தை எழுதினார். மறுபுறத்தே ஏராளமான பிராமணர்கள் அதிக மகிழ்ச்சியடைந்தனர், குறிப்பாக, கலாராம் ஆலய நுழைவு இயக்கம் கொந்தளித்துக் கொண்டிருந்த நாசிக்கில், சாதி இந்துக்களுக்கும் தலித்துகளுக்கும் இடையே மோதல்கள் நிகழும் என்ற பயத்தால், முன்னர் தள்ளிவைக்கப்பட்டிருந்த மரபார்ந்த தேரோட்டத்திற்கு விதிக்கப்பட்டிருந்த தடையை விலக்குமாறு வேண்டி ஆட்சித் தலைவருக்கு கடிதமும் எழுதினர். பாலகிருஷ்ண தேவோருக்கர், என்.எஸ்.கஜ்ரோல்கர் போன்ற ஒடுக்கப்பட்டோர் வகுப்புகளின் தலைவர்கள், அம்பேத்கரது முடிவில் ஏமாற்றமுற்று தம் எதிர்ப்பைப் பதிவு செய்தனர்-பல ஆண்டுகால போராட்டத்திற்கு இது ஏற்படுத்தியுள்ள கடுமையான கீழறுப்புச் செயலை எடுத்துக்காட்டினர். சிந்தி இந்து ஒருவரால்

குருதியில் எழுதப்பட்ட ஒன்று உட்பட பல மிரட்டல்களையும் அம்பேத்கர் பெற்றார்.

உணர்த்தப்படுவது

உணர்த்துதலில் கனத்துள்ள இக்கேலிச் சித்திரம், தமாஸ் செய்யவே முற்படவில்லை, இந்நூலிலுள்ள எதனையும்விட மேலதிகச் சிறப்பினைப் பெற்றுள்ளது.

8

சட்ட மாணவருக்கு உதவி

இந்துஸ்தான் டைம்ஸ், அக்டோபர் 21, 1935, சங்கர்

Principal Ambedkar : "Candidates who fail in Muhammadan Law have the option of specializing in the subject by becoming Muhammedans."

முதல்வர் அம்பேத்கர்: "முகமதியச் சட்டத்தில் தேர்ச்சிபெறாதவர்களுக்கு, முகமதியராகி இப்படிப்பில் தேர்ச்சிபெறும் வாய்ப்புண்டு."

கட்டம்போட்ட சட்டை அப்படியே இருக்கிறது. தனது அரசியல் பணியுடன், பணத்திற்காக கல்வியாளராகவும் விளங்கியவர். எனினும் கல்விவளாகச் சொல்லாடலிலும், திறம்பட்ட கோட்பாட்டு- விமர்சன பூர்வ சட்டகத்தைக் கட்டமைப்பதிலும் அவரது ஆர்வங்களைக் குறைத்து மதிப்பிட்டிட இயலாது. முன்னாள் பாம்பே ஆளுநர், சிடென்ஹாம் பிரபுவின் பரிந்துரையின் பேரில், சிடென்ஹாம் கல்லூரியில் அரசியல் பொருளாதார பேராசிரியராக நியமிக்கப் பெற்றபோது, 1918-இல் அவரது கற்பித்தலின் முதல் கட்டம் ஆரம்பித்தது. பின்னர் 1925-இல் பத்லிபாய் கணக்கியல் பயிற்சி மையத்தில் வர்த்தகச் சட்டம் கற்பித்தார்; அடுத்து 1935-இல்

அரசாங்க சட்டக் கல்லூரி முதல்வரானார். அரசியலில் நுழைய ஆர்வமிகுந்தோருக்கு ஒரு பயிற்சி கல்லூரியையும் நிறுவினார். முதல் பிரிவில் (ஜூலை 1956-மார்ச் 1957) 15 மாணவர் இருந்தனர். டிசம்பர் 6, 1956-இல் அம்பேத்கர் இறந்துவிட்டதால் இம்மையம் சீக்கிரமே மடிந்தது. மக்கள் கல்விச் சங்கமும் அவரால் நிறுவப்பட்டது-அதன் வாயிலாக ஜூன் 1956-இல் பாம்பே சித்தார்த் காலேஜ் ஆஃப் லா நிறுவப்பட்டது.

எனினும் எவோலா மாநாட்டுச் சூழலில் வரையப்பட்டது இக்கேலிச் சித்திரம்; பல முன்னணி மதப் பிரமுகர்கள், தீண்டத்தகாதவர் சமுதாயத்திற்கு தமது மதம் எப்படிப் பொருத்தமானது என விலக்கி நம்பவைத்திட, அம்பேத்கரைச் சந்தித்தனர். அக்டோபர் 20, 1935-அன்று பாதவுனில் நடைபெற இருந்த முஸ்லீம் மாநாட்டிற்காக, பாம்பே உயர்நீதிமன்ற வழக்குரைஞர் காலித் லத்தீஃப் கௌபாவால் அழைக்கப்பட்டார்- லட்சாதிபதி வங்கியாளரும் பஞ்சாபின் முதல் இந்து அமைச்சருமான லாலா ஹார்கிஷண் லால் கௌபாவின் மூத்த மகன் கனஹ்யா லால் கௌபாவாகப் பிறந்தவர். லாகூர் எம்.எல்.ஏ. கே.எல். கௌபா தன் இஸ்லாமியப் பெயரைப் பொதுவெளியில் பயன்படுத்தியதே இல்லை. தன் பொறுப்புணர்வு காரணமாக தனக்கு அளிக்கப்பட்டிருந்த அதிகாரத்தை ‘தவறாகப் பயன்படுத்தினார்’ என்ற பாவனையில் அம்பேத்கர் பார்க்கப்பட்டபோது, புலப்பட்ட பெரும்பகுதியினரது அதிருப்தியை இக்கேலிச்சித்திரம் பிரதிபலிக்கிறது.

உணர்த்தப்படுவது

இக்கேலிச்சித்திரத்தின் இரு அம்சங்கள் உடனடியாக நம் கவனத்தை ஈர்க்கின்றன. அம்பேத்கர் கண்களிலுள்ள வெறுமையும் வலப்புறமுள்ள பீதியுற்ற மாணவரும். விவரணங்களில் சங்கரது கவனமின்மை, கேலிச்சித்திரத்தின் வடிவமே எப்படி அவரது யூகங்களையும் காழ்ப்புணர்வுகளையும் காட்டிக் கொடுத்துவிடுகிறது என்று காட்டுகிறது- உயர்ந்த மேடையிலுள்ள அம்பேத்கர் தான் என்ன பேசுகிறோம் என்றறியாதவராக, வாய்பிளந்துள்ள மக்களின் பீதியை அறியாதவராக இருக்கிறார். வலப்புறமுள்ள மாணவர், இஸ்லாமிய மதமாற்றத்தினை நோக்கிய தேசிய பாதுகாப்பின்மையை மேலும் வெளிக்காட்டுகிறது.

9
ஆயத்தமாயுள்ள மருத்துவர்கள்

இந்துஸ்தான் டைம்ஸ், ஜனவரி 8, 1936, சங்கர்

இந்துமதம் என்னும் தொற்று நோயிலிருந்து தான் குணப்படுத்தப்பட விரும்புவதாக டாக்டர் அம்பேத்கர் கூறுகிறார்

மற்ற மதங்களுக்கு ஆதரவாக, இந்து மதத்தைக் கைவிடவேண்டும் என்று எவோலா மாநாட்டில் அம்பேத்கர் விடுத்த அறைகூவல், பல பிரிவுகளை பரபரப்பான செயலில் ஆழ்த்தியுள்ளது. சீக்கிரமே, இஸ்லாம், பௌத்தம், கிறித்தவம், சீக்கியத்தின் முன்னணி மதத்தலைவர்கள் பலர் இந்நிலவரம் குறித்து தம் கருத்துகளை வெளியிட்டனர், சிலரோ ஒடுக்கப்பட்டவரை தம்மிடம் வருமாறு அழைக்கும் அளவு சென்றுவிட்டனர். இந்தியாவில் தேர்தல் அரசியலுக்கு மக்கள் தொகை புள்ளிவிபரங்களும் மதமும் மையமானதாக இருக்கையில், தன்னை இந்துவென்று

அறிவித்துக் கொள்ளவும் விவரித்துக் கொள்ளவும் செய்கின்ற ஒரு தேசத்தில், மைய நீரோட்ட நிலை மற்றும் எண்ணிக்கையிலான வலிமை மீதான கட்டுப்பாடு இச்சித்தாந்தத்தில் இருந்தபோது, சிறுபான்மைச் சமுதாயங்கள் பிரதிநிதித்துவம் பெற சிரமப்பட்டுக் கொண்டிருந்தன.

இந்து மதத்தின் முன்னணித் தலைவர்கள் பலர் அம்பேத்கருக்கு எதிராக வெளிப்பட்டனர். ராஜேந்திர பிரசாத் இத்தீர்மானத்தைக் கண்டித்தார்; இந்நிலையில் சஞ்சலப் படுவதாகக் கூறப்படும் காந்தி, ஒருவர் ஒரே நாளில் தன் மதத்தைக் கைவிடுவதாக தீர்மானிக்க இயலாது என்றார்; வேறெந்த மதமும் ஒடுக்கப்பட்ட வர்க்கத்தினருக்கு ரட்சகராக இருக்கமுடியாது, முற்போக்கானதும் பகுத்தறி வானதுமான இந்து மதமே அவர்தம் நிலையைச் சரிசெய்யக்கூடியது என சவர்க்கார் கூறினார். கார்விர் பீடத்து சங்கராச்சாரியார் (டாக்டர் குர்தகோடி என்றறியப்படுபவர்), மூஞ்சே, மசூர்கர் மஹராஜ் ஆகியோர், இந்து மதத்திற்கு சரிசெய்ய முடியாத இழப்பை ஏற்படுத்தும் என்பதால் இஸ்லாத்திற்கோ கிறித்தவத்திற்கோ மாறவேண்டாம் என அம்பேத்கரை திருப்திப்படுத்த விடாப்பிடியாக முயன்றனர். அடையப்பெற்றுள்ள சிறு முன்னேற்றமும் மதமாறுதலால் ஏற்படுத்தப்பட்ட கெட்ட குருதியால் இல்லாது செய்யப்பட்டுவிடும் என்னும் பயத்தில் ஒடுக்கப்பட்டோர் தலைவர்களும் மதமாற்றத்தை ஒரு மனதாக ஆதரிக்கவில்லை. ஜனவரி 7, 1936 அன்று இந்துஸ்தான் டைம்ஸில் வெளியான, அனைத்து கேரள தீயா இளைஞர் மன்ற வாழ்த்தில், அம்பேத்கர் தன் நிலைப்பாட்டிற்கான நியாயத்தைக் குறிப்பிட்டார்: '...மதமாற்றப் பிரச்சனையை வெறுமனே விவாதிப்பதற்கான காலம் கடந்துவிட்டது, தீர்மானகரமான செயற்பாட்டிற்கான நேரம் வந்துள்ளது, இந்து மதம் ஒரு மதமில்லை. அது ஒரு தொற்றுநோய். தொற்றிலிருந்து விடுபட விரும்புவோர், தொற்றுடையவர்களுடனான தம் தொடர்பை துண்டித்துக் கொள்ளவேண்டும். எனவே சாதி இந்துக்களுடனான தொடர்பை ஒடுக்கப்பட்ட பிரிவினர் துண்டித்துக் கொள்வது அவர்தம் பாதுகாப்புக்கும் மீட்புக்கும் அவசியமானதாகும்... மதமாற்றத்தில் ஒடுக்கப்பட்ட வர்க்கத்தினர் ஒன்றிணைந்து செயல்பட வேண்டும். அது பெருந்திரள் நிகழ்வாக இருக்கவேண்டும். எந்த மதத்திற்குச் சென்றாலும் ஓர் அமைப்பாகச் செல்லவேண்டும்; வெவ்வேறு மதங்களுக்குத் தனித் தனியாகப் போவது எந்தப் பயனையும்

ஏற்படுத்தாது ஏனெனில் அதில் தமது வலிமையைச் சிதறடித்துப் போகச் செய்து விடுவார்கள். இத்தகைய மாற்றங்கள் கலைந்து விடுவதாக இருக்குமேயல்லாது, ஒன்று திரள்வதாக இருக்காது.

உணர்த்தப்படுவது

சங்கரின் தமாஸ், உணர்வு பாவமற்ற கடுமையான தர்க்கத்தில் தோய்ந்திருக்கிறது. 1936-இல் மகாத்மா சொன்ன அபிப்பிராயம் இதுதானே: 'தம் எண்ணிக்கையை அதிகரிப்பதற்காக, இஸ்லாமிய சீக்கிய உடல்களுடன் கிறித்தவ உடல்கள் போட்டியிடுவதைக் காண்பது வேதனையைத் தருகிறது. அது அருவருப்பான நிகழ்வாக, மதத்தைப் போலி செய்வதாகத் தோன்றுகிறது. அவர்கள் டாக்டர் அம்பேத்கருடன் சேர்ந்து கருவறைகளிலும் நுழைந்துவிட்டனர்... தீண்டத்தகாதோரில் சிலர் புரிந்து கொள்ளலில் பசுக்களை விட மோசமானவர்கள். இஸ்லாம், இந்துமதம், கிறித்தவத்தின் ஒப்பீட்டளவிலான தகுதிகளை அவர்களால் பிரித்தறியத் தெரியாது.' சமூக மாற்றம் என்பதென்ன? விடுதலை என்பதென்ன? புரட்சிகர உறுதிப்பாடு என்பதென்ன? எல்லாம் மாயை, எல்லையற்ற பரமாத்மா பிரம்மனின் பிரும்மாண்டத்தில் மறைந்து போகும் காட்சிகளே.

10
முட்டைகளை உடைக்காமல் ஆம்லெட் செய்வது

இந்துஸ்தான் டைம்ஸ், ஜூலை 29, 1936, சங்கர்

MAKING OMELETTE WITHOUT BREAKING EGGS

In a recent interview Dr. Ambedkar stated that declaration of loss of faith in Hinduism or an intention to renounce it would not affect the enjoyment of political rights (under the Poona Pact).

இந்து மதத்தில் நம்பிக்கையிழப்பதோ அதனைக் கைவிடும் உத்தேசமோ, அரசியல் உரிமைகளை (பூனா ஒப்பந்தத்தின் கீழ்) அனுபவிப்பதைப் பாதிக்காது என டாக்டர் அம்பேத்கர் சமீபத்தைய நேர்முகத்தில் குறிப்பிட்டார்.

அம்பேத்கரின் எவோலா மாநாட்டுப் பிரகடனம் இருவித எதிர்வினைகளை எழுப்பியுள்ளது: (1) தீண்டத்தகாதவர்கள் மீதான தம் அணுகுமுறையை மாற்றி, ஆலயங்களில் நுழைவதை அனுமதிக்குமாறு சாதி இந்துக்களை ஏற்க வைப்பதற்கான இயக்கத்தைத் தீவிரப்படுத்துவது; (2) பூனா ஒப்பந்தத்தின் கீழ் அளிக்கப்பட்டு கூட்டுத் தொகுதிகளின் சிறப்புரிமைகளை, மதமாற்றம் விலக்கிவிடும் என அம்பேத்கருக்கு நினைவூட்டுவது. இந்து தேர்தல் தொகுதி என ஒன்று இல்லையாதலால்,

தனித்தொகுதிகள் இந்துத் தொகுதிகளிலிருந்து உருவாக்கப்பட்டன என்னும் அனுமானம் தவறானது, எனவே சாதி இந்துக்கள் சலுகைகள் தந்திருக்கவில்லை என அம்பேத்கர் பதிலளித்தார். பார்ஸிகள், யூதர்கள், பௌத்தர்கள், சமணர்கள் என்பவர்களை உடைய பொதுத் தொகுதி-சமுதாய அடிப்படையிலேயே தனித்தொகுதிகள் உருவாக்கப்பட்டனவேயன்றி, மதத்தின் அடிப்படையில் அல்ல (முஸ்லீம் தொகுதி ஒரு விதிவிலக்கு). எடுத்துக்காட்டாக, சீக்கிய மதத்திலோ இந்து மதத்திலோ தாமில்லை எனத் தெள்ளத் தெளிவாக மறுத்தபோதிலும், பஞ்சாபின் அத்தார்மி[4]களும் ராம்தாஸுகளும் ஒடுக்கப்பட்டவர்க்கங்களின் கீழேயே வகைப்படுத்தப்பட்டன.

ஒருவரின் மதத்தை அப்படியே இல்லாது போகச் செய்துவிட முடியாது என்னும் காந்தியின் வாதத்திற்குப் பதிலாக, ஜூலை 24, 1936 இந்துஸ்தான் டைம்ஸ் நேர்முகத்தில், அம்பேத்கர் கூறினார்: 'மத அம்சம் நிலவுகின்றது என வாதத்திற்காக ஏற்றுக் கொண்டாலும், எந்தவொரு மதத்தைக் கைவிடுவது அல்லது மதத்தில் நம்பிக்கை இழப்பது, அரசியல் உரிமைகளை அனுபவிப்பதைப் பாதிக்காது... சட்டரீதியிலான இந்து என்றென்னை அழையுங்கள், எனது மத உணர்வின் ஆழம் எதுவாயினும், அரசியல் உரிமைகளை வற்புறுத்துகிறேன்.'

உணர்த்தப்படுவது

அம்பேத்கர் பிடிவாதமாகச் சமைப்பது, பின்புலத்திலுள்ள ஒரு பெண்ணால் குழப்பத்துடன் கவனிக்கப்படுகிறது. அவரை விட அப்பெண்ணுக்கு அதிகம் தெரியும் என்பது நிச்சயமே. இங்கே பிரச்சனைக்குரியது ஏதுமில்லை. மதமாற்றத்தின் வாணலி, பூனா ஒப்பந்த உடைப்பைக் கோருகிறது. மாபெரும் காந்திய ஆனந்தத்தின் கேலிச்சித்திரம்!

1930கள் 85

11
துணிகர இளைஞன்

பயோனீர், ஆகஸ்டு 19, 1936, என்வெர் அகமத்

THE DARING YOUNG MAN

PANDIT J. NEHRU: Oh boy, what a leap! And I can't make up my mind to take the plunge from here.

Dr. Ambedkar has started the "Independent Labour Party," its chief plank being improvement of the lot of the working people and the agriculturists. The party accepts the principle of State ownership of industries.

பண்டிட் ஜே. நேரு: எப்படிப் பாய்கிறாய், பையனே! இங்கிருந்து குதித்திட என்னால் இன்னும் முடிவெடுக்க இயலவில்லை.

டாக்டர் அம்பேத்கர் 'சுதந்திர தொழிலாளர் கட்சி'யை ஆரம்பித்துள்ளார். தொழிலாளர் மற்றும் விவசாயிகளின் நலனை மேம்படுத்துவதே இதன் பிரதான நோக்கம். தொழிற்சாலைகளை அரசு உடைமையாகக் கொண்டிருப்பதைக் கட்சி கொள்கையளவில் ஏற்கிறது.

எவோலா பிரகடனத்தை அடுத்து, ஒடுக்கப்பட்ட வர்க்கங்களின் இயக்கத்தின் போக்கில் மாற்றங்களைக் கொண்டுவர அம்பேத்கர் விரும்பினார். ஆகஸ்டு 1936 சுதந்திர தொழிலாளர் கட்சி உருவாகவும், இந்திய மைய நீரோட்டத்தில் தலித்துகளின் அரசியல் நுழைவை ஆரம்பித்துவைத்தார். இந்தியாவுக்கு பிரதேச சுயாட்சியை முதல்முறையாக வழங்கிய, 1935-ஆம் ஆண்டின் இந்திய அரசாங்கச் சட்டத்தினை அடுத்து இது நிகழ்ந்தது. முதல் தேர்தல்கள் 1937-இல் நடக்க இருந்தன. சு.உ.க. (சுதந்திர உழைப்பாளர் கட்சி) வின் அடித்தளம் தலித்துகள், தொழிலாளர்கள், குடியானவர்களைக் கொண்டிருந்தது. அதன் நோக்கம் சாதிப்பாகுபாடு இத்தகு அரசியலுக்கு இட்டுச் செல்லாது என்னும் அடிப்படைக் கொள்கையில் அமைந்திருந்தது. விரிவான கூட்டணி நலன்களை வார்த்தெடுக்கும் உத்தேசத்துடன், கட்சி தீவிரமிக்க திட்டத்தை உருவாக்கியது. அரசு நிர்வாகத்திற்கு ஆதரவு, அடிப்படைத் தொழில்களை உரிமை கொண்டிருப்பது, நிலப்பிரபுக்களால் வெளியேற்றப்படாதிருக்க குடியானவர்களுக்கு பாதுகாப்பளித்தல், தொழிற்சாலைகளில் வேலைவாய்ப்பையும் பாதுகாப்பையும் ஒழுங்குபடுத்தல், நியாயமான வரிவிதிப்புடன் கூடிய நில வருவாய் அமைப்புகளுக்கு எதிர்ப்பு, வேளாண் வங்கிகள், கூட்டுறவுகளை அமைத்தல், தொழில் திறன்களுக்கான பரந்துபட்ட கல்வித் திட்டங்கள் ஆகியவற்றை இது உள்ளடக்கியது. கட்சி பாம்பே ராஜதானியில் 14 இடங்களையும் மத்திய மாகாணங்களில் 4 இடங்களையும் பெற்றது. காங்கிரஸ், முதலாளித்துவ-ஜமீன்தார் வர்க்கத்தை பிரதிநிதித்துவப் படுத்தியது மற்றும் வல்லபாய் படேல், ராஜேந்திர பிரசாத், சி. ராஜகோபாலாச்சாரி தலைமையிலான, கட்சிக்குள்ளேயான வலது சார்பு அதிகரித்து வந்தது என்னும் உணர்வை அது பயன்படுத்திக் கொண்டது. இக்காலகட்டத்தில் தலித்-பிராமணரல்லாத ஒருமைப்பாட்டின் முக்கியத்துவத்தை அம்பேத்கர் வலிமையாக வற்புறுத்தினார். இருப்பினும், ஒருமைப்பாட்டை கட்டியெழுப்புவதற்கான இம்முயற்சிகள் பயனின்றிப் போயின.

இதற்கிடையே, காங்கிரஸ் தலைமையில் அதிகரித்துவரும் பழமைவாதச் சூழலில், நேரு தன்னை ஒரு சோஷலிஸ்டாக அறிவித்துக்கொண்டார். இந்திய வறுமை புறக்கணிக்கப்பட முடியாதது மற்றும் உலகெங்கிலும் பெருகிவரும் சோஷலிஸ இயக்கம், எதிர்கொள்ளப்பட வேண்டியிருந்த சில

யதார்த்தங்களுக்கான சான்று என 1929-இல் அவரது தலைமை உரையில் அவர் வற்புறுத்தினார். இருப்பினும், நில மறு விநியோகம் குறித்த அடிப்படைப் பேச்சுடன் நிறுத்திக்கொண்டு, சோஷலிஸ மாறுதலுக்கு அவசியமான, மாற்றங்களை மேற்கொள்ளும் பொருட்டு செய்யவேண்டிய தீவிர நடவடிக்கைகளை விவாதிக்கும் அளவுக்குச் சென்றதில்லை. தனது பூர்ஷிவா பின்புலம் மற்றும் காந்தியத்திலான நம்பிக்கையைக் காரணங்காட்டி, புரட்சிகர தந்திரங்களின் மீதான தனது நாட்டமின்மையை அறியச் செய்தார். தனி உரிமைக்கு மிரட்டலாக கட்சி இருந்ததில்லை எனத் திரும்பத் திரும்பத் தெளிவுபடுத்திய, பழமைவாத காங்கிரஸ் தலைவர்களிடமிருந்து பெரும் எதிர்ப்பை அவர் எதிர்கொண்டார். அதுபோலவே, அவரது கருணைமிக்க தீவிரவாதம், கட்சியின் பின்னுள்ள முதலாளித்துவவாதிகளுடன் இயைந்து போகவில்லை; அவர்கள் வலதுசாரி அம்சங்களுக்கு தம் ஆதரவை அளித்தனர். காங்கிரஸின் பரந்த வலைப்பின்னல் மற்றும் மறுக்கமுடியாத செல்வாக்குக் காரணமாக நேரு காங்கிரஸுடன் நின்றுவிட்டார்; அவரைப் பொறுத்தவரை தேசிய ஒற்றுமையே தலைமையானது, காங்கிரஸ் மட்டுமே அதனை உறுதிப்படுத்தும்.

உணர்த்தப்படுவது

நேருவே தன்னை சோஷலிஸ்ட் என்று அழைத்துக்கொள்ள, உடனிகழ்கால நாடாளுமன்ற உறுப்பினர்கள் சிலர் தம்மை கம்யூனிஸ்டுகள் என்றழைத்துக் கொண்டனர். இந்திய இடதுசாரிகளின் களத்திலே சர்வதேசியத்தைப் பாடுவதும் அனைத்துக் கட்சிகளுடன் இயைந்து போவதும் கைகோர்த்துச் சென்றன. சிங்கூரில் முரண்நகை கொல்லப்பட்டது. இந்தியத் தீவிரப் போக்கினர் முறையான நிகழ்வுப் போக்கிற்கு அறைகூவல் விடுத்தனரே அன்றி, அராஜகவாத LASHA[5] விவகாரத்திற்கு அல்ல.

2

1942–1943

1

ஹரிஜனங்களுக்கு ஆலய நுழைவு அனுமதி

இந்துஸ்தான் டைம்ஸ், ஜூலை 6, 1942, சங்கர்

இரண்டாம் உலகப்போரில் பிரிட்டன் நுழைந்ததும், குடியேற்றங்களை போர் முயற்சிகளில் திறம்படத் திரட்டிடும் தேவை உணரப்பட்டது. இதனால் வைஸ்ராயின் செயற்குழு விரிவானது. போர்க்கால அமைச்சரவையிலும் பசிபிக் யுத்தக் குழுவிலும் இந்தியப் பிரதிநிதித்துவத்திற்காக, பாதுகாப்பு உறுப்பினர் என்னும் பொறுப்பு உருவாக்கப்பட்டது. செய்தித் தொடர்பு என்னும் பெரும் பொறுப்பு பகிர்ந்து கொள்ளப்பட்டது. 1941-இல் வைஸ்ராய் லின்லித் குரோ பிரபு தலைமையில் சர் சி.பி.

ராமசாமி செய்தித்தொடர்பு உறுப்பினராக நியமிக்கப்பட்டார். சர் இ.ஸி.பெந்தால் மற்றும் முகம்மது உஸ்மான் போர்கால போக்குவரத்து துறைக்கும், சர் ஜோகேந்திர சிங் கல்வித்துறைக்கும் சர் ஜே.பி. சிறிவத்சவா உள்நாட்டுத் தற்காப்புக்கும் டாக்டர் அம்பேத்கர் தொழிலாளர் துறைக்கும் நியமிக்கப்பட்டனர். தொழிலாளர் உறுப்பினர் என்ற முறையில் அம்பேத்கர், நாஜிகளுக்கு எதிராக நேச நாடுகளின் முயற்சிகளை ஆதரித்தார்; அப்படியே செய்யுமாறு இந்தியர்களுக்கு அழைப்பு விடுத்தார். அம்பேத்கரைப் பொறுத்தவரை, இரண்டாம் உலகப்போர், பிரதேசங்களின் மறுவிநியோகத்திற்காக அல்லாமல், 'அரசாங்கத்தின் வடிவங்கள் மற்றும் அமைப்புகளுக்காக' நடத்தப்பட்டது; சுதந்திரம், சமத்துவம், சகோதரத்துவ அடிப்படையிலான சமூகம் நிறுவப்பட வேண்டுமாயின், நாஜிகளின் தோல்வி முன் நிபந்தனையாகும். இந்திய தேசிய காங்கிரஸின் வெள்ளையனே வெளியேறு இயக்கம் தீவிரம் பெற்றபோது, தேசியவாதத்திற்கு எதிராக நின்ற அம்பேத்கர், தொழிலாளர், சர்வதேசியத்தில் நம்பிக்கை கொண்டிருக்க, தேசியவாதமோ புதிய அமைப்பினை நிறுவுவதற்கான சாதனமாக மட்டுமே உள்ளது; ஜனநாயகம் நிரடலின்றிச் செயல்படத் தேவையான உணர்வோட்டம் அவசியமாகிறது என்றார். தன் பொறுப்புக் காலத்தில் அம்பேத்கர் திறன்பெற்ற-திறனற்ற தொழிலாளர்களுக்கு வேலைவாய்ப்பகங்களை நிறுவினார். நிலக்கரிச் சுரங்கத் தொழிலாளர்களுக்கு பேறுகால நலன்களை வழங்கினார்; பொறுப்புணர்வையும் பரஸ்பர மரியாதையையும் வளர்த்தெடுக்க, அரசாங்கம், தொழிலாளர் மற்றும் தொழிலதிபர்களுக்கான பொதுமேடையாக, பூர்வாங்க தொழிலாளர் மாநாட்டை அமைத்தார்; கால்வாய்கள், பாசனவசதி, மின்வசதி, கடல்-ஆகாயப் போக்குவரத்து ஆகியவற்றை வளர்த்தெடுக்க தாமோதர் பள்ளத்தாக்குத் திட்டத்தை ஆரம்பித்தார்.

உணர்த்தப்படுவது

ஆலய நுழைவு மற்றும் வைஸ்ராய் லின்லித்தோவின் செயற்குழுவில் இடம்பெற்றது (பிராமண புரோகிதராக சித்தரிக்கப்பட்டுள்ளார்) ஆகியவற்றில் அம்பேத்கரின் உணர்ச்சி வசப்படாத நிலையிலிருந்து தமாஸ் பிறக்கிறது என்பதை மேலோட்டமான பார்வையிலிருந்தே

கண்டுகொள்ளலாம். செயற்குழு, உருவகக் கோயில். ஆனால் அப்படியில்லை; ஒரு கேலிச்சித்திரக்காரராக உங்களது தனிப்பட்ட ஆதாயத்திற்காக, அரசியல் போராட்டத்தின் காட்சி அடையாளங்களைப் பயன்படுத்துவது மலினமானது. ஆலய நுழைவு குறித்து சந்தோஷமான தமாஸ்கள் செய்யுமாறு இட்டுச் சென்றிடும் சாதிய சிறப்புரிமையில் தோய்ந்தவரில்லை சங்கர். இங்கே தமாஸ் வருவது வேறொரு இடத்திலிருந்து. அது என்னவென்று நாம் நிச்சயிக்க இயலாது.

2

செங்கல்லைப் போடுதல்

பயோனீர், ஜூலை 31, 1942, என்வெர் அகமத்

DROPPING BRICK

ஜப்பானிய ராணுவம் இந்தியாவை நோக்கிச் சீராக முன்னேறிக் கொண்டிருக்க, வெள்ளையனே வெளியேறு இயக்கத்தைத் தொடங்குவதற்கு சரியான தருணமாக காங்கிரஸ் அதனைப் பார்த்தது. சுதந்திரத்திற்கான வழிமுறைகளை விவாதித்த கிரிப்ஸ் மிஷன் அப்போதுதான் தோற்றுப் போயிருந்தது. செய்/செத்துமடி முழக்கத்துடன் பரந்துபட்ட போராட்டத்திற்கான அறைகூவலை காந்தி விடுத்திருந்தார். இவ்வழைப்பைத் தொடர்ந்து உடனடியாக, அவ்வியக்கம் திசைவழி தெரியாது நிற்கும் வகையில், காங்கிரஸ் தலைவர்கள் கைது செய்யப்பட்டனர். பல்வேறு பிரிவுகள் தலைமை தாங்கிய வன்முறையான-அஹிம்சை எதிர்ப்புகள் தேசிய

அளவில் எழவும், பிரித்தானிய அரசாங்கத்தின் கடுமையான ஒடுக்குமுறை பின்தொடர்ந்தது. அப்போது வைஸ்ராயின் செயற்குழுவில் அம்பேத்கர் தொழிலாளர் உறுப்பினராயிருந்தார். ஃபாஸிஸத்தால் முன்வைக்கப்பட்டுள்ள மாபெரும் ஆபத்துகள் காரணமாக பிரித்தானிய முயற்சிகளை ஆதரிக்க வேண்டி, போரில் ஸ்டாலினிய நிலைப்பாட்டை மேற்கொண்டிருந்த கம்யூனிஸ்டுகள் உட்பட, பலருள் ஒருவராக அவர் இருந்தார்.

காந்தியின் முடிவுக்கு எதிராக விமர்சனம் செய்த அம்பேத்கர் கூறினார்: 'காந்தியிடமிருந்து யாரும் சீரான தன்மையை எதிர்பார்க்க இயலாது. பெருந்திரள் இயக்கத்தை முடுக்கிவிடும் காந்தியின் தற்போதைய நடவடிக்கை பொறுப்பற்றதும் பைத்தியக்காரத்தனமானதும் ஆகும். இந்திய வரலாற்றில் இவ்வளவு அபாயகரமான வேளையில், ஆபத்தான செயல்திட்டத்தில் இறங்குவது அவசியம் ஏனென்று காந்தி நினைக்கவேண்டும் என்பதைப் புரிந்து கொள்வது சிரமமாயுள்ளது... ஒத்துழையாமை இயக்கத்திற்கான காங்கிரஸின் நடவடிக்கைக்கு அனுதாபமில்லை எனத் தெளிவாக எண்ணுகிறேன். நாட்டுக்குச் சேவை புரியத் தரப்பட்ட சிறந்த சந்தர்ப்பத்தை அது நிராகரித்துள்ளது. யுத்தம் தொடங்கியதிலிருந்து திருவாளர் காந்தியும் காங்கிரஸும் இழந்துள்ள கௌரவத்தை மீட்கவே முற்படுகின்றனர் என்றுதான் தோன்றுகிறது... இந்நாட்டின் முன்னேற்றத்தை முன்னெடுத்துச் சென்றிட, காங்கிரஸுக்கு இரு வழிகள் திறந்துள்ளன: 1) நேரடிச் செயல்பாடு; 2) நாட்டின் தேசிய வாழ்விலுள்ள வெவ்வேறு அம்சங்களைப் பிரதிநிதித்துவப்படுத்துகின்ற அனைத்துத்தரப்புகளின் அய்க்கியக் கோரிக்கை.

'என் மனத்தை சஞ்சலப்படுத்தும் கேள்வி: தம் கோரிக்கைகளைக் கண்டறியவும் அவைபற்றிய ஆட்சேபனையைத் தீர்த்துக் கொள்ளவும், பல்வேறு கட்சிகளின் அனைத்துத் தலைவர்களது மாநாட்டினை ஏன் காந்தி நடத்துவதில்லை. இது முயன்று பார்க்கவேண்டியதாகும். சமுதாயங்களிடையே நீடித்த சமாதானத்தை நிலவச் செய்திடுவதற்கான அரசியல் முதிர்ச்சி கொண்ட ஒரு வழியாகும். அத்தகைய முயற்சியை காந்தி ஒருபோதும் மேற்கொண்டதில்லை, இவ்வழியை ஏன் அவர் தவிர்க்கிறார் என்னால் ஒருபோதும் புரிந்துகொள்ள இயலவில்லை... பிரித்தானியர் இங்கிருக்கையில் எந்த உடன்பாடும் இங்கே

ஏற்படாது என்று கூறுவது... இருவிஷயங்களே என் மனதில் தோன்றுகின்றன 1) சிறுபான்மை குழுக்களின் தலைவர்கள் பிரித்தானியரின் கைகளில் கருவிகளாகவே உள்ளனர் 2) பிரித்தானிய அரசாங்கம் விலகிக்கொண்ட பின்னர், சமுதாய உடன்படிக்கைப்பற்றிப் பேசுவது சிறந்தது என காங்கிரஸ் எண்ணுகிறது-ஏனெனில் காங்கிரஸ் அப்போது மேலான நிலையிலிருந்து, சிறுபான்மையினருக்குக் கட்டளையிட்டு, தன்னளவிலேயே உடன்பாட்டைத் திணிக்க முடியும். முதலாவது விஷயமாயின், சிறுபான்மைச் சமுதாயங்களது தலைவர்களின் பாத்திரத்தின் மீதான வஞ்சகமான திட்டமிட்ட அவதூறாகும். காங்கிரஸ் இந்த சுயதார்மிக அணுகுமுறையைக் கைவிடவேண்டும், அதனின்றும் மாறுபடுவோர்கூட, மேலானவர்களாக இல்லாவிடினும், அந்த அளவு நல்லவர்களே என்பதை ஒத்துக்கொள்ள வேண்டும். சிறுபான்மை சமுதாயங்களின் தலைவர்களுக்கு எதிராக காங்கிரஸும் ஊடகமும் விடாது முட்டாள்தனமானதும் ஆதாரமற்றதுமான குற்றச்சாட்டுகளைச் சுமத்துவதில் ஈடுபட்டிருப்பதால், சமுதாயப் பிரச்சனையைத் தீர்ப்பது அவ்வளவு சிரமமானதாகியுள்ளது. இரண்டாவது விஷயமாயின், இது ஏமாற்றுள்ள நடவடிக்கையே என்பதில் சந்தேகமில்லை. எதுவாயினும், திருவாளர் காந்தியின் அரசியல் இயக்கம் காலாவதியாகிவிட்டதையே இது பிரகடனம் செய்கிறது. ஆனால் திருவாளர் காந்தியுடனான நமது அதிருப்தியை வெளியிடுவதிலேயே நம் கடமை முடிந்துவிட முடியாது என்னும்படியான ஆபத்தான காலகட்டத்தில் நாம் வாழ்ந்து கொண்டிருக்கிறோம். காந்தியின் இயக்கத்தில் நம்பிக்கை இல்லாதோர், அது உருக்கொள்ளாதவாறு தடுத்திட முயற்சிகள் மேற்கொள்ள வேண்டும் என்கிறது கடமை.'

உணர்த்தப்படுவது

காந்தியின் யோக முறை பாவனைகளை ஏற்றிட இந்தியாவிலும் வெளிநாடுகளிலும் நிறையப்பேர் உண்டு. 1930-களில் வட்டமேஜை மாநாடுகளில் முதலாவதாக அவர்கள் சந்தித்ததிலிருந்து, காந்தியை ஒரு சூதுவாதுள்ள அரசியல்வாதியாக, ஒரு வழிபாட்டினை வளர்த்தெடுத்து, பெருமையைத் தன்மீது திணித்துக் கொண்டவராகவே அம்பேத்கர் கண்டார். வட்டமேஜை மாநாட்டில்

காந்தியின் நடவடிக்கை பற்றி அம்பேத்கர் குறிப்பிட்டார்: 'தான் போவது ஒரு அரசியல் மாநாட்டுக்கு என்பதை காந்தி மறந்துவிட்டார். நார்ஸி மேத்தாவின் பாடல்களைப் பாடியவாறு ஒரு வைணவக் கோயிலுக்குப் போவது போலச் சென்றார். ஒட்டுமொத்த விவகாரத்தையும் எண்ணிப்பார்க்கையில், தேசிய உடன்பாட்டுக்கான நிபந்தனைகளைப் பேசித் தீர்த்திட, காந்தியை விடவும் தகுதியற்றவரை ஒரு பிரதிநிதியாக எந்தவொரு தேசமும் அனுப்பியிருக்குமா என்று வியப்படைகிறேன்.'

3

நோயில் வருந்தும் யானை

பயோனீர், நவம்பர் 3, 1942, என்வெர் அகமத்

THE AILING ELEPHANT

அந்நியர்களிடம் முறையிடுவதில் பயனில்லை– நாமே ஒரு பரிகாரம் காணவேண்டியுள்ளது!

எப்போதும் போலவே, அம்பேத்கர் அஞ்சலில் மரண மிரட்டல்களைப் பெற்றுக் கொண்டிருந்த ஒரு காலமிருந்தது. எம்.பி. சமர்த்துக்கு எழுதிய கடிதத்தில் அவர் இது குறித்து முறையிட்டார். இக்கடிதங்களில் பெரும்பாலானவை அஞ்சல் முத்திரை ஒட்டப்படாததால், மிரட்டல் கடிதங்களை வாங்குவதுடன், அஞ்சல் முத்திரை ஒட்டப்படாததற்காக அபராதமும் செலுத்தவேண்டியிருந்தது என்றார். சர்வதேச அரங்கம் சம அளவிலே அபாயகரமானதாயிருந்தது. 1941-இல் யுத்தத்திற்குப்

பிறகான சமாதான காலத்திற்குரிய நிகழ்ச்சி நிரலை முன்வைத்த, புகழ்வாய்ந்த அட்லாண்டிக் உரிமை சாசனத்தில் ரூஸ்வெல்ட்டும் சர்ச்சிலும் கையொப்பமிட்டனர். எனினும் நாடுகளின் சுதந்திரம் நிகழ்ச்சி நிரலின் முக்கிய பகுதியாயிருந்தது. இக் கொள்கையை இந்தியாவுக்கு நீடித்திட சர்ச்சில் நிராகரித்து விட்டார்-தன் பிரதேசத்தின் ஒருங்கிணைந்த பகுதி மீதானதாக பிரித்தனின் கோரிக்கையை முன்வைத்தார். மறுபுறத்தே, அமெரிக்கர் இந்திய லட்சியத்திற்கு ஆதரவாயிருந்தனர்-ஏகாதிபத்தியவாதிகளுடனான பேச்சுவார்த்தைகளில் காங்கிரஸால் கேலிக்குள்ளான ஆதரவு இது. சீனத் தளபதி சியாங்கே ஷேக்கும் இந்திய சுதந்திரத்தின் ஆதரவாளர்களில் ஒருவராயிருந்தார்-பிரிட்டனுக்கு அழுத்தம் தருமாறு ரூஸ்வெல்ட்டை வேண்டி அவருக்குக் கடிதம் எழுதினர். எனினும் இப்புள்ளியில் மேலும் அழுத்தம் தந்திட அமெரிக்கா மறுதலித்தது. கிரிப்ஸ் மிஷனின் நடவடிக்கைகளில் துணைபுரிந்திட, கர்னல் லூயி ஜான்சனை அமெரிக்கா அனுப்பவே செய்தது-அவமானத்தை மறைத்திட, குறியீட்டு வகையில் சர்ச்சில் அதனை உத்தேசித்திருந்தார். பேச்சுவார்த்தைகளிலிருந்து நழுவிட லின்லித்தோ முயன்றாலும், பிரித்தானிய-இந்தியப் பிரதிநிதிகளுக்கிடையிலான சில உடன்பாடுகளை பயனின்றிப் போகச்செய்ய ஜான்ஸன் முயன்றார். சர்ச்சிலின் யுத்தகால அமைச்சரவையில் சர்ச்சிலின் திருட்டுத்தனமான தந்திரங்களில் இதுவும் வீழ்ச்சியுற்றது. ஜப்பானுக்காக இந்தியாவை இழந்து, பிறகு யுத்தத்தைத் தொடர்ந்து சமாதான உடன்படிக்கையால் மீண்டும் பெற்றிட பிரிட்டன் உத்தேசித்தது என்பதை ரூஸ்வெல்ட்டுக்கு அனுப்பிய கடிதத்தில் ஜான்ஸன் எழுதினார். இந்தியப் பிரச்சனையில் ரூஸ்வெல்ட்டின் நிலைப்பாடு தளர்ச்சியுற்றதாகத் தோன்றியதும், தேசிய விடுதலை கோரி நேரு அவர்களுக்கு எழுதினார். ‘இந்தியாவின் பாதுகாப்பிற்காக எங்களால் முடிந்ததையெல்லாம் செய்திட எவ்வளவு பதற்றமாயிருக்கிறோம், ஆர்வமாயிருக்கிறோம், இன்னும் இருக்கிறோம். ஃபாஸிஸத்திற்கு எதிராயும் ஜனநாயகம்-சுதந்திரத்திற்கு ஆதரவாயும் உள்ளவர்களிடம் எமது அனுதாபங்கள்.’

அமெரிக்க அதிபரின் பிரகடனத்தைச் சார்ந்து அனைவருக்குமான சுதந்திரத்தைக் கோருவது பயனற்றது என்று கூறி காங்கிரஸின் தவறாக வழிநடத்தப்பட்ட முன்னுரிமைகளை விமர்சனம் செய்தார் அம்பேத்கர். தொழிலுக்கும் நடைமுறைக்கும்

இடையிலான பேதத்தை அம்பலப்படுத்தும் பொருட்டு, மக்களின் ஒழுக்கவியலைச் சோதிப்பதில் பயனில்லை. எந்த மக்களும் பரிபூரணமானவர்களில்லை, சுதந்திரத்திற்காக மக்களை அழவைப்பவர்கள், சுதந்திரத்தின் மோசமான எதிரிகள். உண்மையான உரிமைச் சாசனத்திற்கு (அட்லாண்டிக் உரிமைச் சாசனத்தைக் குறிப்பிட்டு) இரு விஷயங்கள் அவசியம் (1) வெல்லவேண்டும் என்னும் மக்களின் உறுதிப்பாடு (2) மற்றவருக்கு தீங்கிழைக்காத உரிமைகளில் உங்கள் கோரிக்கையை அமைத்துக் கொள்வது. இந்த அவசியமானவை இருக்கையில், விரக்தியின் பயம் தேவையில்லை. இந்தியாவின் தேசிய வாழ்வில் முக்கிய சக்திகளிடையேயான பொது உடன்பாட்டிலிருந்தே இத்தகைய உறுதிப்பாடு விளையும். இப்போதைக்கு கவனமெல்லாம் அந்நியரின் உதவியைக் கோருவதிலே ஈடுபடுத்தப்பட்டிருப்பதாகத் தோன்றுகிறது, ஆனால் பொது விருப்புறுதி, உலகளாவிய உறுதிப்பாட்டினை வார்த்தெடுப்பதற்கு எந்த கவனமும் செலுத்துவதாகத் தெரியவில்லை. பெரும்பாலோர், காங்கிரஸின் கோரிக்கை அய்க்கிய தேசிய கோரிக்கை என திருப்தியடைகின்றனர். படையெடுக்கச் செல்வதில் அல்லது கொள்ளையடிக்கப் போவதில் திருடர்களிடையே ஒருமைப்பாடு இருப்பதை அவர்கள் உணர்ந்திருப்பதாகத் தெரியவில்லை. கொள்ளையிட்டதை எப்படிப் பங்கிடுவது என்பதிலான இசைவே ஒருமைப்பாட்டை உருவாக்குகிறது. தேசிய கோரிக்கையின் பின்னுள்ள ஒருமைப்பாடு என்பது ஒன்றுமற்றது, இக்கோரிக்கையின் நோக்கமான அதிகாரத்தைப் பகிர்ந்து கொள்வதிலான ஒருமைப்பாடே தேவையானது. இதற்குப் பதிலாக, நமது மீட்புக்காக அய்க்கிய நாடுகள் சபைத் தலைவர்களுக்கு கோரிக்கைகள் வைத்து, இந்தியாவிற்கு சுதந்திரம் அளிக்குமாறு பிரிட்டனை நிர்ப்பந்தப்படுத்துகின்றனர்.

‘இன்றைய இந்திய அரசியலில் மிகவும் வருத்தமளிப்பதாக இருப்பவற்றுள் ஒன்று, அதன் அரசியல் ஓட்டாண்டித்தனம். இந்தியர்களை அவமானமடையச் செய்ய வேறெதுவும் தேவையில்லை; இந்தியாவுக்குச் சுதந்திரம் அளிக்குமாறு பிரித்தானிய மக்களை கட்டாயப்படுத்தி, இந்தியாவை மீட்குமாறு, அமெரிக்க அதிபர், மார்ஸல் சியாங்கே ஷேக் மற்றும் இதர அய்க்கிய நாடுகள் சபைத் தலைவர்களிடம் முறையீடு செய்கின்றனர். இம்முறையீடுகள் பயனற்றவை. பிரிட்டனை வற்புறுத்த

முடியாதபடி, சீனர்கள் பிரிட்டனைச் சார்ந்துள்ளனர். அமெரிக்கர்கள் கண்ணாடி இல்லத்தில் வசிக்கின்றனர்; கருப்பர் பிரச்சனையை நன்கறிந்துள்ளவர்களெல்லாம் இதனை ஒப்புக் கொள்வார்கள். பிரிட்டன் மீது கல்லெறிந்திட அதிபர் ரூஸ்வெல்ட்டிடம் அவ்வளவு தைரியம் இருக்க இயலாது. தமது பிரச்சனைகளுக்கு தீர்வு காணுமாறு மற்ற நாடுகளை இந்தியா கோருவது எவ்வளவு கண்ணியமற்றதோ அவ்வளவு கண்ணியமற்றதாக அது தோன்றுகிறது. ஏனெனில் இந்தியப் பிரச்சனைக்கு தீர்வு வேண்டும் என வலியுறுத்துகின்ற நாடுகளெல்லாம், இதனைத் தமது நோக்கிலிருந்து அணுகுகின்றனவே ஒழிய, இந்தியர்களின் நோக்குநிலையிலிருந்து அல்ல. நாட்டின் தேசிய வாழ்விலுள்ள பல்வேறு கூறுகளுக்கு நியாயம் கிட்ட வேண்டும் என்பதற்காக அவை ஆர்வங்காட்டவில்லை. தம் நடவடிக்கைகளுக்கு ஓர் அடித்தளம் வேண்டும், அது அமைதியாயிருக்க வேண்டும் என்பதன் பொருட்டு இந்தியாவைப் பயன்படுத்த விரும்புவதால், ஓர் உடன்பாட்டை விரும்புகின்றன.

‘அவர்தம் பிரதான நோக்கம், தாம் ஈடுபட்டுள்ள போரில் வெல்லவேண்டும். இந்தியப் பிரச்சனைக்கான தீர்வு சந்தர்ப்பவசமானதே. இத்தகைய சூழலில் அவை அவசரகோலத்தில் ஓர் உடன்பாட்டை முன்வைக்கலாம், அதுகுறித்து இந்தியர்கள் பின்னர் வருந்த நேரலாம். இந்தியர்கள் தாமாக உடன்பாட்டை ஏற்படுத்திக் கொள்வதையே விரும்புவேன். இப்போது அது இந்தியரின் பொறுப்பு, அவ்வுடன்படிக்கையில் கீழ் வாழப்போகிறவர்கள் இந்தியரே அன்றி, சீனரோ, அமெரிக்கரோ அல்லர்; அப்பணியை இந்தியரே மேற்கொள்வது நல்லது. கெடுவாய்ப்பாக சரியாக அமைக்கப்படாமல், நல்ல நோக்கம் கொண்டிருந்தாலும், அந்நியரின் குறுக்கீட்டால் திணிக்கப்படும் அரசமைப்புச் சட்டம், சுமத்தப்படுவதாகவே இருக்கும். பேச்சுவார்த்தை மூலம், பலதரப்புகளின் இசைவால் உருவாகும் அரசமைப்புச் சட்டத்தை இந்தியர்கள் கவனியாமல் இருந்துவிடலாகாது.’

உணர்த்தப்படுவது

கால்நடை மருத்துவராக இங்கு காட்டப்படும் அம்பேத்கர் எலும்பும் தோலுமாயுள்ள யானையை வருத்துவது எதுவென்று பரிசோதிக்கிறார். இந்திய அன்னை கவனிக்கின்றார். கோட் சூட்டிலுள்ள மிடுக்கான கால்நடை மருத்துவர், அடைபட்டிருந்த விலங்கிற்கு எரிச்சல் அளித்திருக்க வேண்டும். குழப்பமான இக்காட்சி மொழி பல கேள்விகளை எழுப்புகிறது: இந்திய அன்னை நாட்டைப் பிரதிநிதித்துவப்படுத்தினால், யானை பிரதிநிதித்துவப்படுத்துவது எதனை? இந்தியப் பிரச்சனையையா? அப்படியானால், பிரச்சனையே நோய்வாய்ப்பட்டுள்ளதென்று அகமத் கூற முற்படுகிறாரா? நிச்சயமாக, இந்தியா நோய்வாய்ப்பட்டுள்ளது என்றுதான் உணர்த்துகிறார். அரைவேக்காடான உருவகங்களின் பெரிய குவியலாக, அமளியும் ஆர்ப்பாட்டமுமாக இருந்து, இது எதையும் அர்த்தப்படுத்துவதில்லை.

4
ஏன் என்று கேட்பதற்கு நாங்களில்லை

இந்துஸ்தான் டைம்ஸ், ஜனவரி 21, 1943, சங்கர்

WE ARE NOT TO QUESTION WHY

"Where are we today in politics and why are we where we are?"—asks Dr. B. R. Ambedkar.

"இன்றைக்கு நாம் அரசியலில் எங்கிருக்கிறோம் மற்றும் எதனால் நாம் அங்கிருக்கிறோம்?" என்கிறார் டாக்டர் பி. ஆர். அம்பேத்கர்

ஜனவரி 18, 1943-இல் பூனாவின் கோகலே அரங்கில் தக்காண சபையால் ஏற்பாடு செய்யப்பட்டிருந்த, நீதிபதி மகாதேவ கோவிந்த ரானடேயின் 101-வது பிறந்த ஆண்டு விழாவின் போது 'ரானடே, காந்தி மற்றும் ஜின்னா' என்ற தலைப்பில் ஆற்றிய உரையில் அம்பேத்கர், தனிப்பட்ட தம் பூசல்களைத் தீர்ப்பதற்கான களனாக தேசிய அரசியலை மாற்றிவிட்டமைக்காக காந்தியையும் ஜின்னாவையும் கடுமையாகத் தாக்கினார். நாட்டின் மையமான பிரச்சனை காலாவதியான சமூக அமைப்பே என்று அடையாளங்கண்டு, உடனிகழ்காலத் தலைவர்கள்

தம் தனிப்பட்ட அகந்தைகளுக்குத் துணைபோகும் அரசியல் நோக்கங்களுக்குச் சாதகமாக இதனைப் புறக்கணித்துவிட்டனர் எனக் குற்றஞ்சாட்டினார். 'இந்திய சமூகத்தின் மனசாட்சியை வலுப்படுத்திட விரும்பிய ரானடே, உண்மையான சமூக ஜனநாயகத்தை உருவாக்குவதை நோக்கமாகக் கொண்டிருந்தார்.

'அரசியல் தீவிரவாதிகளாயும் சமூக பழமைவாதிகளாயும் பங்காற்றவேண்டாம்' என தன் எதிரிகளைக் கேட்டுக் கொண்டார். காலனியவாதிகளின் வெளிப்புற மிரட்டலுக்கு எதிராக நிறையச் செய்யப்பட்டிருந்தும், உள்நாட்டில் எழும் விமர்சனங்கள் தொடர்பாக எதுவும் செய்யப்படவில்லை என அய்ம்பது ஆண்டுகால காங்கிரஸ் அரசியலுக்காக வருந்தினார். உள்ளார்ந்த முரண்பாடுகளின் பெருஞ்சுமை முற்றாகப் புறக்கணிக்கப்பட்டு, அவர்களது போராட்டத்தை ஆழமற்றதாக்கியது. 'இச்சுமை பிரித்தானிய அரசாங்கம் உருவாக்கியது எனச்சிலர் வாதிடலாம். தம்மை இதப்படுத்துகின்ற சிந்தனைகளை வற்புறுத்துவதும், பொறுப்பினைப் பிறரிடம் சுமத்துவதும் பொதுவான போக்காய் உள்ளது. இது தப்பித்தலின் உளவியல்; அரசியல் அதிகாரத்தின் வழியில் நின்றது சமூக அமைப்பின் குற்றங்கள் என்பதை மாற்றிட இயலாது' என்றார்.

சமூகத்தின் சமூக-தார்மிக மனசாட்சி அவ்வுரிமைகளை அங்கீகரிக்க மறுதலித்தால், மக்கள் உரிமைகளைப் பாதுகாப்பதும் சுயநிர்வாகத்தை நிறுவுவதும் அர்த்தமற்றது என்றார் அம்பேத்கர். மக்களின் எண்ணத்திற்கு மாறாக, சுயநிர்வாகம் ஓர் அரசாங்க வடிவமாக அல்லாமல், சமூக வடிவமாக உள்ளது. பெருந்திரள் தொடர்பிடம் உள்ள ஒவ்வாமையால் லிபரல் கட்சியின் சரிவால், ரானடேக்குப் பிறகு, தேசியவாதத் தலைவர்களால் புறக்கணிக்கப்பட்ட சமூக சீர்திருத்தம், மோசமாகி, அடிப்படையில் இந்தியச் சமூகம் ஜனநாயகமற்றதாக இருப்பதை உறுதிசெய்திருந்தது, சுய நிர்வாகம் சார்ந்த எம் முயற்சியினையும், அர்த்தமற்றதாக ஆக்கவில்லையெனில், விசித்திரமானதாக்கியது.

உணர்த்தப்படுவது

நிஜவாழ்வில் அம்பேத்கர் குடுவைக்குள் அடங்கமாட்டார். அது பெரிதாக இல்லாதவரை, அப்போதுகூட சங்கரின்

வடிவமைப்பிலுள்ள குறுகிய வாய்வழியாக வளைந்து நெளிந்து வெளியே செல்வது சிரமம். குடுவைக்குள்ளிருந்து அம்பேத்கர் என்ன கூறினாலும் வெளியே கேட்காது; இதனால் இன்னொரு மூடிய குடுவையிலுள்ள காலஞ்சென்ற ரானடே, அம்பேத்கர் கூறுவதைக் கேட்கச் சிரமப்படுகிறார். பெரும்பாலான இக்கேலிச் சித்திரங்கள் அவை வெளியான தினத்தைத் தாண்டிப் பார்ப்பதற்கு எதையும் கொண்டிராதபோதும், நீண்ட நேரம் அவற்றை உற்றுநோக்கியிருந்த நாம், சில சமயங்களில், நீங்கள் நழுவவிட்டால் என்னாவது என இயல்பானதைக் கூறுகிறோம்.

5
ஏகாதிபத்திய ஜனநாயகம்
இந்துஸ்தான் டைம்ஸ், பிப்ரவரி 14, 1943, சங்கர்

இரண்டாம் உலகப்போர், பாம்பேயின் தீவிரமிக்க தொழில்துறை தொழிலாளர்களால் தலைமை தாங்கப்பட்ட, தீவிர அரசியல் போராட்டங்களின் காலமாயும் இருந்தது. 1941-இல் ரஷ்யா மீது ஜெர்மனி படையெடுக்கும் வரை, இந்தியாவின் கம்யூனிஸ்ட் கட்சிகள், 'ஏகாதிபத்திய யுத்தம்' என்று பிரகடனப்படுத்தப் பட்டதைக்கூட ஆதரிக்கவில்லை. பணவீக்கம் தொழிலாளர் நிலையை வெகுவாகப் பாதித்திருக்க, ஆலைத் தொழிலாளரது பொருளாதார நிலையில் இம்மோதல்

காலம் நேரிடைத் தாக்கத்தைக் கொண்டிருந்தது. ஊதிய உயர்வும் ஒழுங்குபடுத்தி உயர்த்தப்பட்ட அகவிலைப்படி உயர்வும்தான் பிரதான கோரிக்கைகள். பாம்பே மில் பகுதியில் உணவுப்பற்றாக்குறையால் 1943-இன் ஆரம்பம் அவ்வப்போதைய வேலை நிறுத்தங்களைக் கொண்டிருந்தது. காலனித்துவ அரசாங்கத்தில் தொழிலாளர் உறுப்பினராக விளங்கிய அம்பேத்கர், அதிகரித்துவந்த அதிருப்தியை எதிர்கொண்டார். தொழிலாளர் போராட்டங்களுக்கான தனது ஆதரவை வெளிக்காட்ட அவர் பல சந்தர்ப்பங்களைப் பயன்படுத்தினார்-ஆனால் பிரித்தானிய அரசில் இருந்ததால், இதனை நிறைவேற்றுவது சிரமமாயிருந்தது.

பிப்ரவரி 13 இந்துஸ்தான் டைம்ஸில், சக தொழிலாளர் தலைவர் ஜம்னாதாஸ் மேத்தா, வழங்கப்பட்ட ஊதியங்களை எதிர்த்து, உயர்த்திய ஊதியங்கள்-அகவிலைப்படிகளைப் பணவீக்கத்திற்கு பொருந்திய வகையில் வழங்கிடும் தீர்மானத்தைக் கொண்டுவந்தது பற்றிய செய்தி காணப்பட்டது. இக்கோரிக்கைகளில் அனுதாபம்கொண்ட அம்பேத்கர், அரசாங்கம் இன்னும் இறுதி முடிவு எடுக்கவில்லையென்று தொழிலாளர்களுக்கு உறுதிப்படுத்தினார். இதனை ஏற்காத மேத்தா, யுத்தத்திற்கு முன்பிருந்தது போன்ற நிலைமைகளிலேயே தொழிலாளர் வாழ்வதாகச் சுட்டிக்காட்டினார். அதனின்றும், வாழ்க்கைச் செலவு 103% ஆகவும் கீழ்மட்ட அரசாங்க ஊழியருக்கு வழங்கப்பட்ட அதிகபட்ச இழப்பீடு 21% ஆகவும் உயர்ந்திருந்தன. மேத்தா கூறியுள்ளவாறு எதிர்காலத்தில் சமமான அகவிலைப்படி வழங்கிடவும் தனித்தனி தொழிற்சங்கங்களைக் கலந்து ஆலோசித்திடவும் இருப்பதாக அம்பேத்கர் வலியுறுத்தினார். இறுதியில் மேத்தாவின் தீர்மானம் 37-க்கு 27 வாக்குகளால் தோற்கடிக்கப்பட்டது.

உணர்த்தப்படுவது

மேத்தா மற்றும் அம்பேத்கர் போன்ற அரசாங்க அலுவலர்கள் தமது பொதுப்படிமம் மற்றும் கபடத்துடன் விளங்குதல் என்பவற்றை வளர்த்திடும் பொருட்டு மோதுகின்றதாக இக்கேலிச்சித்திரம் குற்றம் சாட்டுகிறது. தொழிலாளர் உரிமைக்கான சண்டை குறித்த முக்கிய விபரத்தை சங்கர் வெளிப்படுத்துகிறார்;

இவையெல்லாம் குறியீட்டு வெற்றிகள் சார்ந்தவை. தொழிலாளர் எப்போதும் சுரண்டப்படுவார்கள் என்பதை அப்படியே எடுத்துக்கொள்ளவேண்டும் போல. தார்மிக பீடத்தை வகிப்பதிலுள்ள இன்பத்துடன் எந்த உலகியல் வெற்றியையும் ஒப்பிட இயலாது. அம்பேத்கர் தோற்கடிக்கப்பட்டார்; அனைத்துக் கோரிக்கைகளையும் அரசாங்கம் நிராகரித்தாலும், மேத்தாவின் தீவிரமான தார்மிகத் தன்மையால் உற்சாகமுற்ற தொழிலாளர் லேசான இருதயங்களுடன் உழைக்கச் சென்றனர்.

108 நகைக்கத்தக்கதல்ல

6
பழைய நல்ல நாட்களுக்குத் திரும்புதல்
இந்துஸ்தான் டைம்ஸ், மார்ச் 16, 1943, சங்கர்

BACK TO THE GOOD OLD DAYS

"Our production of books and their collection is in a very primitive stage," says Dr. Ambedkar.

—Copyright.

"நமது புத்தகத் தயாரிப்பும் சேகரிப்பும் புராதன நிலையிலேயே இருக்கிறது" என்கிறார் டாக்டர் அம்பேத்கர்.

மார்ச் 1943-இல் இந்திய அரசாங்க நூலகங்களின் சங்கத்தின் சார்பில், யுத்தகாலத்தில் புத்தகங்கள் என்னும் தலைப்பில் நடந்த ஒரு விவாதத்திற்கு அம்பேத்கர் தலைமை தாங்கினார். இதில் அம்பேத்கர் குறிப்பிட்டதை மார்ச்-15 இந்துஸ்தான் டைம்ஸ் வெளியிட்டது. 'நாகரிகம்-பண்பாடு இரண்டினதும் சாராம்சமான அங்கமாயிருப்பது புத்தகங்களும் நூலகங்களும்,. நாகரிகயுகத்திலிருந்து காட்டுமிராண்டி காலத்தைப் பிரிக்கின்ற ஒரே விஷயம், புத்தகங்களும் நூலகங்களுமே. கெடுவாய்ப்பாக இவ்விஷயத்தில் இந்தியா மிகவும் பின்தங்கிய நாடு, உலகின் முன்னேறிய நாடுகளிடையே இந்தியா பெருமிதமிக்க இடத்தை வகிக்க இயலாது. நமது புத்தகத் தயாரிப்பும் சேகரிப்பும்

புராதன நிலையிலேயே இருக்கிறது.' மேற்கு நாடுகளில் நூலகங்களின் நிர்வாகத்திற்காகச் செலவிடப்படும் தொகை பின்வருமாறு-காங்கிரஸ் நூலகத்தைப் பராமரிக்க அமெரிக்கா 1.5 கோடி ரூபாயும் பிரித்தானிய அருங்காட்சியகத்திற்கு அவ்வரசாங்கம் 24.5 லட்ச ரூபாயும் செலவிடுகின்றன. மாறாக 6 லட்சம் புத்தகங்களைக் கொண்டுள்ள 11 நூலகங்களுக்கு இந்திய அரசாங்கம் செலவிடுவது ரூ. 28,450 தான். யுத்த காலத்தில் புத்தகங்களின் தயாரிப்பு, புத்தகங்களை வழங்குதல், நூலகச் சிக்கனம் என்னும் தலைப்புகளில் கட்டுரைகள் முன்வைக்கப்பட்டன. புதுடெல்லியில் மைய அரசாங்க நூலகம் நிறுவுவதற்கு ஆதரவாக, கூடியிருந்த உறுப்பினர்கள் ஒருமனதாக தீர்மானித்தனர்.

உணர்த்தப்படுவது

வெள்ளையரான லின்லித்குரோ மீண்டும் பிராமணர் ஆகிறார் (பூணூல் இல்லாமலே). மரத்தினடியில் கற்கின்ற பழைய குருகுல முறைக்கு கற்பிதமாகத் திரும்புவதை இக்கேலிச்சித்திரம் சித்தரிக்கிறது; ஆனால் இந்திய ஒழுங்குமுறைச் சட்டத்தை பாதுகாத்தல் (D I R) என்னும் புத்தகத்தைக் கவனியுங்கள்-அதாவது சம்மணமிட்டு உட்கார்ந்திருக்க சிரமப்படும் மாணவர்களுக்கு லின்லித்குரோ ராணுவச் சட்டத்தைக் கற்பித்துக் கொண்டிருக்கிறார். முதல் உலகப் போரையொட்டி 1915-இல் முதலாவதாக இயற்றப்பட்டது இச்சட்டம், இரண்டாம் உலகப் போருக்காக 1939-இல் மீண்டும் இயற்றப்பட்டது. 1975 அவசரச் சட்டம் உள்ளிட்ட, எந்தவொரு அவசரநிலைப் பிரகடனத்திற்கும் அடிப்படையாய் அது அமைகிறது.

இன்றைக்கும் அம்பேத்கரின் கருத்து வருந்தத்தக்க வகையில் செல்லுபடியாகிறது. இந்தியப் புத்தகத் தொழில் குறித்த 2008-ஆம் ஆண்டின் பிரித்தானிய ஆய்வு, இந்தியாவில் புத்தகச் செலவுகளில் தனிநபர் வாரியாக ரூ. 75 (1.2 யூரோ) தான் உள்ளது-இதுவே அமெரிக்காவில் 77 யூரோவாகவும் பிரிட்டனில் 64 யூரோவாகவும் ரஷ்யாவில் 6 யூரோவாகவும் சீனாவில் 2.5 யூரோவாகவும் உள்ளது. (மற்றும் 2018-இன் மனித வளர்ச்சிக் குறியீட்டில் இந்தியா வகிப்பது 130-வது இடம்.)

7
இவையெல்லாம் சொர்க்கமும்கூட

இந்துஸ்தான் டைம்ஸ், மே 11, 1943, சங்கர்

Any sensible man would have cared more for the proposals that related to the future than the proposals that related to the present. —Ambedkar on Cripps proposals.

தற்காலத் தொடர்புடையதைவிடவும் எதிர்காலத் தொடர்புடைய முன்மொழிவுகளிலேயே அறிவுடைய யாரும் மிகுந்த அக்கறை கொண்டிருப்பார். –கிரிப்ஸ் முன்மொழிவுகள் குறித்து அம்பேத்கர்

கிரிப்ஸ் தூதுக்குழுவின் முன்மொழிவுகளை காங்கிரஸ் நிராகரித்ததால் ஏற்பட்ட அரசியல் சிக்கலால் விரக்தியுற்ற அம்பேத்கர், முஸ்லீம் லீக்கின் முகம்மது அலி ஜின்னா உள்ளிட்ட இந்திய அரசியல் தலைவர்களைச் சாடினார். இம்முன்

மொழிவுகளைக் குறிப்பாக எதிர்த்த காந்தி, அம்பேத்கரால் கடுமையாக விமர்சிக்கப்பட்டார். மே10, 1943 டைம்ஸ் ஆஃப் இந்தியாவைப் பொறுத்தவரை, திறம்பட்ட அரசியல் நடத்திடத் தேவையானவற்றையெல்லாம் கேட்ட மாத்திரத்தில் பெற முடிந்ததால், இங்கு பிறந்துள்ள அரசியல்வாதிகளில் மிகவும் நல்வாய்ப்பு பெற்றுள்ளவர் 'மகாத்மா'வே-மற்ற அரசியல் தலைவர்களோ, அவற்றைச் சேகரித்திட தம் பாதி ஆயுளைக் கழிக்க வேண்டியிருக்கிறது. இருப்பினும் கடந்த 25 ஆண்டுகளாக காந்தியின் அரசியல் வாழ்வு தோல்விகளின் வரிசையாகவே இருந்து வந்துள்ளது என்று குறிப்பிட்டார். 'கோகலே/ரானடேயின் தட்டையான அரசியலுடன் ஒப்பிடுகையில், அவரது அரசியல் சந்தேகத்திற்கிடமின்றி மிக பரபரப்பானதாக இருந்தது. ஆனால் ஒன்றுமட்டும் நிச்சயம். கோகலே, ரானடேயின் அரசியலும் முறைகளும், நாட்டைப் பிரிக்கவேண்டியுள்ளதான தற்போதைய கெடுவாய்ப்பான நிலைக்கு இட்டுவந்திருக்காது. திருவாளர் காந்தியின் அரசியல், சுயராஜ்ஜியம் பெற்று, அத்தனியொரு நிலையை விவாதிப்பதற்கு மாறாக, இத்தகைய துன்பியலைத் தந்துள்ளது.'

இந்திய அரசாங்கத்திடமிருந்து ஆதரவு திரட்டவும் பசிபிக் அரங்கில் துருப்புகளைத் திரட்டவும், இரண்டாம் உலகப்போரின் உச்சத்தில் கிரிப்ஸ் முன்மொழிவுகள் வைக்கப்பட்டன. இம்முன் மொழிவுகள் சமிக்ஞை காட்டின- போர்க்காலத்தில் நாட்டின் தற்காப்பு பிரித்தானியக் கட்டுப்பாட்டிலிருக்க, சுதந்திரமளித்திடும் வாக்குறுதியுடன், இந்தியாவுக்கு டொமினியன் அந்தஸ்து அளிப்பதாக. இம்முன்மொழிவுகள் எப்படியிருப்பினும், அரசமைப்புச் சட்டவடிவமைப்பைத் தீர்மானிக்க, ஒரு அரசமைப்புச் சட்டமன்றம் உள்ளிட்ட, காங்கிரஸின் கோரிக்கைகளெல்லாம் 100% அப்படியே ஏற்கப்பட்டன. யுத்தகாலச் சூழலில், இவை பெரிய ஆதாயங்களே என்பது அம்பேத்கரின் பார்வையாயிருந்தது, 15 பேர் ஒருபுறமும் பாதுகாப்பு உறுப்பினர் மறுபுறமிருப்பது, பாதுகாப்பு உறுப்பினருக்கு மிகவும் சமமற்ற சண்டையாக இருந்திருக்கும் என்பதை அரசியல் பயிற்சியாளன்கூட உணர்ந்திருப்பான் (பிரிட்டாஷார் கோரிய பாதுகாப்பு அமைச்சரவை மீதான பிடியைக் குறிப்பது).அது ஒருபுறம் இருக்க, தற்காலம் தொடர்பான முன்மொழிவுகளில் எந்தவொரு அறிவார்த்த மனிதனும் மேலதிக அக்கறை கொண்டிருப்பான். 'எதிர்கால முன்மொழிவுகள்

நாட்டிற்கு முழுமையான அதிகாரத்தை அளித்தால், எந்தவொரு அறிவார்த்த மனிதனும் நிராகரிக்க இயலாது ஏனெனில் உடனடி நிகழ்காலம் தொடர்பான ஒன்று இல்லாதிருந்தது.' சுதந்திரமாகச் செயல்படுவதே விடுதலை பெறுவதற்கான ஒரே வழி.

உணர்த்தப்படுவது

மாபெரும் விளக்கவுரை மரபு சேர்ந்து விடுவதால், இக்கேலிச்சித்திரத்தின் நகைச்சுவைக்கு கனபரிமாணம் தந்துவிடுகிறது. வீழ்ச்சியுற்ற தேவதைகளின் ஆப்ரஹாம் கருத்திழைதான் இந்நகைச்சுவையின் ஆதாரம். மைக்கேலுக்கும் லூஸிபருக்கும் இடையிலான விண்ணகச் சண்டையுடன் அம்பேத்கர் மற்றும் கிரிப்ஸின் எதிரெதிர் உருவங்கள் நேரெதிராக நிறுத்தப்பட்டுள்ளன. இந்திய விடுதலைக்கான போராட்டத்தில் அம்பேத்கரை மனக்குறை உடையவராகச் சித்தரித்து, சாதிக்கு எதிரான போராட்டத்தில் அவரைத் தனிமைப்படுத்தி, அதே சாதியமைப்பை நீட்டித்திட சங்கர் முற்படுகிறாரா? அல்லது வழிபாட்டு படிமத்தைப் பயன்படுத்திடுவதற்கான முகாந்திரத்தை தேடிக் கொண்டிருந்தாரா? 'வழிபாட்டிட'த்திற்கு வெளியே தள்ளிவிடப்படுமாறு அம்பேத்கருக்கு 'நேர்ந்ததா'? இதைச் சொல்வது கடினம்.

8
தாமே விருந்தளிப்போர்

டான், மே 12, 1943, வாசு

DAWN — Wednesday, May 12, 1943

A HOST IN THEMSELVES

Dr. B. R. Ambedkar said that unless both the leaders of the Muslim League and the Congress quitted the stage, any move in Indian Politics from out of the present quagmire was hopeless.

முஸ்லீம் லீக் தலைவரும் காங்கிரஸும் மேடையிலிருந்து வெளியேறாதவரை, இந்திய அரசியலின் தற்போதைய சிக்கலிலிருந்து விடுபடுவதற்கான எந்த நடவடிக்கையும் நம்பிக்கையற்றதே என்றார் டாக்டர் பி.ஆர். அம்பேத்கர்.

சுதந்திர இந்தியாவின் முதல் அமைச்சரவையில் சேர்க்கப்படுவதற்காக அம்பேத்கர் பரிசீலிக்கப்பட்டபோது, ஆகஸ்டு 1946-இல் காந்தி, வல்லபாய் படேலுக்கு எழுதிய கடிதத்தில் எழுதினார்: 'பிரதான பிரச்சனை அம்பேத்கரே. அவருடன் எந்தவொரு புரிந்துகொள்ளலுக்கும் வந்துசேருவதில் அபாயம் உண்டென்று பார்க்கிறேன்-உண்மைக்கும் உண்மையின்மைக்கும் இடையே அல்லது வன்முறைக்கும் வன்முறை அல்லாததற்கும் இடையே தன்னைப் பொறுத்தவரை பேதமில்லை என்று என்னிடம் கூறியுள்ளார் என்பதால். அவர் ஒரேயொரு கொள்கையினையே பின்பற்றுகிறார் அதாவது தன் நோக்கத்தை நிறைவேற்றிட எந்த

வழிவகையினையும் மேற்கொள்வது. கிறித்தவராக, முஸ்லீமாக அல்லது சீக்கியராக மாறி, அப்புறம் தன் வசதிகேற்றபடி மீண்டும் மதமாற்றத்திற்கு உள்ளாகிடும் ஒருவருடன் கலந்துறவாடுகையில் ஒருவர் மிகக் கவனமாயிருக்க வேண்டும். இது தொடர்பாக நான் எழுதிட நிறையவே உள்ளது.' காந்தியும் அம்பேத்கரும் மோதி நின்றதில் ரகசியம் ஏதுமில்லை. தன் பொதுக்கூட்ட உரைகளில் அம்பேத்கரிடத்தே கருணை சார்ந்த முகத்தை வெளிக்காட்டி, தனிப்பட்ட வட்டாரங்களில் அப்பட்டமான பொய்களைப் பரப்பினார். காந்தியுடனான தன் பிரச்சனைகளை முன்வைப்பதில் தடுமாற்றமற்றவரான அம்பேத்கர், ஒரு விமர்சகராயிருந்தார். நைகோவனில் ஒரு கூட்டத்தில் பேசியபோது, மே 19, 1943 அன்று காந்தி, ஜின்னா இருவரையும் கண்டித்தார்.

அதேயாண்டு ஜனவரியில், மாதவ் கோவிந்த் ரானடேவின் 101-வது பிறந்தநாள் ஆண்டு விழாவில் நிகழ்த்திய உரை, ரானடே, காந்தி மற்றும் ஜின்னா என்னும் தலைப்பில் சிறு பிரசுரமாக வெளியிடப்பட்டது. மற்ற இரு தலைவர்களுடன் ஒப்பிடுகையில், ரானடேவின் பணி மேலதிக விளைவும் தாக்கமும் பெற்றிருந்தது என்று அதில் விளக்க முற்பட்டிருந்தார். இரு முக்கிய அம்சங்களை எழுப்பினார்: எந்த வடிவிலும் நாயக வழிபாட்டை நிராகரிக்கும் அவசியம் மற்றும் சாதனை ஒருபோதும் உயர்வின் அளவுகோலாய் இருந்ததில்லை.

'அநீதி, கொடூரம், படாடோபம், போலித்தனத்தை வெறுக்கிறேன், இக்குற்றமுள்ள அனைவரையும் எனது வெறுப்பு தழுவிக் கொள்கிறது. எனது வெறுப்புணர்வுகளை உண்மையாற்றலாகக் கருதுகிறேன் என என் விமர்சகர்களிடம் நான் கொண்டுள்ள நேசத்தின் அனிச்சைச் செயல்களே அவை, அதுகுறித்து நான் அவமானம் அடைவதில்லை.' பூலே மற்றும் ரானடேயின் படைப்புகளிலுள்ள நெருக்கங்களை ஆழமாய் விசாரித்தறிய முடியாது இருப்பதற்காகப் பெரிதும் வருந்துவதாகவும் கூறினார். நைகோவான் கூட்டத்தில் இவ்வம்சங்களை விளக்கினார்; முஸ்லீம் லீக் மற்றும் காங்கிரஸ் தலைவர்கள் (காந்தி) மேடையிலிருந்து வெளியேறினால் ஒழிய இந்திய அரசியலின் தற்போதைய சிக்கலிலிருந்து வெளிவருவதற்கான எந்த முயற்சியும் நம்பிக்கையற்றதே என்றார். இருவரது நிலைப்பாடுகளும் சாத்தியமற்றவையே என்றார்.

உணர்த்தப்படுவது

Grim Reapers மரணத்தின் உருவகம் கலந்துகொண்டுள்ள கூட்டத்தில் அம்பேத்கர் உரைநிகழ்த்துவதாகக்காட்ட முற்படுகிறார் கேலிச்சித்திரக்காரர் வாசு. பரந்துபட்ட மக்களுக்கு விரோதமான கருத்துகளை ஏற்றுக் கொண்டதன் மூலம், தன் கழுத்திலுள்ள சுருக்கினை அம்பேத்கர் இறுக்கிக் கொண்டிருக்கிறார் என்று வாசு சுட்டிக்காட்டுகிறார் போலும். ஒரு வெற்றிடத்தில் இக்கருத்துக்களை தான் முன்வைக்கவில்லை என்பதை மறந்து விடுகிறார். வைஸ்ராய் அமைச்சரவையில் அம்பேத்கர் வெறுமனே தொழிலாளர் உறுப்பினராக மட்டுமல்லாது, தலித்துகளின் பெரிய கூட்டத்தில் பேசி, அவர்களை SCF-இல் சேருமாறு வலியுறுத்துகிறார். அம்பேத்கரின் உண்மைகளிடத்தே ஏற்கனவே உணர்வு நுட்பம் கொண்டிராதவர்கள், எவ்வகையிலும் அவரது உரையைக் கேட்பவர்களாக உத்தேசிக்கப்படவில்லை.

9
உடல் தகுதி சரி, ஆனால்-

இந்துஸ்தான் டைம்ஸ், அக்டோபர் 6, 1943, சங்கர்

"It is my belief that if our people are physically fit and mentally alert there is nothing that can prevent their taking their proper place in the comity of nations." —Sir Jogendra Singh

நம்முடைய மக்கள் உடல்தகுதிபெற்று, மன ரீதியில் துடிப்பாக இருப்பின், நாடுகளின் மரியாதையில் தமக்குரிய இடத்தை வகிப்பதிலிருந்து தடுப்பது எதுவுமிருக்க முடியாது என்பது எனது நம்பிக்கை.
– சர். ஜோகேந்திர சிங்

இந்தியா அப்போது எதிர்கொண்டிருந்த கடுமையான உணவுப் பற்றாக்குறையைக் கண்ட, வைஸ்ராயின் செயற்குழுவில், சுகாதாரத்துறைத் தலைவரான, சர். ஜோகேந்திர சிங், பிரதேச எல்லைகள் தாண்டிய கொள்கையை வலியுறுத்தினார். அக்டோபர் 5, இந்துஸ்தான் டைம்ஸ், டெல்லியில் சுகாதாரத்துறையின் மத்திய ஆலோசனைக் குழுக் கூட்டத்தில் ஆற்றிய உரையை வெளியிட்டது. 'நமது மக்களின் தேவைகளை அனைத்திந்திய

உணவு தயாரிப்பு கொள்கையால் அல்லது இந்தியாவின் பொருளாதார ஒருமைப்பாட்டை நிலைப்பதால் சரிசெய்ய முடியுமா என்று பரிசீலிக்க வேண்டியது நமது அரசியல்வாதிகளுக்கும் பத்திரிகையாளர்களுக்குமான பிரச்சனையாகும். எனினும் இதுவொரு விலகலே. மக்களுக்கெல்லாம் நல்ல சத்தான உணவளிக்கத் தவறும் எந்த சுகாதாரத்திட்டமும் வெல்ல முடியாது.' 1944-ஆம் ஆண்டு முடிவதற்குள், அனைவருக்கும் சத்தான உணவை வழங்கிடும் வேளாண் வளர்ச்சித் திட்டத்தையும், வாழ்தல் நிலைமைகளை மேம்படுத்துவதை நோக்கமாகக்கொண்ட சுகாதார-வீட்டுவசதித் திட்டத்தையும், ஒட்டுமொத்த மக்களுக்கும் அறிவை அளித்திடும் சுகாதார-கல்வி திட்டத்தையும் நாட்டிற்கு அளிப்பதில் நம்பிக்கை கொண்டுள்ளேன். நம் மக்கள் உடல் ரீதியில்-மன ரீதியில் தகுதியுடையவர்களாக இருந்தால், இந்தியாவின் அரசியல்-பொருளாதார நாணயம் பராமரிக்கப்பட்டால் நாடுகளின் மரியாதை பெறுவதில் அவர்களுக்குரிய இடத்தைப் பெறுவதிலிருந்து யாராலும் தடுக்க இயலாது என்பது என் நம்பிக்கை-என்றும் வற்புறுத்தினார்.

இச்சூழலில்தான் சங்கரின் கேலிச்சித்திரம் தீட்டப்பட்டது. ஏகாதிபத்திய அரசாங்கத்தின் அமைச்சரவையாகச் செயல்பட்ட செயற்குழு, ஒத்துழைப்புத்தராத, தேசியவாத இந்தியரின் அதிருப்தி மனப்போக்கையே பெரிதும் சந்தித்தது. அம்பேத்கருக்குள்ள புத்தக நேசம், அவரது அறிவார்த்த தோற்றம் மற்றும் பிற உறுப்பினர்களது பருத்த உடல்வாகு, அரசாங்கத்தின் கைக்கூலிகள் என அவர்களில் பலர் அனுமானித்திருந்த மேற்தட்டுப்பார்வையை காட்டிக் கொடுத்தது.

உணர்த்தப்படுவது

சங்கரின் வாழ்க்கை வரலாற்றாளரான அலாகா சங்கரைப் பொறுத்தவரை, சங்கர் ஒருமுறை சர் ஜோகேந்திர சிங்கைப் பார்க்கச்சென்றார், துண்டுகட்டியபடி சிங் வரவேற்றிருக்கிறார். எனவேதான் சங்கர் வரைந்த கேலிச்சித்திரங்கள் பெரும்பாலானவற்றில் சிங் அதே உடையில் இருந்துள்ளார் (டை இங்கு சேர்ந்து தமாஷை கூடுதலாக்குகிறது). அவரின் மாபெரும் தருணம் கேலிச்சித்திரத்தைப் பாருங்கள். வலது கோடியிலிருப்பவர்

ஒரு குவளையை வைத்து அழுது கொண்டிருக்க, இன்னொருவர், ஷூவைத் தூண்டிலாக வைத்து, கிண்ணத்திலிருந்து மீனை எடுக்க முற்படுகிறார். இடது கோடியிலுள்ள அம்பேத்கர் புத்தகங்களைச் சாப்பிடுகிறார். சங்கர் இங்கே அபத்தத்தின் மேல் அபத்தமாகக் குவித்து, நல்ல படைப்பாக ஆகாமல் செய்து விடுகிறார்.

10
புத்தகத்தின் படி

இந்துஸ்தான் டைம்ஸ், நவம்பர் 28, 1943, சங்கர்

1943-இல் வங்காளத்தை வறுத்தெடுத்த பஞ்சம், லட்சக்கணக்கானவரை கொன்று குவித்து; அரசாங்கத் தரப்பில் எதிர்வினைகளையும் கொள்கைத் திட்டங்களையும் முன்வைக்குமாறு, அமைச்சரவையிலிருந்த இந்திய உறுப்பினர்களுக்கு பணியை முன்வைத்தது. ஜப்பானின் மிரட்டலால் கிழக்கிலிருந்து அரிசி இறக்குமதி நின்றுவிட, ஏகாதிபத்தியக் கட்டுப்பாட்டால் இம்மண்டலத்தில் நீர்வழியிலான உணவு விநியோகம் பாதிக்கப்பட, பிரித்தானிய நிர்வாகத்திற்கு எதிரான கோபம் உச்சத்தில் இருந்தது. வைஸ்ராயின் செயற்குழுவில் தொழிலாளர் உறுப்பினரான அம்பேத்கர், பிரச்சனைகள் எவையென்று தனது அபிப்பிராயத்தை வெளியிட்டார். இது நவம்பர் 27, 1943 இந்துஸ்தான் டைம்ஸில் அறிக்கையாகத் தரப்பட்டது. தற்போதைய வங்கதேசத்தின் முன்ஸிகஞ்ச் பகுதியில், தொழிலாளர் பற்றாக்குறையால் அறுவடை செய்வதில் பெரும் பிரச்சனை நிலவிற்று. இப்பகுதியில் ஏற்கனவே பட்டினிச் சாவுகள் நிகழ்ந்திருந்தன, விவசாயிகள் அதிக எண்ணிக்கையில் இங்கிருந்து குடிபெயர்ந்திருந்தனர். பிரித்தானிய ஒடுக்குமுறையால் அரிசி பற்றாக்குறையில் மக்கள் வருந்தினர். அரசாங்க ஆதரவில்லாமலேயே, உணவு விநியோகம், கஞ்சி வழங்குவது போன்ற சேவைகள் ஆர்வலர்களால் மேற்கொள்ளப்பட்டிருந்தன.

உணர்த்தப்படுவது

தார்மிகக் கோபத்தை விடவும் வேடிக்கையானது எதுவுமில்லை. நிஜமான தமாஸ்களை விடவும் தார்மிகக் கோபம் சரியான மாற்று என்பதை பல நகைச்சுவையாளர்கள் அறிவர். சாதாரண நிலைமைகளில், இங்கே சித்தரிக்கப்பட்டுள்ள எதிர் அறிவார்த்தம், சோம்பேறித்தனமான இலக்கின் தெரிவுக்காகவும் சிந்தனையற்ற தன்மைக்காகவும், ஊதித்தள்ளப்பட்டிருக்கும். ஆனால் பஞ்சத்தின் சூழல் அதற்கு நம்பகத்தன்மையை அளிக்கிறது.

11
கீழே போ!

இந்துஸ்தான் டைம்ஸ், நவம்பர் 30, 1943, சங்கர்

பீகார், வங்காளத்திலுள்ள நிலக்கரிச் சுரங்கங்களில் பெண்கள் வேலை செய்வதற்கான தடையை இந்திய அரசாங்கம் நீங்கியுள்ளது.

இந்திய நிலக்கரிச் சுரங்கங்களை ஒழுங்குபடுத்தும் முயற்சிகள் *1894*-லேயே தொடங்கிவிட்டன; புதிதாய் நிறுவப்பட்ட தொழிலாளர் விசாரணைக்குழு, சுரங்கத் தொழிலாளரது பணி நிலைமைகள் குறித்து *1896*-இல் அறிக்கை அளித்தது. எனினும் இது, பிரதானமாக சுரண்டலான வழிமுறைகளில் உற்பத்தித் திறனை அதிகப்படுத்துவதையே நோக்கமாகக் கொண்டிருந்தது. தொழிலாளரில் சாதிப்பண்பை வளர்த்தெடுப்பதன் தேவையை இவ்வறிக்கை குறிப்பாகப் பேசியது; தொழில் பரம்பரையாக

அமைந்தால் குழந்தை உழைப்பை வரவழைப்பது எளிது. பிற்பாடு, 1919-இல் சர்வதேச உழைப்பாளர் அமைப்பு நிறுவப்பட்டதும், தொழிலாளர் குறைகளை நிவர்த்திசெய்ய குறிப்பான வழிகாட்டு நெறிகள் வகுக்கப்பட்டன. ஆனால் இவை நடைமுறைக்குக் கொண்டுவரப்படவே இல்லை. 1923இல் இந்திய சுரங்கங்கள் சட்டத்தின் வாயிலாக, முதலாவது பெரும் தொழிலாளர் நலத்திட்டம் நடைமுறைக்கு வந்தது. சுரங்கத் தொழிலாளரின் பிள்ளைகளுக்கு பள்ளி வசதிகளுடன், சுரங்க வளாகத்திலேயே முதல் உதவிச் சிகிச்சைகளுக்கு வழிவகை செய்தது; பெண்கள்-சிறுவர் உழைப்புக்குத்தடை விதித்தது. இவ்வளவு பாதுகாப்பு நடவடிக்கைகள் இருந்தும், பெண்களும் சிறுவரும் தவறாமல் வேலைக்கு அமர்த்தப்பட்டனர்-இத்தகு விதிகளிலிருந்து நழுவுவது சுலபமாயிருந்தது-இந்தியப் பொருளாதார அமைப்பின் சுரண்டல்தன்மையதான பண்பின் காரணமாக. 1943-இல் போர்காரணமான அதிக நுகர்வு, சீரற்ற சுரங்கப் பணிகள், தொழிலாளர் பற்றாக்குறைகளால் நிலக்கரிப் பற்றாக்குறை ஏற்பட்டது. (கிழக்கு இந்தியாவில், சுரங்கத் தொழிலாளரில் பெரும்பாலானவர்கள் புலம்பெயர்ந்தவர்களாயிருந்தனர்; உள்ளூர் தொழில்கள் திடமாயிருந்தன; ஒடுக்கும் தன்மையதான சுரங்கத் தொழிலில் ரகசியமாக இணைவோருக்கு கூடுதல் ஊக்கத்தொகை கிடையாது.) மேலும் போரின் போது பிரித்தானிய நடவடிக்கை அதிகரிக்க, ஒப்பீட்டளவில் கவர்ச்சிகரமாயிருந்த பணிவாய்ப்புகள் ஏற்பட்டு, சுரங்கப் பணித்தொழிலாளர்களை ஈர்த்துக்கொள்ளலாயின. அரசாங்க தொழிலாளர் உறுப்பினராக அம்பேத்கர், சுரங்கங்களில் பெண் தொழிலாளர்களுக்கு விதிக்கப்பட்டிருந்த தடையை நீக்கவேண்டியிருந்தது-இது பெரும் சீற்றத்தை ஏற்படுத்தியது.

உணர்த்தப்படுவது

இக்கேலிச்சித்திரத்தில் எழுப்பப்பட்டுள்ள கவலைகள் நியாயப்படுத்தப் படுகின்றன. ஒரு தலைப்பட்சமான அம்பேத்கர் நிலைப்பாடு, பரிகாசம் தோய்ந்த தார்மிக உயர்பீடத்தை நாம் வகிக்கச் செய்வதை அருவருப்பானதாக்குகிறது. இன்றைக்கும், எலிப்பொந்து சுரங்கங்களில் தொழிலாளர் பணியாற்றி, பெயர் தெரியாமல் இறந்து போவதுண்டு; அதிகபட்சம் நாம்

செய்யக்கூடியது, 1894-லிருந்து ஜார்கண்டின் கிரிதிஹ் கிழக்கிந்திய ரயில்வே நிலக்கரிச் சுரங்கத்தில் மேலாளராயிருந்த, வால்டர் சாய்ஸி வார்த்தைகளை நினைவுகூர்வதாயின் '8 வயதுக் குழந்தை வேலை செய்யத் தகுதியானது... சிறுவர்-சிறுமியர் இருவருமே மிக ஆரம்பத்திலேயே வேலைக்குச் சென்று, நிலக்கரியைச் சுமந்து வர பழகிப்போகவேண்டும்... சிறுவர்களுக்கு கற்பிக்க வேண்டுமா என்பது பிரச்சனைக்குரியது... அது அவர்களை இன்னும் பரிதாபத்துக்குரியவர்களாக்கி விடும்... பிற்பாடு அவர்கள் நிலக்கரி தோண்டுபவர்களாய் பணி புரியாமல், வேறு வேலைக்கு முயல்வார்கள்... எழுதப் படிக்கத் தெரிந்தவர்கள் சுரங்கம் தோண்டமாட்டார்கள்; முக்கிய அணுகுமுறையை மேற்கொண்டு, ஒவ்வொருவரிடமிருந்தும் மரியாதையை எதிர்பார்ப்பார்கள்.'

நகைக்கத்தக்கதல்ல

3

1944–1946

1
‘நிலக்கரிப் பற்றாக்குறை’ என்று யார் கூறுகிறார்?

இந்துஸ்தான் டைம்ஸ், பிப்ரவரி 1, 1944, சங்கர்

WHO SAYS ‘COAL SHORTAGE’?

Dr Ambedkar says that the Government of India are doing everything for a greater output of coal. —Copyright.

அதிக அளவில் நிலக்கரி கிடைத்திட இந்திய அரசாங்கம் அனைத்தையும் செய்துகொண்டிருக்கிறது என்கிறார் டாக்டர் அம்பேத்கர்.

சுரங்கத் தொழிலில் பெண்களை மீண்டும் சேர்க்கும் பொருட்டு, அரசாங்கம் செய்துள்ள திருத்தங்களின்படி, தொட்டிகளை நிரப்புவது அவர்களின் பிரதான பணியாக விவரிக்கப்பட்டுள்ளது-இப்படி நிலக்கரியை வெட்டியெடுப்பதிலுள்ள மிகச்சிரமமான வேலை பல ஆண்களிடமிருந்து எடுக்கப்பட்டது. இக்காலகட்டத்தில் சுரங்கத்தொழில் சிரமமானதாயிருந்தது; நிலக்கரியைத் தோண்டியெடுக்க வேண்டும், பின் அதனைச் சுரங்கத்திற்கு வெளியே சுமந்து வந்து தொட்டிகளில் நிரப்பவேண்டும். எவ்வளவு தொட்டிகள் நிரப்பப்பட்டன என்ற அடிப்படையில் கூலி நிர்ணயிக்கப்பட்டது. போர் மூண்டதிலிருந்து நிலக்கரி உற்பத்தித்

திறனில் ஏற்பட்ட சரிவினை, தன் நடவடிக்கைகளுக்கான நியாயமாக அரசாங்கம் கூறியது; 1943-இல் மட்டும் அது 6 மில்லியன் டன்களாகக் குறைந்திருந்தது. அவசர நிலைக்காலம் முடிந்ததும், தடையை மீண்டும் கொண்டுவருவதாக உறுதியளித்தது. சமவேலைக்குச் சம ஊதிய அடிப்படையில், ஆண்களுக்குரிய தொகையை அப்படியே பெண்களுக்கு வழங்கவேண்டும் எனப் பிரகடனங்கள் வெளியிடப்பட்டன.

வேலை நிலைமைகளை அறிந்துகொள்ளும் பொருட்டு, அம்பேத்கர் கான்பூர், கோரக்பூர் தொழிலாளர் முகாம்களுக்குச் சென்றுவந்தார். 'அரசாங்கத்தின் இம்முடிவு பெரும் கெடுவாய்ப்பு என்பதான என் உணர்வினை இந்த அவை புரிந்துகொள்ளக்கூடும். இது எனக்கு மகிழ்ச்சியானது இல்லை. இந்திய அரசாங்கம் நிர்ப்பந்தத்திற்கு உள்ளான சந்தர்ப்ப சூழல்களைப் பரிசீலித்துப் பார்க்கையில், இது எங்களின் தவறாக நான் கருதவில்லை.'

உணர்த்தப்படுவது

பெருமூச்சு.

2
ரகசியம் வெளிப்பட்டது

இந்துஸ்தான் டைம்ஸ், ஏப்ரல் 7, 1944, சங்கர்

சட்டமன்றத்தில் கேள்வியொன்றுக்குப் பதிலளிக்கையில், அம்பேத்கர் கூறினார்: 'இந்திய அரசாங்கம் எம்.என். ராய் மூலம் இந்திய தொழிலாளர் கூட்டமைப்புக்கு ஆண்டுதோறும் ரூ.1,56,000 மானியம் அளித்து வந்தது'

தொழிலாளர் உறுப்பினராக இருந்தபோது, அம்பேத்கர் சிக்கியிருந்த ஊழல்களில் ஒன்று, எம்.என்.ராய்க்கு அரசாங்கத்தால் ஒதுக்கப்பட்ட நிதி தொடர்பானது. அப்போது இந்திய தொழிலாளர் கூட்டமைப்பின் உறுப்பினராக எம்.என்.ராய் ரூ. 13,000 மாதந்தோறும் மானியமாகப் பெற்றுவந்தார். இவ்விஷயம் பாராளுமன்றத்தில் வெளிப்பட்டதும் சிறு பரபரப்புக்குரியதாயிற்று. அரசாங்கத்தின் காங்கிரஸ் எதிர்ப்பு முகவராயிருந்த ராய், ஏகாதிபத்திய எதிரி அம்பேத்கரால் நிதிஉதவி பெற்றார் என்னும்படியான சித்திரம்

எழுந்தது. அருண் ஷோரியின் *Worshipping False Goods* (1997)-இல் இப்பார்வை முனைப்புடன் சித்தரிக்கப்பட்டுள்ளது. மேலும் இந்திய தொழிலாளர் கூட்டமைப்புத் தலைவர் ஜம்னாதாஸ் மேத்தா பணம் அமைப்புக்குத் தரப்பட்டிருந்தது என்பதைத் தெள்ளத் தெளிவாக மறுத்ததும், மேலும் நம்பகத்தன்மை கூடிற்று. வற்புறுத்தப்பட்ட அம்பேத்கர், தொழிற்சாலைத் தொழிலாளரின் உற்சாகம் குறையாதிருக்கும் வகையில் பரப்புரை செய்யும் பொருட்டு, அந்த நிதி வழங்கப்பட்டது என்றார். மேத்தா தொடர்ந்து மறுத்தாலும், பணம் அளிக்கப்பட்டு வந்தது அமைப்புக்குத்தானே தவிர, எந்தவொரு தனிநபருக்குமல்ல என அம்பேத்கர் வற்புறுத்தினார். இவ்வெதிர்வினைகளின் சந்தர்ப்ப சூழல் அவருக்கு சாதகமாயில்லை, தேசியவாதநோக்கிலிருந்து பார்க்கையில், எதிர்மறை வெளிச்சமே தெரிந்தது. பல ஆண்டுகளுக்குப் பிறகு, இவ்விவகாரத்தில் உடனிருந்தவரும் ராயின் தோழருமான நீதிபதி வி.எம்.தார்குண்டே *Asian Age* ஆசிரியருடனான நேர்முகத்தில் என்ன நிகழ்ந்தது என்பதை வெளியிட்டார். ராய், அம்பேத்கர், காங்கிரஸ்காரர்களுக் கிடையிலான மையப் பிரச்சனை ஜெர்மானிய ஃபாஸிஸத்தை நோக்கியது. உலகெங்கிலுமுள்ள ஜனநாயகத்திற்கான இருத்தலியல் ஆபத்தாகப் பார்த்து, சுதந்திரத்தின் மீதான சர்வதேசக் கருத்தொற்றுமையினை ஆதரிப்பதில் நேசநாடுகளுக்குத் துணை நிற்கத் தீர்மானித்தனர் ராய் போன்றவர்கள். நாஜிகளைப் பற்றிக் கவலைப்படாத காங்கிரஸார், சுதந்திரப் போராட்டத்தை துரிதப்படுத்துவதற்கான வழிவகையாக, உறுதியற்ற நிலையைப் பார்த்தனர்.

இப்போது, ஃபாஸிஸ எதிர்ப்பு அமைப்பொன்றை நிறுவ உதவும் பொருட்டு, தம் பணிகளிலிருந்து வெளிவருமாறு ராயினால் கேட்கப்பட்டவர்களுள் ஒருவர் வி.எம். தார்குண்டே-'தீவிர ஜனநாயகக்கட்சி மற்றும் இந்தியத் தொழிலாளர் கூட்டமைப்பின் பகுதியாக அவ்வமைப்பு இயங்கியது. இப்பணியில் 50 பேர் ஈடுபடுத்தப்பட்டனர், இவர்களுக்காக ரூ. 13,000 செலவிடப்பட்டது. முழுநேரப் பணியாளர்களுக்கான காசோலைகள் மாதந்தோறும் ரூ. 75-லிருந்து 150-வரை இருந்தன. பணத்தில் பெரும்பகுதி ஃபாஸிஸ எதிர்ப்பு நூல்கள் வெளியிடவும் பயணச் செலவுகளுக்கும் தரப்பட்டது. 1943 இறுதியில் நான் டெல்லிக்கு மாறும்வரை இது தொடர்ந்தது. பொதுவாக டேராடூனில் தங்கியிருந்த எம். என். ராய்க்கு இதில் எதுவும் அனுப்பப்படவில்லை. தீவிர

ஜனநாயகக் கட்சி மற்றும் இந்திய தொழிலாளர் கூட்டமைப்பின் அனுதாபிகளிடமிருந்து எங்களது பிற செலவினங்களுக்காக நாங்கள் நன்கொடைகள் பெற்றதுண்டு. 50 முழுநேரப் பணியாளரில் பலர் தம் பணிகளிலிருந்து வேலைகளிலிருந்து வெளிவந்து, எங்களால் தரமுடிந்த அற்பத்தொகைக்காக, தியாகம் செய்தனர். போர்காலத்தில் அவர்கள் செய்த தியாகத்தால் இன்னும் நெகிழ்ச்சி அடைந்துவிடுகிறேன்.' என்று விளக்குகிறார் தார்குண்டே. மாதந்தோறும் வழங்கப்பட்ட 13,000 எங்கே, எப்படிப் பயன்படுத்தப்பட்டது என்பதை ஜம்னாதாஸ் மேத்தா நன்கறிவார்: 'அப்போது நான் எங்களது டெல்லி அலுவலகத்தில் பணியாற்றிக் கொண்டிருந்தேன். திரு. ஜம்னாதாஸ் மேத்தா கையெழுத்திட்ட கடிதம் ஒன்றைப் பார்த்தேன், அதில் மாதந்தோறும் அளிக்கப்பட்டு வந்த இத்தொகை குறித்து ஆரம்பத்திலிருந்தே தனக்குத் தெரியும் என்றும் அதனை அங்கீகரித்ததாகவும் அதில் குறிப்பிட்டுள்ளார். அக்கடித நகலை vanguard-இல் வெளியிட்டுள்ளேன், அது எனது நண்பர் அமரர் ராம் சிங்கினால் தொகுக்கப்பட்டுள்ளது. இதன் பிரதியை டாக்டர் அம்பேத்கர் கோரியதால் அவருக்கு அனுப்பினேன். தன் கையொப்பத்தை மேத்தா ஒருபோதும் மறுத்ததில்லை.'

உணர்த்தப்படுவது

கடந்த காலத்தில் ஊழலில் சிக்கிய இரு தலித் அரசியல்வாதிகளான மாயாவதி, பங்காரு லட்சுமணன் மீதான தாக்குதல்கள் ஒருவரது நினைவுக்கு வரும். டாடா, பிர்லாவுடன் காந்தி விருந்துண்ணுகையில் (அல்லது 1940-இல் அவரது 'அன்பான நண்பர்' அடால்ஃப் ஹிட்லருக்கு கடிதம் எழுதும்போது)- தாராள இமை அடித்துக் கொள்ளாமல், தலித்தின் விஷமமின்றி, எவ்வளவு ஆதாரமற்றதாயினும், பெரும் சிக்கலை எழுப்புகிறது. பொறுப்பற்ற தன்மை என்பது சவர்ணரின் உரிமை என்று தோன்றுகிறது.

3

அவரின் மாபெரும் தருணம்

இந்துஸ்தான் டைம்ஸ், ஜூலை 21, 1944, சங்கர்

A meeting of the Viceroy's Executive Council was held on July 19 under the presidentship of Dr Ambedkar.

ஜூலை 19 அன்று டாக்டர் அம்பேத்கர் தலைமையில் வைஸ்ராயின் செயற்குழு கூட்டம் நடந்தது.

1944-இன் ஆரம்பத்தில் வெள்ளையனே வெளியேறு இயக்கம் முழுவீச்சில் நடந்து கொண்டிருந்தது. பல முக்கியமான காங்கிரஸ் தலைவர்கள் சிறையில் இருந்தனர். பிரித்தானிய அலுவலர்கள் மற்றும் முஸ்லீம் லீக்குடனான காங்கிரஸின் பேச்சுவார்த்தைகள் தோல்வியில் முடிந்தன. மே 5-இல் சிறையிலிருந்து விடுதலையான பிறகு, ஜின்னாவுடனான பேச்சுவார்த்தைக்கு இசைந்து, சி. ராஜகோபாலாச்சாரி தருவதாகக் கூறியிருந்த பரிந்துரைகளை வழங்க முன்வந்தார். அவை: *1)* வடமேற்கு-வடகிழக்கு இந்தியாவில் முஸ்லீம் பெரும்பான்மையுடன் அடுத்துள்ள பகுதிகளை ஒரு குழுமூலம் பிரித்தல்; *2)* பாகிஸ்தான்

உருவாக்கத்திற்கு ஆதரவாளராயுள்ளனரா என்று தீர்மானிக்கும் பொருட்டு, இப்பகுதியுள்ள குடிமக்களனைவரிடமும் வாக்கெடுப்பு நடத்துதல்; 3) வாக்கெடுப்பு தனியொரு அரசினை உருவாக்கச் சாதகமாயிருந்தால், பொதுவான பாதுகாப்பு மற்றும் செய்தித் தொடர்புகளை நிறுவும் வகையில் பரஸ்பர உடன்பாட்டுக்கு வருதல். 4) பிரிட்டனிடமிருந்து அதிகார மாற்றம் முழுமையானதும், ஒட்டுமொத்த திட்டத்தையும் நிறைவேற்றுதல். இத்தகு திட்டத்தை ஜின்னா எதிர்த்தார். ஆறுபகுதிகள் (அஸ்ஸாம், வங்காளம், வடமேற்கு எல்லைப் பிரதேசம், சிந்து, பலுசிஸ்தான் மற்றும் பஞ்சாப்) அப்படியே வேண்டும் என்றார். பொதுப்பாதுகாப்பு-செய்தித் தொடர்பை நிறுவுதல் தேவையற்றதாயிருந்தது; முஸ்லீம்களும் முஸ்லீம் அல்லாதவர்களும் வாக்கெடுப்பில் பொதுவாகப் பங்கேற்பது, சுயநிர்ணயக் கோரிக்கைக்கு நேர் எதிரானதாகக் கருதப்பட்டது. மேலும் இந்தியா சுதந்திரமடையும் வரை இவ்விஷயத்தைத் தள்ளிப் போடுவதற்கு அவர் இசைவு தரவில்லை.

1941-இல் அம்பேத்கர் இருதேச கோட்பாடு ஈடேறினால் என்பது குறித்த ஒரு பட்டியலை Thoughts on pakistan என்னும் தலைப்பில் தயாரித்தார். (முக்கியமான திருத்தங்களுடனும் சேர்க்கைகளுடனும் 1946-இல் Pakistan or the partition of India என்னும் தலைப்பில் மறுபிரசுரமானது). இதில், சிறுபான்மையினர் நலன் என்னும் தனது ஆயுட்கால அக்கறையால், முஸ்லீம்களின் சுய நிர்ணய உரிமைக்கு தன் இசைவை அளித்தார். எனினும், தர்க்கரீதியிலான கேள்விகளால் தாக்குதலுக்குள்ளானார்: முஸ்லீம்களின் நலன்களை பிரதிநிதித்துவப்படுத்துவதாக முஸ்லீம் லீக் கூறிக்கொள்ள முடியுமா மற்றும் கட்சியின் போக்கை பின்பற்றாதவரிடத்தே அவர்தம் நிலை என்ன. இச்சுதந்திரத்தின் விவரணங்கள் அர்த்தப்படுத்துவது என்ன என்பது குறித்து ஏராளமான கேள்விகளை எழுப்பினார்; சமுதாய இசைவின்மையை ஏற்படுத்தாமல், இப்பிரச்சனையைத் தீர்க்கும் பொருட்டு அவசர கோலத்தில் இக்கேள்விகளைக் கேட்குமாறு இருதரப்புத்தலைவர்களையும் கேட்டுக்கொண்டது. இக்கேள்விகளைத் தவிர்ப்பதற்காகவும் சிலவேளைகளில் இத்தகு பிரச்சனைகள் குறித்த வெளிப்படையான விவாதத்தைத் தடுத்ததற்காகவும், அவர் காந்தியிடம் மிக விமர்சனபூர்வமாயிருந்தார். 1946-ஆம் ஆண்டுப் பதிப்பில், பாகிஸ்தான் லட்சியத்தின் பொருட்டு, மற்ற சிறுபான்மைச்

சமுதாயங்களின் பிரச்சனைகளைக் கைவிட்டமையால், ஜின்னாவிடம் மிகவும் விமர்சனத்தன்மை கொண்டிருந்தார்.

உணர்த்தப்படுவது

விவரிப்பின் விசித்திரக் கவர்ச்சியைக் கண்டு ஒருவர் நகைக்கின்றார். தம் தீர்மானங்களுடன் துரிதமாயும் கட்டின்றியும் விளையாடும் தலைவர்களைச் சித்தரிப்பதில் மற்றும் மற்றவற்றுடன் உடந்தையாயிருப்பதைச் சித்தரிப்பதால் கேலிச்சித்திரக்காரர் மகிழ்ச்சியாயிருக்க, அவர்கள் மீது இருத்தப்பட்டுள்ள பொறுப்புகளின் கனபரிமாணத்தை நாமறிவோம். 1947 படுகொலையைப் பற்றிச் சிந்திக்கையில், அம்பேத்கரின் சிக்கலான நிலை நியாயப்படுத்தப்பட்டதை நாம் இப்போது அறிந்துகொள்கிறோம். கவலைப்பட வேண்டாம். எதிர்காலத்தால் பாதிப்புறாதவாறு, தனது எதிர்ப்புரட்சிகர கிறுக்கலைத் தீட்டுகையில், கேலிச்சித்திரக்காரர் தனது பாதுகாப்பான வெளியில் இருந்து கொள்ளட்டும்.

4
முக்கிய நாள்?

டான், ஆகஸ்டு 16, 1944, வாசு

D—DAY?

The Gandhi-Jinnah talks start on August 19.

காந்தி–ஜின்னா பேச்சுவார்த்தைகள் ஆகஸ்டு 19–இல் தொடங்குகின்றன

வெள்ளையனே வெளியேறு இயக்கத்தின் போது கைதான காந்தி, சிறையிலிருந்து வெளிவந்ததும், ஜின்னாவுடன் பேச்சுவார்த்தை நடத்துவதற்கான தன் விருப்பத்தை வெளியிட்டார். கடந்த காலத்தில் காங்கிரஸ் இதனை மறுதலித்தது. காங்கிரஸ் யதார்த்தத்தைக் கண்ணுற்று பாகிஸ்தான் கொள்கையை ஏற்றுக் கொள்ளவேண்டும் என்று வற்புறுத்திய இரு தலைவர்களாக, அம்பேத்கரும் ராஜகோபாலாச்சாரியும் இருந்தனர். மெட்ராஸ் ஆளுனரான ராஜகோபாலாச்சாரியார், தனது மாநிலத்தில் ஜப்பானியக் குண்டுவீச்சைப் பார்த்து, இந்திய மக்களைப் பாதுகாப்பதில் பிரித்தானிய அதிகாரிகள் தயங்கியதைக் கவனித்தார். இது அவரை, முஸ்லீம் லீக்குடன் தனது கட்சி பேச்சுவார்த்தை நடத்தி, யுத்த முயற்சிகளில் தம் ஆற்றல்களைக்

குவிமையம் செய்யும் வகையில், பிரச்சனையைக் கூட்டாகத் தீர்த்துக் கொள்ளவேண்டும் எனத் தூண்டிவிடச் செய்தது. இம்முன்மொழிவுகளால் காங்கிரஸார் பலர் திடுக்கிடவே, காந்தியின் பரிந்துரைப்படி, காங்கிரஸிலிருந்து விலகினார். வெள்ளையனே வெளியேறு இயக்க நடவடிக்கைகளிலிருந்து வெளிவந்த அவர், இருதரப்புகளுக்குமிடையே இணக்கமான முடிவை எட்டிட, ஒரு சூத்திரத்தை உருவாக்கினார். இதுவே 1944-இல் காந்தி-ஜின்னா பேச்சுவார்த்தைகளுக்கான அடிப்படையாயிருந்தது. இந்நேர்மறை காலடி எடுத்துவைப்பில் அம்பேத்கர் மகிழ்ந்தாலும், தாமதங்களுக்காக வருந்தினார். இச்சந்தர்ப்பத்தை வீணாக்க விரும்பாமல், காந்தியின் படபடப்புகள் அவரது கட்சியினரைக் குழப்பத்தில் ஆழ்த்தியுள்ளன என்றார்; முன்னதாக எந்த வடிவிலான இரு தேசக் கொள்கைக்கும் திடமாக எதிர்த்து நின்றார். ஆனால், இப்போது, காந்தி இந்நிலையை மறுதலிப்பது, முன்னோடிக் காங்கிரஸ் தலைவர் பலரை தர்மசங்கட நிலையில் நிறுத்திற்று. இவ்விஷயம் குறித்த செல்வாக்குமிக்க நூல்களில் ஒன்றினை அம்பேத்கரே எழுதியுள்ளார்-அதனைத் தம் வாதங்களின் போது ஜின்னாவும் காங்கிரஸும் பயன்படுத்தினர். இறுதியில் ஜின்னாவுக்கும் காந்திக்குமிடையிலான 1944 பேச்சுவார்த்தை தோல்வியில் முடிந்தது.

உணர்த்தப்படுவது

ராஜாஜியும் அம்பேத்கரும் சந்தர்ப்பவாதிகளாயிருக்க, காந்தியும் ஜின்னாவும் முக்கிய விஷயங்களை விவாதிக்கின்றனர். கூடுதலாக சம்பாதிக்கும் பொருட்டு, அரசாங்கங்களுக்கு வெளியே காத்திருக்கும், கூவி விற்பவர்களாக, பரதேசிகளாக சித்தரிக்கப்பட்டுள்ளனர். இக்கேலிச் சித்திரத்தில் வெறுப்பின் எந்த அடுக்கு மிகவும் பிரச்சனைக்குரியது என்று தீர்மானிப்பது சிரமம். அம்பேத்கர் திரும்பவும் கலையினால் குள்ளமாக்கப்பட்டு நிற்கிறார்.

5
டாக்டர் அம்பேத்கரின் தருமசங்கடம்
இந்துஸ்தான் டைம்ஸ், ஏப்ரல் 1, 1945, சங்கர்

போர்க்காலத்தில் அவசரகால நடவடிக்கையாக பெண்களை மீண்டும் சேர்த்திட, இந்தியச் சுரங்கங்கள் சட்டம் திருத்தப்பட்ட பிறகு, கணிசமான மாற்றங்களை மேற்கொள்ள வேண்டியிருந்தது. ஏப்ரல் 11, 1945-இல் இறுதிப் பரிசீலனைக்காக சுரங்கங்கள் பேறுகால நலன்கள் (திருத்தம்) மசோதாவை அம்பேத்கர்

முன்வைத்தார்; இதற்கு முன் பாராளுமன்றத்தில் விவாதிக்கப்பட்டு வந்திருந்தது. பாராளுமன்றத்திற்கு உள்ளேயும் வெளியேயும் முந்தைய திருத்தத்திற்கு பெறப்பட்டுள்ள விமர்சனத்திற்கு தற்காலிக எதிர்வினையாக இம்மசோதா முன்வைக்கப்படுவதாக அம்பேத்கர் கூறியது, ஏப்ரல்1, 1945 இந்துஸ்தான் டைம்ஸில் செய்தியாக வெளிவந்தது. சுரங்கங்களுக்குள்ளே பெண்களை வேலைக்கமர்த்துவது மீதான தடை சீக்கிரமே மீண்டும் விதிக்கப்படும் என்று நம்பிக்கையையும் வெளியிட்டார். புதிய மசோதா பின்வரும் ஆலோசனைகளைக் கொண்டிருந்தது.

1. முழுமையான தடைக்காலம் (26 வாரங்கள்) மற்றும் பகுதியளவிலான தடைக்காலம் (10 வாரங்கள்) என கருவுற்றபிறகு 36 வாரங்கள் தடைக்காலம் இருக்கும்.

2. வாரம் ஆறு ரூபாய் வீதம் 6 வாரங்களுக்கு பேறுகால நன்மைகள்.

3. இந்த நன்மைகள் பெறும் காலம் அதிகாரபூர்வ விடுப்பாகக் கருதப்படும்-பெண் சுரங்கத் தொழிலாளரை வேலையிலிருந்து முதலாளியால் நீக்க முடியாது.

4. தேவைப்பட்டால் பெண் மருத்துவரால் மருத்துவப் பரிசோதனை மேற்கொள்ளப்பட வேண்டும்.

5. கருவுற்று நான்கு வாரங்கள் முடிந்ததும், பேறுகால நலன்களைப் பெறுவதுடன், சுரங்க மேற்பரப்பில் எந்தவொரு வேலையையும் மேற்கொள்ள பெண் தொழிலாளி அனுமதிக்கப்படுவார்.

முன்னர் ஜூலை 1928-இல் பாம்பே சட்ட மேலவை உறுப்பினரான அம்பேத்கர், பணியாளரின் இழப்பீட்டுச் சட்டத்தின் வரம்புக்குள் இவ்விஷயம் வருகின்றதா என விவாதிக்கப்பட்டபோது, இதுபோலவே பெண் தொழிலாளர்களுக்கு பேறுகால நன்மைகள் விதியை ஆதரித்துப் பேசினார். இந்நலன்கள் இச்சட்டத்தின் கீழ் வராது போனால், இச்சட்டம் அமையப் பெற்றுள்ள அடித்தளம் தவறானது என அறிவிக்கப்பட நேரும் என்று வாதிட்டார். தொழிலாளர் உரிமைக்கான போராட்டம் நியாயம் மற்றும் நேர்மை கொள்கை அடிப்படையில் அமைந்தது என்ற காரணத்தால், பெண் தொழிலாளருக்கு செய்யப்படவேண்டிய பேறுகால நலன்கள் அவசியமான விதியாகும். இந்நலன்களை

அரசாங்கத்துறையில் மட்டும் நடைமுறைப் படுத்த முடியும், தனியார் தொழில்களில் நடைமுறைப் படுத்துவது சிரமம் என்பதையும் ஒத்துக்கொண்டார். இத்தகைய சட்டங்களை நடைமுறைப்படுத்துவது, சில தொழில்களில் பெண்களை வேலைக்கு அமர்த்தாத நிலைக்கு இட்டுச் செல்லக்கூடும். இருப்பினும், இக்கோரிக்கைகளின் நியாயங்களுக்கு அழுத்தமளித்த அவர், பேறுகாலத்திற்கு முன்னரும் பின்னரும் பெண்களை வேலைக்கு அமர்த்துவதிலுள்ள அபாயம் அதிகம் உள்ள துறைகளிலாவது அவற்றை நடைமுறைப்படுத்துமாறு வற்புறுத்தினார்.

உணர்த்தப்படுவது

ஒரு பெண்ணின் சாதியாலும் வர்க்கத்தாலும் ஏற்படும் பாதகத்தால், அவள் பணிபுரியுமாறு கட்டாயப்படுத்தப்பட முடியாத இடம் எத்தகைய ஆனந்தமானது என சங்கர் கற்பிதம் செய்கிறார். அரசாங்கக் கட்டுப்பாடுகளை முழுமையாக ஒதுக்கித் தள்ளும், மலினமான தொழிலாளரை அமர்த்திக் கொள்ளாத கனவுச் சமுதாயமாயிருக்கும். பணிசெய்யும் பெண்கள் எதிர்கொள்ளும் பிரச்சனைகளின் நிஜத்திலிருந்து விடுபட்டு, அங்கே அமர்ந்திருப்பது இதமானது; வேலை செய்யாமல் சுதந்திரமாயிருக்குமாறு அவர்களைக் கட்டுப்படுத்துவது இதமானது. 'பெண்கள் என்ன விரும்புகின்றனர்? ஆண்களாகிய நாங்கள் அவர்களுக்குச் சொல்வோம்' என்று இக்கேலிச்சித்திரம் கூறுவதுபோல் தோன்றுகிறது.

6
குருதி சிந்தும் அரசியல்

இந்துஸ்தான் டைம்ஸ், ஏப்ரல் 1, 1946, சங்கர்

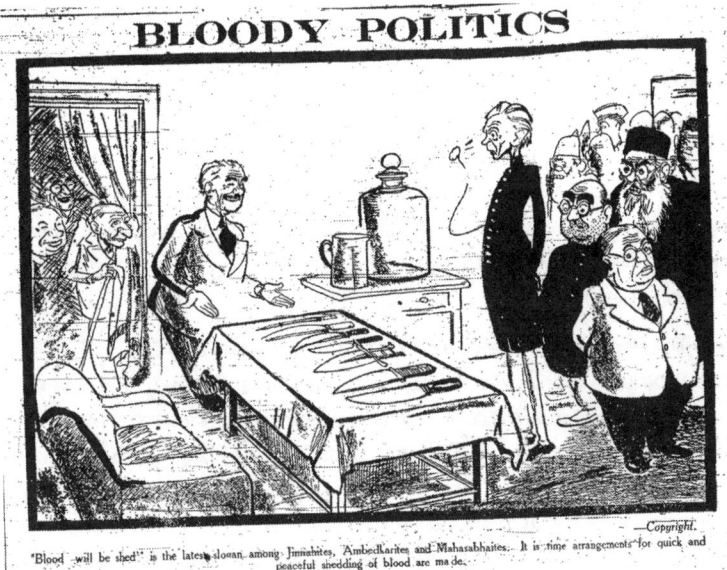

ஜின்னாவாதிகள், அம்பேத்கரியர்கள், மகாசபைக்காரர்களிடையே 'குருதி சிந்தப்படும்' என்பதே சமீபத்தைய முழக்கமாக உள்ளது. துரிதமாயும் அமைதியாவும் குருதி சிந்துவதற்கு ஏற்பாடுகள் செய்ய இதுதான் நேரம்.

காங்கிரஸ் மேலாதிக்கத்திற்கு எதிராக அம்பேத்கரும் ஜின்னாவும் இயங்கியபோது, சிறுபான்மையினரின் நலன்களை முன்னெடுப்பதில் சகாக்களாக நடந்துகொண்டனர். எனினும், 1942-இல் கிரிப்ஸ் மிஷன் தோற்றபோது, அவர்களது உறவில் விரிசல் ஏற்பட்டு, சுருங்கிவரும் அரசியல் களத்தில் அம்பேத்கர் தடுமாறுமாறு விடப்பட்டார். பாகிஸ்தான் உருவாக்கம், சகாக்கள் யாருமின்றி, காங்கிரஸ் ஆட்சியின் நுகத்தடியின் கீழ் அம்பேத்கர் விடப்படுவார் என்பதைக் குறித்தது. இவ்வகையில், இருதேசக் கொள்கையை மறுபரிசீலனை செய்யுமாறு

ஜின்னாவிடம் வாதிட முயன்றார். தனி நாட்டுக்குப் பதிலாக இஸ்லாமியருக்கு 50% பிரதிநிதித்துவம் வேண்டும் என்னும் ஜின்னாவின் கோரிக்கையாலும் சஞ்சலப்பட்டார். இது இதர சிறுபான்மையினரை, குறிப்பாக ஒடுக்கப்பட்ட வர்க்கத்தினரை பயங்கரமாகக் காட்டிக் கொடுப்பதாகும். இப்பேச்சுவார்த்தைகளின் தோல்வி, சுதந்திரம் வரவிருப்பது என்பவற்றால் பிரித்தானியர் தம் அணுகுமுறையை மாற்றிவிட்டனர்; தமது வழமையான சிறுபான்மையினர் ஆதரவிலிருந்து, பெரிய கட்சிகளுடன்-காங்கிரஸ் மற்றும் முஸ்லீம் லீக்குடன்-உடன்பாடு செய்து துரிதமாக அதிகார மாற்றப் பிரச்சனையைத் தீர்த்துக் கொள்வதை நோக்கி, செயல்படலாயினர். இங்குள்ள கேலிச்சித்திரம், பெதிக் லாரன்ஸ் பிரபு, சர் ஸ்டாஃபோர்ட் கிரிப்ஸ், ஏ.வி. அலெக்ஸாண்டர் ஆகியோரைக் கொண்ட அமைச்சரவை குழுவின் வருகையை சித்தரிக்கிறது.

கத்திகளின் வரிசையை காட்சிக்கு வைப்பவர், இந்திய வைஸ்ராய் வேவெல் பிரபு-அமைச்சரவைக் குழுவில் நேரடி ஈடுபாடு இல்லாதவர். அம்பேத்கர், ஜின்னா, மூஞ்சே, லியாகத் அலிகான் ஆகியோர் வலப்பக்கத்தில். அமைச்சரவை குழுவின் நடவடிக்கைகளின் முழுவதிலும் அம்பேத்கர் கலந்தாலோசிக்கப்படவில்லை. ஒடுக்கப்பட்ட வர்க்கத்தினருக்கான பாதுகாவல்கள் தொடர்பாக எந்த விவாதமும் நிகழவில்லை. அம்பேத்கர் இதனை பெரும் காட்டிக் கொடுத்தலாகக் கருதினார்; அவரது எதிர்ப்புகள் செவிட்டுக் காதுகளில் விழுந்தன. வரப்போகும் விவாதங்களில் தான் ஓரங்கட்டப்பட்டு விடுவோம் மற்றும் ஒடுக்கப்பட்ட வர்க்கங்களின் நலன்கள் விவாதிக்கப்படுவது அரிது என்று உணர்ந்துகொண்ட அவர், தனித்தொகுதி லட்சியத்தை மீண்டும் வற்புறுத்த, பல சத்தியாக்கிரகங்கள் நடந்தன.

உணர்த்தப்படுவது

கசப்பான முரண்நகையே எஞ்சியிருக்கிறது. அமைச்சரவைக் குழுவை எதிர்பார்த்து, பிரிட்டிஷார் ஊதாரிப்பிள்ளைகளையும் சிறுபான்மையினரையும் திரட்டிடும் கடப்பாடுடையவர் என அனுமானித்து, இவ்வகையில், உண்மையான தலைமையான காங்கிரஸுக்கு சிறிய பாவ அறிக்கையிடலைத் தந்திடும்,

பெரும்பான்மை எடுத்துரைப்பை உருவாக்கிட சங்கர் முற்படுகிறார். அதீத வலதுசாரியினரான மகாசபைக்காரர்களுடன் ஜின்னாவாதிகளும் அம்பேத்கரியர்களும் சரிந்து போவதையும் கவனியுங்கள். இங்குள்ள ஒரே தமாஸ், கேலிச்சித்திரக்காரரது தவறின் கனபரிமாணமே. மூன்று மேகி[6]களும் ஏரோதான (*Herod*) காங்கிரஸை ஆறுதல்படுத்துவதிலேயே ஆர்வங்கொண்டிருந்தனர்.

7

ஆலய நுழைவு–எமது பிறப்புரிமை

இந்துஸ்தான் டைம்ஸ், ஜூன் 1, 1946, சங்கர்

A pledge that the Conservative party would do its utmost to protect the future of 60 million untouchables "whose melancholy depression by their co-religionists constitutes one of the greatest features in the Indian problem" is contained in a cable sent by Mr Churchill to Dr. Ambedkar.

60 மில்லியன் தீண்டத்தகாதோரின் எதிர்காலத்தைப் பாதுகாக்க, கன்சர்வேடிவ் கட்சி தன்னால் முடிந்ததைச் செய்யும் என்னும் வாக்குறுதி – 'சக மதத்தினரால் ஏற்பட்ட சோகம் கவிந்த அவர்தம் இன்னல், இந்தியப் பிரச்சனையில் மாபெரும் விஷயங்களில் ஒன்றினைக் கட்டமைக்கிறது' – அம்பேத்கருக்கு சர்ச்சில் அனுப்பிய தந்தியில் உள்ளது.

பெரும்பான்மையினரின் பேராசைகளுக்குச் சாதகமாக ஒடுக்கப்பட்ட வர்க்கங்களின் நலன்கள் தூக்கி எறியப்பட்ட பிறகு, இந்தியாவில் சமத்துவத்திற்காக தலித்துகள் நிகழ்த்தும் போராட்டத்திற்கு சர்வதேச முக்கியத்துவத்தைக் கொண்டுவர அம்பேத்கர் முற்பட்டார். அவர் தொடர்புகொண்ட பலரில், ஆஃப்ரோ அமெரிக்கரின் முன்னேற்றத்தில் பல காலடிகள் எடுத்துவைத்திருந்த, அமெரிக்க மக்கள் உரிமைச் செயல்பாட்டாளர், *W.E.B. DU BOIS*

ஒருவர். அய்க்கிய நாடுகள் சபையில் து போய்ஸின் அமைப்பு அளித்திருந்த மனுவின் நகல் கோரி, ஜூலை 1946-இல், அவருக்கு அம்பேத்கர் எழுதினார். அம்பேத்கரின் முயற்சிகளை அங்கீகரித்த து போய்ஸ், அய்க்கிய நாடுகள் சபையில் சமர்ப்பித்ததும், மனுவின் நகல் அனுப்பப்படும் எனப்பதில் அளித்தார். அதனை அடுத்து 1946 மற்றும் 47-இல் ஆதரவு திரட்டி, வின்ஸ்டன் சர்ச்சிலையும் புதிதாய் அமைக்கப்பட்ட அய்க்கிய நாடுகள் சபையையும் நாடினார். இந்தியச் சிறுபான்மையினரை சேரிகளில் ஒதுக்கி வைப்பதற்காக, தென் ஆப்பிரிக்கப் பிரதமர் ஜேன் ஸ்மட்ஸை இந்தியா தாக்குவதிலுள்ள போலித்தனத்தை அய்க்கிய நாடுகள் சபையில் அம்பேத்கர் அம்பலப்படுத்தினார். அம்பேத்கர் வாதத்தை எடுத்துக்கொண்ட ஜேன் ஸ்மட்ஸ் இந்திய விமர்சனத்திற்கு எதிராகத் தன்னைத் தற்காத்துக் கொண்டார். இந்தியத் தலைவர்களுடனான தம் பேச்சுவார்த்தைகளில் இவ்வாதம் சிக்கலை ஏற்படுத்தும் என்று பயந்த பிரித்தானியர், ஒடுக்கப்பட்ட வர்க்கங்கள் மீதான தம்நிலைப்பாட்டை மாற்றிக் கொண்டனர். தீண்டாமை என்பது மதப்பிரச்சனையே தவிர அரசியல் பிரச்சனை அல்ல என்று இப்போது கூறினர்; அது சட்ட ரீதியில் அனுமதிக்கப்படவில்லை என்றனர். இவ்வறிக்கை சி. ராஜகோபாலாச்சாரியால் தயாரிக்கப்பட்டது. பிறகு, அமைச்சரவை குழுவில் அதிருப்தி கொண்டிருந்த சர்ச்சிலை அம்பேத்கர் சந்தித்தார். சீக்கிரமே இந்தியாவுக்கு சுதந்திரம் அளிப்பதை சர்ச்சில் எதிர்த்தார் - பிரதான அரசியல் கட்சிகளிடையே ஒப்பந்தம் ஏற்படுத்தல், குறுநில மன்னர் அரசுகளின் எதிர்காலத்தை முடிவுசெய்தல், சிறுபான்மைச் சமுதாயங்களுக்கு அனைத்துப் பாதுகாவல்களையும் ஏற்படுத்தல் போன்றவையெல்லாம் செய்யப்பட்ட பிறகு சுதந்திரம் அளிக்கப்பட வேண்டும் என அவர் எண்ணியிருந்ததாகத் தெரிந்தது.

1946-ஆம் ஆண்டு சர்ச்சிலுக்கும் அம்பேத்கருக்கும் இடையே கடிதங்கள் குவிந்த காலமாகும். அமைச்சரவைக் குழுவின் முன்மொழிவுகள், 60 மில்லியன் தீண்டத்தகாதோரின் லட்சியத்தைக் காட்டிக் கொடுப்பதாயிருந்தது. 'அரசமைப்பு அவையில் பிரதிநிதித்துவம் இல்லாமல், ஆலோசனைக் குழுவில் பிரதிநிதித்துவம் இல்லாமல், உடன்படிக்கையின் பாதுகாப்பு இல்லாமல் இருப்பது தீண்டத்தகாதோரை கை கால்களைப் பிணைத்து அப்படியே ஒப்படைப்பதாகும்.' சர்ச்சில் அளித்த பதில்: '60 மில்லியன் தீண்டத்தகாதோரின் எதிர்காலத்தைப் பாதுகாக்க கன்சர்வேடிவ் கட்சி தன்னால் முடிந்ததைச் செய்யும் (என நீங்கள் நிம்மதி அடையலாம்); சகமதத்தினரால் அவர்கள் உள்ளாகும் துயரம்,

இந்தியத்துணைக் கண்டத்தின் தீவிரமான பிரச்சனைகளில் ஒன்றாகும். அனைவரும் சுதந்திரமாகப் பிறக்கின்றனர், சமமானவர்கள், மற்றும் வாழ்க்கை, விடுதலை, மகிழ்ச்சியைத் தேடுதல் ஆகியவற்றிற்கு உரிமையுள்ளவர்கள் எனச் சுதந்திரம் குறித்த அமெரிக்கப் பிரகடனத்தில் குறிப்பிட்டுள்ள விரிவான கொள்கைகளின் அடிப்படையில், எங்கள் நிலைப்பாட்டை மேற்கொள்வோம்.' இந்த ரீதியில் அவர்களது கடிதத்தொடர்பு நீடித்தது. சர்ச்சிலின் ஆதரவால் வலிமையடைந்த அம்பேத்கர், தன் கோரிக்கைகளை கிளெமண்ட் அட்லியிடம் முன்வைத்தார், பிறகு ஒரு சந்திப்பில் வல்லபாய் படேலிடம் தந்தார். கன்சர்வேடிவ் கட்சித் தலைவர்களையும் ஃபேபியன் சமூகத் தலைவர்களையும் லண்டனில் சந்தித்தார். பின்னர் ஒடுக்கப்பட்ட வர்க்கங்களின் பிரச்சனையை சர்ச்சில் பிரித்தானியப் பாராளுமன்றத்தில் முன்வைத்தார். அது அட்லியால் தோற்கடிக்கப்பட்டது-அம்பேத்கரும் *SCF*[7] மட்டுமே இந்தியாவின் தீண்டத்தகாதோரின் பிரதிநிதிகளல்லர், சிறுபான்மையினரின் நலன்களை சிறப்பாக மனதில் கொண்டிருப்பது காங்கிரஸ் என்று வாதிட்டார்.

உணர்த்தப்படுவது

சமூக ஏணியின் உச்சியில் உள்ளோர், வேடிக்கையாக வாழ்வதற்கு பெரும் வழிகளைக் கொண்டுள்ளனர். தங்களைச் சேர்ந்திராதவனை அழைத்து வந்து, அவர்களுடன் சேர்ந்துகொள்ள சிரமப்படுபவனைப் பார்த்து நகைக்கின்றனர். கத்தி-கரண்டிகளுடன் அவர்கள் சிரமப்படுவதைக் கவனிக்கின்றனர்; Mandingo Fights[7A]-களை ஏற்பாடு செய்கின்றனர். இதுபோன்ற சந்தோஷத்தைப் பகிர்ந்து கொள்வதாகவே இக்கேலிச்சித்திரம் தோன்றுகிறது. ஆலய நுழைவு (சங்கர் அடிக்கடி சித்தரிக்கும் கருத்திழை; சமயச்சார்பற்ற எந்த முயற்சியையும் மதம் சார்ந்த கேலிக்கூத்தாக மாற்றிவிடுவார்) பிராமணிய ஒடுக்குமுறை, அரசியல் அதிகார நீக்கல் என அனைத்தும் இத்தகைய குதூகலத்துடன் சித்தரிக்கப்படும். குரூரமான பிரும்மாண்ட இயந்திரத்தை எதிர்த்து ஒருவர் சிரமப்படுவதைக் கவனிப்பதுதான் என்ன வேடிக்கை.

8

இரட்டைச் சிக்கல்

பயோனீர், ஜூன் 2, 1946, வாசு

DOUBLE TROUBLE

தலையாய பழமைவாதியான சர்ச்சிலும் தலையாய முற்போக்குவாதியான அம்பேத்கரும் கலந்துறவாடுவது விசித்திரமே. போரினையடுத்து சர்ச்சில் தன்னை எதிர்க்கட்சி வரிசையில் கண்டார்; அதுபோலவே சுதந்திரத்தை நோக்கி இந்தியா சென்றுகொண்டிருந்தபோது, பிரித்தானிய அரசாங்கத்திடமிருந்து அம்பேத்கர் பெற்று வந்த ஆதரவும் (தம் நலன்களை நிறைவேற்றிக்கொள்ள பிரித்தானியர் மேற்கொண்டது) மாயமானது. பல ஆண்டுகளாக, தலித் நலன்களைத் திரட்டவும் முன்னெடுத்துச் செல்லவும் அம்பேத்கர், காங்கிரஸ் மீதான பிரித்தானிய எதிர்ப்பைப் பயன்படுத்திவந்தார்- காங்கிரஸின் உயர்சாதி சித்தாந்தத்திற்கு அதுவும் எதிரானதே. இப்போது, பிரிட்டன் தோல்வியை எதிர்கொண்டு, இந்திய

நலன்களை பிரதிநிதித்துவப்படுத்துகின்ற காங்கிரஸ் தலைமை முயற்சியை ஏற்றுக்கொண்டதால், ஏகாதிபத்திய கருணையைச் சார்ந்திருப்பதன் அபாயம் வெளிப்பட்டது. புதிய அரசின் நாயகர்கள் காங்கிரஸாராக இருக்கப் போகும், குறிப்பாக இச்சிக்கலான தருணத்தில், ஆதரவின்றி தனித்து நின்றார் அம்பேத்கர். அம்பேத்கர் சர்ச்சிலின் உதவியை நாடினார், சர்ச்சிலும் மகிழ்வுடன் எதிர்வினை புரிந்தார்-இந்திய சுதந்திரத்தின் நிகழ்வுப் போக்கை முறைப்படுத்தும் கிளெமண்ட் அட்லியின் தீர்மானத்திற்கு எதிராக-இப்பேச்சுவார்த்தைகளை நிறுத்திட, ஒடுக்கப்பட்ட வர்க்கங்களின் நலன் முன்னெடுக்கப்பட்டது. கிரிப்ஸால் தலைமை தாங்கப்பட்ட அமைச்சரவை. மிஷன் பேச்சு வார்த்தைகளில், இடம்பெறவேண்டிய சிறுபான்மையினரின் நலன்களுக்குப் பாதுகாப்பு இல்லாததை எடுத்துக்காட்டி, பிரிட்டானியத் தலைமை அரசியல்வாதிகளிடம், அம்பேத்கரே தன் தரப்பை முன்வைத்தார்.

உணர்த்தப்படுவது

'*cowboys and Indians*' என்னும் உருவகப் பயன்பாடு அப்போது சாதாரணமாயிருந்தது (அம்பேத்கர் பண்பாட்டில் இன்னும் பெரிய பங்கேற்கிறது). இந்தியர்கள் என்றால் வன்முறையும் தீமையும் நிறைந்த காட்டுமிராண்டிகள்; கௌபாய்கள் என்றால் நல்லியல்பு நிரம்பிய பிரகாசமான வீரர்கள். உடனிகழ்கால வாசகர்களாகிய நமக்கு இவ்வுருவகம் கச்சிதமானது என்று சொல்லத் தேவையில்லை- 'இந்திய' அம்பேத்கர், காலனியப்படுத்தும் பிரித்தானிய காங்கிரஸ் அணியுடன் சண்டையிடுகிறார். சர்ச்சில் வெள்ளை வீரராக இருக்க முடியும்-அந்நாளைக் காப்பாற்றிடும் கட்டாயமான வெள்ளையனாக (2018-இன் வெற்றிப்படமான பிளாக் பேந்தரில் கூட அவசியமானவனாக அறியப்பட்டவன்)- மேற்கத்தியரின் கற்பனையில் தவறாமல் இடம்பெறுபவன்.

9
டாக்டர் அம்பேத்கரின் தருமசங்கடம் (II)

பயோனீர், ஜூன் 6, 1946, வாசு

DR. AMBEDKAR'S DILEMMA

சுதந்திரத்தின் நிகழ்வுப்போக்கை துரிதப்படுத்தவும், முஸ்லீம் லீக்கிற்கும் காங்கிரஸுக்குமிடையே சமாதானப்படுத்தவும் பிரிட்டனிலிருந்து அமைச்சரவை குழு வரவும், இக்குழுவின் உறுப்பினரும் சோஷலிஸவாதியுமான பெதிக் லாரன்ஸ் பிரபுவுக்கு பல விஷயங்களில் விளக்கம் வேண்டி அம்பேத்கர் எழுதினார். பிரதானமாக பட்டியலினச் சாதிகளின் பாதுகாவல்கள்-உரிமைகள் தொடர்பானது இது. உறுதியளித்து பெதிக் லாரன்ஸ் பிரபு பதிலனுப்பியிருந்தாலும், குழுவின் தீர்மானம், சிறுபான்மையினருக்கு பாதுகாப்பு அளிக்கப்படும் என்று கூறிவிட்டு, குறிப்பாக எந்தச் சிறுபான்மையினர் என்று சொல்லவில்லை. இறுதியில் ஒரு பட்டியலினச் சாதி வேட்பாளருக்கு ஒரேயொரு இடம் ஒதுக்கீடு செய்யப்பட்டது.

அந்த இடம் காங்கிரஸின் ஜெகஜீவன் ராமால் கைப்பற்றப்பட்டது. SCF உறுப்பினர்கள் இருவருக்கு இடங்கள் ஒதுக்கீடு செய்யப்பட வேண்டும் என அம்பேத்கர் கோரினார், ஆனால் காங்கிரஸின் வழியைப் பின்பற்றிய பிரிட்டாஷார், பட்டியலினச் சாதிகளுக்கான நலன்களைப் பிரதிநிதித்துவப்படுத்துவதில் அம்பேத்கர் மட்டுமே தனி உரிமை கோர முடியாது என்றனர். இவ்வஞ்சனை வெளிப்படும் முன்னரே, இடைக்கால அரசாங்கத்தில் SCF உறுப்பினர்களுக்கு இடமளிக்கப்படாததற்கு முன்னரே-இடைக்கால அரசாங்கம் விரைவிலேயே கவிழத் தொடங்கிற்று-ஜூன் 4,1946-இல் பிரிட்டனின் ஆளும் தொழிலாளர் கட்சி தன் நிலையைச் சரிப்படுத்த வேண்டும் என்று கோரி, 2000 சொற்களிலான தீர்மானத்தைக் கட்சி அனுப்பிவைத்தது- 'தவறும் பட்சத்தில், பட்டியலினச் சாதிகளுக்கு நேரடிச் செயலில் இறங்குவதைத் தவிர்த்து வேறு வழியில்லை என செயற்குழு உணர்கிறது'-என நிச்சயமான தொடர்களில் தீர்மானம் குறிப்பிட்டது.

அது மேலும் சென்றது. 'அமைச்சரவை மிஷன் தன் அறிக்கையில் ஒருமுறைகூட, பட்டியலினச் சாதிகளைக் குறிப்பிடவில்லை என்பதை குழு ஆழ்ந்த சீற்றத்துடன் கவனித்துள்ளது. மிஷனின் மனத்தைப் புரிந்துகொள்வது சிரமம். தீண்டப்படாதோரின் இருப்பு, அவர்தம் சிக்கல்கள் மற்றும் இந்தியாவெங்கிலும் சாதி இந்துக்களால் இழைக்கப்படும் குரூரங்களையும் ஒடுக்குமுறைகளையும் மிஷன் அறியாது இருந்திருக்க முடியாது. தீண்டத்தகாதோர், சாதி இந்துக்களிலிருந்து தனித்துவமானவர்கள், இந்தியாவின் தேசிய வாழ்வில் தனித்துவ அம்சத்தைப் பெற்றுள்ளவர்கள் என மாட்சிமைமிக்க மன்னரின் அரசாங்கம் கூறியுள்ளது; பட்டியல் இனச்சாதிகளின் சம்மதமற்ற எந்த அரசமைப்புச் சட்டமும் அவர்கள் மீது திணிக்கப்படாது... இச்சந்தர்ப்ப சூழல்களைக் கவனத்தில் கொள்கையில், பட்டியலினச் சாதிகளைப் புறக்கணித்திருப்பதன் வாயிலாக, அமைச்சரவை மிஷன் பிரித்தானிய தேசத்தின் பெயரை அவமதிப்புக்கும் மரியாதைக் குறைவுக்கும் உள்ளாக்கியிருக்கிறது.' SCF-இன் முதல் தலைவராக விளங்கிய, தமிழ்நாட்டைச் சேர்ந்த அரசியல்வாதியும் வழக்குரைஞருமான என். சிவராஜ் தலைமையில் இத்தீர்மானம் நிறைவேற்றப்பட்டது. இறுதியில், புதிய அரசாங்கத்திற்கு வெளியில் இருக்கவைக்கப்பட்டிருந்த அம்பேத்கர், எதிர்ப்பு தெரிவித்து வைஸ்ராயின் செயற்குழுவிலிருந்து விலகினார்.

தாதாசாகிப் கெய்க்வாடுக்கு எழுதிய கடிதத்தில், தோல்வி வருவதாக இருந்தபோதும், அம்பேத்கரின் ஓய்வொழிச்சலற்ற அரசியல் முயற்சிக்கு வழிகாட்டிய கொள்கைகளுக்கான விளக்கத்தைக் காணமுடியும். ஒரு தேர்தலில் SCF தோல்வியை எதிர்கொண்டபோது இக்கடிதம் எழுதப்பட்டது. 'இத்தோல்வியால் அவமானப்படவேண்டியதில்லை. நம் மக்கள் அற்புதமாகச் செய்துள்ளனர். நம்மைவிடவும் நம் எதிரிகள் அதிகம் இருப்பதால், நாம் தோற்கடிக்கப்பட்டுள்ளோம். மாகாண கூட்டமைப்புத் தலைவர் என்ற முறையில் உங்கள் பணி, நம் கட்சியிலிருந்து சிதறிப்போன சக்திகளையெல்லாம் ஒன்று திரட்டுவதே. தோற்கடிக்கப்பட்ட ராணுவ தளபதி இதனையே செய்வார்.'

உணர்த்தப்படுவது

கண்ணாடியினைப் பார்த்தவாறும் யதார்த்தத்தை திகைக்கவைக்கும் பிம்பத்தைப் பார்த்தவாறும், அம்பேத்கரின் ஏராளமான படிமங்கள் இந்நூல் இடம்பெறுகின்றன. நன்றாக உடை உடுத்துபவரான அம்பேத்கர், கண்ணாடிகளின் முன் நிச்சயமாக நிறைய நேரம் செலவிட்டிருக்கவேண்டும், வெறும் பிரதி பிம்பத்தை விடவும் கூடுதலாக எதிர்பார்த்திருக்க வேண்டும். அம்பேத்கர் ஏமாறக் கூடியவர், ஒற்றைக் கண்ணாடி அணிந்துள்ள ஜின்னாவைப் போல அவ்வளவு செல்வாக்குள்ளவராக தன்னை எண்ணிக் கொண்டவர் என்று கேலிச்சித்திரக்காரர் இங்கே சித்தரிக்க விரும்புகிறார். வாசுவைப் பொறுத்தவரை, அம்பேத்கரின் கோரிக்கைகள் வேடிக்கையான தன்மையில் இயைபற்றவையாகத் தோன்றுகின்றன.

10

விலகிப்போதல்

பயோனீர், ஜூன் 19, 1946, வாசு

BY-PASSED

இடைக்கால அரசாங்கத்தில் நுழைவதினின்றும் அம்பேத்கர் தடுக்கப்பட்ட பிறகு, தன் எதிர்ப்பை வெளிக்காட்டி, பிரிட்டீஷ் பிரதமர் கிளெமண்ட் அட்லிக்கு எழுதினார்: ‘கடந்த ஆண்டு சிம்லா மாநாட்டின்போது, வைஸ்ராய் எனது எதிர்ப்பு மற்றும் உள்துறையின் சம்மதத்துடன், 14 உறுப்பினர் இடைக்கால அரசாங்கத்தில் பட்டியலினத்தவரின் பிரதிநிதித்துவத்தை இரு இடங்களாக உயர்த்திட உறுதிதந்தார். மூன்று இடங்கள் கோரியிருந்தேன். சமரசமாக இரண்டை ஏற்றுக் கொண்டேன். சமீபத்தில் அறிவிக்கப்பட்டுள்ள, இடைக்கால அரசாங்கத்தின் முன்மொழிவுகள் பட்டியலினச் சாதிகளுக்கு ஓரிடத்தையே அளிக்கின்றன. மிகுந்த யோசனைக்குப் பிறகு வழங்கப்பட்ட வாக்குறுதி அப்பட்டமாக மீறப்படுகிறது. ஓரிடம் மிகவும்

நியாயமற்றது. பிரதிநிதித்துவ விஷயத்தில் மிஷன் 60,000,000 தீண்டத்தகாதோரை 4,000,000 சீக்கியருக்குச் சமமானவராயும், 3,000,000 கிறித்தவருக்குச் சமமானவராயும் கருதுகிறது. பட்டியலினச்சாதி காங்கிரஸ்காரருக்கு பிரதிநிதித்துவம் பட்டியலினச் சாதிக்குப் பிரதிநிதித்துவமில்லை. அது காங்கிரஸுக்கான பிரதிநிதித்துவமே. அமைச்சரவை மிஷன் பட்டியலினச் சாதிகள் மீது தவறு மாற்றித் தவறாக குவித்து, காங்கிரஸை ஆறுதல்படுத்தும் பொருட்டு, அவர்களைத் தியாகம் செய்துவிடுவதில் குறியாய் உள்ளது: நாட்டின் பொதுவாழ்வில் தமது சுதந்திரமான இடத்தை அழித்துக் கொண்டிருக்கிறது... பட்டியலினச் சாதிகளுக்கு இரு இடங்கள் தருமாறு மிஷனை அறிவுறுத்தி, தயவு செய்து தலையிட்டு, சரி செய்யவும்; இவ்விடங்கள் கூட்டமைப்பின் நியமன உறுப்பினர்களால் நிரப்பப்பட வேண்டும்-இக் கூட்டமைப்பு மட்டுமே பட்டியலினச் சாதிகளைப் பிரதிநிதித்துவம் செய்கிறது என்பதை மிஷன் அறியும். பட்டியலினச் சாதிகள் வற்புறுத்துவது இரு இடங்களை, இல்லையெனில் வற்புறுத்துவதில்லை. எனது நோக்கத்தைத் தவறாகப் புரிந்து கொள்வதைத் தவிர்க்க, இடைக்கால அரசாங்கத்தில் இடம்பெறவேண்டும் என எனக்கு ஆசையில்லை என்று கூற விரும்புகிறேன், நான் தனித்து நிற்பேன். பட்டியலினச் சாதிகளுக்காகப் போராடுகிறேன், பிரித்தானிய அரசாங்கத்தில் கொஞ்சநஞ்சம் நீதியுணர்வு எஞ்சியுள்ளது என்று நம்புகிறேன்.'

அனுமதிக்கப்பட்ட ஒரு பட்டியலினச்சாதி உறுப்பினர், காங்கிரஸ் பிரதிநிதி ஜெகஜீவன் ராம். முன்னதாக ரவிதாஸ் மகாசபாவை நிறுவியிருந்த ராம், ஒடுக்கப்பட்ட வர்க்கத்தினருக்கான தனித்தொகுதி குறித்து, காந்தியும் அம்பேத்கரும் சண்டையிட்டுக் கொண்டிருந்த 1932-இல், முன்னணிக்கு வந்தார்-ராஜேந்திர பிரசாத் மற்றும் இதர பீகார் காங்கிரஸ் தலைவர்களின் உதவியுடன். கட்சிப் பொறுப்புகளில் உயர்ந்து வந்த அவரது இருப்பு, அம்பேத்கரின் தீவிரப்போக்கிற்கு எதிர்த்தட்டாக சமன் செய்தது. காங்கிரஸ் கட்சியின் பட்டியலினச் சாதிப்பிரிவான, அனைத்திந்திய ஒடுக்கப்பட்டோர் வர்க்கங்களின் லீக்கினை உருவாக்குவதில் ஜெகஜீவன் ராம் முக்கிய பங்காற்றினார். அதன் நோக்கங்கள்: 'பட்டியலினச் சாதிகளுக்கும் பிற பிரிவினருக்குமிடையே நல்ல புரிந்துகொள்ளலையும் உண்மையான கூட்டுறவு உணர்வையும் முன்னெடுப்பது; ஆரோக்கியமான தேசியவாதம் மற்றும்

இந்துக்களின் கச்சிதமான அமைப்பை வளர்த்தெடுத்திட எஞ்சியோருடன் இணைந்து செயல்படுதல்; ஒடுக்கப்பட்ட வர்க்கங்களின் மத, தார்மிக, கல்வி, சமூக, அரசியல் உரிமைகளை மேம்படுத்த நடவடிக்கைகளை மேற்கொள்ளல். அம்பேத்கரிய 'பிரிவினைவாத ஹரிஜனுக்கு எதிர்நிலையில், காந்தியவாதியான ஜெகஜீவன்ராமை தேசியவாத ஹரிஜனாக' முன்னிறுத்த காங்கிரஸ் வெகுவாக முயன்றது. 1930-கள் வரை முக்கியப் பொறுப்புகள் வகித்து, காங்கிரஸின் செல்வாக்குள்ள உறுப்பினராக ராம் விளங்கினார். 1946-இல் அரசாங்கத்தின் ஒரேயொரு பட்டியலினச் சாதிப் பிரதிநிதியாக அவர் தெரிவு செய்யப்பட்டபோது, தலித்துகள் நம்பிக்கையிழக்கத் தேவையில்லை, ஜெகஜீவன்ராம் சேர்த்துக் கொள்ளப்பட்டதும் தமது ஆண்டாண்டுகால போராட்டமின்றி கிடைத்திருக்காது என அம்பேத்கர் வற்புறுத்தினார்.

உணர்த்தப்படுவது

கேலிச்சித்திரங்கள் மோசமாக ஸ்கேன் செய்யப்பட்டிருப்பினும், அவற்றின் அரசியல் தெளிவானது. கருப்பு நிறத்து அம்பேத்கருக்கு கிளெமெண்ட் அட்லியால் ஆலய நுழைவு மறுக்கப்பட, சிவப்புநிற ஜெகஜீவன்ராம் முன்னேறிப் போகிறார்; சர்ச்சில் பார்த்துக்கொண்டிருக்கிறார். பிரச்சனைக்குரியதான பாத்திரங்களின் நிறவார்ப்பு ஒருபுறம் இருப்பினும், அம்பேத்கர் விலக்கப்பட்டதன் யதார்த்தத்தை வாசு மிகைப்படுத்த முற்படுகிறார்-தலித் எதிர்ப்பு என்னும் முக்கிய யுத்த தந்திரத்தை குறிப்பிட்டு. அமைச்சரவை எந்த அளவுக்கு உயர்சாதி மன்றமாயிருந்தது என்பதை அவர் உணரவில்லை (அல்லது உணர்ந்திருக்கலாம்); புனிதமற்றதின் காழ்ப்புணர்வு மற்றும் பழமைவாதத்தின் பிரதிநிதித்துவமாக இக்கேலிச்சித்திரம் துல்லியமாயுள்ளது. என்வெர் அகமத் அப்போது முஸ்லீம் லீக்கிற்கு அனுசரணையான டானிற்குப் போய்விட, வாசு பயோனீரில் சேர்ந்தார்.

1944–1946   153

11
படேலிடமிருந்து பாடங்கள்

இந்துஸ்தான் டைம்ஸ், ஜூலை 21, 1946, சங்கர்

அமைச்சரவை மிஷனின் முன்மொழிவுகளிலிருந்து ஒடுக்கப்பட்ட வர்க்கங்களின் கோரிக்கைகள் விலக்கப்பட்டதைத் தொடர்ந்து, ஜூலை 15, 1946-இல் பட்டியலினச் சாதி கூட்டமைப்பின் ஆறு உறுப்பினர்கள் புனே கவுன்ஸில் ஹாலில் எதிர்ப்பைத் தெரிவித்தனர். கைது நடவடிக்கை தொடர்ந்தாலும், அதிக எண்ணிக்கையிலானவர்கள் ஆர்ப்பாட்டத்தைத் தொடர்ந்தனர். புனேயில் அம்பேத்கரின் தளபதிகளான பி.என்.ரஜ்போஜ் மற்றும் ஆர் ஆர் போலே இவ்வியக்கத்திற்கு தலைமை தாங்கினர். இவர்களில் பி.என். ரஜ்போஜ் புனேயில் காந்தியைச் சந்தித்து, காங்கிரஸின் ஹரிஜனத் தலைவர்கள் பட்டியலினச் சாதியினரின் பிரதிநிதிகளல்லர் என்று தெரிவித்தவர். இவ்வெதிர்ப்புகள் கான்பூர்,

லக்னோ, நாக்பூருக்குப் பரவின. நாக்பூரில் 10,000 பேர் திரண்டனர். 'பூனா ஒப்பந்தத்தை விளக்கிக் கொள், காங்கிரஸின் பட்டியலினச் சாதிப் பிரதிநிதிகளை வெளியேற்று, அரசமைப்புச் சட்டசபையைப் புறக்கணி' என்று தம் கோரிக்கைகளை வலியுறுத்தினர். இப்போராட்டங்களது தினசரி விபரங்கள் மெட்ராஸில் வெளியான ஜெய்பீமில் வாசிக்கக் கிடைத்தன-ஆர்ப்பாட்டக்காரர்களுக்கு எதிரான வன்முறைகள் பலவற்றை இவ்விதழ் வெளியிட்டது. இதில் வந்த கட்டுரைகள், ஆப்பிரிக்க அமெரிக்கருடனும் அய்ரோப்பாவின் யூதருடனும் ஒருமைப்பாட்டை நாடி, சர்வதேச முனைப்பைப் பெற்றிருந்தன. இச்சூழலில் ஜூலை 18, 1946-இல் அம்பேத்கர் வல்லபாய் படேலைச் சந்தித்து, பட்டியலினச் சாதிகளுக்கு ஓர் ஒப்பந்தம் ஏற்படுத்த முயன்றார். தனித் தொகுதிகளுக்கான அம்பேத்கர் கோரிக்கையை படேல் ஏற்காததால், பேச்சுவார்த்தை தோல்வியில் முடிந்தது. நாடெங்கிலும் சத்தியாக்கிரகங்கள் நடந்தன. மைய நீரோட்ட ஊடகத்தில் அம்பேத்கரையும் படேலையும் ஒப்பிட்டுப் பேசவைத்தன. 1942-இல் வெள்ளையனே வெளியேறு இயக்கத்தைத் தீவிரம் கொள்ளச் செய்வதில் முக்கிய பங்காற்றியவர் படேல். இப்போராட்டம் தொடர்பாக இந்துஸ்தான் டைம்ஸில் அம்பேத்கர் எழுதினார்: 'இது எமது போராட்டத்தின் ஆரம்பமே. போராட்டம் காங்கிரஸ் இயக்கத்தின் வடிவை மேற்கொள்ளுமாறு கட்டாயப்படுத்தப்பட்டால், ஆகஸ்ட் போராட்டங்களில் காங்கிரஸ் செய்தது போல, நாங்கள் எதனையும் செய்வோம்... நமது சமுதாய நம்பிக்கையை முழுதாக மீறியதாகும், உலக அபிப்பிராயத்தின் மன்றத்தின் முன்னே பிரிட்டன் குற்றவாளியாக நிற்கிறது. ஒரு சிறுபான்மையினராக அரசமைப்புச் சட்டத்தில் நாங்கள் பாதுகாப்பையும் பாதுகாவல்களையும் பெறும்வரை, இப்போராட்டம் தொடரும், இதுவரையிலும் இருந்ததை விடவும் வன்முறை மிக்கதாக மாறக்கூடும்.'

உணர்த்தப்படுவது

'ஒவ்வொரு வெற்றிகரமான தலித்தின் பின்னே ஏதோவொரு சவர்ணரின் ஆசீர்வாதம் உள்ளது' என்னும் பல்லவி, சவர்ணர்களை இரவில் நிம்மதியாகத் தூங்க வைக்கிறது. நூற்றாண்டுகளாக அவர்கள் அடக்கிவைத்த மக்கள், திடீரென திரும்பி இயங்காற்றலை கவிழ்த்து விடுவார்கள் என்று அவர்கள்

நம்புவது அவ்வளவு சிரமமாகும். ஆனால் இப்போது அவர்தம் கனவுகள் சஞ்சலத்திற்குள்ளாகின்றன, அசுரர்கள் அவர்களை அலைக்கழிக்கின்றனர், எனவே உள்ளடக்கும் சொல்லாடலான Ambien[8]-யை தாராளமாக எடுத்துக் கொள்கின்றனர்.

12
குழம்பிய கணக்கு

டான், ஆகஸ்டு 29, 1946, என்வெர் அகமத்

அம்பேத்கரின் பதாகை: முஸ்லீம் இடங்களில் 50% க்குச் சமமான பிரதிநிதித்துவத்தைக் கோருகின்றோம்.
நேருவும் நண்பர்களும்: அது முட்டாள்தனம்! அது உங்களை 2 ½ –க்கு சமமுள்ளதாக்குகிறது! நான் பாதிதான் சோர்ந்து போயிருக்கிறேன் என்பதை நீங்கள் பார்க்கவில்லையா!

அமைச்சரவை மிஷன் திட்டத்தின் விதிமுறைகள் அமல்படுத்தப்பட்டுக் கொண்டிருக்க, பட்டியலினச் சாதியினரின் பிரதிநிதித்துவத்திற்கு அற்பத்தனமாக ஒரேயொரு இடம் ஒதுக்கப்பட்டதில் அம்பேத்கர் தன் ஏமாற்றத்தை மட்டுமின்றி, அவ்விடத்தைப் பிடிப்பதில் முன்னணியில் இருந்த ஜெகஜீவன்ராம் மீது எதிர்ப்பையும் வெளிப்படுத்தினார்.

'(காங்கிரஸும் பிரிட்டனும் பட்டியலினச் சாதிகளைக் காட்டிக் கொடுத்ததை விடவும்) செயற்குழுவில் சேருமாறு விடப்பட்ட வாய்ப்பினை ஜெகஜீவன் ராம் ஒத்துக்கொண்டதுதான் மிகுந்த வியப்புக்குரியது. செயற்குழுவில் பட்டியலினச் சாதிகளுக்கான பிரதிநிதித்துவம் போதாதது என எதிர்ப்பு தெரிவித்து, பிரதமருக்கு நான் தந்தி அனுப்பியபோது, ஜெகஜீவன் ராமும் அதிகப் பிரதிநிதித்துவம் வேண்டும் என்ற என் கோரிக்கையை ஆதரித்து ஊடகத்தில் அறிக்கை வெளியிட்டிருந்தார். என்றாலும் காங்கிரஸ் அதிக பிரதிநிதித்துவத்தை ஏற்றுக்கொள்ளவில்லை. எனவே, எந்த அளவுக்கு ஜெகஜீவன்ராம் பட்டியலினச் சாதிகளின் உரிமைகளுக்கு தனித்து நிற்பார் என்பதைக் கேள்விக்குள்ளாக்கும். இச்சந்தர்ப்பம் ஜெகஜீவன்ராம் போன்றவர்களின் விசுவாசத்திற்கும் நேர்மைக்குமான நல்ல பரிசோதனையாகும்-காங்கிரஸுக்குள்ளே இருக்கின்ற அவர்கள், பட்டியலினச் சாதிகளின் பிரதிநிதிகள் எனப் பாவனை செய்கின்ற அவர்கள், காங்கிரஸால் பட்டியலினச் சாதிகள் கைவிடப்படாது என்று அவர்களைச் சார்ந்திருக்க இயலுமா.'

புதிய அமைச்சரவையில் எப்படி பிரதிநிதித்துவம் தீர்மானிக்கப்படும், தேர்தல்களுக்காக மாகாணங்கள் எப்படிப் பிரிக்கப்படும் என்பதில் காங்கிரஸும் முஸ்லீம் லீக்கும் வேவலுடன் வாத-பிரதிவாதம் செய்துகொண்டிருந்தன. அமைச்சரவையைப் பிரிப்பதற்கான முதல் முன்மொழிவு: காங்கிரஸுக்கு 5, லீக்கிற்கு 5, சீக்கியருக்கும் ஆங்கிலோ-இந்தியர்/இந்திய கிறித்தவ உறுப்பினருக்கும் தலா ஓரிடம். பிற்பாடு இது 13 இடங்களாக அதிகரிக்கப்பட்டது-காங்கிரஸுக்கு 6 (பட்டியலினச் சாதிகளுக்கு ஒதுக்கிய ஒன்று உட்பட), முஸ்லீம் லீக்கிற்கு 5, இதர சிறுபான்மையினருக்கு 2 இடங்கள் என. இது மேலும் மாற்றப்பட்டு, காங்கிரஸுக்கு 6 (பட்டியலினச் சாதிகளுக்கு ஒரு பிரதிநிதி உட்பட), முஸ்லீம் லீக்கிற்கு 5, சீக்கியருக்கு 1, இந்திய கிறித்தவருக்கு 1, பார்ஸிகளுக்கு 1, ஆக 14 உறுப்பினர்களாயினர்.

இறுதியில் பின்வரும் 14 உறுப்பினர்கள் அமைச்சரவையை அமைத்திட வைஸ்ராயினால் அழைக்கப்பட்டனர் (அது நிறைவேறவில்லை): சர்தார் பல்தேவ் ஸிங், ஜான் மத்தாய், என்.பி. எஞ்சினியர், நவாப் முகம்மது இஸ்மாயில்கான், ஜெகஜீவன்ராம், க்வாஜா சர் நஸிமுத்தீன், ஜவஹர்லால் நேரு, சர்தார் அப்துர் ராப்

நிஸ்டர், எம்.ஏ. ஜின்னா, சி. ராஜகோபாலாச்சாரி, நவாப்ஸடா லியாகத் அலிகான், ராஜேந்திர பிரசாத், எச்.கே. மகதாப் மற்றும் சர்தார் வல்லபாய் படேல்.

உணர்த்தப்படுவது

அமைச்சரவையில் முஸ்லீம் லீகை விஞ்சவேண்டும் என்பதற்காகவே, காங்கிரஸ் பட்டியலினச்சாதியின் இடத்தை நாடுகிறது என்று தோன்றுகிறது. இதற்கிடையே இரு இடங்கள் ஒதுக்கீடு செய்யப்பட வேண்டுமென்று அம்பேத்கர் கோரிக் கொண்டிருந்தார். இந்த எண்ணிக்கை 'ஆட்டத்தை' பகடி செய்கிறது இக்கேலிச்சித்திரம். முஸ்லீம்கள் 5 இடங்களையும் பட்டியலினச் சாதிகள் ஓரிடத்தையும் பெற்றிருந்தனர். அம்பேத்கர் இரு இடங்களைக் கோரினார்-ஒடுக்கப்பட்ட வர்க்கங்களின் தகுதிக்குரியது அது. கேலிச்சித்திரக்காரரைப் பொறுத்தவரை, அவர்களுக்கு ஓரிடம் இருந்திருந்தால், பாதியே சோர்ந்து போயிருப்பார்கள். நான்கு இடங்கள் பெற்றிருந்தால், இருமுறை சோர்ந்து போயிருப்பார்கள். 5 இடங்களைக் கொண்டுள்ள முஸ்லீம்கள் 2½ முறை சோர்ந்துபோயுள்ளனர். அகமதின் நகைச்சுவையின் பிறழ்ச்சியான சந்தோஷங்கள் இத்தகையவை.

4

1947–1948

1
புதுடெல்லியில் ஆரூடம் கூறல்
லீடர், ஏப்ரல் 15, 1947, உம்மன்

வைஸ்ராயாக மவுண்ட் பேட்டனது பொறுப்பின் முதல் சிலவாரங்கள், காந்தி, ஜின்னா, நேரு, படேல் உள்ளிட்ட முன்னணி இந்தியத் தலைவர்களுடன் அடுத்தடுத்த சந்திப்புகளைக் கண்டன. இவை அதிகமாக விளம்பரப்படுத்தப்பட்டன. இந்திய இளவரசர்களின் கூட்டமும் கேலிச்சித்திரத்தில் இடம் பெற்றுள்ளது. சுதந்திரம் நெருங்கிக் கொண்டிருந்ததால், நூற்றுக்கணக்கிலான குறுநில அரசுகளின் ஆட்சியாளர்கள் தம் எதிர்காலம் குறித்த கவலையில் இருந்தனர். அவர்களில் பெரும்பாலானவர்கள் மவுண்ட் பேட்டனின் வருகையால் உறுதிப்பாடு கொண்டனர்-சக அரச மரபினரான அவருடன் தம்மால் இருதய பூர்வ உறவு கொண்டிருக்க முடியும் என்பதால். பல குறுநில மன்னர்களுடன் பேசிய மவுண்ட் பேட்டன் அவர்களை இந்தியாவுடன் இணைந்து, பாராளுமன்ற ஜனநாயகத்தை ஏற்றுக் கொள்ளுமாறு வேண்டினார்.

இச்சந்திப்புகளையும், இந்திய அரசவம்சத்தினரிடம் வைஸ்ராய் கொண்டிருந்த அனுதாபமற்ற போக்கையும் இக்கேலிச்சித்திரம் விவரிக்கிறது. ஏப்ரல் 1947-இல் வெளியிடப்பட்டிருந்தாலும், அதே ஆண்டு ஜூலையில் என்ன நிகழ்ந்தது என்பதை உம்மனின் படிமம் துல்லியமாக விவரித்துவிடுகிறது. டொமினிக் லேபியெர்ரே மற்றும் லாரி கோல்லின்ஸின் Freedom at Midnight (1975)-இல், ஒரு சம்பவம் எடுத்துரைக்கப்படுகிறது-மவுண்ட் பேட்டன் டெல்லியில், 75 மகாராஜாக்களையும் நவாப்களையும், துணைக்கண்டத்திலுள்ள 74 அமைச்சர்களையும், அவர்தம் எதிர்காலத்தைக் குறித்து விவாதிக்கச் சந்திக்கிறார். மன்னர்களை இந்திய ஒன்றியத்துடன் இணைந்துவிடுமாறு தயங்காமல் வற்புறுத்துகிறார், இல்லாது போனால், துணைக்கண்டம் ஆண்டுக் கணக்கிலான பூசல்களில் அமிழும் என்று வலியுறுத்துகிறார். எனினும், கூட்டத்தில் கலந்து கொண்டிருந்த அரச மரபினரது ஆர்வங்கள் அற்பமானவையாயிருந்தன. தான் இன்னும் புலிகளை வேட்டையாட முடியுமா என்று ஒருவர் வினவினார்; தனது மன்னர் வெளிநாட்டில் சூதாட்ட விடுதியில் இருப்பதால் தன்னால் ஒப்பந்தத்தில் கையொப்பம் இட இயலாது என்றார் ஓர் அமைச்சர். இந்த அமைச்சருடன் அலுத்துப்போன மவுண்ட் பேட்டன், சிறுது நேரம் கண்ணாடி பேப்பர் வெய்ட்டை சுழற்றிக் கொண்டிருந்துவிட்டு, படிக உருண்டையிலிருந்து எதிர்காலத்தை வாசிப்பவர் போல, 'உங்கள் மன்னரைப் பார்க்கிறேன். தளபதி முன் அமர்ந்திருக்கிறார். அவர் கூறுகிறார், "இணைப்புச் சட்டத்தில் கையொப்பம் இடுக" என்கிறார்' என்று குறிப்பிட்டார்.

இதற்கிடையே, புதிய வைஸ்ராயுடன் எந்த விவாதமும் செய்ய முடியாதபடி, அம்பேத்கர் தொலைவில் இருந்தார். மார்ச் கடைசியில் States and Minorities நூலை வெளியிட்டார்-இந்தியாவின் எதிர்கால அரசமைப்புச் சட்டத்திற்கான கொள்கைகளையும் சாத்தியப்பாடுகளையும் முன்வைத்தது இந்நூல், அனைத்திந்திய பட்டியலினச் சாதி கூட்டமைப்பின் சார்பில் தயாரிக்கப்பட்ட இவ்வொப்பந்தமாகிய நூல், அரசமைப்புச் சட்டசபையில் சமர்ப்பிக்கப்பட இருந்தது-அதற்கு அவர் இன்னும் தெரிவு செய்யப்படாது இருந்தார். தேசநிர்மாண நிகழ்வுப் போக்கில் பட்டியலினச் சாதிகளின் அறுதியான புலப்படாமைக்குப் பயந்த அம்பேத்கர், குறைந்தபட்சம் அவர்களது பார்வை நிலையாவது கவனிக்கப்படட்டும் என, இந்நூலை வெளியிட்டார். ஏப்ரல் 11 அன்று முதல் முறையாக அரசமைப்புச் சட்ட சபையில் இந்து சட்ட

மசோதாவை முன்வைத்தார். தனது பிறந்தநாள் கொண்டாட்டமாக கூட்டப்பட்டிருந்த நிகழ்வில், இருதினங்களுக்குப் பிறகு பங்கேற்று, மெட்ராஸின் ஜெய்பீம் இதழின் வாசகர்களிடையே பேசியபோது அம்பேத்கர் தீண்டத்தகாதோர் பராமரித்தாக வேண்டிய ஒருமைப்பாட்டை வலியுறுத்தினார். Dr.B.R. Ambedkar: A chronology (2009) என்னும் காலக்கிரமத்திலான நாட்குறிப்பு போன்ற அம்பேத்கர் வாழ்க்கை வரலாற்றில் விஜய் மங்கர் ஜெய்பீமிலிருந்து மேற்கோள் காட்டுகிறார்: 'எனது செய்தி என்பது போராட்டம், இன்னும் போராட்டம், தியாகம், இன்னும் தியாகம். போராட்டம் மட்டுமே, தியாகங்களையும் துயரங்களையும் எண்ணிப்பாராத போராட்டம் மட்டுமே, விடுதலையைக் கொண்டுவரும். வேறெதுவும் கொண்டுவராது... தம்முடன் பிறந்துள்ளவர்களுக்காக எழுச்சிகொள்ளும் கடமையாற்ற உயிர்த்திருப்பவர்கள் ஆசீர்வதிக்கப்பட்டவர்கள். அடிமைத்தனத்தை எதிர்க்கும் போராட்டத்தை முன்னெடுத்துச்செல்ல, தம் தினங்களின் மலரினை, தம் ஆன்மாவின் வல்லமை, தம் தீரம் ஆகியவற்றை அளித்திட உறுதி பூண்டுள்ளோர் ஆசீர்வதிக்கப்பட்டவர்கள். நல்லது வந்தாலும் கெட்டது வந்தாலும் வெயிலடித்தாலும் புயல் வீசினாலும் கௌரவம் கிட்டினாலும் அ கௌரவம் கிட்டினாலும், தீண்டப்படாதோர் முழுதாக தம் ஆளுமையை மீட்கும் மட்டும் நில்லாதிருக்கத் தீர்மானிப்போர் ஆசீர்வதிக்கப்பட்டவர்கள்.'

உணர்த்தப்படுவது

வேறெதனையும் விட, 'அந்நியர்கள்' யாரென்று கேலிச்சித்திரக்காரர் கருதுபவரை இக்கேலிச்சித்திரம் வெளிப்படுத்துகிறது. யதார்த்தத்தின் இயல்புப்படி, இந்தியாவில் மவுண்ட் பேட்டனின் வருகையை ஒட்டி, நிறையச் சம்பவங்கள் நிகழ்ந்தன. எடுத்துக்காட்டாக அம்பேத்கர், சீக்கிரமே சுதந்திரமடைய இருந்த இந்தியாவில், பட்டியலினச் சாதியின் உரிமைகளது எதிர்காலத்தைக் காப்பாற்றுவதில் மும்முரமாயிருந்தார். தம் சிறப்புரிமைகளைத் தம்மிடமே வைத்துக்கொள்ளத் தடுமாறும் மன்னர்களுள்ள இக்கேலிச்சித்திரத்தின் ஓரமாக அம்பேத்கர் தோன்றுகிறார் என்பதுதான் முரண்நகை-ஜின்னாவைப் பற்றி சொல்ல வேண்டியதில்லை.

2
நேச சக்திகள்
லீடர், ஜூலை 6, 1947, உம்மன்

1946-இல் அம்பேத்கர் அரசமைப்புச் சட்டமன்றத்திற்கு அளித்த உரையில், முஸ்லீம் லீக்கை கலந்தாலோசிக்காமல் அரசியலமைப்புச் சட்டத்தை வரைவதிலுள்ள அபாயங்களை காங்கிரஸாருக்கு எச்சரித்தபோது, காங்கிரஸுடனான அம்பேத்கரின் உறவில் சற்று நெகிழ்ச்சி ஏற்பட்டது. அதே ஆண்டு பாம்பேயின் சட்டமன்றத் தேர்தலில் அம்பேத்கருக்கு ஓரிடம் கூட கிடைக்கக்கூடாது என காங்கிரஸ் ஆவேசமாகப் போராடியது. எனினும், முஸ்லீம் லீகுடன் அணிசேர்ந்து, ஜோகேந்திரநாத் மண்டலின் உதவியுடன் வங்காளத்தில் தேர்ந்தெடுக்கப்பட்டார். காங்கிரஸ் தலைவர்கள் தம் வெற்றியை நிலைநாட்டிட முழங்கிக் கொண்டிருந்தபோது – அது ஏற்படுத்தும் உயிரிழப்பு பற்றி கவலைப்படாமல்-சிக்கலான தருணத்தில் மேலே குறிப்பிடப்பட்ட அம்பேத்கரின் உரை நிகழ்த்தப்பட்டது.

காங்கிரஸாரின் அறிவுக்கும் உணர்ச்சிக்கும் தூண்டுதல் செய்து, பேச்சுவார்த்தைகள் தொடருமாறு அவர்களை உணரவைத்தார். வேண்டா வெறுப்புடனான காங்கிரஸ் மரியாதையையும் பெற்றிருந்தார்-அப்போது எல்லா வாய்ப்பும் காங்கிரஸிடம் இருந்ததால், அத் தருணத்தில் அது அவசியமானதாயிருந்தது. புதிதாய்ப் பிறந்த தேசத்தின் எதிர்காலத்தைத் தீர்மானிப்பதற்கான பல்வேறு குழுக்களில் அம்பேத்கர் தன்னை ஈடுபடுத்திக் கொள்ள முடிந்தது. அவரது அறிவுத்திறனும் தொலைநோக்கும் நிதானமும் சேர்ந்து அவரை முக்கியமானவராக ஆக்கின.

பிரித்தானிய பாராளுமன்றத்தில் இந்திய சுதந்திரச் சட்டம் நிறைவேற்றப்பட்டதும், திரும்பவும் அம்பேத்கர் பிரச்சனையைச் சந்தித்தார். வங்காளம் பிரிக்கப்பட்டதால், அரசமைப்புச் சட்டசபையில் உறுப்பினர் பதவியை இழந்தவர்களில் ஒருவராக அம்பேத்கர் இருந்தார். எனினும், முன்னர் நுழையவிடாது தடுத்த பாம்பே சட்டசபை, சமீபத்தில் ராஜினாமா செய்த எம். ஆர். ஜயகரின் வெற்றிடத்தை நிரப்பும் வகையில், அம்பேத்கரை நியமிக்க முடிவெடுத்தது. சீக்கிரமே புதிய அமைச்சரவையில், அம்பேத்கரை சட்ட அமைச்சராகுமாறு நேரு கேட்டுக்கொண்டார்-எதிர்காலத்தில் திட்டப் பிரிவில் அல்லது மேம்பாட்டுப் பிரிவில் நியமிக்கப்படும் நம்பிக்கை அளித்து.

உணர்த்தப்படுவது

சுதந்திர இந்தியாவில் பட்டியலினச் சாதி உரிமைகளை உறுதிப்படுத்துவதற்கான போராட்டத்தில் சர்ச்சிலை ஈடுபடுத்திட அம்பேத்கார் விடாப்பிடியாக இருந்தார்-ஆனால் பிரிட்டாஷாரிடமிருந்தும் காங்கிரஸ் தலைமையிலிருந்தும் தடையினையே எதிர்கொண்டார். இருப்பினும், அரசமைப்புச் சட்டசபைக்குள் அவரை ஈர்ப்பதன் வாயிலாக, காங்கிரஸ் அவருக்கு சலுகை காட்டியது என்று கேலிச்சித்திரக்காரர் எண்ணுவது விசித்திரமானது. சவர்ணர்கள் தலைகால் புரியாது இருந்ததால், அவர்களது அரசியல் நிர்ணய சட்டத்தை எழுதிட, திறமைமிக்க, அறிவாற்றலுள்ள வழக்குரைஞர் வேண்டியிருந்தது. தம்மிடையே திறமையும் சாதுர்யமும் இல்லாத பிரச்சனையைத் தீர்த்துக் கொள்ளும் வேளையிலேயே, இச் சமிக்ஞையை தயாளமாக, உள்ளடக்குதலாகக் காட்டிக்கொள்ள முடிந்தது. இருநூறு ஆண்டுகளாக இருந்து வரும் பழைய மரபே. அம்பேத்கர் முதலில் டிரவுசர்-டை என முரண்பட்ட உடையிலும் பிறகு நேரு பாணியிலான குர்தா-பைஜாமா மற்றும் காங்கிரஸ் குல்லாயிலும் இருப்பதைப் பார்த்து கேலிச்சித்திரக்காரர் ஆனந்தமடைகிறார்- ஆனால் அம்பேத்கர் ஒருபோதும் வளராது, வளர்ச்சி குன்றியவராகவே உள்ளார்.

3
ஏணியைத் தூக்கி எறிதல்

பயோனீர், ஏப்ரல் 28, 1948, வாசு

KICKING AWAY THE LADDER

ஏப்ரல் கடைசி வாரத்தில் சாரதா கபீருடனான திருமணம் முடிந்து இரண்டு வாரங்களுக்குப் பின்-சாதாரணர் ஒருவர் அரசவம்சத்தவரை மணப்பதை விடவும் முக்கியத்துவமானதாக நியூயார்க் டைம்ஸால் விவரிக்கப்பட்டது-லக்னோவில் அய்க்கிய மாகாண பட்டியலினச் சாதி மாநாட்டில் அம்பேத்கர் உரையாற்றினார். இது, அரசமைப்புச் சட்டமன்றத்தில் அரசியலமைப்புச் சட்டத்தின் முதல் வரைவை அவர் சமர்ப்பித்திருந்த இரண்டு மாதங்களுக்குப் பிறகு நடந்தது. அவரது உடல்நிலை மோசமாகிக் கொண்டிருந்தது. இவ்வுரை அவரது நாணயத்தை அழுத்தமாகப் பதிப்பதாகவும் (நேரு அமைச்சரவையில் நுழைந்து சமரசம் செய்து கொண்டார் என்ற விமர்சனத்திற்குப் பதிலளிப்பதாக)' காங்கிரஸ், சோஷலிஸவாதிகள் என இரு முகாம்களிடத்தும் நடுநிலையில் இருந்து, அரசியல் ரீதியில் செயல் துடிப்புடன்

இருக்கவேண்டியது பட்டியலினச் சாதிகளுக்கு அவசியமானது என்று மீண்டும் கூறிடும் கருத்து மோதலாகவும் இருந்தது. காங்கிரஸில் சேர்ந்து அரசியல் அதிகாரத்தைக் கைப்பற்றிடும் வாய்ப்பு தமக்கு இல்லை என்றார். 'அதுபெரும் அமைப்பாக இருப்பதால், அதில் நாம் நுழைந்தால் சமுத்திரத்தில் துளியாகவே இருக்கும். அதிகப் பெருமிதம் உடையவராக காங்கிரஸார் இருப்பதால், அதில் சேர்ந்து நம்மை உயர்த்திக்கொள்ள இயலாது. காங்கிரஸில் சேர்ந்து நமது எதிரிகளின் எண்ணிக்கையைத்தான் அதிகரிக்கச் செய்வோம். எரிகின்ற வீடாக இருக்கும் காங்கிரஸுக்குள் நுழைந்து நாம் செழிக்க இயலாது. இரண்டாண்டுகளில் அது முழுமையாக நாசமடைந்து போனால் ஆச்சரியப்பட மாட்டேன். நம்மை மூன்றாவது கட்சியாக ஒழுங்கமைத்து இருந்தால், சோஷலிஸ்டுகளும் காங்கிரஸாரும் அறுதிப் பெரும்பான்மை பெறாதவிடத்தே, நம் வாக்குகளைப் பெற நம் காலடியில் விழுந்து மன்றாடுவார்கள்; அதிகாரத் தராசை நம் கைகளில் தாங்கி, நம் அரசியல் ஆதரவைத் தந்திட நிபந்தனைகளை விதிக்கலாம்.' அமைச்சரவையில் தான் சேர்ந்தது ஆதரவாளர் இடையே பெருங்குழப்பத்தை ஏற்படுத்தியிருப்பதாகவும் அவர் ஒப்புக்கொண்டார்.

கடந்தசில ஆண்டுகளது சம்பவங்களைப் பரிசீலித்த அவர், பிரித்தானியரின் நயவஞ்சகம் எப்படி தலித்துகளின் ஆற்றலைப் பலவீனப்படுத்தியுள்ளது என்று விளக்கினார். இந்துக்கள், முஸ்லீம்கள், சீக்கியரையே அதிகாரம் வழங்கப்பட வேண்டிய சமுதாயங்களாக பிரித்தானியர் அங்கீகரித்தனர்.

'காங்கிரஸுக்கு எதிராக 25 ஆண்டுகள் போராடிய பிறகு அம்முக்கிய தருணத்தில் நான் ஏன் அமைதியாக இருந்தேன் என்று கேட்கப்படுகிறேன்... எப்போதும் போராடுவது நல்ல யுத்ததந்திரமல்ல. இதர நடவடிக்கைகளையும் மேற்கொள்ள வேண்டியுள்ளது. பிரித்தானியர் நம்மை இடர்ப்பாட்டில் விட்டுச் சென்றனர், நம் சமுதாயம் பிளவுண்டது. நம் தொண்டர்களிடையே அய்ந்தாம் படையினர் பலர் இருந்தனர். அத்தகைய வேளையில் வலிமையான நிறுவனத்துடன் மோதி நிற்பது நமக்கு நல்லதில்லை. இணக்கமான கொள்கையைப் பின்பற்றிய நாம், பெருமளவுக்கு வென்றோம். நாம் விரும்பியவற்றையெல்லாம் பெறாவிடினும், நிறையவே பெற்றுள்ளோம். சட்டமன்றங்களிலும் சேவைத்துறைகளிலும் இடஒதுக்கீடு பெற்றுள்ளோம்... நம்

சாதனைகள் குறித்து வெட்கப்படவேண்டாம். இது காங்கிரஸுடன் மோதிநிற்க வேண்டிய வேளையல்ல; சமாதானத்தாலும் ஒத்துழைப்பாலும் எவ்வளவோ சாதிக்கலாம்.

... மத்திய அரசாங்கத்தில் இணைந்தேன், காங்கிரஸ் உறுப்பினனாகியிருக்கவில்லை, அத்தகைய உத்தேசம் இல்லை. மத்திய அரசாங்கத்தில் சேருமாறு காங்கிரஸால் அழைக்கப்பட்டிருந்தேன், நிபந்தனை இன்றிச் சேர்ந்தேன். காங்கிரஸில் சேருவதாயின், என் உத்தேசத்தை வெளிப்படையாகத் தெரிவித்துவிட்டுச் சேருவேன்- அது பட்டியலினச் சாதியினரின் நலன்களுக்காக இருந்தால், அவ்வாறு செய்யுமாறு உங்களுக்கு ஆலோசனை சொல்வேன். ஆனால் வெளிப்படையாக அப்படிக் கூறும்வரை, காங்கிரஸில் சேரவேண்டாம்.'

எதிர்பார்த்தபடியே இவ்வறிக்கை தேசிய ஊடகத்திலும் அதிகார வாயில்களைச் சுற்றிலும் நெஞ்செரிச்சலை ஏற்படுத்திற்று. தனது நண்பர் கமலகாந்த் சித்ரேவுக்கு அம்பேத்கர் எழுதினார்; 'என் பேச்சால் அமளி நிலவுகிறது. எனக்கும் படேலுக்கும் பண்டிட்டுக்குமிடையே சூடான சர்ச்சை இருந்து வருகிறது. அவர்களுக்கு தரும சங்கடமாயிருந்தால், விலகத்தயாரென்று கூறிவிட்டேன். அடுத்த ஒரு சில தினங்களில் இப்படியோ அப்படியோ பிரச்சனை தீர்க்கப்பட்டுவிடும்.'

உணர்த்தப்படுவது

பாராளுமன்ற ஜனநாயகத்தின் மையத்தில் மௌனத்தின் ஒழுங்கீனமான வளையம் உள்ளது, அது அலங்காரமிக்கதாக அல்லது கௌரவமிக்கதாக பாவனை செய்யும். பேசப்படாத இவ்விதிகள் தம்மைப் பிணைத்திடும் சக்திகளின் பெயர்களைக் கூறிடும் ஆற்றலை விளையாடுவோருக்கு மறுதலிக்கின்றன அல்லது அந்நிலைமைகள் ஒருபோதும் அவர்களுக்கு சாதகமாக இருக்கப் போவதில்லை என்று பேசுவதைத் தடுக்கின்றன. தான் எங்கு நின்றார் என அம்பேத்கர் தெரிவித்ததிலிருந்த தெளிவு, இவ்வஞ்சனைக்கு கடுமையான அவமதிப்பாயிருந்தது. காங்கிரஸ் தலைவர்களுடனான மோதலைத் தொடர்ந்து, தனது பேச்சு தன்னெழுச்சியானது, தினசரிகளில் தவறாகப் பிரசுரமாகியுள்ளது என ஓர் அறிக்கையை வெளியிட்டார்.

4

பிரதமரும் விஷமக்காரரும்

பயோனீர், மே 3, 1948, வாசு

PREMIER AND PRANKSTER

அய்க்கிய மாகாணங்களில் தன் பேச்சுக்கான கசப்பை எதிர்கொண்ட அம்பேத்கர், தான் பேச நேர்ந்த சூழலை முன்வைத்தார். அய்க்கிய மாகாணங்கள் பட்டியலினச் சாதி மாநாடு, பட்டியலினச் சாதியினருக்கு 10% மட்டுமே இட ஒதுக்கீடு செய்தமைக்காக, அப்போதைய ஜி.பி. பந்த் அரசாங்கத்தைத் தாக்கி ஒரு தீர்மானத்தை நிறைவேற்றியது. அப்போது அய்க்கிய மாகாணங்களின் மக்கள் தொகையில் தலித்துகள் 22% இருந்தனர். சட்டமன்றத்தில் பெரும்பான்மை பலம்பெற பட்டியலினத்தவர் வாக்கு தேவைப்படாததால் பந்த் இப்படிச் செய்தார் என அம்பேத்கர் விளக்கினார். இதனை வலுப்படுத்திட, தனியொரு அமைப்பின் கீழ் தலித்கள் ஒருமைப்பாடு கொள்ள வேண்டியிருந்தது. 1925-

இல் காகோரி ரயில் கொள்ளையை அடுத்து, ராம் பிரசாத் பிஸ்மல், அஸ்ஃபகுல்லாகான் உள்ளிட்ட சுதந்திரப் போராட்ட தியாகிகளுக்காக இளமையில் வழக்குரைஞராக வாதாடியிருந்த ஜி.பி. பந்த், முன்னணி காங்கிரஸ் தலைவர்.

உணர்த்தப்படுவது

முதியவரான பந்தினை அவமதித்து, தன் முந்தைய குற்றங்களிலிருந்து அதிகாரிகளின் கவனத்தைத் திசைதிருப்பிடும் செருப்பணியாத விஷமக்காரராக அம்பேத்கர் இருக்கிறார். பள்ளியாசிரியரான நேரு பேச்சிழந்து நிற்கிறார். குழந்தைத் தனம், தந்திரம் என்னும் அர்த்தமிழந்த குணங்களை உடையவராக அம்பேத்கர் காணப்படுகிறார். எல்லாக் கேலிச்சித்திரங்களிலும் அவரது உயரத்தைக் குள்ளமாக்குவதற்கான வழிவகையைக் கவனியுங்கள். NCERT XI-ஆம் வகுப்பு பாடப்புத்தகத்தை வாசித்தோரெல்லாம் அறிவு விளக்கம் பெற்று சுயதிருப்தி அடைந்து, சவர்ணர்களின் கலையிலும் பொழுதுபோக்கிலும் தலித்கள் எப்படிச் சித்தரிக்கத் தலைப்படுகின்றனர் என இப்போது சிந்திக்கலாம்-அம்பேத்கர் கேலிச்சித்திரங்களிலிருந்து மாயாவதி மற்றும் பங்காரு லட்சுமண் கேலிச்சித்திரங்கள் வரை, இந்திய சினிமா (அச்சுத் கன்யா 1936, மலப்பில்லா 1938, லகான் 2001) வரை, புதினம் (பிரேம்சந்த், முல்க்ராஜ் ஆனந்த், யு.ஆர். அனந்தமூர்த்தி, அமிதவ் கோஷ், ரோஹிண்டன் மிஸ்திரி, அருந்ததி ராய், மனுஜோசப்) வரை என. சாய்ராத், மாஸன், பரியேறும் பெருமாள், காலா படங்களைப் பாருங்கள்; நாம்தேவ் தாசல், தேவனூரு மகாதேவா, பாமா, மனோரஞ்சன் ப்யாபரி, அஜய் நவாரியா, ஜி. கல்யாண்ராவ், சி. அய்யப்பன், கோகு சியாமளா ஆகியோரை வாசியுங்கள்-மாட்டுக்கறி வறுவலைக் கொறித்தபடி ஆறுதலுக்காக. அறிவு விளக்கம் இன்னும் உங்களுக்குப் பிடிபடாமல் போகலாம்.

5
விஷமமின்றி

நேஷனல் ஹெரால்ட், செப்டம்பர் 8, 1948, பிரேஷ்வர்

Some Delhi girls have demonstrated in favour of the Hindu Code Bill.

இந்து சட்ட மசோதாவுக்கு ஆதரவாக சில டெல்லிப் பெண்கள் விளக்கிக் காட்டினார்கள்.

பாராளுமன்றக் கட்டிடத்திற்கு வெளியே பெண்களின் சிறு கூட்டம் ‘இந்து சட்ட மசோதாவை நிறைவேற்று, எங்களுக்குச் சுதந்திரத்தை மறுக்காதே’ என்னும் முழக்கத்துடன் மேற்கொண்ட ஆர்ப்பாட்டத்திற்கு எதிர்வினை இக்கேலிச்சித்திரம். ‘டெல்லிப் பெண்கள்’ என்ற தொடர் இங்கே பயன்படுத்தப்பட்டிருப்பது, பெண்களின் முகமையை விடாப்பிடியாக ஒதுக்கித் தள்ளுவதைச் சுட்டிக்காட்டுகிறது-தேர்ந்தெடுக்கப்பட்ட அமைப்புகளில் 33% இட ஒதுக்கீட்டை நிர்ணயிக்கும் பெண்கள் இட ஒதுக்கீட்டு மசோதா ‘பாப்’ கட்டிங் செய்துள்ள பெண்களுக்குரியதல்ல என 1996-இல் ஜனதா தள தலைவர் சரத் யாதவ் நம்காலத்தில் ஆர்ப்பாட்டம் செய்தார். இந்து சட்ட மசோதா விவாதிக்கப்பட்ட

காலம் முழுவதிலும் ஏராளமான பெண்கள் அமைப்புகள், ஊடக அறிக்கைகள், கூட்டங்கள், தீர்மானங்கள் வாயிலாக, தம் ஆதரவைப் பதிவு செய்தனர். அம்மசோதா சந்தித்த எதிர்ப்பு குறித்து வங்காளத்தைச் சேர்ந்த பெண்கள் சங்கங்கள், இந்து சட்டக்குழுவில் பங்கேற்றுக் கூறின: ‘இந்நோக்கத்திற்கென திரண்டுள்ள, தெரிவு செய்யப்பட்டுள்ள உயர்வகுப்புப் பிரிவினரிடமிருந்து இவ்வெதிர்ப்பு வருகிறது. இவ்வுயர் குடிப்பெண்கள் பெண்களிடையே கொஞ்சமும் சமூகப்பணி ஆற்றியவர்களல்லர். சமீபத்தைய பிரச்சனைகளில் அவர்கள் எந்த உதவியும் மக்களுக்குச் செய்யாதவர்கள். பெருந்திரள் மக்கள் பற்றி அவர்களுக்கு எதுவும் தெரியாது.’ இந்து சட்டக் குழு இப்படிக் குறிப்பிட்டது: குறிப்பிடத்தக்க பெண்களின் அமைப்புகளெல்லாம் இம்மசோதாவுக்கு ஆதரவாகப் பேசுகின்றன. கல்வி கற்ற தம் சோதரியர் பெரும்பான்மையினரது கருத்துகளை பிரதிநிதித்துவம் செய்வதாகக் கூறிக்கொள்ளும் பெண்கள், இருதய பூர்வமாக இம்முன்மொழிவுகளை வரவேற்றனர், இன்னும் மேலே சென்றிருக்க வேண்டும் என்றுதான் ஆசைப்பட்டனர்.

பல பெண் பாராளுமன்றவாதிகள் இத்தகைய மசோதாவின் அவசியத்திற்காக வாதிட்டனர். எனினும், குறிப்பான விதிமுறைகளில் உடன்படாமைகள் இருந்தன. எடுத்துக்காட்டாக, சில சமுதாயங்களில் நிலவுகின்ற தாய்வழி இந்துச் சட்டங்களுக்கு எதிராக மசோதா இருப்பதை ரேணுகா ரே மற்றும் அம்மு சுவாமிநாதன் ஆகியோர் வலிமையாக எதிர்த்தனர். இச் சமுதாயங்களில் நலன்களை அனுபவிக்கும் பெண்கள், புதிய சட்டங்களால் ஏமாற்றப்படுவார்கள் என அவர்கள் வாதிட்டனர். அம்பேத்கரின் ஆட்சேபனை கொள்கை ரீதியிலானது. இதில் முக்கிய கோணம் சாதி. இறையியல் நோக்கில் சில சாதிகளுக்கு (எடுத்துக்காட்டாக நம்பூதிரிப் பெண்களுக்கு) சிறப்புச் சலுகைகள் அளிக்கும் எந்தச் சட்டமும், அம்பேத்கர் முன்னுணர்ந்த சமத்துவத்திற்கு விரோதமானது. இம் மசோதாவில் இடம் பெற்றுள்ள நடவடிக்கைகள் மேலதிகமாகச் சென்றுள்ளன என்று கருதாத பெண்களிடமிருந்தும் விமர்சனங்கள் வந்தன-அவர்களில் ஜி.துர்காபாய், ஹன்ஸா மேத்தா போன்றோர் அடங்குவர். பல்லாண்டுகளாக தலித்-பகுஜன் பெண்களால் நடத்தப்பட்ட எண்ணற்ற போராட்டங்களால் வடிவமைக்கப்பட்டதே அம்பேத்கரின் அனுபவம். நில உரிமைகள், கல்வி உரிமைகள்,

உரிமைகளைப் பெறும் வழிவகைகள் என்பவற்றுக்கான ஆர்ப்பாட்டங்களில் பெண்கள் பெருமளவில் பங்கேற்றுள்ளனர். காம்டீயில் 200 தலித் பெண்கள், 1932 சமுதாய தீர்ப்புக்கு ஆதரவாக அணிவகுத்துச் சென்றனர். அம்பேத்கரின் சுதந்திர தொழிலாளர் கட்சியில் மஹிளா பரிஷத்துகள் மைய அம்சமாக விளங்கின. ஜூலை 20, 1942-இல், அனைத்திந்திய ஒடுக்கப்பட்ட வர்க்கங்களின் பெண்கள் மாநாட்டிற்காக, நாக்பூரில் 25000 தலித் பெண்கள் திரண்டார்கள். சுலோசனாபாய் டோங்ரே தலைமையிலான இம்மாநாடு தீவிரத் தீர்மானங்களை நிறைவேற்றியது; விவாகரத்து, பலதாரமண ஒழிப்பு, பெண் தொழிலாளர் உரிமைகளை ஆலைகளுக்கு விரிவாக்கல், கல்வி மேம்பாடு, இலவசமாக ஆரம்பக்கல்வி அளித்தல், உயர்நிலைப்பள்ளி-கல்லூரிக்கல்வி பெறும் பெண்களுக்கு விடுதிவசதி மற்றும் கல்வி உதவித் தொகைகள், ஆலைகளில் பெண் கண்காணிப்பாளர்கள் நியமனம், சட்டமன்றங்களில் ஒடுக்கப்பட்ட வகுப்பு பெண்களுக்கு இட ஒதுக்கீடு, அனைத்திந்திய பட்டியலினச் சாதி கூட்டமைப்பை நிறுவுதல் போன்றவை உள்ளிட்டு. டிசம்பர் 1952 –இல் கோலாப்பூரில் ஆயிரக்கணக்கில் பெண்கள் திரண்டிருந்த கூட்டத்தில், அப்போதைய முன்னணிப் பெண் தலைவர்களது ஆதரவு இந்து சட்ட மசோதாவுக்கு இல்லாதது குறித்து, அம்பேத்கர் வருந்தினார்.

உணர்த்தப்படுவது

மரத்திலமர்ந்து ஏதோ சட்டப்புத்தகத்தை வாசிக்கின்ற அம்பேத்கர், கீழே நடக்கும் அமளியால் வியப்புற்றவராகத் தோன்றுகிறார். அடக்கமான, தீங்கற்ற ஆண்களைப் பயன்படுத்திக் கொள்ளும் ஈவிரக்கமற்ற பெண்களை இக் கேலிச்சித்திரம் சித்தரிக்கிறது. தலைப்பிலுள்ள ‘சில’ என்பதைக் கவனியுங்கள். ‘சில’ பெண்களே மாற்றங்களைக் கோருகின்றனர் என்று தோன்றுகிறது. பெரும்பாலான பெண்கள் தம் ஒடுக்குமுறை முடிவுக்கு வருவதை விரும்புவதில்லை என பிரேஷ்வர் சிந்திக்கக்கூடும். சந்தர்ப்பவசமாக, குருதத் நடித்து, அவர் இயக்கிய Mr and Mrs 55 திரைப்படம், புனைவியல் வேடிக்கைப்பட வடிவில், இந்து சட்ட மசோதாவை ‘விவாகரத்து மசோதா’வாக கேலிச்சித்திரமாக்கியது. அனிதா வெர்மா (மதுபாலா)வை விரும்பும், வாழ்க்கையில்

சிரமப்படும் கேலிச்சித்திரக்காரர் (அவரது கேலிச்சித்திரங்கள் ஆர்.கே. லட்சுமணன் வரைந்தனவாக படத்தில் இடம் பெறும்) பிரீதம் குமாராக தத் நடித்திருப்பார்; அனிதா வெர்மாவின் அத்தை சீதாதேவி (லலிதா பவார்), 'உணர்வு நுட்பமற்ற' பெண்கள் உரிமை செயற்பாட்டாளரின் கேலிச்சித்திரமாயிருப்பார்-அவள் மணமுடித்தால்தான் சுவீகரிக்க முடியும் என்னும் அவரது உயில் நிபந்தனையை நிறைவேற்றுவதற்காகவே, சீதா தேவி ஒரு திருமண பந்தத்தில் நுழைய விரும்புவார். சீக்கிரம் விவாகரத்து பெறுமாறு அனிதாவை நச்சரிப்பார்; ஆனால் காதல் ஏற்பட்டு, ஆண்-பெண் இந்து திருமணத்தில் எல்லாம் நல்லபடியாக முடியும்.

6

புதிய தீண்டாமை

நேஷனல் ஹெரால்ட், நவம்பர் 7, 1948, பிரேஷ்வர்

Dr. Ambedkar, moving consideration of the Draft Constitution of India in the Constituent Assembly, condemned the village communities.

அரசமைப்புச் சட்டமன்றத்தில் அரசியல் நிர்ணய சட்டத்தின் வரைவினை முன்வைக்கும் டாக்டர் அம்பேத்கர், கிராம சமுதாயங்களைத் தாக்கினார்.

சுதந்திரத்திற்கு முந்தைய தேசியவாதச் சொல்லாடலில் கிராமம், இந்திய நாகரிகத்தின் அடிப்படை அலகைப் பிரதிநிதித்துவப்படுத்துவதாயிற்று. தேசியவாத படித்த வர்க்கம் 'இந்தியத்தன்மை' என்றால் எதை அர்த்தப்படுத்துகிறது என்பதன் இணக்கமான உணர்வைத் தேடிக்கொண்டிருந்தபோது, 19-ஆம் நூற்றாண்டில் இது ஆரம்பித்தது; கிராமப் புறத்தைப் புனைவியலாக்கியது; காலனியத்தின் நவீனத் தாக்குதலை எதிர்ப்பதில் முக்கியமாயிருந்தது. இந்தியப் பண்பாட்டில் நல்லதாக இருந்தவற்றுக்கு எல்லாம் கிராமம் அடையாளமாயிற்று, மாறாத அதன் இயல்பு நல்ல பண்பாக மாற்றப்பட்டது, நிலவியிருந்த பிற பிரச்சனைகள் பிரிட்டாஷாரின் வருகையுடன்

தொடர்புபடுத்தப்பட்டது. தேசியவாத இயக்கத்தின் முன்னணியில் இருந்த, சமூகத்தின் கல்விகற்ற, நகர்மயமாக்கப்பட்ட பிரிவுகளை, இந்நாகரிகப் பெருமையுடன் கிராமிய இந்தியாவுடன் அய்க்கியம் கொள்ள வைத்ததில், இத்தகு அணுகுமுறை முக்கியமாயிருந்தது.

விடுவிக்கப்பட வேண்டிய மத்திய முகமையாக இந்திய கிராமத்தை உருக்கொள்ள வைத்த காந்தியால், தேசியவாதத்தின் இம்முறைமைக்கு அதிகச் செலாவணி தரப்பட்டது; அவர் கிராமங்களை ஒன்றுடன் ஒன்று சகவாழ்வு வாழ்ந்திட்ட, சுயாட்சிமிக்க தன்னிறைவுபெற்ற, ஜனநாயகக் குடியரசுகளாக முன்னுணர்ந்தார். நிலவியிருந்த கிராமங்கள் லட்சியபூர்வமானவை அல்ல மாறாக இப்பிரச்சனைகளைத் தீர்க்க முடியும், முந்தைய அமைதிமிக்க நாட்களுக்குத் திரும்புவது சாத்தியமே என்று காந்தி ஒப்புக்கொண்டார். இத்தகைய திரும்புதல், பல சுதந்திரப் போராட்ட செயல்வீரர்களுக்கு உந்து சக்தியாய் விளங்கிற்று-குறிப்பாக, அனைத்தும் நன்றாயிருந்தது, எதிர்காலம் என்பது சமூகத்தை அதன் கடந்தகாலத்திற்கு மீட்டெடுப்பது தவிர்த்து வேறெதுவுமில்லை என்று வலியுறுத்தும் நகர்ப்புற தேசியவாதிகளுக்கு.

இருப்பினும் இத்தகைய வெகுளித்தனமான, உணர்ச்சிவசப்படுகின்ற சுயநலமிக்க இந்திய சமூகத்தின் புரிந்துகொள்ளலுக்கு அம்பேத்கர் அறுதியான வகையில் எதிராயிருந்தார். அரசியல் நிர்ணய சட்டத்தின் முதல் வரைவினைப் பொறுத்து அரசியல் நிர்ணய சபையில் பேசியபோது,-இவ்வகையில் இது அவரது முதலாவது பேச்சு-அம்பேத்கர் முன்வைத்தார்: ‘கிராம சமுதாயத்தின் மீதான அறிவார்த்த இந்தியர்களின் நேசம் பரிதாபமானதாக இல்லாவிடில் நிச்சயமாக முடிவற்றதுதான். வேறெதுவும் நீடித்திராதவிடத்தே கிராமச் சமுதாயங்கள் நீடித்திருக்கின்றன என்பதில் சந்தேகமில்லை. ஆனால் அவற்றில் பெருமிதம் கொள்பவர்கள், நாட்டின் விவகாரங்களில், விதியில் ஏதேனும் பங்கேற்றுள்ளனரா என்பதில் கவலை கொள்ளாதவர்களே… நாட்டின் விதியில் அவர்களின் பங்கு என்ன என்பதை (சர் சார்லஸ்) மெட்கால்ஃபே குறிப்பிடுகிறார்:

‘வம்சத்திற்குப் பின் வம்சமாக கவிழ்கின்றன. புரட்சியை அடுத்து புரட்சி வெற்றிபெறுகிறது. இந்துக்கள், பத்தான்கள், மொகலாயர், மராட்டியர், சீக்கியர், ஆங்கிலேயர் அனைவரும் நாயகர்களே

ஆனால் கிராம சமுதாயங்கள் அப்படியேதான் உள்ளன. சிக்கலான காலங்களில் அவை ஆயுதந்தாங்கி தம்மை அரண் செய்து கொள்கின்றன. விரோதமிக்க ஒரு ராணுவம் கிராமப்புறம் வழியே கடந்து போகிறது. கிராமச் சமுதாயங்கள் தம் கால்நடைகளை சுவர்களுக்குள் அடைத்துவைத்து, எதிரியைச் சீண்டாது செல்ல விடுகின்றன.'

தம் நாட்டு வரலாற்றில் கிராம சமுதாயங்கள் வகித்துள்ள பங்கு இத்தகையது. இதனை அறியும்போது, என்ன பெருமிதத்தை ஒருவர் உணரமுடியும்? துன்ப துயரங்களைத் தாண்டி அவர்கள் பிழைத்திருக்கிறார்கள் என்பது உண்மையாயிருக்கலாம். வெறுமனே பிழைத்திருப்பது விழுமியமாகாது. அவர்கள் எந்தத் தளத்தில் பிழைத்துள்ளனர் என்பதே கேள்வி. நிச்சயமாக தாழ்ந்த, சுயநலத் தளத்தில்தான். இக்கிராம குடியரசுகள் இந்தியாவின் முழுவிநாசமாக இருந்துள்ளன என்று கருதுகிறேன். பிரதேசவாதம் மற்றும் இனவாதத்தைக் கண்டிப்போர், கிராமத்து நாயகர்களாக முன் வருவதைக்கண்டு ஆச்சரியப்படுகிறேன். உள்ளூர்வாதம் நாறுகின்ற இடம், அறியாமைக்கொட்டடி, குறுகிய மனப்பான்மை, இனவாதம் தவிர்த்து கிராமம் என்பது வேறென்ன? அரசமைப்புச் சட்ட வரைவு கிராமத்தை ஒதுக்கி, தனிநபரை அழகாகக் கொண்டிருப்பதில் மகிழ்கின்றேன்.'

சவர்ண தலைவரெல்லாம் பார்க்காதுள்ள சாதி மற்றும் ஒடுக்குமுறையின் இறுகிய வடிவங்கள் நீடிப்பதுதான் திசைவிலகலின் புள்ளி. லட்சிய இந்திய கிராமம் குறித்த தம் கருத்துகளை வால்டேர் பேஜ்காட் போன்ற மேற்கத்தைய எழுத்தாளர்களிடமிருந்து பெற்று, தம்மைப் புகழ்ந்து கொள்வதற்காக அவற்றை அப்படியே தமதாக்கிக் கொண்டுள்ளதற்காகத் தேசியவாத தலைவர்களை அம்பேத்கர் குற்றஞ்சாட்டுகிறார். அம்பேத்கரைப் பொருத்தவரை, 'கிராமம் இந்து சட்டத்தில் புதைந்துள்ளது, பஞ்சாயத்து என்பது சாதிக்குழு தவிர்த்து வேறொன்றுமில்லை. நாட்டின் மத்திய எஞ்சின் என்னும் அதன் கூற்றை ஒதுக்கித் தள்ளுவதில் அவருக்கு வருத்தம் ஏதுமில்லை. மக்கள் தனிநபர்களாக சுதந்திரமாய் மட்டுமில்லை, சுதந்திர மக்களின் இத்தனை அலகுகளின் அமைப்பு எதிர்காலச் சமூகத்திற்குள் கடந்தகாலத்தால் இயக்கிவைக்கப்படுவதில்லை; அது மனித முன்னேற்றத்தின் நிச்சயமின்மைகளுக்குள் திறந்து

விடப்படுகிறது; எதிர்காலத்தலைமுறைகள் தமக்காக முடிவுகளை மேற்கொள்கின்றன.

உணர்த்தப்படுவது

பூணூல் அணிந்துள்ள அம்பேத்கர் கிராம ஏழைகளை அரசமைப்புச் சட்டத்திலிருந்து தூக்கி எறிகின்றார். அம்பேத்கர் என்ன கூறியிருந்தார் என்னும் கட்டுரையின் தலைப்பை மட்டும் வாசித்த பிரேஷ்வர், நாளுக்கொரு கேலிச்சித்திரமாக நிரப்பிடும் தனது தினசரி ஒதுக்கீட்டுக்காக மாற்றிக்கொண்டார் என்று தோன்றுகிறது. ஒன்று அப்படி இருக்கவேண்டும் அல்லது அவர் முட்டாளாயிருக்கவேண்டும். கேலிச்சித்திரத்தின் தலைப்பிலுள்ள நகைமுரண் வேடிக்கையானது என்று காண்பது சிரமமே.

7

செயல்பாட்டு முன்மாதிரி

இந்துஸ்தான் டைம்ஸ், நவம்பர் 9, 1948, என்வெர் அகமத்

Working Model

—Copyright

In the Consembly on Saturday, Mr K. Santhanam said that the constitution symbolized the bone-structure of India and that in his view the bone-structure needed to be "rigid" rather than "flexible."

அரசமைப்புச் சட்டம் இந்தியாவின் எலும்புக் கூட்டினை அடையாளப்படுத்துகிறது மற்றும் இவ்வெலும்புக்கூடு 'நெகிழ்ச்சியா'யில்லாமல் 'இறுக்கமா'யிருக்கவேண்டும் என்பதுதான் கருத்து என திரு. கே. சந்தானம் அரசமைப்புச் சட்டமன்றத்தில் சனிக்கிழமையன்று கூறினார்.

ஆகஸ்டு 29, 1947 அன்று அரசமைப்புச் சட்டமன்ற வரைவுக் குழுவின் தலைவராக அம்பேத்கர் நியமிக்கப்பட்டார். நவம்பர் 4, 1948 அன்று சட்டமன்றத்தின் பரிசீலனைக்காக முதல்வரைவு முன்வைக்கப்பட்டது. உறுப்பினர்களிடம் உரையாற்றிய அம்பேத்கர் கூறினார்: 'வரைவுக் குழுவால் தயாரிக்கப்பட்டுள்ள அரசமைப்புச் சட்டம் தொடங்கப்படுவதற்கு நல்லதாகவே அமைந்துள்ளது.

சமாதான காலத்திலும் யுத்தகாலத்திலும் நாட்டை ஒருங்கிணைத்து வைத்திருக்கும் வலிமை மிக்கதாக இருக்கிறது. செயல்படுத்தக் கூடியதாக, நெகிழ்ச்சியுள்ளதாக இருக்கிறது... புதிய அரசமைப்புச் சட்டத்தின் கீழ் நிலைமை மோசமாயின், அதற்குக் காரணம் அரசமைப்புச் சட்டம் மோசம் என்பதாக இருக்காது, மாறாக மனிதன் கேடானவன் என்பதாக இருக்கும்.'

அடுத்த சில தினங்களில் இந்த ஆவணம் மிகுந்த கூராய்வுக்கு உள்ளானது; 'நெகிழ்ச்சியுள்ளதாக' என்னும் தொடரின் பயன்பாடு, பழமைவாதிகள் பலரது புருவத்தை உயர்த்தவைத்தது. அத்தகைய விமர்சனம் ஒன்று கே.சந்தானத்திடமிருந்து (நேரு அமைச்சரவையில் ரெயில்வே-போக்குவரத்து அமைச்சர்) வந்தது- 'அரசமைப்புச் சட்டம் மிகப் பலவீனமானது, காந்திய சித்தாந்தம் இல்லாதது. நெகிழ்ச்சித்தன்மை எப்போதும் சீலமாக இருந்ததில்லை' என்று கூறிவிட்டு இறுக்கமாயிருப்பதன் நலன்களை விதந்தோதினார். ஆவணத்தை மனித உடலாக வர்ணித்த அவர், இப்போதைய சூழலில் வலுவான எலும்புக்கூடு அவசியம் என்றார். இந்துஸ்தான் டைம்ஸின் ஆசிரியராக (1948 வரை) விளங்கிய அவரது அபிப்பிராயங்கள் பிரதான கவனம் பெற்றன. இச்சமயத்தில்தான் நிர்வாக ஆசிரியர் தேவதாஸ் காந்தியால் (காந்தியின் மகன்) இந்துஸ்தான் டைம்ஸிலிருந்து சங்கர் விலகுமாறு நிர்ப்பந்திக்கப்பட்டார். முன்னர் முஸ்லீம் லீக் சார்புடைய டானுக்கு காந்தி எதிர்ப்பு கேலிச்சித்திரங்கள் வரைந்துகொண்டிருந்த அகமத், தேவதாஸ் காந்தியால் இந்துஸ்தான் டைம்ஸில் சேருமாறு கேட்டுக்கொள்ளப்பட்டார்-சுதந்திர மனோபாவமுடைய சங்கரை விடவும் சிறப்பாக தினசரியின் ஆசிரியத்துவப் போக்கை பின்தொடர்வார் என்னும் புரிந்து கொள்ளலில். இப்போது அம்பேத்கரைச் சாடவேண்டியது அகமத்தின் முறையானது.

உணர்த்தப்படுவது

வலதுசாரிகளுக்கும் எலும்புகளுக்குமிடையே சுவையான தொடர்பு உள்ளது. முன்காலத்து வெள்ளை இனவாதிகள் எலும்புக்கூடுகளால் பீடிக்கப்பட்டிருந்தனர், கபால வடிவிலிருந்து இன உயர்வைக் கண்டறிய முடியும் என நம்பினர். இந்த 'அறிவிய'லுக்கு

phrenology என்று பெயர். பழமைவாத அய்யங்கார் பிராமணரான சந்தானம், எலும்பு சார்ந்த உருவகத்தைப் பயன்படுத்துவது (அல்லது கூடாது) மகிழ்ச்சியளிக்கும் பொருந்திப்போதல்தான். சக மனிதர்களுக்காக மனிதரால் தயாரிக்கப்பட்டதாயின் அரசமைப்புச் சட்டம் மனித உடல் போன்றதல்ல என்பதை வாசகர்களுக்கு நினைவூட்ட விரும்புகிறோம். அது காகிதத்தாலும் மையாலும் ஆக்கப்பட்டதே.

8
இந்தியச் சிற்பம் (தொன்மையானதல்ல)

சங்கர்ஸ் வீக்லி, நவம்பர் 14, 1948, சங்கர்

அரசமைப்புச் சட்ட வரைவின் முதல் வாசிப்பு முடிந்ததும், நவம்பர் 4, 1948 அன்று அரசமைப்புச் சட்டசபையில் உரையாற்றிய அம்பேத்கர், ஆவணத்தின் சாரமான அம்சங்களை விளக்கினார், உறுப்பினர்கள் வெளிப்படுத்திய சில அக்கறைகளை விவாதித்தார். இச்சட்டம் 1935-ஆம் ஆண்டின் இந்திய அரசாங்கச் சட்டம், இதர நாடுகளின் அரசமைப்புச் சட்டங்களிலிருந்து நிறைய எடுத்துக் கொண்டிருக்கிறது என்பது முன்வைக்கப்பட்ட விமர்சனங்களுள் ஒன்று. இந்த விஷயம் எழுப்பப்படும் முன், இதர நாடுகளின், குறிப்பாக அமெரிக்கா, ஆஸ்திரேலியா, கனடாவின், அரசமைப்புச் சட்டங்களுடன் எந்த அளவு ஒத்திருக்கிறது அவற்றிலிருந்து எந்த அளவு வேறுபட்டிருக்கிறது என்று அம்பேத்கர் பேசியிருந்தார். பிரிட்டன், அயர்லாந்து, ரஷ்யா, பிரான்ஸ், ஜெர்மனி, தென்னாப்பிரிக்கா, ஜப்பான் உள்ளிட்ட வேறுபல நாடுகளுடன் குறிப்பான அம்சங்களையும் இந்திய அரசமைப்புச் சட்டம் பகிர்ந்துகொள்கிறது. உலகெங்கிலும் ஏராளமான அரசமைப்புச் சட்டங்கள் ஏற்கனவே எழுதப்பட்டிருக்க, அவற்றின் உருவாக்கத்தில் சேர்ந்துள்ள சாதனைகளையும் பணியையும் புறக்கணிப்பது சிரமம் என்றார் அம்பேத்கர். எடுத்துக்காட்டாக, முந்தைய அரசமைப்புச் சட்டங்களில் அடையாளங் காணப்பட்டிருந்த பிரச்சனைகளைத் திருத்திக் குறைத்திட, வரைவுக்குழு எவ்வாறு முயன்றது என்பது எடுத்துக்காட்டப்பட்டது.

1935-ஆம் ஆண்டு சட்டத்தின் பிரிவுகள் அப்படியே எடுத்தாளப்பட்டுள்ளன என்னும் குற்றச்சாட்டிற்கு, தக்கவைத்துக் கொள்ளப்பட்ட பகுதிகள், பிரதானமாக நிர்வாக விவரணங்கள் தொடர்பானவை என அம்பேத்கர் பதிலளித்தார். அரசமைப்புச் சட்டத்தில் நிர்வாக விவரணங்கள் இல்லாதிருப்பது நல்லதே; ஆனால் குடிமக்களிடையே அரசமைப்புச்சட்ட ஒழுக்கத்தின் பொது உணர்வு நிலவினாலே, அது செயல்படும்-நிர்வாக அமைப்புகளின் நிரடலற்ற செயல்பாட்டை அனுமதிக்கும் என்றார். இருப்பினும், இத்தகைய அரசமைப்புச் சட்ட ஒழுக்கம் இயற்கையான உணர்வில்லை. அது வளர்த்தெடுக்கப்பட வேண்டியது. நமது மக்கள் இதனைக் கற்றுக்கொள்ள வேண்டியிருக்கிறது என்பதை நாம் உணர்ந்துகொள்ள வேண்டும். இந்தியாவில் ஜனநாயகம் இந்திய மண்மீதில் மேற்பரப்பில் உரமிடுவதாகவே உள்ளது- அது சாராம்சத்தில் ஜனநாயகமற்றது. இச்சூழல்களில், நிர்வாக வடிவங்களைப் பரிந்துரைப்பதில் சட்டமன்றத்தை நம்புவது

புத்திசாலித்தனமானதா இல்லையா. அவற்றை அரசமைப்புச் சட்டத்தில் சேர்த்திருப்பதற்கான நியாயம் இதுவே.

உணர்த்தப்படுவது

நவம்பர் 6-லிருந்து டிசம்பர் 31, 1948 வரை, தலைமை ஆளுநர் சி. ராஜகோபாலாச்சாரியின் ஆதரவுடன், அரசாங்க கூடத்தில் (பின்னர் குடியரசுத் தலைவர் மாளிகையானது) இந்தியக் கலைக் கண்காட்சி நடந்தது. சிந்துவெளி, குப்தர், மௌரியர், சங்கர், குசாணர் காலங்களின் சிற்பங்கள் மற்றும் மொகலாய, பஹாரி, ராஜஸ்தானி ஓவியங்களும் நுண்ணோவியங்களும் காட்சிக்கு வைக்கப்பட்டிருந்தன. ஒரு கூரையின் கீழாக 5000 ஆண்டு இந்தியக் கலையை பிரதிநிதித்துவப் படுத்துவதாக இக்கண்காட்சி கூறிக்கொண்டது. பர்ஹீத், சாரநாத், குவாலியர், மதுராவின் யட்சர்-யட்சிகளின் சிற்பங்களும் இடம்பெற்றிருந்தன. இது சங்கரிடம் செல்வாக்கு செலுத்தியிருக்கக்கூடும்; அவர் எட்டுக்கைகளையுடைய துர்க்கையாக ஒரு யட்சியை (வளப்பத்தைக் குறிக்கும் தொன்ம தெய்வம்) வடிவமைக்கிறார். சங்கரின் புத்திசாலித்தனம் எந்தவொரு பிளவுபடுத்தும் நிலைப்பாட்டுக்கும் இடம்தராது. ஒரு வலதுசாரிக்கும் உணர்வு நுட்பமிக்கவருக்கு இக்கேலிச்சித்திரத்தில் பிரச்சனையில்லை; மேற்கத்தைய தாக்கங்களுக்காக வரைவு அரசமைப்புத் திட்டத்தை, சங்கர் தாக்குகிறார் என வலதுசாரியாளர் எண்ணிக்கொள்வார்; இது அரசமைப்புச்சட்டம் எழுதும் நிகழ்வுப்போக்கைத் தீங்கற்ற அடியாக எண்ணி நகைப்பவராக உணர்வு நுட்பமிக்கவர் இருப்பார்.

9
முரட்டுக் கிளர்ச்சி

சங்கர்ஸ் வீக்லி, நவம்பர் 14, 1948, சங்கர்

உள்ளூர் வாதத்தின் இந்தியக் கும்பல்கள், அறியாமை, குறுகிய மனோபாவம், இனவாதம் ஆகியவற்றின் கூட்டங்கள் ஆத்திரமுற்று டாக்டர் அம்பேத்கரைத் தாக்கியதாகக் கூறப்படுகிறது. நிலவரம் இன்னும் பதற்றமாயிருப்பினும் அவர் பாதுகாப்பாக இருப்பதாகக் கூறப்படுகிறது.

அரசமைப்புச் சட்டத்தின் முதல் வாசிப்பின்போது தெரிவிக்கப்பட்டவற்றுள், கிராமங்கள் தொடர்பானதற்குத்தான் அம்பேத்கர் கடுமையான வார்த்தைகளைப் பிரயோகித்தார். சிறுபான்மையினர் நல்வாழ்வு விதிமுறைகளைத் தாக்கியவர்களுக்குக்கூட இவ்வளவு கடுமையான வார்த்தைகளை அவர் பிரயோகிக்கவில்லை. அரசமைப்புச் சட்டசபையின் அறிவுறுத்தல்களின் படி வரைவுக்குழு செயல்பட்டது என்றார். சிறுபான்மையினரின் இருப்பை நிராகரித்தல் பெரும்பான்மையினர் செய்யும் தவறு என மேலும் குறிப்பிட்டார். 'தம்மை மட்டுமே நீட்டிக்கச் செய்வதும் சிறுபான்மையினர் செய்யும் தவறே.

இரட்டை நோக்கத்தை நிறைவேற்றிடும் தீர்வைக்காண வேண்டும். சிறுபான்மையினர் இருப்பை அங்கீகரிப்பதுடன் அதனை ஆரம்பிக்கவேண்டும். ஒருநாள் அது பெரும்பான்மையினரையும் சிறுபான்மையினரையும் ஒன்றாகிட வழிவகை செய்யும்.' உள்ளூர்வாதம், அறியாமை, குறுகிய மனோபாவம், இனவாதத்தின் பிறப்பிடமாக இந்திய கிராமம் உள்ளது என்று குற்றம் சாட்டினார்: இந்திய ஜனநாயகத்தின் அடிப்படை அலகாக தனிநபரை கொள்ளவேண்டும் என்ற வரைவுக்குழுத் தீர்மானத்தைப் பாராட்டினார்.

அம்பேத்கர் இறந்தபின் வெளியான *untouchables of The Children of India's Ghetto*-வின் அத்தியாயம் *Outside the fold*-இல் இது தொடர்பாக மேலும் விளக்கம் உள்ளது. உலகெங்கிலுமுள்ள இதர ஒடுக்கப்பட்ட சமூகங்களுடன் இந்தியாவிலுள்ள தீண்டாமையை ஒப்பீட்டு ஆய்வு செய்வதாக இந்நூல் அமைகிறது. சர்வதேசியத்தை விவாதிப்பதற்கான தேவை அதிகரிக்க, அம்பேத்கர் இந்திய சாதியமைப்பைப் பற்றி மட்டுமல்லாது, இதர நாடுகளில் உள்ள இப்பிரச்சனையையும் பேச ஆரம்பித்தார். அய்ரோப்பா, ஆஃப்ரோ-அமெரிக்காவிலுள்ள யூத சமுதாயத்துடன் ஒப்பீடுகள் மேற்கொள்ளப்பட்டன. ரோமானிய சமூகக் குறிப்புடன், அடிமை முறைக்கும் தீண்டாமைக்கும் இடையிலான வித்தியாசமும் விளக்கப்பட்டது.

கிராமம் சார்ந்து அவர் எழுதினார்: 'இந்து கிராமம், இந்து சமூக முறையின் ஆலையாகும். இந்திய கிராமம் பற்றிப் பேசும் போதெல்லாம் சராசரி இந்து எப்போதும் புளகாங்கிதம் அடைகிறான்... சமூக ஒழுங்கமைப்புக்கான லட்சிய இடமாக இந்திய கிராமம் உள்ளது என்று நம்புவதில் இந்துக்கள் எவ்வளவு வெறி மிகுந்துள்ளனர் என்பதை, அரசமைப்புச் சட்டசபையின் இந்து உறுப்பினர்களது கோபமிக்க பேச்சுகளிலிருந்து தெரிந்துகொள்ளலாம்-சட்டமன்றம், நிர்வாக இயந்திரம், நீதித்துறை ஆகியவற்றுடன், தன்னாட்சி நிர்வாக அலகுகளின் அரசமைப்பு பிரமிடின் அடித்தளமாக இந்திய கிராமத்தை, இந்திய அரசமைப்புச் சட்டம் அங்கீகரிக்க வேண்டும் என்னும் வாதத்திற்கு ஆதரவாக, அவர்கள் பேசியபோது, தீண்டத்தகாதோரின் நோக்கு நிலையில், இதைவிடவும் பெரும் நாசம் இருந்திருக்க முடியாது. அரசமைப்புச் சட்டமன்றம் அதனை ஏற்றுக் கொள்ளாததற்கு

கடவுளுக்கு நன்றி பாராட்ட வேண்டும். இருப்பினும் இந்திய கிராமம் சமூக ஒழுங்கு அமைப்புக்கு லட்சிய வடிவமாகும் என்னும் நம்பிக்கையில் இந்துக்கள் நீடிக்கின்றனர்.'

இந்திய கிராமம் மீதான புனைவியப் பார்வைக்கு சார்லஸ் மெட்கால்ஃபே போன்ற பிரிட்டாஷாரைத்தான் பாராட்டவேண்டும் என அரசமைப்புச் சட்டசபை விவாதங்களில் அவர் குறிப்பிட்டதையே உறுதிப்படுத்தினார்-அவர்களின் பதிவுகள் சுயபாராட்டலாக அப்படியே இந்துக்களால் எடுத்துக் கொள்ளப்பட்டன. கிராமங்களில் அங்கீகரிக்கப்பட்ட ஒடுக்குமுறை வடிவங்கள் மற்றும் தீண்டத்தகாதோர் மீது சுமத்தப்பட்ட தவறுகள், கடமைகள், கட்டுப்பாடுகளின் விரிவான பட்டியல்களையும் அம்பேத்கர் தயாரித்தார். 'குறிப்பிடவேண்டிய இன்னொரு முக்கிய விஷயம், இக்குற்றங்களுக்கான தண்டனை எப்போதும் கூட்டாக இருந்தது. குற்றம் இழைத்தவர் ஒரு தனிநபராக இருப்பினும், தீண்டாதோரின் ஒட்டுமொத்த சமுதாயமே தண்டனைக்குரியது. தீண்டாதோர் எப்படி வாழ்கின்றனர்? எப்படிச் சம்பாதிக்கின்றனர்? வாழ்வாதாரத்தை ஈட்டிடும் வழிமுறை குறித்த அறிவின்றி, இந்து சமூகத்தில் அவர்களுக்குள்ள இடத்தைத் தெரிந்து கொள்வது சாத்தியமற்றது... இந்துக்கள் பெருமிதமடையும் கிராமக் குடியரசு இதுதான். இக்குடியரசில் தீண்டாதோரின் நிலை என்ன? அவர்கள் கடைசியானவர்கள் மட்டுமின்றி மிகக் குறைந்தவர்களும்தான். ஒரு பெரும்பான்மை கட்டுப்படுத்திடும் எல்லா வழிமுறைகளாலும், அவன் தாழ்ந்தவனாக முத்திரையிடப்பட்டு, அந்நிலைக்கு கொண்டுவரப்பட்டுள்ளான். இத்தாழ்வுநிலை ஒரு தனிநபருடையது மட்டுமின்றி ஒட்டுமொத்த வர்க்கத்தின் விதியாக இருக்கிறது. வயதோ தகுதிகளோ பாராமல், எல்லாத் தீண்டாதவர்களும் தீண்டக்கூடிய அனைவருக்கும் தாழ்ந்தவர்களே. தீண்டக்கூடிய இளைஞன் வயதான தீண்டாதவரை விடவும் மேலானவன் மற்றும் கல்விகற்ற தீண்டாதவன் படிப்பறிவற்ற தீண்டக்கூடியவனை விடவும் தாழ்ந்தவனே.'

உணர்த்தப்படுவது

அம்பேத்கரின் 'sink of localism' என்பதை சங்கர் நுணுக்கத்தைவிட்டு, 'stink' என மாற்றியபோதும், இது ஒரு கூரிய கேலிச்சித்திரமே-

அம்பேத்கரைத் தாக்கிய அரசமைப்புச் சட்டமன்ற நகர்ப்புற உறுப்பினர்களை, நகைமுரணாக கிராமப்புற இந்தியாவின் பிரதிநிதிகளாகக் குறிப்பிடுகிறார். உண்மையில் அவர்கள் 'உள்ளூர்வாதத்தின் பொந்துகளிலிருந்தும்' 'அறியாமையின் கூடங்களிலிருந்தும்' வந்தவர்களே. அம்பேத்கர்-பா.ரஞ்சித் திரைப்படத்தின் காலா சொல்வது போல சொல்லலாமா-அவர்தம் தாக்குதல்களால் தனித்துவமாக அசையாது நிற்கவே செய்தார். இப்படிமம் ஏன் நமது அட்டைப்படமாக இடம்பெற்றது என்பது ஆராய்ந்து பாருங்கள்.

10

சர்க்கஸ்?

நேஷனல் ஹெரால்ட் நவம்பர் 19, 1948, பிரேஷ்வர்

CIRCUS?

The notices of amendments to the Draft Constitution are expected to amount to 4,000.

அரசமைப்புச் சட்ட வரைவுக்கான திருத்தங்களுக்குரிய முன்னறிவிப்புகள் 4000–னை எட்டும் என எதிர்பார்க்கப்படுகிறது.

புதிய அரசமைப்புச் சட்டத்தைக் கொண்டு வருவதிலான தாமதம் மீதான அமைதியின்மையின் மத்தியில், அரசமைப்புச் சட்டமன்றத்தில் நடவடிக்கைகளைத் துரிதப்படுவது எவ்வாறு என்று விவாதிக்க, காங்கிரஸ் கட்சியின் ஆலோசனைக் குழுவை வரைவுக்குழு சந்தித்தது. நவம்பர் 18, 1948 நேஷனல் ஹெரால்டில் வெளிவந்த கட்டுரை, திருத்தங்கள் செய்யவேண்டிப் பெறப்பட்ட முன்னறிவிப்புகள் 4000 இருக்கும் என்றது. ஒவ்வொரு திருத்தமும் பரிசீலிக்கப்பட வேண்டும், மற்றவற்றில் இடம்பெற்றவையும் மிகையானவையும் களையப்படவேண்டும் என்று இவ்விரு குழுக்களும் தீர்மானித்தன. தனிப்பட்ட விண்ணப்பதாரரைச் சந்தித்து சமரசத்திற்கு கொண்டுவர வலியுறுத்தவும் வழிவகை

செய்யப்பட்டது. இந்நடவடிக்கைகளால் முன்னறிவிப்புகளின் எண்ணிக்கை 400 ஆகக் குறையும் என்று எதிர்பார்க்கப்பட்டது. முறையான தீர்மானத்தின் மூலம் குடியரசுத் தலைவரின் அதிகாரத்தை அதிகரிக்கவும் முயன்றனர்-நீண்ட விவாதமின்றி, இரண்டாம் நிலை திருத்தங்களை அவரே முடிவுகட்டும் வகையில். இறுதியில், நவம்பர் 25, 1949 அன்று சட்டசபையில் நிகழ்த்திய தனது இறுதி உரையில் அம்பேத்கர் தெரிவித்தது போல, கோரப்பட்ட திருத்தங்கள் 7,635, அவற்றில் முறையாக சட்டமன்றத்தில் கொண்டுவரப்பட்டவை 2,473.

உணர்த்தப்படுவது

இக்கேலிச்சித்திரம் பல கேள்விகளை எழுப்புகிறது. அரசமைப்புச் சட்ட வரைவின் பாரத்தால் நசுங்கிக் கிடப்பவர் யார்? அதிகப்படியான எழுத்துவேலை செய்யவேண்டியிருந்த, அப்பாவியான பாராளுமன்ற ஊழியரா அல்லது தன் படைப்பில் பரிதாபத்தைக் கொண்டுவரும் பொருட்டு, கேலிச்சித்திரக்காரரால் இடம்பெறச் செய்யப்படும் இந்தியக் குடிமகனா? உலோகத் திண்மத்தின் மீது சுத்தியலால் அடித்துக் கொண்டிருக்கும் மற்ற உறுப்பினர்களையெல்லாம்விட, அம்பேத்கர் ஏன் குள்ளமாயிருக்கிறார்? (ஏனென்று நமக்கெல்லாம் தெரியும், கேள்வி அப்படியே நிற்கட்டும்.) பிரேஷ்வர் எதனையும் வாசிக்கின்றாரா? ஒருபோதும் பதிலளிக்கப்பட முடியாத கேள்விகளாகவே தோன்றுகிறது.

11

பொருளாதார ஜனநாயகம்

இந்துஸ்தான் டைம்ஸ், நவம்பர் 21, 1948, என்வெர் அகமத்

Dr Ambedkar claimed that the Draft Constitution aimed at ensuring economic democracy on the basis of "one man one value."

"ஒரு மனிதன் ஒரு மதிப்பு" அடிப்படையில் பொருளாதார ஜனநாயகத்தை உறுதிப்படுத்திடும் நோக்கினை உடையது அரசமைப்புச் சட்ட வரைவு என டாக்டர் அம்பேத்கர் கூறிக்கொண்டார்.

அரசமைப்புச் சட்டசபையில் வழிகாட்டு நெறிகளின் தன்மை குறித்த விவாதங்களில் பேசிய அம்பேத்கர், அவற்றின் தொடர்களது பின்னுள்ள கொள்கைகளாக வரைவுக்குழு எண்ணியிருப்பது எதனை என்று தெளிவுபடுத்தினார். நவம்பர் 19, 1948, அன்று அரசமைப்புச் சட்டத்தின் வரைவு 30-வது பிரிவில் விவாதம் மையங்கொண்டது; இறுதி வடிவில் அது பிரிவு 38 ஆனது- '(1) தேசிய வாழ்வின் அனைத்து நிறுவனங்களையும் நெறிப்படுத்தும் நீதி, சமூக, பொருளாதார, அரசியல் சார்ந்த சமூக ஒழுங்கை பெற்று, பாதுகாத்து முன்னெடுப்பது போல, திறம்பட்ட வகையில் மக்களின் நல்வாழ்வை முன்னெடுத்துச் சென்றிட அரசு

முற்படவேண்டும். (2) வருமானத்திலுள்ள ஏற்றத்தாழ்வுகளை குறைந்தபட்சமாக்கிடவும், தகுதி, வசதிகள், வாய்ப்புகளில் உள்ள சமத்துவமின்மைகளை, தனிநபர்களுக்கு மத்தியில் மட்டுமின்றி, வெவ்வேறு பகுதிகளில் வாழும் அல்லது வெவ்வேறு தொழில்களில் ஈடுபட்டுள்ள மக்கள் குழுக்களிடையிலும், அகற்ற முயலவேண்டும்.'

நவம்பர் 20, 1948 அன்று இந்துஸ்தான் டைம்ஸ் இது தொடர்பான அம்பேத்கர் உரையை வெளியிட்டது. உரையின் முதற்பகுதி, பொருளாதார ஜனநாயகம் என்றால் என்னவென்று வரையறுத்தது: 'பாராளுமன்ற ஜனநாயகத்தின் மூலம் 'ஒரு மனிதன் ஒரு வாக்கினை' அர்த்தப்படுத்துகிறோம். ஒவ்வொரு அரசாங்கமும் தனது அன்றாட அலுவல்களில் மட்டுமின்றி, வாக்காளர்களும் மக்களும் அரசாங்கம் செய்த பணியை மதிப்பிடுவதற்கான வாய்ப்பைப் பெறுகின்ற, குறிப்பிட்ட கால இறுதியிலும், அரசாங்கம் பட்டறைக்கல் மீது வைக்கப்படவேண்டும். இவ்வரசமைப்புச் சட்டத்தில் ஓர் அரசியல் ஜனநாயகத்தை நாங்கள் நிறுவியிருப்பதற்கான காரணம், எந்தவொரு மக்களின் நீடித்த சர்வாதிகாரமும் எந்த விதத்திலும் நிறுவப்பட்டு விடக்கூடாது என்பதால்தான். அரசியல் ஜனநாயகத்தை நாங்கள் நிறுவி இருக்கையில், எங்களது லட்சிய பொருளாதார ஜனநாயகத்தையும் நிறுவவேண்டும் என்ற ஆசை இருந்தது. அதிகாரத்தைக் கைப்பற்றுவதற்கான பொறியமைவை வெறுமனே நிறுவுவது மட்டும் எங்கள் நோக்கமாயில்லை. அரசாங்கத்தை உருவாக்குவோரின் முன்னே லட்சியம் ஒன்றை விதிக்கவும் அரசமைப்புச் சட்டம் ஆசைப்படுகிறது. இந்த லட்சியம்தான் பொருளாதார ஜனநாயகம்-அது, என்னைப் பொறுத்தவரை, 'ஒருமனிதன், ஒரு வாக்கு.'

இந்தியாவில் பொருளாதார ஏற்றத்தாழ்வுள்ள சூழலில், இக்கேலிச்சித்திரத்தில் அகமத் செய்திருப்பதுபோல, இப்பிரிவினை நம்பமுடியாத உண்மையாக விளக்க முடியும். ஆனால் அம்பேத்கரது உரையின் எஞ்சிய பகுதி, இக்கொள்கையின் பொறுப்புணர்வை எவ்விதம் அவர் முன்னுணர்ந்துள்ளார் என்பதை தெளிவாக்குகிறது: 'சோஷலிஸ அரசே சிறந்த வடிவிலான பொருளாதார ஜனநாயகம் என்று நம்புவோர் உள்ளனர்; கம்யூனிஸக் கருத்தே மிகவும் கச்சிதமான பொருளாதார ஜனநாயகம் என்று நம்புவோர் உள்ளனர். பொருளாதார ஜனநாயகத்தைக் கொண்டுவர இப்படிப் பல்வேறு

வழிமுறைகள் இருப்பதைக் கருத்தில்கொண்டு, நிலைத்த அல்லது இறுக்கம் அல்லாத ஒன்றினை அறிமுகப்படுத்தியுள்ளோம். பல்வேறு சிந்தனை முறைகளுக்கு இடமளித்திருக்கிறோம். பொருளாதார ஜனநாயகத்தை அடைந்திட இதுவே சீரிய வழி என்று அவர்கள் முடிவு செய்து கொள்ளலாம்.

உணர்த்தப்படுவது

ஏற்றத்தாழ்வு பற்றி அம்பேத்கருக்கு எதுவும் தெரியாது. மிகவும் அநீதிமிக்க சுரண்டல் வடிவை எதிர்த்துப் போராடி தன் ஆயுளைக் கழித்தவரல்ல. சிறப்பு உரிமைகளுடன் பிறந்த அவர், மனிதரின் துயரங்கள் பற்றி அறியாதிருந்தார். எனவே அமைப்பால் சிலர் சுரண்டப்படுகின்றனர் என்பதை அவர் புரிந்து கொள்ளாதது இயற்கையே. அகமத், கேலிச்சித்திரம் மூலம் இதனை வெளிப்படுத்துகிறார்.

12
அம்பேத்கர், முன்னெடுப்பாளர்

இந்துஸ்தான் டைம்ஸ், நவம்பர் 21, 1948, என்வெர் அகமத்

வெற்றியாளர் தகுதியை தக்கவைத்துக் கொள்ளும் கனத்த பாதங்களுடன் மெல்ல நடந்திடும் படேலின் திறமையில், முன்னெடுப்பாளர் அம்பேத்கர் மிக நம்பிக்கை கொண்டுள்ளார்.

நவம்பர் 17, 1948 அன்று அரசமைப்புச் சட்டசபை மத்திய அரசாங்கத்திற்கும் இந்திய அரசுகளுக்கும் இடையிலான அதிகாரப் பரவலை விவாதித்தது. சுதந்திரப் பிரதேசங்களிலிருந்து பாராளுமன்றத்திற்கு அதிகார மாற்றுதலின் நிகழ்வுப் போக்கிற்கும் கவனம் செலுத்தப்பட்டது. அதிகார விநியோகத்தில் உள்ள பிரச்சனைகள் மற்றும் 'இந்திய அரசுகளுக்கும்' 'மாகாணங்க'ளுக்கும் இடையிலான வித்தியாசம் குறித்து எச்.என்.குன்ஸ்ரு கேள்விகள் எழுப்பினார். நியாயமானதும் முரட்டுத்தனமானதுமான வழியில் மென்மையான இடமாறுதலை

உறுதிப்படுத்திட, பாதுகாவல்கள் செய்யப்பட்டிருப்பதை, தனது நீண்ட பதிலில் அம்பேத்கர் தெளிவுபடுத்தினார். இந்திய ஒன்றியத்திற்குள் அனுமதிக்கப்படும் பொருட்டு, அரசினாலேயே இணைப்புச் செயல்பாடு நிறைவேற்றப்படவேண்டும் என்பதற்கு உத்தரவாதமளித்திடும், அரசமைப்புச் சட்டப்பிரிவுகள் 3 மற்றும் 212-னை அவர் எடுத்துக்காட்டினார்; எந்தவொரு அரசரும், தம் இறையாண்மையைப் பாராளுமன்றத்திடம் இடமாற்றிடும் முழு உரிமை கொண்டவரே; இது நிகழ்ந்ததும் அரசு, இந்திய இறையாண்மையின் கீழ் மாகாணமாகிவிடும்-அப்போது அது இந்திய மாகாண அரசமைப்புச் சட்டத்தாலோ மத்தியிலிருந்து நிர்வகிக்கப்படும் வகையிலோ நிர்வகிக்கப்படும். தன் கருத்தினை வலியுறுத்திட, அம்பேத்கர் வல்லபாய் படேலைப் புகழ்ந்தார்; இரு அரசுகள் தவிர்த்து மற்ற அனைத்துடனான பேச்சுவார்த்தைகளிலும் அவர் வெற்றி பெற்றிருந்தார். பல்வேறு மன்னர்கள், ஆட்சியாளர்களுடனும் உடன்படிக்கை மேற்கொண்டு முடிக்கும் பொறுப்பு படேலிடம் ஒப்படைக்கப்பட்டிருந்தது. இன்றைய குஜராத்திலிருக்கும் ஜீனகாத் அரசு மட்டுமே படேலுக்குப் பிரச்சனையாயிருந்தது (ஜம்மு-காஷ்மீர் பற்றிச் சொல்லவே வேண்டியதில்லை); சுதந்திரம் பெற்றபிறகு 1947-இல் ராணுவத்தை அனுப்பி, இணைத்தார். அப்போது நடந்த வாக்கெடுப்பு, ஒன்றியத்துடன் இணைப்பதற்கே ஆதரவாயிருந்தது.

உணர்த்தப்படுவது

குத்துச் சண்டையில் முன்னெடுப்பாளர்கள் சற்றுக் குறைந்த புகழே கொண்டிருப்பார்கள். அவர்கள் வீரர்களை ஏமாற்றிவிடுவார்கள், தனிப்பட்ட ஆதாயத்திற்காக கடினமாக உழைக்க வைப்பார்கள். சரியாக அறியப்படாத குத்துச் சண்டை வீரர்கள் என்றால், நிதி சார்ந்த அதிகமான சவாலையும், ஒரு சண்டைக்குத் தேவையான பாதுகாப்பு-முன்னெச்சரிக்கைகளுக்கான பொறுப்புகளையும் அவர்கள் எடுத்துக் கொள்வார்கள். அகமத்தின் சிறிய விளையாட்டு உருவகம் தயாளமிக்கதாகத் தோன்றலாம்; ‘பொருளாதாரத்தில் மேலடுக்கில் உள்ளவர்’ என்னும் வழமையான வாதங்களுடன் இட ஒதுக்கீடு குறித்து கிறீச்சிடும் சவர்ண நிபந்தனை, பட்டியலினச்சாதி சட்டமன்ற உறுப்பினரை பணம் குவிக்கும், பிரபலங்களைச் சுற்றி வரும் அற்பராகச் சித்தரிப்பதைச் சந்தேகிக்க வைக்கிறது.

13

மறைக்கப்பட்டது

இந்துஸ்தான் டைம்ஸ், நவம்பர் 30, 1948, என்வெர் அகமத்

நவம்பர் 29, 1948 அன்று, 'தீண்டாமை ஒழிக்கப்படுகிறது, எந்த வடிவிலான அதன் நடைமுறை தடைசெய்யப்படுகிறது' என்று அறிவிக்கும், அரசமைப்புச் சட்ட வரைவின் பிரிவு 10-னை அரசமைப்புச் சட்டசபை விவாதித்தது. வி.அய். முனியசாமி பிள்ளை, மனோ மோகன்தாஸ், சந்தனு குமார் தாஸ், தட்சாயணி வேலாயுதன், ஆகியோர் இப்பிரிவினை ஆதரித்துப் பேசினர். 'தீண்டாமை' என்னும் தொடரிலுள்ள தெளிவின்மையைத் தெளிவுபடுத்திட நஸீரூத்தின் அகமத் ஒரு திருத்தம் கோரினார்; அது தெளிவாக இல்லை என்றார். அம்பேத்கர் சாதுர்யத்துடன் அதனை தள்ளுபடி செய்தார். இத்தொடர் தொற்று நோயுடையோருக்கும் பொருந்துவதால், மாற்றப்பட வேண்டும் என கே.டி.ஷாவும் ஆலோசனைகள் கூறினார். இதற்கு பதிலளிக்க விரும்புகிறீர்களா

என துணைத்தலைவர் வினவினார். ‘இல்லை. இம்மசோதா ஏற்கப்பட்டது.’ சட்டசபையில் ஆரவாரங்கள் எழுந்தன, ‘மகாத்மா காந்திக்கு ஜே.’ சட்டமன்ற நடவடிக்கைகளின் பெரும்பகுதியும் அம்பேத்கர் ஓரிரு வார்த்தைகளுடன் நிறுத்திக்கொண்டார். 1932-இல் சாகும்வரை உண்ணாவிரதத்தால் அம்பேத்கரை அரசியல் ரீதியில் வீழ்த்த முற்பட்டவரை, துன்பியலையும் கேலிக் கூத்தையும் நிகழ்த்தியவரை ஏற்க அம்பேத்கர் மறுதலித்தார். இந்து வெறியர்களால் உயிர்த்தியாகி ஆனாலும், அம்பேத்கர் அறிவு பூர்வமாயும் உணர்வு பூர்வமாயும் காந்தியை அம்பலப்படுத்தினார்-இருந்தும் வரலாற்று பூர்வ தீண்டாமை ஒழிப்புச் சட்டத்திற்காகப் புகழப்பட்டார். ‘ஜெய்பீம்’ உருவாவதற்கு பல ஆண்டுகளுக்கு முன்னர்-நாக்பூருக்கு அருகிலுள்ள சிறிய நகரமான காம்ப்டீயைச் சேர்ந்த பாபு எல்.என்.ஹர்தாஸால் *(1904-1939)* உருவாக்கப்பட்ட முழக்கம் அது; ஏப்ரல் *14* அன்று அம்பேத்கரின் முதலாவது பதிவுபெற்ற பிறந்தநாள் கொண்டாட்டத்திற்கு ஏற்பாடு செய்தவர் அவரே-ஜனநாயகத்தின் புனித ஆலயங்களில் ஒலித்தது-உள்ளடக்கப்பட்ட போதிலும் அம்பேத்கர் அங்கே ‘விலகிய பகுதி’யாக நின்றார்.

உணர்த்தப்படுவது

ஜேஸன் மற்றும் அர்கோனாட்ஸ்[9] என்னும் கிரேக்கத் தொன்மத்தை அகமத் குறிப்பிடுகிறார் என்று நம்பலாம்-அதில் வீரர்களின் எலும்புக் கூடுகள் உயிர்பெற்று வந்து நாயகனை விடாது தாக்கும். இக்கேலிச் சித்திரத்தில் தீண்டாமையை நீக்க நேரு முடிவெடுக்கிறார். தீண்டாமை நிலவுவது பற்றி இந்திய அன்னை வியப்படைகிறார். அவர் இந்திய அன்னைதானே.

14
விளையாட்டுக் காட்சிகள்
இந்துஸ்தான் டைம்ஸ், டிசம்பர் 5, 1948, என்வெர் அகமத்

இன்னொரு தடையைத் தாண்டியுள்ள அம்பேத்கர், வெற்றிக் கம்பத்தை அடுத்த ஆண்டு எப்போதாவது எட்டுவார் என எதிர்பார்க்கப்படுகிறது.

இக்கேலிச்சித்திரம் வெளிவரும் முன்னர், அடுத்தடுத்து ஏராளமான முக்கிய கட்டுரைகள் இடம்பெற்றன. தினசரிகளில் மனோநிலை உற்சாகமாயிருந்தது. ஆனால் இது சீக்கிரமே விரக்தியில் முடிந்தது என்பதைப் பார்க்கப்போகிறோம்; அரசமைப்புச் சட்டத்தை உருவாக்குதல் என்னும் பிரும்மாண்டமான பணி, பல்வேறு முக்கிய விவாதங்களாலும் திருத்தங்களாலும் மந்தமானது. நவம்பர் 29 அன்று பிரிவு-9 திருத்தங்களுடன்

ஏற்கப்பட்டது; மதம், இனம், சாதி அல்லது பாலின அடிப்படையில் பேதப்படுத்துவதை தடைப்படுத்துவதை அது உறுதிப்படுத்தியது. பிரிவுகள் 9-லிருந்து 18-வரை 'சமத்துவத்தின் அடிப்படை உரிமைகள்' பற்றி விவரிக்கின்றன. பொதுத்துறை வேலை வாய்ப்பில் 'சமத்துவம்' பேசும் பிரிவு 10, பின்னொரு தேதியில் விவாதிக்கப்படும் பொருட்டு முன்வைக்கப்பட்டது. 'தீண்டாமை ஒழிப்பு'ம் அன்றே நிறைவேற்றப்பட்டது. நவம்பர் 30 அன்று அய்க்கிய மாகாணங்களின் இஸட். எச். லாரி, பிரிவு 11-க்குப் பிறகு இன்னும் இரு பிரிவுகளைக் கொண்டுவந்தார். கடனுக்காக சிறைவைத்தல் நீக்கப்பட்டது. வன்முறை சார்ந்த தேசத்துரோகம் தவிர்த்தவற்றிற்கு மரண தண்டனை நீக்கப்பட்டது. இதனையடுத்து, 'பொதுத் துறை வேலைவாய்ப்பில் சமத்துவம்' தொடர்பான பிரிவு 10 முன்வைக்கப்பட்டது. நீண்ட விவாதம் நடந்தது. பின்தங்கிய சமுதாயங்களை பிரதிநிதித்துவப்படுத்தும் நடவடிக்கையாக, பொதுத்துறை அலுவலகங்களில் இட ஒதுக்கீடு ஏன் தேவை என்று அம்பேத்கர் வாதிட்டார். சமத்துவ வாய்ப்பு என்னும் அடிப்படை உரிமைக்கு இது முரணானதில்லை என்றார். அன்றே பிரிவு 12, 'கௌரவ விருதுகள் ஒழிப்பு' சட்டசபையால் ஏற்கப்பட்டது. மறுநாளாகிய டிசம்பர் 1-இல், 'பேச்சுரிமை தொடர்பான சில உரிமைகளைப் பாதுகாத்தல்' குறித்த பிரிவு 13 விவாதிக்கப்பட்டது. பின்வரும் திருத்தங்களை அம்பேத்கர் ஏற்றுக்கொண்டார்; குடிமக்களது உரிமைகளில் பொருத்தமான கட்டுப்பாடுகளை விதித்தல்; சுதந்திரம் மற்றும் விடுதலையை மூச்சாகக் கொண்டுள்ள குடியரசின் புத்துணர்வுடன் இயைந்து போகாத சட்டங்களைக் காலாவதியாகச் செய்ய, பொறியமைவுகளை ஏற்படுத்துதல். அடுத்துவந்த நாட்களில் மனிதரைக் கடத்தல், தேவதாசி முறை மற்றும் குழந்தை உழைப்பு ஆகியவை ஒழிக்கப்பட்டன.

உணர்த்தப்படுவது

அரசமைப்புச் சட்டத்தை தயாரிக்கும் நிகழ்ச்சிப்போக்கிற்கு அகமத் நம்மை ஆயத்தப்படுத்துகிறார். அம்பேத்கரின் முன்னேற்றத்தை எடுத்துக்காட்ட, பரபரப்பான விளையாட்டு உருவகத்தைப் பயன்படுத்துகிறார், ஆனால் உடனே, ஓட்டம் நீடிக்கவே-முழுஆண்டு-எதிர்பார்ப்புகளைக் குறைத்துவிடுகிறார்.

கேலிச்சித்திரக்காரரது வாழ்வின் அங்கமாயுள்ள அற்ப நகைச்சுவைக்கு இது இன்னொரு எடுத்துக்காட்டு. ஒவ்வொரு நாளும் ஒன்றைச் சமர்ப்பிக்க வேண்டிய கட்டாயத்தில், சாதாரணமானதில் நகைச்சுவையைக் காண ஒருவர் முற்படுகிறார். மற்றும் அதன் தமாஸ் சூழற்சிக்கு வந்துவிடும் என்றாலும், அதுபற்றி எழுத அதிகம் இருக்காது. (அல்லது இதுபற்றி நாம் அதிகம் பேச முடியும். அரசமைப்புச் சட்டத் தயாரிப்பு மீது கேலிச்சித்திரத்தை அடுத்து கேலிச்சித்திரமாக வருவதிலெல்லாம், அம்பேத்கர் தனியே பணியாற்றிக் கொண்டிருக்கிறார். விடுதலையடைந்த, சாதியற்ற என்று சுயசான்று தந்து கொள்ளும் சவர்ணர் பலர், இதமாக ஆனால் திடமாக, சிறுவரிடம் பேசும் பெரியவர்கள் போல அல்லது ‘ஹரிஜனங்கள்’ குறித்து காந்தி பேசுவது போல, ஏழு நபர் வரைவுக் குழுவில் அம்பேத்கர் ஒருவர்தான் என்று சுட்டிக் காட்டுவதில் ஆனந்தமடைகின்றனர்; இந்த ஆவணத்திற்கு பாபா மட்டுமே தனிப்பொறுப்பானவர் என தலித்களோ வேறு யாரோ எண்ணிக்கொள்வது எவ்வளவு முட்டாள்தனம். அர்த்தமற்றது.)

15
சம்பிரதாயமாக வாலை நறுக்குதல்

சங்கர்ஸ் வீக்லி, டிசம்பர் 12, 1948, சங்கர்

அரசமைப்புச் சட்ட வரைவு பிரிவு 12, நவம்பர் 30, 1948 அன்று விவாதத்திற்கு எடுத்துக் கொள்ளப்பட்டது; அரசு தனிநபர்களுக்கு எந்த விருதுகளையும் வழங்கலாகாது, அயல்நாட்டிலிருந்து ஒருவர் எந்த விருதையும் பெறலாகாது, இந்திய அரசின் கீழ் ஆதாயம் பெறக்கூடிய அலுவலகத்தில்/அறக்கொடையில் உள்ளவர், எந்த அன்பளிப்பையோ தொகையினையோ விருதினையோ அலுவலகப் பொறுப்பினையோ, குடியரசுத் தலைவரின் அனுமதியின்றி அயல் நாட்டிலிருந்து பெறக்கூடாது. பிரித்தானிய

அரசு இந்திய குடிமக்களுக்கு ஏராளமான விருதுகளையும் 'கௌரவவீரர்' சிறப்புகளையும் வழங்கியிருந்ததால், இந்த வாசகம் சேர்க்கப்பட்டது. சுதந்திர இந்தியாவில் இது பின்பற்றப்படாது; திவான் பகதூர் போன்ற பரம்பரை விருதுகளோ பிறப்பின் காரணமான சிறப்புரிமைகளோ இந்திய அரசால் வழங்கப்படமாட்டாது. இத்தகைய விருதுகளை/சிறப்புகளை ஏற்கனவே பெறப்பட்டிருப்பது குறித்து தெளிவின்மை இருக்கவே, பிரித்தானிய அரசு அப்படி வழங்கியிருப்பவற்றை தக்கவைத்துக் கொள்ளலாம் என டி.டி. கிருஷ்ணமாச்சாரி வாதிட்டார். 'வீர் சக்ரா,' 'பரம்வீர் சக்ரா' போன்ற ராணுவ விருதுகளையும் பல்கலைக்கழகங்கள் வழங்கிடும் கௌரவ டாக்டர் பட்டங்களையும் கணக்கில் கொள்ளலாம் என்றார். இத்திருத்தம் ஏற்கப்பட்டது. 'வழங்குதல்' என்பதற்குப் பதிலாக 'அங்கீகரித்தல்' என்ற வார்த்தை மாற்றப்பட வேண்டும், அப்போதுதான் முன்னர் விருது பெற்றவர்களின் தனித்தன்மை செல்லுபடியாகாது போகும், ஆனால் இத்திருத்தம் ஏற்கப்படவில்லை.

அயலக விருதுகளை ஏற்பது குறித்த அம்பேத்கரின் பார்வைகள் மிகவும் வலுவானவை. 'விருதுகளை ஏற்காமை நீடித்த குடியுரிமைக்கான நிபந்தனையே தவிர, உரிமை அல்ல; இந்நாட்டின் குடிமகனாக அவன் தொடர்கின்றான் எனில், அவன் சில நிபந்தனைகளுக்குக் கட்டுப்பட வேண்டும்-அவற்றில் ஒன்று, அவன் ஒரு விருதினை ஏற்கக்கூடாது-அப்படி ஏற்கும் பட்சத்தில், இப்பிரிவின் விதிமுறைகளை மீறும்போது, பிரிவுகள் 12(1) அல்லது (2) இன் படி அபராதங்கள் விதிக்கப்படலாம். அபராதங்களில் ஒன்று, குடியுரிமையை இழக்க நேரலாம். எனவே, இப்பிரிவினைப் புரிந்துகொள்வதில் பிரச்சனை ஏதுமில்லை-அது குடியுரிமைக்கான நிபந்தனையாயிருக்கிறது, தன்னளவில் அது நியாயப்படுத்தும் உரிமை இல்லை.

உணர்த்தப்படுவது

இந்தியாவின் உயர்குடியைச் சேர்ந்த சில உறுப்பினர்களின் சிறப்புரிமைகளைக் (பெரும்பாலும் பிறப்பால் வந்து, தகுதியால் கிடைத்ததாக பீற்றிக்கொள்ளும்) குறைக்கும் பொருட்டு, அரசமைப்புச் சட்டத்தில் சேர்க்கப்பட்டதாக சங்கர் சரியாகவே

கண்டுள்ளார். இவ்விவாதத்தின் போதான உணர்வுநிலை அந்நிய எதிர்ப்பு வேகத்தால் உந்தப்பட்டதே. எனினும், இதில் கவனிக்கப்படாதது, வரைவின் முதல் வாசகத்திலேயே உள்ள சாதி எதிர்ப்புத்தன்மை: 'அரசால் எந்த விருதும் வழங்கப்படாது.' இப்பிரிவின் ஒட்டுமொத்த அர்த்தத்தையும் அம்பேத்கரின் நுட்பத்தையும் நழுவவிட்ட டி.டி. கிருஷ்ணமாச்சாரி, கல்வியாளருக்குத் தரப்படும் 'மகாமகோபாத்யாய' போன்ற விருதுகளைத் தக்கவைத்துக் கொள்ளலாம் என்று ஆலோசனை கூறினார். முன்னர் 'மகாமகோபாத்யாய' மன்னர்களால் வழங்கப்பட்டது, பிரிட்டானிய பேரரசு இந்நடைமுறையை நீட்டித்தது, அத்துடன் திவான் பகதூர், ராவ்சாகிப்/ராய் சாகிப் போன்றவற்றையும் நடைமுறையில் வைத்திருந்தது. பண்பாடு மற்றும் சம்பிரதாயம் என்று கருதப்பட்டுவிடும், படிமுறை மற்றும் பாகுபாடு என்னும் உள்ளூர் கருத்துகளை மதிக்கின்ற, ஒட்டுமொத்தக் கொள்கைக்கு ஏற்ப, முஸ்லீம்களுக்கும் இந்துக்களல்லாத குடிமக்களுக்கும் 'கான் பகதூர்' விருது வழங்கினர். சில சமயங்களில் இவ்விருதுகள் பிரித்தானியரிடம் சமயச் சார்பின்றி விளங்கின. எடுத்துக்காட்டாக, தமிழக தலித் தலைவர் ரெட்டைமலை சீனிவாசன் 1930-இல் ராவ் பகதூர் பட்டமும் 1936-இல் திவான் பகதூர் பட்டமும் ஒடுக்கப்பட்ட வர்க்கங்களுக்கு செய்த சேவையால் பெற்றார். மெட்ராஸ் மாகாண இதர தலித் தலைவர்களில் எம்.சி.ராஜாவும் என். சிவராஜும் ராவ் பகதூர் ஆக்கப்பட்டனர். மகாமகோபாத்யாய பிராமணரின் சிறப்புரிமையாக இருந்தது; சமஸ்கிருதப் புலமையுடைய பிராமணருக்கே வழங்கப்பட்டது (தமிழறிஞர் உ.வே. சாமிநாத அய்யர் விதிவிலக்கு). பிராமணரான கிருஷ்ணமாச்சாரி இவ்விருதில் ஆசை கொண்டிருந்தது புரிந்து கொள்ளக் கூடியதே. அம்பேத்கர் அடிக்கடி பரிசீலித்த நூல்களை எழுதிய பாண்டுரங்க வாமன் கானே ஒரு மகாமகோபாத்யாய. இத்தகைய நிலப்பிரபுத்துவ-ஏகாதிபத்திய பழக்கங்கள், சம்பிரதாயங்களுக்கு முடிவு காண விரும்பிய அறிவுஜீவிகளுக்கும் கற்றறிந்தவர்களுக்குமிடையிலான வித்தியாசத்தை அம்பேத்கர் தனது தீண்டத்தகாதோர் (1948) நூலில் (பக். 234) சுட்டிக்காட்டுகிறார்.

16

பழைய பழக்கம்

சங்கர்ஸ் வீக்லி, டிசம்பர் 26, 1948, சங்கர்

The Old Habit

Now that India's Constitution is nearly complete, Pakistan is well on her way with hers.

இந்தியாவின் அரசமைப்புச் சட்டம் அநேகமாக முடிவு பெற்ற நிலையில், பாகிஸ்தான் தன்னுடையதை ஆயத்தப்படுத்துகிறது.

பாகிஸ்தானின் அரசமைப்புச் சட்டசபை இந்தியாவினுடையதைப் போல, அதே சமயத்தில்தான் நிறுவப்பட்டது. 1946-இல் அரசமைப்புச் சட்டசபை நிறுவுவதில் அம்பேத்கருக்குத் துணைபுரிந்த, வங்காளத் தலித் தலைவர் ஜோகேந்திரநாத் மண்டல், ஜின்னாவுடனும் முஸ்லீம் லீக்குடனும் சேர்ந்து, பாகிஸ்தானின் முதல் சட்ட அமைச்சரானார். பாகிஸ்தான் அரசமைப்புச் சட்டசபையின் தற்காலிக தலைவராகவும் அவரை ஜின்னா நியமித்தார்; ஆகஸ்டு 11, 1947 அன்று அரசமைப்புச் சட்டசபையின் வரலாற்றுச் சிறப்புமிக்க கூட்டத்திற்கு மண்டல் தலைமை தாங்கினார். செப்டம்பர் 1948-இல் ஜின்னா இறந்ததும் இஸ்லாமியப் பழமைவாதிகளால் மண்டல் வேட்டையாடப்பட்டார்; கிழக்கு பாகிஸ்தானில்

தலித்துகள் மீது நிகழ்த்தப்பட்ட அக்கிரமங்களை எதிர்த்து பதவிவிலகினார். கல்கத்தா திரும்பிவந்த அவர், 1952 தேர்தலில் போட்டியிட்டு தோற்றார் பிறகு அம்பேத்கரின் இந்திய குடியரசு கட்சியில் இணைந்தார், 1968-இல் தான் இறக்கும்வரை அரசியல் ரீதியில் செயல்துடிப்புடன் விளங்கினார் (ஓரங்கட்டப்பட்டு, அவமதிக்கப்பட்டாலும்). ஆரம்பம் தொட்டே பாகிஸ்தானின் அரசமைப்புச் சட்டசபை நடவடிக்கைகளைப் பல இருத்தலியல் கேள்விகள் பின்னுக்குத் தள்ளின. இதில் மிகப்பெரியது நாட்டின் மதப்பண்பு; தீர்மானகரமான இஸ்லாமிய நாடாக இருப்பதற்கும், சமயச் சார்பற்ற லட்சியங்களை மேற்கொள்ள விரும்பிய படித்த வர்க்கத்திற்கும் இடையே சமநிலையைப் பராமரிப்பதுதான் பெரும்பணி. மதத் தலைவரான உலெமா, சட்டத்தை ஆக்குவோரின் சமயச் சார்பற்ற பாவனைகளுக்கு எதிராக இருந்தார். இஸ்லாமியச் சட்டம் கூட்டுவாழ்வுக்கு முழுமையான வழிகாட்டி, வேறு பரிசீலனைகள் தேவையில்லை என்று கூறி, அரசின் சட்டம் என்பதையே அவர்களில் சிலர் எதிர்த்தனர்.

பிரச்சனையின் இன்னொரு அம்சம், கிழக்கு-மேற்கு பாகிஸ்தானுக் கிடையிலான பாரிய புவியியல்-சமூக ஏற்றத்தாழ்வு. இஸ்லாமியரல்லாத கணிசமான சிறுபான்மையை உடைய கிழக்கு பாகிஸ்தான், வங்காளிகளை மேலதிகமாகக் கொண்டிருந்தது. அது மேற்கு பாகிஸ்தானின் மேலாதிக்கச் செல்வாக்கை எதிர்த்தது; அவர்களிடையே சமநிலையின்றி திரட்சி கொண்டிருந்த அதிகாரத்தைக் கேள்விகேட்கும் அளவுக்கு, மக்கள் தொகையில் கொண்டுள்ள பெரும் பங்கினை உறுதிப்படுத்தியது. சிறுபான்மையினர் நல்வாழ்வு முக்கிய பிரச்சனையாயிருந்தது; உலெமா-வின் பல உறுப்பினர்கள், சிறுபான்மையினருக்கு முழுக்குடியுரிமை வழங்க முடியாது, சட்டத்தை ஆக்குவதில் அவர்களுக்கு எந்தப் பங்கும் அளிக்க முடியாது என்றனர். எனவேதான் மண்டல் போன்றவர் கூட அநாதையாக்கப்பட்டு சமூகத்திற்கு வெளியே நிறுத்தப்பட்டார். இந்த அடிப்படைப் பிரச்சனைகள், தேசியத் தலைமையிலான மாற்றங்களால் அரசமைப்புச் சட்ட நிகழ்வுப் போக்கு தாமதமாகியது. 1956-இல் ஒன்பது நீண்ட ஆண்டுகள் அடைகாத்த பிறகு, அரசமைப்புச் சட்டம், சவுத்திரி முகம்மது அலி பிரதமராயிருந்தபோது, இறுதியில் மேற்கொள்ளப்பட்டது. இரு குறுகிய ஆண்டுகளுக்கு நடைமுறையில் இருக்கும். அதிபர் இஸ்கந்தர்மிர்ஸாவால்

அரசமைப்புச் சட்டம் செல்லாததாக ஆக்கப்பட்டபோது, அயூப்கானால் 1958-இல் ராணுவச்சட்டம் பிரகடனம் செய்யப்பட்டது.

உணர்த்தப்படுவது

கேலிச்சித்திரத்தில் லியாகத் அலிகான் தேர்வு எழுதுகையில் அம்பேத்கரின் பதில்களை நகல் செய்கிறார். பாகிஸ்தானின் 1956 அரசமைப்புச் சட்டத்திற்கும் இந்திய அரசமைப்புச் சட்டத்திற்கும் அல்லது கானின் 1949 Objectives Resolution-க்கும் (அரசமைப்புச் சட்டத்திற்கு பீடிகை போன்றது-அதன் சாராம்சமான கொள்கைகளை விவரிப்பது; சிறுபான்மை தலைவர்களால் கொண்டுவரப்பட்ட திருத்தங்கள் இடம் பெறாதது) அம்பேத்கரை நகல் செய்வதற்கான எந்த சமிக்ஞையும் இல்லை. அண்டையிலிருப்பவரின் துயரங்களில் மகிழ்வது என்னும் தேசியவாத நவீனப் பழக்கத்தை 'பழைய பழக்கம்' குறிக்கக்கூடும்.

5

1949–1950

1

ஓரறையா ஈரறையா—அதுதான் கேள்வி!

இந்துஸ்தான் டைம்ஸ், ஜனவரி 9, 1949, என்வெர் அகமத்

இரண்டு வேண்டுமென்பதில் நான் குறியாக இல்லை என்பதை மனதில் கொள்ளுங்கள், எதுவாயினும் இரண்டு தேவை என நீங்கள் உணர்ந்தால், பரிசோதனையாக முயன்று பாருங்கள்!

மாநிலங்களில் சட்டமியற்றல் குறித்த அரசமைப்புச் சட்டத்தின் (பகுதி 1லிலுள்ள முதல் பிரிவு) பிரிவு 148-னை மையமிட்ட விவாதம், ஜனவரி 6, 1949-இல் நடந்தது. விவாதத்தின் முக்கிய புள்ளிகளில் ஒன்று, மாநில சட்டமன்றம் இரு அவைகளைக் கொண்டிருக்க வேண்டுமா அல்லது ஒன்றையா என்பது. 9 மாகாணங்களில் 6 இரு சபைகளைக் கொண்டிருக்கலாம் எனத் தீர்மானிக்கப்பட்டது. அவை மெட்ராஸ், பாம்பே, மேற்கு வங்காளம், அய்க்கிய மாகாணங்கள், பீகார் மற்றும் கிழக்கு பஞ்சாப், மத்திய மாகாணங்கள், ஒரிஸ்ஸா மற்றும் அஸ்ஸாம் கீழவையை மட்டுமே கொண்டிருக்கும். இம்முடிவு

மொத்தமாக அரசமைப்புச் சட்டசபையால் எடுக்கப்படவில்லை மாறாக ஒவ்வொரு மாகாண உறுப்பினர்களாலும் எடுக்கப்பட்டது. இது குறித்து அம்பேத்கர் தன் பார்வையை முன்வைத்தார்: ‘பிரெஞ்சு அரசமைப்புச் சட்டசபை கூடியதிலிருந்து, இரண்டாவது அவையை எதிர்க்கும் பார்வை சீராக இருந்து வருகிறது. இரண்டாம் அவையை எதிர்ப்போரின் பார்வையை, பிரெஞ்சு மதபோதகரான அப்பே ஸியெஸ் (இம்மானுவல்) ஜோஸப் ஸியெஸ் (1748-1836) வார்த்தைகளில் சொல்வதைவிடவும் சிறப்பாகச் சொல்லிவிட முடியாது.

‘அவரது விமர்சனம் இருநிலைகளிலானது. மேலவை கீழவையுடன் சம்மதித்தால் அது மிகையானது; சம்மதிக்காவிடில் அது விஷமத்தனமானது, அதனை நாம் கவனத்தில் கொள்ளவேண்டாம்... இரண்டாம் அவைக்கு சாதகமாக இருக்கிறேன் என என்னால் கூற இயலாது. என்னைப் பொறுத்தவரை, அது பிஷப்பின் முட்டை போன்றது-சில பகுதிகளே நன்றாயிருக்கும். (சிரிப்பு.) இவ்வரசமைப்புச் சட்டத்தின் வாயிலாக நாம் செய்வதெல்லாம்., பரிசோதனை முயற்சியாகவே இரண்டாவது அவையை அறிமுகப்படுத்துகிறோம். இரண்டாம் அவைக்கு நிரந்தர இடம் அளிப்பதாயின், இதனை நாம் நமது அரசமைப்புச் சட்டத்தில் நிரந்தர இடம் அளிக்கவில்லை.’

உணர்த்தப்படுவது

ஒரு சூழ்ச்சியை உணரமுடிகிறது. என்வெர் அகமத் இரு அவைகளுக்கு ஆதரவாயிருக்கிறாரா? மண்கலய உருவகத்தை அவர் பயன்படுத்தி இருப்பதுதான் இச்சூதுக்கு காரணம். இச்சூழலில் இரு கலயங்கள் இருப்பது தர்க்கபூர்வமானதாகத் தோன்றுகிறது; ஒன்று மலத்திற்கும் இன்னொன்று சிறுநீருக்கும். இரு சட்ட அவைகள் தேவையா என்னும் கருத்தினை என்வெர் அகமத் தன் வாசகர்களின் அடிமனதில் பதிக்கின்றாரா? நமக்குத் தெரியாது. வழமையான வேலைக்குப் பழக்கப்பட்டுள்ள ஒரு கேலிச்சித்திரக்காரருக்கு, ஓர் உருவகத்தின் நேர்பொருள் மலினமான ஆதாயத்தை அளிக்கக்கூடும்.

2

சனாதன நிருத்தியம்

சங்கர்ஸ் வீக்லி, பிப்ரவரி 20, 1949, சங்கர்

Sanatana Nritya

"The Hindu Code Bill now on the legislative anvil in the Indian Parliament is a direct negation of the *Dharma Shastras* and in contravention of the *Smritis* and the *Mitakshara* and *Dayabhaga*," according to Sanatanists.

சனாதனிகளைப் பொறுத்தவரை, "இப்போது இந்தியப் பாராளுமன்றத்திலுள்ள இந்து சட்ட மசோதா, தரும சாத்திரங்களை நேரடியாக நிராகரிப்பது; ஸ்மிருதிகள், மிதாட்சாரங்கள், தயாபகா ஆகியவற்றுக்கு முரணானது."

இந்து சட்ட மசோதாவுக்கு எதிரான ஆர்ப்பாட்டத் தலைவர்களுள் ஒருவர், பழமைவாதியான சுவாமி கார்பத்ரி (ஹர் நாராயண் ஓஜா). இந்துமகாசபா மிகவும் முற்போக்காக ஆகிக் கொண்டிருக்கிறது என்னும் நம்பிக்கையில், அதன் பிரிவாக, ராம்ராஜ்ய பரிஷத்தை நிறுவியவர். வர்ணாசிரம தர்மத்தை ஆதரித்துப் பேசுபவரான கார்பத்ரி, இந்து சாத்திரங்களைக் கற்றறிந்தவராகத் தன்னைக் கூறிக்கொண்டு, வலதுசாரி பிரச்சனையாளராக விளங்கியவர். 16 வயதில் திருமண பந்தத்தை

முறித்து, இமாலயத்தில் குருக்களைத் தேடியலைந்தவராகக் கூறப்படுகிறது. 1930-களின் இனரீதியில் துருவநிலைப்பட்ட சூழலில், பிளவுபடுத்தும் பத்திரிகை கட்டுரைகளுடன் மீண்டும் தலைகாட்டினார். ஒவ்வோராண்டும் தன் செல்வாக்கை வளர்த்து வந்த அவர், சுதந்திரம் கிட்டியபோது முக்கிய சனாதனியாக இருந்தார். அனைத்திந்திய இந்து சட்ட மசோதா எதிர்ப்புக்குழு தலைவரான கார்பத்ரி, யாக்ஞவல்கியரை மேற்கோள்காட்டி, முறைப்படுத்தாத பலதாரமணத்தை நியாயப்படுத்தினார்.

இந்துசட்ட மசோதா ஆர்ப்பாட்டங்களின் உச்சத்தில், அவரது பயணக் கூட்டங்களில் ஒன்றாக, டெல்லியில் அவர் நிகழ்த்திய பேச்சில் கூறினார்: 'இப்போது பாராளுமன்றத்தில் விவாதிக்கப்பட இருக்கும் இந்துசட்ட மசோதா, தரும சாத்திரங்கள், மிதாட்சாரங்கள், தயாபகா போன்றவற்றை நேரடியாக நிராகரிப்பது. இந்து வாழ்வின் ஒவ்வோர் அம்சமும் தருமத்தால் நிர்வகிக்கப்படுகிறது... இம்மசோதாவை முன்வைப்போர் மற்றும் ஆதரிப்போர் முன்வைக்கும் வாதங்கள், ஸ்மிருதிகளிலும் புராணங்களிலும் முரண்பட்ட சில பிரதிகளும் வழிகாட்டு நெறிமுறைகளும் உள்ளன என்பதே. இவையெல்லாம் சந்தர்ப்பவசமானவையே, குறிப்பிட்ட பிரிவுகளின் தேவைகளுக்கும் எதிர்பாரா நிலைமைகளுக்கும் மேற்கொள்ளப்படுபவை, எவ்வகையிலும் வேதங்களின் அடிப்படை நெறிகளைப் புண்படுத்துபவை அல்ல என்பதை அவர்கள் கவனிப்பதில்லை. தற்போதைய இந்து சட்ட மசோதாவின் ஆதரவாளர்கள், சாராம்சத்தில் ஆன்மிகத் தன்மையுள்ள இந்து சமூகத்தின் கொள்கைகளை உள்ளுணர்வு ரீதியில் அறியாதவர்கள்... இந்தியா போன்ற சமயச் சார்பற்ற ஜனநாயக நாடு, மத சுதந்திரத்திற்கு உத்தரவாதமளிக்கும் நாடு, இத்தகைய மசோதாவை சட்டமாக்கிட அனுமதிக்கக்கூடாது. சட்டமன்ற உறுப்பினர்களிடத்தே இத்தகைய முயற்சி இந்து சமூகத்தின் சீர்குலைவைக் கொண்டுவரும். இது பிரதானமாக வடிவமைக்கப்பட்டுள்ள இந்துப் பெண்களின் விடுதலைக்கு நலம் பயப்பதாக இருக்காது.'

அம்பேத்கரை சாதி அடிப்படையிலும் நிந்திக்கின்ற அவர், இந்து சாத்திரங்களில் நேருக்கு நேர் விவாதத்திற்கு சவால் விடுக்கிறார். பாராளுமன்ற விவாதங்களில் அம்பேத்கர் போகிறபோக்கில் அவரைக் குறிப்பிடுகிறார்-இம்மசோதாவுக்கு எதிரான தனது

வசையில் சியாம பிரசாத் முகர்ஜி, இந்து சமூகத்தின் ஆசார உறுப்பினர்களுடன் ஆலோசித்ததாகக் கூறுகிறார்:

டாக்டர் அம்பேத்கர்: அவர் கார்பத்ரிஜி.

டாக்டர் எஸ்.பி. முகர்ஜி: இல்லை, சமீபத்தில் அவரை நான் சந்தித்திருக்கவில்லை.

பண்டிட் மைத்ரா: அவரைச் சந்தித்திருந்தால் என்ன கெடுதல்?

டாக்டர் அம்பேத்கர்: கெடுதல் இல்லை. அவரை அழைத்தேன், வருவதற்கு ஆசைப்பட்டார். பின்னர், வர மறுத்துவிட்டார். அவரை நான் ஒதுக்கவில்லை.

டாக்டர் எஸ்.பி. முகர்ஜி: கார்பத்ரிஜியுடன் சமீபத்தில் இது பற்றி நான் கலந்தாலோசிக்கவில்லை. அவருடன் விவாதிப்பதற்காக வருத்தப்படமாட்டேன், ஆனால் நான் விவாதித்திருக்கவில்லை.

டாக்டர் அம்பேத்கர்: உண்மையில், இங்குவந்து விவாதிக்குமாறு அவரை அழைத்தேன்; ஆனால் அவர் வரவில்லை.

நவம்பர் 7, 1966 அன்று திரிசூலமும் ஈட்டியும் தாங்கிய இந்துக் கும்பலும் துறவிகளுமான வழக்குரைஞர்களுமான ஒரு லட்சத்தினரில் ஒருவராக கார்பத்ரிஜியும் இடம் பெற்றிருந்தார்; பசுவதைத்தடைச் சட்டத்தைக் கொண்டுவரவேண்டும் என்று இந்திராகாந்தியை வற்புறுத்திய இக்கூட்டம், பாராளுமன்றத்தைத் தாக்கியது; ஆனால் அவர் இடமளிக்கவில்லை. முந்தைய தினம் இக்கூட்டம் காங்கிரஸ் தலைவர் கே.காமராஜர் இல்லத்திற்குத் தீவைத்து, ஏகப்பட்ட இழப்பினை நகரில் ஏற்படுத்தியது.

உணர்த்தப்படுவது

முரட்டு லத்தியைக் கையில் வைத்து, நடனமாடும் நடராஜர் முத்திரையில் தன் முதுகுத்தண்டையும் தலையையும் திருப்பியுள்ள குண்டு பிராமணனால் அந்நிலையிலும் பாபா சாகிபை நோக்கி, ஒரு விரலைச் சுட்டிக்காட்ட முடிகிறது-ஒரே சமயத்தில்? நல்ல வாய்ப்பு. பரிதாபமான சங்கரின் பரிதாபமான பாரத்மாதா அசைந்தால் போதும், விழுந்துவிடுவார்.

3

வெளியே போ!

நேஷனல் ஹெரால்ட், பிப்ரவரி 26, 1949, பிரேஷ்வர்

'GET OUT!'

There is much opposition to Dr. Ambedkar's Hindu Code Bill.

டாக்டர் அம்பேத்கரின் இந்து சட்ட மசோதாவுக்கு நிறைய எதிர்ப்புள்ளது.

இந்து சட்ட மசோதா சர்ச்சைக்குள்ளாகி இருக்க, பல பிற்போக்குவாத சக்திகள் திரண்டு, பாராளுமன்ற நடவடிக்கைகளுக்குக் கடும் எதிர்ப்புக்காட்டின. எதிர்த்தவர்களில் முக்கியமான ஒருவர், அரசமைப்புச் சட்டசபைத்தலைவரான ராஜேந்திர பிரசாத். வல்லபாய் படேலின் ஆலோசனைப்படி, இம்மசோதா குறித்த நிலைப்பாட்டினை நேரு அறியாதபடித் தாமதிக்கச் செய்தார்; இந்திய குடியரசுத் தலைவராகும் வரை இதனை நீடித்தார்- இம்மசோதா குறித்த சர்ச்சை நேருவைச் சூழ்ந்த நெருப்பாக இருக்க, இது எண்ணெய் வார்த்தது போலாயிற்று. அனைத்திந்திய இந்து சட்ட மசோதா எதிர்ப்புக் குழு உருக்கொண்டு, புரோகித வகுப்பாரின் பல ஆர்ப்பாட்டங்களை பாராளுமன்றம் முன் நடத்த வைத்தது. சுவாமி கார்பத்ரி,

இந்துக்களுக்குச் சட்டங்கள் இயற்ற, தீண்டத்தகாதவர் சரியான நபரில்லை எனப் பல கூட்டங்களில் பேசினார். கீதையின் மலிவுப் பதிப்புகளைக் கொண்டுவரும் பொருட்டு 1923-இல் நிறுவப்பட்ட ‘தி கீதா பிரஸ்’ மற்றும் வலதுசாரி இந்து அமைப்புகள் கூட இந்த அளவுக்குப் பேச வந்துவிட்டன. ஒரு சீரான தன்மையை வற்புறுத்தி சட்ட ரீதியிலான வாதங்களையும் முன்வைத்தனர். அம்பேத்கர், நேருவின் உருவப் பொம்மைகள் கொளுத்தப்பட்டன, ஷேக் அப்துல்லாவின் கார் அவமதிக்கப்பட்டது.

பெண்களின் கண்ணியம் போய்விடும், விவாகரத்து அதிகரிக்கும், சவர்ணர்களின் சொத்துக்கள் அவர்ணர்களால் அபகரிக்கப்படும் அபலைகளை அவர்ணர்கள் சூறையாடுவர்கள் போன்ற பீதிகள் கிளப்பிவிடப்பட்டன. தம் கருத்துகளை பரப்புரை செய்வதற்காக, கீதா அச்சகத்தால் நடத்தப்பட்ட கல்யாண் பரப்புரை இதழில், பிராமணப்பெண்ணுடைய தந்தையின் சொத்துகளைச் சுருட்டிக் கொள்வதற்காக, தாழ்ந்த சாதி, மருத்துவர் ஒருவர், தன்னைப் பிராமணனாகக் காட்டி, அவளை மணந்து கொள்கிறார் என்ற அங்கதம் இடம்பெற்றிருந்தது. இந்த ஏமாற்றுவேலை தெரியவந்ததும், வழக்கு போடப்படுகிறது, நீதிமன்றத்தில் அம்பேத்கர் மருத்துவர் சார்பில் வாதிடுகிறார். வழக்கு தோற்கவே, அவர் நீதியரசரை மிரட்ட, நீதியரசர் ‘இக்கருப்பு பிரித்தானிய ஆட்சியாளர்’ அம்பேத்கர் தூக்கி எறியப்பட வேண்டும் என்கிறார். சட்டமன்றத்திலும் தொடர்ந்து மிரட்டலுக்குள்ளாகியிருந்த அம்பேத்கர், தான் சரிவை சந்தித்தபோது பரிகசிக்கப்பட்டார். அம்பேத்கரை மனுவுடன் ஒப்பிடலாம், இருப்பினும் மனு அனைவராலும் ஈர்க்கப்பட்டார், தனது சட்டங்களை எழுதியபோது போலீஸால் காவல்காக்கப்படவில்லை என்றார் உறுப்பினர் ராம் நாராயண் சிங்.

உணர்த்தப்படுவது

இந்து சமூகம், பயங்கரமான வன்முறை சக்தியாகும் பொருட்டு, இனிய தூக்கத்திலிருந்து விழித்தெழுந்தது போலிருந்தது. கோட்-சூட் அணிந்த மேட்டுக்குடி நபரான அம்பேத்கர், காலத்திற்கு ஒவ்வாத இவ்வமைப்பைச் சீர்திருத்திட எங்கிருந்தோ வந்திருப்பதாகத் தோன்றுகிறது. ஆனால் இந்து சமூகம், தூங்கிக் கொண்டிருந்த

அரக்கனாக இருந்து இப்போது சீறி எழுந்திருப்பதை, அம்பேத்கர் உள்ளிட்ட எந்த தலித்தும் அறிவார். வன்முறை என்பது அதன் ஆதாரத்திலேயே உள்ளது, ஆதி சூத்திரர், சூத்திரர், பெண்களெல்லாம் நூற்றாண்டுகளாக அதன் தழும்பினைப் பெற்றுள்ளனர்.

4
பிறந்தநாள் மோதல்கள்

சங்கர்ஸ் வீக்லி, ஏப்ரல் 16, 1949, சங்கர்

தலைவர்கள் பிறந்த நாளைக் கொண்டாடுவதை அம்பேத்கர் விமர்சித்தார். எதற்குப் பேரம் பேசுகிறோம் என்பதை அவர் உணர்ந்திருக்கவில்லை.

ஏப்ரல் 14, 1949 அன்று, ஹைதராபாத் அரசு பட்டியலினச்சாதி கூட்டமைப்பு அவரது பிறந்த நாளுக்காக ஏற்பாடு செய்திருந்த நிகழ்வில் அம்பேத்கர் கூறினார்: 'இந்தியாவில் அரசியல் தலைவர் தீர்க்கதரிசியைப் போல பீடத்தில் நிறுத்தப்படுவது கெடுவாய்ப்பானதாகும். இந்தியாவுக்கு வெளியே, மக்கள் தம் தீர்க்கதரிசியர் பிறந்த நாட்களையே கொண்டாடுகின்றனர். இந்தியாவில் மட்டுமே தீர்க்கதரிசியர் மற்றும் அரசியல்வாதிகளின் பிறந்தநாட்கள் கொண்டாடப்படுகின்றன. இப்படியிருப்பது பரிதாபமே. தனிப்பட்ட முறையில் என் பிறந்தநாள்

கொண்டாட்டத்தை நான் விரும்புவதில்லை. மனித வழிபாட்டை ரசிக்க முடியாத ஜனநாயகவாதி நான்; அதனை ஜனநாயகத்தின் பிறழ்ச்சியாகவே பார்க்கிறேன். பாராட்டு, அன்பு, மரியாதை என்பவற்றிற்கு ஒரு தலைவர் உரித்தானவராயின், அனுமதிக்கக் கூடியனவே; அதுவே தலைவருக்கும் அவரது ஆதரவாளருக்கும் போதுமானது. ஆனால் தலைவரை வழிபடுவது அனுமதிக்கத்தக்கதல்ல. அது இருவரையும் உத்வேகம் இழக்கவைக்கும். ஒருமுறை ஒரு தலைவர் ஒரு தீர்க்கதரிசியின் நிலைக்கு கொண்டு போகப்பட்டுவிட்டால், அவர் தீர்க்கதரிசி செய்வது போலவே, தன் ஆதரவாளர்களுக்கு செய்திகள் அளிக்கவேண்டும்.'

தன் இதிகாச மதமாற்றத்தின் பொருட்டு சீக்கிரமே தன்னை மோசஸுடன் ஒப்பிட்டுக் கொள்ளும் அம்பேத்கர், இந்தியாவில் அமர்க்களப்படும் இத்தகைய தலைவர் வழிபாடு குறித்து எரிச்சலுற்றார். 1955-இல் எதிர்க்கட்சி உறுப்பினராக இதேதொனியில் பாராளுமன்றத்தில் பேசினார்: 'பிரித்தானிய பாராளுமன்ற அமைப்பில் பரிச்சயமுள்ளவர்கள், இங்கிலாந்திலுள்ள அனைவரும் ஏற்றிடும், பிரித்தானிய அரசமைப்புச் சட்டம் இயங்குவதிலுள்ள சித்தாந்தம் ஒன்றிருப்பதை அறிவார்கள். மன்னரால் தவறிழைக்க முடியாது என்பதே அது. அரசமைப்புச்சட்ட செயல்பாட்டில் தவறேதும் நிகழ்ந்தால், அதற்குப் பொறுப்பானவர்கள் பிரதமரும் அவரது சகாக்களும். ஆனால் மன்னர் ஒருபோதும் தவறானவராக இருக்கமாட்டார், ஒருபோதும் தவறு செய்ய இயலாது. நாமும் லேசான மாற்றங்களுடன் பிரித்தானிய அரசமைப்புச் சட்டத்தை நடைமுறையில் மேற்கொண்டுள்ளோம். ஆனால் கெடுவாய்ப்பாக நமது அரசமைப்புச் சட்ட செயல்பாடு, ஒரு சித்தாந்தத்தால் நிர்வகிக்கப்படுகிறது, அது பிரித்தானிய மக்கள் கொண்டுள்ளதற்கு நேர் எதிரானது. இங்குள்ள சித்தாந்தம் பிரதமர் தவறு செய்ய முடியாதவர், அவர் தவறு செய்யமாட்டார். ஆகவே, பிரதமர் செய்வதற்கு முன்மொழிகின்ற எதுவும் சரியானதாக, கேள்வி கேட்கப்படாது ஏற்கப்படவேண்டும்.'

உணர்த்தப்படுவது

சிறப்புரிமைகளைக் குறைத்திட முற்படும் அம்பேத்கரின் விமர்சனக் குறிப்பை எதிர்த்திடும் இந்தியத் தலைவர்கள் இங்கு சித்தரிக்கப்பட்டுள்ளனர். எனினும் சங்கர் முழுச்சித்திரத்தையும் தருவதில்லை. தலைமையின் கருத்தமைவு கேள்விக்குள்ளாக்கப் பட்டால், அதனை குடிமக்களே எதிர்ப்பார்கள். ஆனால் வருகின்ற ஒவ்வொரு அற்பத் தலைவருக்கும் குறியீட்டுத் தன்மையிலான பெற்றோர் தகுதியை அல்லது அவசியமற்ற வணக்கத்தை அளிப்பதில் இந்தியா மடிந்துவிடாத நாட்டத்தைப் பெற்றுள்ளது. இக்கேலிச்சித்திரம் முன்வைக்கும் முரண் நகைகளையும் எதிர்கொள்வோம். 1930-களிலிருந்து, இந்துஸ்தான் டைம்ஸ் போன்ற நாளிதழ்கள் (மற்றும் ஒட்டுமொத்த காங்கிரஸ் நிறுவனம்) காந்தியின் பிறந்த நாளை எப்படிக் கொண்டாடுகின்றன என்பதைப் பார்த்துள்ளோம். தலித்துகள் அம்பேத்கரின் பிறந்த நாளைக் கொண்டாடி, அவரது நினைவை நீடித்து வைத்திருக்க வேண்டியவர்களாக உள்ளனர்-இல்லாதுபோனால் NCERT பாடநூலிலுள்ள சங்கர் கேலிச்சித்திரத்தின் அவமதிப்புக்கு அப்பால் ஒன்றுமற்றவராகக் குறைத்துச் சுருக்கப்பட்டிருப்பார். எடுத்துக்காட்டாக, 1936-இல் ஹைதராபாத்தில் அம்பேத்கரியர்களின் இளைஞர் பிரிவு பி.ஆர். வெங்கடசுவாமி, பி.எஸ். வெங்கட்ராவால் உருவாக்கப்பட்டது. 1955-இல் வெளியான *Our Struggle for Emancipation* என்னும் இரு தொகுதிகளுள்ள நூலில், வெங்கடசுவாமி 1930-களிலிருந்து தக்காணத்தில் அம்பேத்கரின் பிறந்தநாள் கொண்டாடப்படுவதாகக் குறிப்பிடுகிறார்.

5
காலம் பறந்தோடுகிறது!

இந்துஸ்தான் டைம்ஸ், மே 29, 1949, என்வெர் அகமத்

இந்திய அரசமைப்புச் சட்டப் பணிகள் வழக்கம்போல தொடர்ந்தன. மே 27, 1949 வெள்ளிக் கிழமை விவாதம் மே 30, திங்கள் கிழமை வரை நீடித்தது. விவாதத்திற்குரியதாயிருந்தது பிரிவு 122, 'உச்சநீதிமன்ற அலுவலர்கள், ஊழியர்களின் ஊதியங்கள், படிகள், ஓய்வூதியங்கள், செலவினங்கள்.' உயர்நீதிமன்ற நீதிபதிகளின் சுதந்திரத்தை உறுதிப்படுத்திட, குறிப்பாக நிதி ஒதுக்கீட்டில், அம்பேத்கர் திருத்தங்களைக் கொண்டுவந்தார். அன்று இறுதியிலும் தீர்வு கிடைக்கவில்லை, இன்னொரு நாளுக்குத் தள்ளிவைக்கப்பட்டது.

உணர்த்தப்படுவது

இவ்விவாதங்களின் கனபரிமாணமும் கலைஞனின் பொறுமையின்மையும் சுவையான பிளவை ஏற்படுத்துகின்றன. அடைகாக்கும் கோழி இரவு பகலாக முட்டைகள் மீது அமர்ந்திருக்கும். உண்ணவோ அருந்தவோ மூச்சுவிடவோகூட அது

நீங்குவதில்லை. அதன் முட்டைகளிடமிருந்து அதனைப் பிரிக்க முற்பட்டால், அது ஊதித்தள்ளும், கிறீச்சிடும், கொக்கரிக்கும், கொத்தவும் செய்யும். முட்டைகளைப் பாதுகாக்கவும் அடைகாக்கவும் அது சிலவேளைகளில் தன் மாரிலிருந்தும் அடிவயிற்றிலிருந்தும் இறகுகளைப் பிய்த்தெறியும். திரும்பவும், அம்பேத்கர், தனித்துள்ளார்.

6

மெதுவாக ஆனால் உறுதியாக அல்ல

சங்கர்ஸ் வீக்லி, ஜூன் 5, 1949, சங்கர்

Slow but not Steady

"I have given great latitude to members and I expect reciprocity from their side so that we may get through the Constitution as quickly as possible." — Dr. Rajendra Prasad

'நான் உறுப்பினர்களுக்கு நிறைய வாய்ப்பளித்திருக்கிறேன். சீக்கிரம் அரசமைப்புச் சட்டத்தை நிறைவு செய்யும் வகையில், அவர்களிடமிருந்து ஒத்துழைப்பை எதிர்பார்க்கிறேன்'
–டாக்டர் ராஜேந்திர பிரசாத்

அரசமைப்புச் சட்டசபை விவாதங்களிலான தாமதத்தால் ஆயாசமடைந்த ராஜேந்திர பிரசாத்தை இக்கேலிச்சித்திரம் சித்தரிக்கிறது. எதிர்க்கட்சி உறுப்பினர்களுக்கு சுதந்திரம் அளித்திருப்பதாகவும் உறுப்பினர்கள் தரப்பிலிருந்து பதிலுக்கு எதிர்பார்ப்பதையும் அவர் கூறியதாகக் குறிப்பிடப்படுகிறது. ஆகஸ்ட் 28, 1947-இல் அரசமைப்புச் சட்டசபை விவாதங்களின்போது, அரசாங்கத்துடன் ஒத்துழைக்குமாறு வல்லபாய் படேல் இதே மொழியைப் பயன்படுத்தி இருந்தார். முஸ்லீம் மற்றும் பட்டியலினச் சாதி உறுப்பினர்களிடையே பேசியபோது, இந்து சார்பான தாராள வரியை அவர் பயன்படுத்தினார்: 'நாம் கடந்தகாலத்தை மறந்து விடவேண்டும்

என்று நான் கூறுகையில், நேர்மையுடன் கூறுகிறேன். உங்களுக்கு அநீதி எதுவும் செய்யப்பட்டிருக்காது. உங்களிடத்தில் தாராளம் காட்டப்பட்டிருக்கும், ஆனால் ஒத்துழைப்பு இருத்தல் வேண்டும். அது இல்லாவிடில், உங்களின் வார்த்தைகளின் பின்னுள்ளதை எந்த மிருதுவான வார்த்தையாலும் மறைக்க முடியாது. ஆகவே, மறப்போம், ஒரு தேசமாயிருப்போம் எனத் திரும்பவும் உங்களை வலுவாக வேண்டிக்கொள்கிறேன். பட்டியலினச் சாதி உறுப்பினர்களைக் கேட்டுக்கொள்கிறேன்: எந்தக்குழு செய்துள்ளதென்பதை மறந்து விடுவோம். நீங்கள் செய்ததை மறந்துவிடுவோம். நாட்டின் பிரிவினையிலிருந்து அநேகமாக தப்பியிருக்கிறீர்கள். பாம்பேயில் தனித் தொகுதியின் விளைவைப் பார்த்துள்ளீர்கள்-உங்கள் சமூகத்திற்கு பெரும் நன்மை செய்திருப்பவர் (காந்தி) பாம்பே வந்து, பங்கித் தங்குமிடத்தில் தங்கியபோது, அங்கே கல்லெறிய முற்பட்டவர்கள் உங்கள் மக்களே அது என்ன? இந்நஞ்சின் விளைவே அது எனவே இதனை எதிர்க்கிறேன், இந்துக்களில் பெரும்பாலோர் உங்களை வாழ்த்துவதாக உணருகிறேன். அவர்களில்லாது எங்கே இருப்பீர்கள்? ஆதலின், அவர்தம் நம்பிக்கையைப் பெறுங்கள், நீங்கள் பட்டியலினச் சாதியா என்பதை மறந்துவிடுங்கள். திரு கண்டேகர் எப்படி பட்டியலினச் சாதியராக இருக்கிறார் என்பது எனக்குப் புரியவில்லை. அவரும் நானும் வெளியே போனால், அவர் பட்டியலினச் சாதியரா அல்லது நான் பட்டியலினச் சாதியரா என யாராலும் கண்டறிய முடியாது.' எச். ஜே. கண்டேகர் தலித் அரசியல் செயல்பாட்டாளர், முன்னர் அனைத்திந்திய ஒடுக்கப்பட்ட வர்க்கங்களது சங்கத்தின் எம்.சி. ராஜா பிரிவில் இருந்து, பின்னர் காங்கிரஸில் சேர்ந்தவர்.

அரசமைப்புச் சட்டம் தொடர்பான பணி விரைவில் முடியவிருந்தது. நவம்பரில் நிறைவுரைகளின்போது, முக்கிய விமர்சனக் குரலாக விளங்கிய, CA உறுப்பினரான நஸிருத்தீன் அகமத், குடியரசுத் தலைவருக்கு நன்றி பாராட்டினார்: இச்சபையில் நிகழ்ந்துள்ள ஒவ்வொன்றுக்கும், உறுப்பினர்களின் பாதுகாவலராய் விளங்கி, வரைவுக்குழுவுக்கு எதிராகப் பேசுவதை உறுப்பினர்களின் கடமையாக எடுத்துக்கொண்டீர்கள்; உங்கள் பணியை புத்திசாலித்தனமாயும் சுதந்திரமாயும் நல்லபடியாயும் முடித்திருப்பதால், உங்களுக்கு ஆழ்ந்த நன்றி பாராட்டுகிறோம். நடவடிக்கைகளை உன்னிப்பாகக் கவனித்துள்ளீர்கள்-வரைவுக்குழு இழைத்த தவறுகளை நீங்கள் கவனிக்கவில்லை என்றாகாது; தலையிடுவது உங்கள் வேலையில்லை-உறுப்பினர்களுக்கு மிகப்

பெரிய வாய்ப்பளித்தீர்கள்: வரைவுக்குழுவுக்கு எதிராகப் பேசுவதை அவர்கள் கசப்பான கடமையாகவே கருதினர்... அரசமைப்புச்சட்ட வரைவு ஏற்கப்படவேண்டும் எனச் சமர்ப்பித்துக் கொள்கிறேன். வரைவது ஒரு விஷயமில்லை. வரைவு மிகமோசம், எண்ணற்ற பிரச்சனைகளுக்கு இட்டுச்செல்லும், வேறொரு சந்தர்ப்பத்தில் டி.டி. கிருஷ்ணமாச்சாரி ஆலோசனை கூறியதுபோல, வழக்குரைஞர்கள் மகிழ்வார்கள்; அரசமைப்புச் சட்டம், அது அமைந்துள்ள உணர்வில்தான் தன் வெற்றியைக் கொண்டுள்ளது என நம்புகிறேன். இந்த மோசமான அரசமைப்புச் சட்டம் நொண்டினாலும், நன்றாக செயல்பட்டுவிட்டால், ஊக்குவிக்கும்படியான விளைவுகளைத்தரும், இந்திய மக்களை அரசியல் ரீதியிலும் பொருளாதார ரீதியிலும் காலப்போக்கில் இன்னும் சுதந்திரமானவர்களாக ஆக்கிவிடும்.'

உணர்த்தப்படுவது

இப்படிமம் எளிதில் நகைச்சுவையை வழங்குகிறது, இத்தகைய படிமம் நிறையவே பயன்படுத்தப்பட்டிருக்கிறது; பின்னர் இந்திய செயற்கைக்கோள் மாட்டுவண்டியில் ISRO-வால் இழுத்துச் செல்லப்படுவதாகக் காட்டப்பட்டது. செப்டம்பர் 2014-இல் நியூயார்க் டைம்ஸ் இந்தியாவின் செவ்வாய் கிரக ஆய்வைப் பரிகசித்து ஒரு கேலிச்சித்திரம் வெளியிட்டமைக்காக, மன்னிப்புக் கேட்குமாறு செய்யப்பட்டது-பசுவுடன் வரும் குடியானவர் Elite Space Club-இன் கதவைத் தட்டுவதாக இருந்துள்ளது அக்கேலிச்சித்திரம். இது சங்கரின் நத்தை மற்றும் சவுக்குப்படிமத்தை எதிரொலிக்கிறது-இப்புத்தகத்திற்கு உந்துவிசையாயிருந்த அப்படிமம். சிறிய ஆறுதல்கள்: குறைந்தபட்சம் அம்பேத்கர் சாலையில் மந்தமாகச் செல்லும் எருதாக இல்லை-அவர் ஓட்டுனர் இருக்கையில் இருக்கிறார். பார்வையாளர் சிரிக்க வேண்டியதில்லை. ஆனால் நடவடிக்கைகளைத் தடுத்திடும் மாடுகளான அரசமைப்புச் சட்டசபை உறுப்பினர்கள் (MCAS) யார்? உறுப்பினர்களில் யாரும் தம் அக்கறைகளை வெளியிடவேண்டாம் என சங்கர் விரும்புகிறாரா?

7
315 சட்டப் பிரிவுகள்

சங்கர்ஸ் வீக்லி, ஆகஸ்டு 7, 1949, சங்கர்

அரசமைப்புச் சட்டத்தின் முதல்வரைவு 315 பிரிவுகளைக் கொண்டிருந்தது. நவம்பர் 1949-இல் விவாதங்கள் முடிவுக்கு வந்தபோது, அரசமைப்புச் சட்டத்தில் 386 பிரிவுகளைப் பெற்றிருந்தது. அரசமைப்புச் சட்டத்தை உருவாக்கியவர்களில் அம்பேத்கருடன் முக்கிய பங்காற்றியவர்களில் ஒருவர், அரசமைப்புச் சட்ட ஆலோசகர் சர் பி.என்.ராவ். இப்பணிக்காக உறுப்பினர்களின் பாராட்டுக்கு நன்றி தெரிவித்துப் பேசும்போது அம்பேத்கர் தெரிவித்தார்: 'எனக்களிக்கப்பட்டுள்ள நன்றி பாராட்டுதல் உண்மையிலேயே எனக்குரியதல்ல, அதில் ஒரு பாதி சர் பி.என். ராவுக்குரியது... வரைவுக்குழுவின் பரிசீலனைக்காக கரடுமுரடான வரைவினைத் தயாரித்தவர் அவரே.' அரசமைப்புச் சட்ட நிகழ்வுப் போக்கில் ராவின் பங்கு பற்றி சங்கர் எழுதினார்: 'முந்தைய அனுபவங்கள் ஒன்றிணைக்கப்பட்டு ஆப்பிள் கூழாக ஆக்கப்பட்டிருக்கிறது, டாக்டர் அம்பேத்கரும் அவரது வரைவுக் குழுவினரும் தம் எழுச்சியான விரல்களை அதில் பதித்தனர். உலகின் அரசமைப்புச் சட்டங்களெல்லாம் ஒய்வொழிச்சலின்றி கொள்ளையிடப் பட்டுள்ளன. 1935-ஆம் ஆண்டு இந்திய அரசாங்கச் சட்டம், அடிக்கடி வரும் சந்தத்துடன் பின்னணி இசையைத் தந்துள்ளது. நரசிங்க ராவ் அரசமைப்புச் சட்டத்திற்கான இலக்கணத்தை அளித்துள்ளார்-நமது பாராளுமன்றவாதிகள் அதனின்றும் எச்ச வினைகள்-நிறுத்தற்குறிகளுடன் மீட்டலை அறிந்து கொண்டனர்.

1949-இன் இறுதியில் அம்பேத்கருக்கு அளிக்கப்பட எண்ணற்ற பாராட்டுகளில், பட்டாபி சீதாராமய்யாவினுடையது பகட்டு மிக்கதாயிருந்தது: 'எங்களது நண்பர் டாக்டர் அம்பேத்கர், இங்கில்லை, மாட்சிமைமிக்கதும் பிரும்மாண்டமானதுமான இப்பணியில் எவ்வளவு அறிவுத்திறனை ஈடுபடுத்தியிருக்கிறார்; இப்பணி மிகவும் ஈர்ப்புடையது, வெல்ல முடியாதது, உயர்ந்த பனைகளையும் குறுகிய கசகசாச் செடிகளையும் சரிசமமாக்குவது; தான் சரியென்று நினைத்ததை நிலைநாட்டினார்-விளைவுகளைப் பற்றிக் கவலைப்படாமல்.' பிற்பாடு, இந்து சட்ட மசோதாவை மையமிட்ட விவாதங்களின்போது சீதாராமய்யா பேசிக்கொண்டே இருந்தார்: 'இம்மசோதாவை முன்னெடுத்துச் செல்ல வேண்டிய பொறுப்பு டாக்டர் அம்பேத்கருக்கு வந்து சேர்ந்ததற்காக வருத்தப்படுகிறேன்.' தான் வருத்தப்படவில்லை என அம்பேத்கர் பதிலளித்ததும், 'எனக்குத் தெரியும், இல்லாவிடில் இவ்வளவு

பெருமிதத்துடன் உங்கள் இருக்கையில் அமர்ந்திருக்க மாட்டீர்கள். நான் என்ன சொன்னேன் என்பதை டாக்டர் அறிவார். வெல்ல முடியாத, ஈர்ப்புமிக்க டாக்டர் அம்பேத்கரின் உணர்வைக் குறிப்பிட்டேன்-நல்லதோ கெட்டதோ, எதுவாயிருப்பினும். அங்கே துடிப்பிருக்கிறது என எப்போதும் கூற விரும்புகிறோம், ஆதலின், அவரைப் பாராட்டுகிறோம், அதே வேளையில், அவர் சமூகத்துடன் இயைந்து இருப்பதில்லை... மனித இனத்தை வெறுப்பவர் என்று கூறமாட்டேன், ஆனால் அவர் இயல்பான மனித வெறுப்பாளரில்லை, அவ்வளவு தான் நான் சொல்லக்கூடியது; பயிற்சி, சூழல், சுற்றுப்புறம், பண்பாடு அனைத்தும் சேர்ந்து அவரை நாட்டின் துடிப்புடன் இயைந்து போகாதவராக ஆக்கியுள்ளன.'

உணர்த்தப்படுவது

'பிரிவு' என்பதைக் கொண்டு சங்கர் சிலேடை செய்கிறார். சிலேடை மிகவும் தாழ்ந்த வடிவிலான நகைச்சுவை என்பார் சாமுயுவெல் ஜான்ஸன்-ஆனால் அதற்காக இக்கேலிச்சித்திரத்தின் வரைதல் திறனைப் பாராட்டாது இருந்துவிடாதீர்கள். சாமுயுவெல் ஜான்ஸன் என்ன அறிந்துள்ளார்! ஜான்ஸனைப் பற்றி நாம் பேசுகையில், பாராளுமன்றத்தில் அம்பேத்கரை போகிற போக்கில் குறிப்பிட்டதைச் சொல்லியாக வேண்டும். 1951-இல் மன்னர்களைப் பாராளுமன்ற உறுப்பினர்களாகிட அனுமதிக்கலாமா என்னும் விவாதத்தில், அவர் குறிப்பிட்டார்: 'ஆங்கில முதல் அகராதியைத் தொகுத்த டாக்டர் ஜான்ஸன், அரசியல் ஓய்வூதியரை அரசாங்க அடிமை என்று வரையறுத்தார் ஆனால் அவரே பிற்காலத்தில் அரசாங்க ஓய்வூதியத்தை ஒப்புக்கொண்டார். மிகவும் தர்க்க பூர்வமாக இருப்பதில் பயனில்லை.' அரசியல் ஓய்வூதியதாரர்கள் காமன்ஸ் சபையிலிருந்து தடுக்கப்படுகின்றனரா என்னும் கேள்விக்கு, 'இல்லை, பிரபுக்களும் பைத்தியங்களும் மட்டுமே!' என்று பதிலடி கொடுத்தார். அவையினர் சிரித்துவிட்டனர்.

அப்போது நகைச்சுவை வித்தியாசமாக இருந்திருக்கக்கூடும்.

8
கூழ் இருப்பது அதனை உண்பதில் இருக்கிறது
சங்கர்ஸ் வீக்லி, ஆகஸ்டு 14,1949, சங்கர்

The Proof of the Pudding

அரசமைப்புச்சட்ட சட்டசபை விவாதத்தின்போது கொண்டுவரப்பட்ட திருத்தங்களின் எண்ணிக்கை, அப்போது பலருக்கு எரிச்சலூட்டுவதாயிருந்தது. சட்டசபை நடவடிக்கைகள்

சீரான வேகத்தில் சென்றாலும் இன்னும் துரிதப்படுத்தப்பட வேண்டும் என்ற உணர்வு நிலவியது. எடுத்துக்காட்டாக, கே.டி. ஷா என்னும் பொருளாதாரவாதியை எடுத்துக்கொள்வோம். அவர் கொண்டுவந்த பல திருத்தங்கள் விவாதிக்கப்பட்டன, பிறகு கைவிடப்பட்டன. ஷா வகித்த இப்பாத்திரம் பற்றி சக உறுப்பினர் அனந்த சயனம் அய்யங்கார் தன் நிறைவுரையில் குறிப்பிட்டார்: 'நமது நண்பர் பேராசிரியர் கே.டி.ஷா கொண்டுவந்த பல திருத்தங்களை ஏற்க முடியவில்லை. அவரது படிப்பறிவு, அறிவுத்திறன் மற்றும் திறமையிடத்தே எனக்குப் பெரும் மரியாதை உண்டு. மன்றத்திற்கு வெளியே இது பற்றிக் கேட்டபோது, தனது நோக்குநிலை கேட்கப்படவேண்டும் என்பதற்காகக் கொண்டுவந்ததாகக் கூறினார். தீரத்துடன் தோல்விகளை ஒத்துக் கொண்டுள்ளார். ஆதலின், நாம் ஒவ்வொருவரும் நமது பங்கினை மகிழ்ச்சியுடன் செய்து இவ்வரசமைப்புச் சட்டம் உருக் கொண்டிருக்கிறது என்றுணர்கிறேன். சிலருக்குத் தோல்விகள் ஏற்பட்டிருந்தால், பெரும்பான்மையின் பார்வைக்கு சிறுபான்மை கட்டுப்படவேண்டும் என்ற விதத்தில், அத்தோல்விகள் ஏற்கப்பட்டுள்ளன-எதிர்காலத்தில் ஒரு நாளில் தமக்குச் சாதகமாக பெரும்பான்மைப் பார்வையை மாற்றிட முடியும் என்னும் நம்பிக்கையில்...' இப்போது பார்க்கையில், அவ்விவாதங்களின்போது நடந்த இத்தகு நுண்மையான கலந்தாலோசனைகளின் மதிப்பை ஒருவர் பார்க்க முடியும். உண்மையில் ஷாவின் பல குறுக்கீடுகள் பிற்பாடு, இந்தியச் சட்டத்தின் அங்கமாயின; எடுத்துக்காட்டாக, பீடிகையில் 'சோஷலிஸ' மற்றும் 'சமயச்சார்பற்ற' என்னும் சொற்களைச் சேர்த்துக் கொள்வது பற்றிய அவரது ஆலோசனை.

உணர்த்தப்படுவது

இக்கேலிச்சித்திரத்தில் பல சமையல்காரர்கள் கூழினைக் கிண்டிக் கொண்டிருக்க, மற்றவர்கள் வாழைப்பழத்திருத்தம், இனிதான உருளைக்கிழங்கு திருத்தம் கொண்டுவர மற்றவர்கள் நிற்க, தனித்துவமான மலையாளி ஒருவர் 'ரப்பர் திருத்தத்தை'யும் 'நிலக்கடலை திருத்தத்தை'யும் கொண்டுவரக்காத்துள்ளனர். பெண்கள் எப்போதும் போல இல்லை-அரசமைப்புச் சட்டசபையின் 389 உறுப்பினர்களில் 15 பேர் பெண்கள், அவர்களில் ஒருவரான தட்சாயணி வேலாயுதன் தலித்.

9

வடிவம் கொள்ளல்

இந்துஸ்தான் டைம்ஸ், ஆகஸ்டு 15, 1949, என்வெர் அகமத்

ஆகஸ்டு 10 மற்றும் 12, 1949-இல் குடியுரிமை தொடர்பான முக்கிய விவாதங்கள் பல நடந்தன. அரசமைப்புச்சட்ட வரைவில் அய்ந்தாவது ஆறாவது திருத்தங்களால் பாதுகாவல் செய்யப்பட்டது எது என்பதை அம்பேத்கர் தெளிவுபடுத்த முற்பட்டார். 5 மக்கள் பிரிவினர் குடியுரிமைக்கு உறுதிப்பாடு பெற்றதாக அறிவித்தார்.

1. இந்தியாவில் பிறந்து வசித்து வருபவர்கள்.

2. இந்தியாவில் வசித்து வருபவர்கள் ஆனால் இங்கு பிறக்காதவர்கள். 5 வருடங்களுக்கு குறையாமல் இந்தியாவில் வசித்து தாமாகவே குடியுரிமை கோரியிருக்க வேண்டும்.

3. இந்தியாவில் தங்கியிருந்து பாகிஸ்தானுக்குப் புலம் பெயர்ந்திருப்பார்கள். இந்தியாவிலிருந்து பாகிஸ்தான் சென்று, பிறகு ஏதேனும் காரணத்தால் திரும்பிவிட்டவர்கள், இந்திய அரசாங்கத்தால் தரப்பட்ட 'அனுமதி அமைப்பை' பெற்றிருக்க வேண்டும். மூன்றுவித அனுமதிகள் தரப்பட்டன: தற்காலிக அனுமதி, நிரந்தர அனுமதி மற்றும் மறுகுடியமர்வு / நிரந்தரத் திரும்புதல் அனுமதி.

4. பாகிஸ்தானில் தங்கியிருந்து இந்தியாவுக்குப் புலம் பெயர்ந்தவர்கள். இவர்களிலும் ஜூலை 19, 1948-க்கு முன்னர் புலம்பெயர்ந்தவர்களுக்கு தானாகவே குடியுரிமை வழங்கப்பட்டது. அதன் பிறகு வந்தோர், இந்திய டொமினியன் அரசாங்கத்தால் நியமிக்கப்பட்ட அலுவலரிடம் விண்ணபிக்க வேண்டும்.

5. பெற்றோர்/தாத்தா-பாட்டிகள் இந்தியாவில் பிறந்து இந்தியாவுக்கு வெளியே வசிப்பவர்களாக இருப்பவர்கள். அரசமைப்புச்சட்டம் நடைமுறைக்கு வருமுன்பு, தாம் தங்கியிருக்கும் நாட்டில் ராஜதந்திர இந்தியப் பிரதிநிதியிடம் விண்ணப்பிக்கவேண்டும்.

குறிப்பாக மூன்றாவது வகைமையை எதிர்த்து அரசமைப்புச் சட்டசபை உறுப்பினர் பலரால் ஆட்சேபனைகள் எழுப்பப்பட்டன. அஸ்ஸாம் காங்கிரஸ் தலைவர் ரோகினி குமார் சவுத்ரி, தன் மாநிலத்தில் புலம்பெயர்ந்தோர் கூட்டம் நிறைந்து அதன் சமுதாயச் சமநிலையைப் பாதிக்கும் என்று வாதிட்டார். கிழக்கு பாகிஸ்தானிலிருந்து வருவோர், ஜூலை 19, 1948-க்கு முன்னர் புலம்பெயர்ந்திருந்தால், அஸ்ஸாம் குடிமக்களாக குடியமரும் உரிமைகள் உள்ளவர்களே என அம்பேத்கர் பதிலளித்தார். இத்தேதிக்குப் பின்னர் குடியுரிமைக்கு விண்ணப்பிப்போருக்கான விண்ணப்ப நிகழ்ச்சிப்போக்கு எளிய நடைமுறையாயிருக்காது;

ஒவ்வொரு விண்ணப்பத்திற்கும் குடியுரிமை அளித்திடும் கடப்பாடு பதிவு செய்யும் அலுவலர்களுக்கு இல்லை. பாகிஸ்தானிலிருந்து திரும்புபவர்களை எதிர்த்த மற்ற பேச்சாளர்களை எதிர்கொள்ள அம்பேத்கர் சர்வதேச சட்டத்தை எடுத்துக்காட்டினார். இந்தியாவில் பிறந்த யாரும், அவர் பாகிஸ்தான் போயிருந்தாலும், குடியுரிமை கோரும் உரிமை உள்ளவரே. பிரிவினையின் போதான பரந்துபட்ட சிக்கல்களும் அம்பேத்கரால் பரிசீலிக்கப்பட்டன. வன்முறைச் சம்பவங்களுக்குப் பயந்து சென்றவர்கள் திரும்புவதற்கு அனுமதிக்கப்படாவிட்டால், நீதியை மீறியதாகிவிடும் என்றார். திரும்பும் உரிமைக்கு அரசாங்கம் வாக்குறுதி தந்திருந்தது, பிறந்த இடத்திற்குத் திரும்பும் உரிமையை அகற்றுவது சரியல்ல. 'சிலராக உள்ளவர்கள் இங்கு வந்து தங்கலாம் என்னும் நமது அரசாங்க வாக்குறுதியால் வந்திருந்தால், குடியுரிமை மறுக்கப்பட வேண்டும் என அரசமைப்புச் சட்டசபை கூறினால், சட்டசபை சரியாக நடந்து கொள்கிறது அல்லது பொதுமனசாட்சிக்கு ஏற்ப நடந்து கொள்கிறது என்று நான் எண்ணவில்லை.'

உணர்த்தப்படுவது

அரசமைப்புச் சட்டத்துக்கு உருவம் தந்திடும் மாபெரும் பணியில் ஈடுபட்டிருப்பவராக அம்பேத்கர் இங்கே சித்தரிக்கப்பட்டுள்ளார். அவரது கைகளின் நேர்த்தியற்ற தன்மை இருப்பினும், இந்திய சுதந்திரத்தின் மூன்றாமாண்டு கொண்டாட்டத்தில், அம்பேத்கர் கேலிச்சித்திரத்தை அலங்கரித்தார் என்பது சுவையானது. யார் தம்மை இந்தியராக அழைத்துக் கொள்ளலாம் என அரசமைப்புச் சட்டசபை தீர்மானித்துக் கொண்டிருக்க, இந்திய சித்தாந்தம் ஏற்கனவே நிறுவப்பட்டிருந்தது. அப்போதும் அஸ்ஸாமில் புலம்பெயர்ந்தோர் பிரச்சனையை மையமிட்டு விவாதங்கள் நடந்தன, இவ்வளவு ஆண்டுகளுக்குப் பிறகு இப்போதும் அந்நியர் குறித்த அச்சம் மாநிலத்தில் பரவிநிற்கிறது என்பது முரண்நகையே. உண்மையான இந்தியனாக யாரைக் கருதுவது என்பது குறித்து விவாதங்கள் இன்னும் அனல் பறக்கின்றன-இன்றைக்கு 'இந்தியனாக' இருப்பது என்ன அர்த்தப்படும் என்பதற்கு நேர்எதிராக அம்பேத்கரின் 'பொதுமனசாட்சி' தோன்றுகிறது.

10
பழைய குற்றவாளி

இந்துஸ்தான் டைம்ஸ், ஆகஸ்டு 24, 1949, என்வெர் அகமத்

அம்பேத்கர்: கைதிக்கு 15 ஆண்டுகள் கடும் உழைப்பு தண்டனை விதிக்கலாம், பின் அவர் இறக்கும் வரை கழுத்தில் தூக்கிட்டு ஏற்றப்படலாம் என்கிறது அரசு!

செப்டம்பர் 17, 1949, அன்று, அதிகாரபூர்வ அரசியலமைப்புச் சட்ட மொழியாக இந்தி நீடிக்கலாமா என்பது விவாதிக்கப்பட்டது. அரசமைப்புச் சட்டத்தை மொழிபெயர்ப்பது பற்றி, பிரதியின் அதிகாரபூர்வ மொழி இந்தி இருக்கட்டும் மற்றும் ஆங்கில மொழிப் பதிப்பு மெல்ல விட்டுவிடப்படலாம் எனத் தீர்மானிக்கப்பட்டது. பாராளுமன்ற நடவடிக்கை குறித்து இதே முடிவு மேற்கொள்ளப்பட்டது; பாராளுமன்ற நடவடிக்கைகள் ஆங்கிலத்திலும் இந்தியிலும், உறுப்பினர்களால் வேண்டப்படும் மொழிகளிலும் மொழிபெயர்க்கப்பட வேண்டும். ஆங்கிலத்தைப் பயன்படுத்துவது தொடர்பாக பின்வரும் நிபந்தனை விதிக்கப்பட்டது: 'சட்டமன்றம் அல்லது அரசு வேறுவிதமாக

தீர்மானிக்கும்வரை, இவ்வரசமைப்புச் சட்டம் தொடங்கி 15 ஆண்டுகள் முடிந்த பிறகு, இப்பிரிவு நடைமுறையில் இருக்கும்-வார்த்தைகள் 'அல்லது ஆங்கிலத்தில்' அதிலிருந்து நீக்கப்படும்.' செப்டம்பர் 11 அன்று, இந்து, இந்துஸ்தான் டைம்ஸ், டெக்கான் ஹெரால்ட் உள்ளிட்ட தினசரிகள், இந்திய ஒன்றியத்தின் அதிகாரபூர்வ மொழியாக சமஸ்கிருதத்தை முன்வைப்பதில் அம்பேத்கர் ஆதரவளித்தார் என்றன. இதுபற்றி நிருபர்கள் அழுத்தம் தந்தபோது, 'சமஸ்கிருதத்தில் என்ன தவறுள்ளது?' என்று கேட்டதாகக் கூறப்படுகிறது. செப்டம்பர் 10-இன் அரசமைப்புச் சட்டசபை விவாதங்கள், இதுபற்றிய எந்தக் குறிப்பையும் கொண்டிருக்கவில்லை.

உணர்த்தப்படுவது

இந்தியாவில் ஆங்கிலம் அமைதியாக இறந்துபோயுள்ளது. உண்மையில், இப்பிரதியைக் கூட நீங்கள் வாசிப்பதில்லை. தன் செய்தியைக் காட்சி ரூபத்தில் தொடர்புறுத்துவதற்கான தன் திறமையின்மையைச் சரிகட்டிட, தன் கேலிச்சித்திரமெங்கிலும் அங்கங்கே அகமத்தால் வைக்கப்பட்டுள்ள விளக்கப் பிரதிகளையும் வாசிப்பதில்லை. இதற்கிடையே, உடற்பயிற்சிக்கூடம் போவோர், இயற்கை உணவு உண்போர், நள்ளிரவுக் காதலர், மூன்றாம் வகுப்பில் பயணிப்போர், விதிவசக்காரர், அவநம்பிக்கையாளர், தொழில்நுட்ப மாற்றத்தை மறுப்போர் ஆகியோரை டெல்லியில் 2010-இல் மெக்காலே பிறந்தநாள் விழாவுக்கு அழைக்க விரும்பிடும் அம்பேத்கரியரான சந்திராபன் பிரசாத், ஆங்கிலேய தேவிக்கான சமயச் சார்பற்ற ஆலயத்தின் கட்டிடக்கலை நிபுணர் ஆனார்-உத்தரப் பிரதேசத்தின் லட்சுமிபுரி மாவட்ட பங்காகோவனில் உள்ளது இந்த ஆங்கில மொழித் தெய்வத்தின் ஆலயம். (இப்பிறந்த நாள் விழாவில் ஆஷிஸ் நந்தி, கெய்ல் ஓம்வெட், ரவிஸ் குமார், நிவேதிதா மோகன், பிரிட்டீஷ் ஹை கமிஷனர், விவேக் டெப்ராய் போன்ற பல்திற ஆளுமைகள் கலந்து கொண்டனர்). ஹும்ம்... காரணம் என்னவாக இருக்கும்?

11
நத்தையும் சவுக்கும்

சங்கர்ஸ் வீக்லி, ஆகஸ்டு 28, 1949, சங்கர்

அரசமைப்புச் சட்டத்தை உருவாக்குவதிலான நீண்ட நிகழ்வுப் போக்கிற்கு எதிரான பொதுமக்கள் அபிப்பிராயம் குறித்து, தன் நிறைவுரையில் அம்பேத்கர், அரசமைப்புச் சட்டசபை செலவிட்ட நியாயமான நேரத்தைக் கடுமையாக ஆதரித்துப் பேசினார்: 'சட்டசபை இப்பணியை முடிக்க நீண்ட காலம் எடுத்துள்ளது, சாவகாசமாக இயங்கி பொதுமக்கள் பணத்தை வீணடித்துள்ளது என ஒருகட்டத்தில் கூறப்பட்டது. ரோம் எரிந்துகொண்டிருந்தபோது நீரோ பிடில் வாசித்த கதை எனப்பட்டது. இப்புகாருக்கு ஏதேனும் நியாயம் உண்டா?' அமெரிக்கா, தென்னாப்பிரிக்கா, ஆஸ்திரேலியா, கனடா ஆகிய நாடுகளின் அரசமைப்புச் சட்டங்களை உருவாக்க எடுத்துக் கொள்ளப்பட்ட ஆண்டுகள், முன்வைக்கப்பட்ட பல்வேறு சித்தாந்தப் பார்வைகள், சட்ட சபையில் கொண்டுவரப்பட்ட 2,473 திருத்தங்களையெல்லாம் மனதில் கொண்டு அம்பேத்கர் பதிலளித்தார்: 'வரைவுக்குழு அலைந்து திரிந்தது எனில், அது நிலவரத்தைக் கட்டுப்படுத்த முடியாத சாமர்த்தியம் இல்லாததால் அல்ல. அது வாய்ப்பில்லாத சந்தர்ப்பத்தில் மீன் பிடிக்கத் தூண்டில் போடுவது மட்டுமில்லை. அறிந்த நீர்நிலையில் தான் தேடும் மீனுக்காக தேடிக் கொண்டிருந்தது. இன்னும் மேலானதைத் தேடுவது அலைந்து திரிதல் ஆகாது.'

2006-இல் NCERT- XI-ஆம் வகுப்பு அரசியல் சமூகப் பாடநூலில் வெளியிடப்பட்டிருந்த இக்கேலிச்சித்திரம், தாமதமாக 2012-இல் ஒரு கிளர்ச்சியை எழுப்பியது. அப்பாடம் அரசமைப்புச் சட்ட உருவாக்கத்தின் நிகழ்வுப் போக்கை விவரித்தது. 'நத்தை வேகத்தில் அரசமைப்புச் சட்டம் தயாரிக்கப்பட்டது குறித்த கேலிச்சித்திரக்காரரின் மனப்பதிவு' என்னும் தலைப்பைக் கொண்டிருந்தது. அரசமைப்புச் சட்டம் உருவாக அநேகமாக 3 ஆண்டுகள் பிடித்தது. கேலிச்சித்திரக்காரர் இதுபற்றி விமர்சனக் குறிப்பைத் தருகின்றாரா? அரசமைப்புச் சட்டசபை நீண்டகாலம் எடுத்துக் கொண்டது என ஏன் எண்ணுகிறீர்கள்?

நத்தையில் செல்லும் அம்பேத்கரை பிராமணரான பிரதமர் நேரு சவுக்கால் அடிப்பது என்னும் கேலிச்சித்திரப் படிமத்தை இந்திய குடியரசுக் கட்சி (ராம்தாஸ் அதாவலே) முதலில் ஆட்சேபித்தது. தமிழ்நாட்டின் விடுதலைச் சிறுத்தைகள் கட்சியின் தலித் எம்.பி. தொல். திருமாவளவனால் இது மக்கள் சபையில் எழுப்பப்பட்டது.

இக்கேலிச்சித்திரத்தை பாடநூலிலிருந்து அகற்றவேண்டுமென்று தலித் அமைப்புகள் கிளர்ச்சி செய்ய, 'கருத்துச் சுதந்திரம்' என்பதை மையமிட்டதாக பலமிக்க மேல்சாதி எதிர்ப்பு உருவாக்கப்பட்டது. எதிர்க்கின்ற தலித்துகள் அக்கேலிச்சித்திரத்தை தவறாக வாசித்து, ஒன்றுமற்றதைப் பிரச்சனை யாக்குகின்றனர், வாக்குவங்கி அரசியல் நடத்துகின்றனர், பாடநூல்கள் புரட்சிகரமானவை மற்றும் அம்பேத்கர் லட்சியத்தில் அனுதாபம் மிக்கவை என்று இடதுசாரி தாராளவாதிகள் என்று கூறி எழுச்சி கொண்டனர். அப்போதைய மனிதவளத்துறை அமைச்சர் கபில் சிபில் முறையாக மன்னிப்புக் கோரினார். அப்பாட நூல் தயாரிப்புக் குழுவில் இடம்பெற்றிருந்த யோகேந்திர யாதவ் மற்றும் சுஹாஸ் பல்சிஹார் இக்கேலிச்சித்திரம் பயன்படுத்தப்பட்டதை ஆதரித்தனர். பல்சிஹாரின் அலுவலகம் சில தலித்துகளால் தரைமட்டமாக்கப்பட்டது; பெரும்பாலான தலித்துகள் இத்தாக்குதலைக் கண்டித்தனர்.

தலித் கேமரா-வின் பி.ரவிச்சந்திரனுக்கு அளித்த நேர்முகத்தில், கல்வியாளர் கே.சத்தியநாராயணா இடது-தாராளவாதத்தின் சரிவு மற்றும் அவர்கள் நகை முரணுடன் 'புரட்சிகர' கற்பித்தல் என்றழைத்ததை ஆதரிப்பது சார்ந்து எதிர்வினையாற்றினார். இச்சர்ச்சையில் தலித்துகள் என்ன கூறுகின்றனர்? இக்கேலிச்சித்திரத்தில், பாடநூலில் அரசமைப்புச் சட்ட உருவாக்கத்தில் அம்பேத்கரின் பங்களிப்பு முழுமையாகப் பாராட்டப்படவில்லை என்று மட்டுமே கூறுகின்றனர். இது அம்பேத்கரை முறையாகப் பிரதிநிதித்துவம் செய்யவில்லை. ஏதோ தவறு உள்ளது… 'நீங்கள் (பாடநூல் ஆசிரியர்கள்) இக்கேலிச்சித்திரத்தைக் கற்பிக்கும் கருவியாகவே பயன்படுத்துகிறீர்கள் என்பது உண்மையே, ஆனால் இங்கே அம்பேத்கரின் பிரதிநிதித்துவம் பெரிதும் அரசியல் மின்னேற்றமிக்கதாய் இருக்கிறது… அம்பேத்கரின் கருத்துகள் வரலாற்று ரீதியில் பிரதிநிதித்துவப் படுத்தப்படவில்லை, அவர் முழுவதுமாக விலக்கப்பட்டார். திருஉருவாக்கப்படல், சிலைகள், பலவேறான அடையாளங்கள் வாயிலாகவே அவர் உயிர்தப்பினார். 1950-களிலிருந்து 90-கள் வரை தலித்துகள், ஏறக்குறைய, அம்பேத்கரைத் தூக்கிவந்தனர்; பிறகு புலப்படக்கூடிய தலித் இயக்கத்தால் மைய நீரோட்டத்திற்கு வந்தார். பாடநூல்களின், கல்வி வளாக அறிவூட்டலின், வேறெந்த சாதனத்தின் வழியாகவும் அல்லாமல், திருவுருக்கள் மூலமாகவே அம்பேத்கர் இன்னும்

உயிர்த்திருக்கிறார். திருவுருப்படுத்தல் மூலமாகவே அவர் இன்னும் உயிர்த்துள்ளார், கிடைக்கக் கூடியவராயுள்ளார். எனவேதான் தலித்துகளின் திருஉரு அவமதிக்கப்படுகையில், அவர்கள் விரும்பாத, விதத்தில் அம்பேத்கரை நீங்கள் பிரதிநிதித்துவப்படுத்துகையில் கோபம் கொள்கின்றனர்.'

கர்நாடகாவில் தலித் சங்ர்ஷ் சமிதியின் நிறுவன உறுப்பினரும் கவிஞரும் செயற்பாட்டு வீரருமான சித்தலிங்கையாவின் சுயசரிதை *Award with you, world (ooru keri)* முதல் காட்சியைக் கவனியுங்கள். 'ஒருநாள் சிதைந்த சுவர்களின் மீது நின்று, எங்கள் பெற்றோர் வருகின்றனரா என்று பார்த்துக் கொண்டிருந்தபோது, ஒன்றைக் கவனித்தோம். இருவரின் தோள்களில் நுகத்தடியைப் பூட்டி ஒருவன் அய்நோருவின் வயலை உழுதுகொண்டிருந்தான். இருவர் எருதுகளைப் போல இழுத்துச் செல்வதும் ஒருவன் சாட்டையால் சொடுக்கி உழவைத்துக் கொண்டிருந்ததைப் பார்க்க வேடிக்கையாயிருந்தது. நுகத்தடியைச் சுமந்திருந்தவர்களில் ஒருவர் என் அப்பா என்பதை அப்போது உணர்ந்து கொண்டேன். அத்தருணத்தில் விசித்திரமான வேதனை என்னைக் கவ்வியது.'

இதனைக் காட்சிப்படுத்திப் பாருங்கள்: சித்தலிங்கையாவின் அனுபவத்தைக் கொண்டுள்ள ஒருவர், NCERT பாடநூல்கள் என்று பீற்றிக் கொள்ளும் பள்ளிக்குள் இதனைக் கொண்டு போய்விடுகிறார்; சவர்ண ஆசிரியர் ஒருவர் நத்தையும் சவுக்கும் என்ற உருவகக் கதையை நடத்திக் கொண்டிருக்கிறார்.

மந்தத்தனம் மற்றும் உணர்வுநுட்பம் குறித்து நவீன உருவகக் கதைகள் பல இருந்துள்ளன. அரசு உதவிபெறாத தனியார் தொடக்கப்பள்ளிகள் அனைத்திலும், பொருளாதார ரீதியில் பின்தங்கிய வகுப்பினரைச் சேர்ந்த குழந்தைகளுக்கு, குறைந்தது 25% இலவச இடங்களை வழங்கிடும், கல்வி உரிமைச் சட்டத்தை 2009-இல் இந்தியா நிறைவேற்றியது. NCERT சர்ச்சை எழுந்த அதே வேளையில், தி வால் ஸ்டீரீட் ஜர்னல் ஏப்ரல் 13, 2012-இல் இவ்வறிக்கையை வெளியிட்டது. புதுடெல்லியில் தி ஸ்ரீராம் ஸ்கூலுக்கு ஏற்பட்ட விளைவுகளை அது நமக்குத் தெரிவித்தது - அப்பள்ளியின் நோக்கம் வித்யா ததாதி வினயம் (கல்வி பணிவை வளர்க்கட்டும்)

பல்வேறான பின்புலங்களிலிருந்து வந்த சக பெற்றோருடன் ஒரு வட்டத்தில் அமர்ந்திருந்த, வசதிவாய்ப்புள்ள தாயான பாவனா சிங்கை சஞ்சலப் படுத்தியது. 'இது நிகழ்ந்து கொண்டிருந்ததை ஒவ்வொருவரும் அறிவார்கள், ஆனால் அவர்களைப் பார்ப்பது வேறொரு விஷயம்' என்கிறார் அவர்.

சீக்கிரமே அவர் முதல்வர் திருமிகு (மாணிக்கா) சர்மாவைச் சந்தித்தார். 'நாட்டை அவர்கள் முன்னேற்ற விரும்பினால் நல்லது. ஆனால் ஏழைக் குழந்தைகள் சமமாக வளரும் வரை பிரித்துவைக்கவேண்டும்' என்று கூறியதை நினைவு கூர்கிறார்.

பல பெற்றோருக்கு இதுபோன்ற புகார்கள் உள்ளன. 'நான் அவர்களைக் குறைகூறவில்லை. அவர்தம் பிள்ளைகளின் படிப்பு தாமதப்படும் என்பதை மறுக்க முடியாது.' என்கிறார் சர்மா.

சமீபத்திய ஒரு காலையில் சுஜாதா குப்தா மற்றும் சில்கி சாஹ்னி என்னும் ஆசிரியர்கள் தமது நான்கு வயதுப் பிள்ளைகளிடம் கருஞ் சிவப்புக்கு எடுத்துக்காட்டுகள் கூறுமாறு கேட்கின்றனர். கருப்பு பெர்ரிகள், நாவல்பழ அய்ஸ்கிரீம், பொட்டாஸியம் பெர்மாங்கனேட் (பழங்களையும் காய்கறிகளையும் தூய்மை செய்யும் வேதிப்பொருள்) என்று பதில்கள் வருகின்றன.

குறைந்த வருவாயுள்ள ஏழு குழந்தைகளில் யாரும் கைகளை உயர்த்தவில்லை. பணக்கார வீட்டுப் பிள்ளைகளைப் போலின்றி, அவர்கள் தம் வீடுகளில் நிறங்களை அறிந்ததில்லை, ஆங்கிலம் பேசியதில்லை, தாங்கள் கேள்விப்பட்டிராத பொருட்களால் இன்னும் குழம்பிப் போயினர்.

மே 14, 2012 அன்று சுகதேவ் தோரட் தலைமையில் 6 உறுப்பினர் குழு நியமிக்கப்பட்டு, இப்பிரச்சனையை ஆராய்ந்து, இக்கேலிச்சித்திரத்தைப் பயன்படுத்துவதா வேண்டாமா என்று முடிவெடுக்குமாறு கூறப்பட்டது. மதிப்புமிக்க கல்வியாளர் உட்பட சில உறுப்பினர்கள், இக்குழு செயல்பட்ட விதத்தில் பெரிதும் அதிருப்தியுற்றனர். இக்கேலிச்சித்திரத்துடன் IX -XII பாடநூல்களிலுள்ள வேறு 20 கேலிச்சித்திரங்களும் நீக்கப்படவேண்டும் என்றது இறுதிப் பரிந்துரை. சில உறுப்பினர்கள் தாம் ஆலோசிக்கப்படவில்லை என்று ஆத்திரப்பட்டனர்; ஆசிரியர்களின் கற்பித்தல் உரிமைகளைக் கட்டுப்படுத்துவதை இது சுட்டிக்காட்டியது. ஜூன் 27, 2012-இல் விசித்திரமான வகையில்

சமர்ப்பிக்கப்பட்ட இறுதி அறிக்கை, பதினோராம் வகுப்பு ஜனநாயக அரசியல்-I பாடநூலிலிருந்து 21 கேலிச்சித்திரங்களையும் நீக்குமாறு பரிந்துரைத்ததுடன், அற்பமான ஆட்சேபனையும் செய்தது: 'தலித் என்னும் சொல் பயன்படுத்தப்படக்கூடாது, அங்கே SC என்பது பயன்படுத்தப்பட வேண்டும் அல்லது இவ்விடமாற்றம் சட்டரீதியில் சரியா என்பது சரிபார்க்கப்பட வேண்டும்.'

உணர்த்தப்படுவது

பாடப்புத்தகத்தில் இக்கேலிச்சித்திரம் தொடர்ந்து இடம்பெறவேண்டும் என்பதை ஆதரித்து நிறையவே மை செலவானது. தலித்துகள் எதிர்ப்புப் பெட்டியில் சேர்ந்துகொள்ள, தாராளவாத சவர்ணர்கள் வருந்தினர். பேச்சு சுதந்திரத்தின் வீரமும், சிறைக்குழுவிலுள்ள சர்வதேச எழுத்தாளரின் தலைவரும், Index on Censorship-வெளிப்பாட்டு சூத்திரத்தை முன்னெடுப்பதிலும் பாதுகாப்பதிலும் ஈடுபட்டுள்ள சர்வதேச காலாண்டிதழ்-இதழுடன் இணைந்து வெளியிடப்பட்ட சிறந்த நூலான Offence-The Hindu Case (2007)-இன் ஆசிரியருமான சலீல் திரிபாதியின் பிரதிநிதித்துவ முன்மாதிரியை முன்வைக்கிறோம்: 'ஆக இப்போது தலித்துகளின் முறை. திரும்பவும், ஒரு வெளிப்பாட்டு வடிவம், இப்போது ஒரு கேலிச்சித்திரம், சூழலிலிருந்து எடுக்கப்பட்டு, அதன் அர்த்தம் வேண்டுமென்றே தவறாக அர்த்தப்படுத்தப்படுகிறது. திரும்பவும் அதன் நியாயம் ஒதுக்கித்தள்ளப்படுகிறது. திரும்பவும், சில வாக்கு வங்கிகளை வெல்லவும், பொதுவெளியில் கேலிச்சித்திரத்தை அப்படியே விட்டுவைப்பது அமைதியின்மையை ஏற்படுத்தும் என்பதால், அது மறையுமாறு செய்யப்பட்டுள்ளது, மாயமாகிவிடு...'

சவர்ணரின் புண்படுத்தல்களை அவமதிப்பாக எடுத்துக்கொள்ளும் தலித்துகள் மற்றும் இந்துத்துவா சகிப்புத் தன்மையின் இயல்பான சமன்பாடு வேடிக்கையானதில்லை. சவர்ண இடது தாராளவாதிகளின் தீவிர ஆதரவு தேடல், Human Rights watch-னைக் கடுமையான முடிவுக்கு வரச் செய்தது-Stifling Dissent: The Criminalisaton of Dissent in India என்னும் தலைப்பில் 2016-இல் அறிக்கையாக வெளியிட்டது. SC/ST தடுப்புச்சட்டம், தலித்துகளின் பாதுகாப்பிற்கான முக்கிய சட்டங்களில் ஒன்றாக இருப்பினும்,

நல்ல உத்தேசம் கொண்டுள்ள இச்சட்டத்தை எப்படி தவறாகப் பயன்படுத்த முடியும் என்பதற்கு சமூகவியலாளர் ஆஸிஸ் நந்தி மீதான வழக்கு இருப்பதைச் சுட்டிக்காட்டி வருந்தியது. ஜனவரி 2013-இல் ஜெய்ப்பூர் இலக்கிய திருவிழாவில் நந்தி, 'மிகவும் ஊழல்' புரிந்துள்ளோரில் தலித்துகள் உள்ளனர் என்றார். நந்தி மன்னிப்பு கோரினார் ஆனால் அவர் மீது SC/ST Prevention Act-இன் பிரிவு 3 (1) (X)-இன் கீழ் வழக்குபதிவு செய்யப்பட்டுள்ளது. ஜெய்ப்பூர் இலக்கியத் திருவிழாவின் குழுவிவாதம் ஒன்றில் நந்தி கூறியது: 'மிகவும் ஊழல் மலிந்தவர்கள் OBC மற்றும் SC களைச் சேர்ந்தவர்களாயுள்ளனர் இப்போது ST அதிகரித்து வருகின்றனர்.'

உங்களுக்கு அண்டை அயலிலுள்ள நட்பார்ந்த இடது தாராளவாதியிடம் கேட்டுப்பாருங்கள். நந்தியின் கூற்றுகளை நியாயப்படுத்தும் பொருட்டு, சவர்ண நூல் முனைவர்கள் எப்படி ஆர்ப்பாட்டம் நடத்தினர், SC/ST/OBC-களின் லட்சியத்தை முன்னெடுத்தவர் அவர் என்றழைத்தனர் என்பதுபோல, இக்கேலிச்சித்திரம் வேடிக்கையாக இருக்க முடியும் என்பதற்கு ஆயிரம் வழிகள் உள்ளன. இக்கேலிச்சித்திரத்தில் நேருவால் சவுக்கடிபடும் அம்பேத்கரைப் பார்த்து ஆயிரக் கணக்கானவர்கள் நகைத்துக் கொண்டிருப்பதைப் பாருங்கள். நாம் புரிந்துகொள்ள முடியாதபடி சில ஜோக்குகள் இருக்கவேண்டும்.

12
பெருங்கடலில் வேடிக்கை நாடகம்

பயோனீர், செப்டம்பர் 2, 1949, ஆர். பானர்ஜி

COMEDY ON THE HIGH SEAS

ஆகஸ்டு 30, 1949-இல் மேற்கு வங்கத்தைச் சேர்ந்த சட்டசபை உறுப்பினர் நஸிருத்தின் அகமத், ஒன்றிய பட்டியலில் 22-வது இனத்திற்கு திருத்தத்தைக் கொண்டுவந்தார் (மத்திய அரசு பிரத்யே விவகார எல்லையைக் கொண்டுள்ள விஷயங்களை விவரிப்பது). பிரச்சனைக்குரிய விஷயம்: 'கடலில்/ஆகாயத்தில் இழைக்கப்படும் கொள்ளைகள் மற்றும் குற்றங்கள்; நேசங்களின் சட்டத்திற்கெதிராக நிலத்தில்/கடலில்/ஆகாயத்தில் இழைக்கப்படும் குற்றங்கள்.' கொள்ளைகள் என்பதை 'கொள்ளை' என்றாக்கலாம்; கொள்ளைகள் என்பதை அடுத்து அரைப்புள்ளியைச் சேர்க்கலாம், 'மற்றும்' என்பதை நீக்கலாம்; இறுதியில் இடம்பெறும் 'நிலத்தில்/ கடலில்/ஆகாயத்தில் இழைக்கப்படும்' என்பதை நீக்கலாம். அகமத் தன் பார்வையை வற்புறுத்திக் கொண்டிருந்தபோது,

அம்பேத்கர் இன்னொருவருடன் பேசிக்கொண்டிருந்தார். அகமத் இதனை அவையின் கவனத்திற்குக் கொண்டுவந்தார். பின்னர் அம்பேத்கர் தன் எதிர்வாதத்தை அளிக்க எழுந்தபோது, அகமத் குறுக்கிட்டு, 'டாக்டர் அம்பேத்கர் இன்னொருவருடன் பேசிக் கொண்டிருந்தார், நான் சொன்னதைக் கேட்கவில்லை'என்றார். தான் வேறெங்கோ பார்த்துக் கொண்டிருந்ததை ஒப்புக்கொண்ட அம்பேத்கர், 'அவர் பேசியதை அப்படியே கவனித்தேன்' என வலியுறுத்தினார். பிறகு அந்தப் பட்டியலினம் ஏன் அப்படியாக இடம்பெற்றுள்ளது என்பதையும் திருத்தங்கள் ஏன் தேவையில்லை என்பதையும் விளக்கினார்' அகமத் வேறுசில திருத்தங்களையும் கொண்டுவந்தார், அவற்றில் பல ஏற்கப்படவில்லை. இறுதியில், வரைவுக் குழுவினர் அரசமைப்புச் சட்டத்திற்கு 'ரகசியமாக' திருத்தங்கள் செய்ய, அது மத்திய அரசின் விவகார எல்லையை மாநிலங்களுக்கு சாதகமாகப் பெரிதாக்கியது என்று புகார் கூறினார். இது சிறு சலசலப்பை ஏற்படுத்தியது. 'ரகசியமாக' என்னும் சொல் பாராளுமன்ற கண்ணியத்திற்கு உரியதா என மகாவீர் தியாகி குடியரசுத் தலைவரை வினவினார். அம்பேத்கர் அது ஒன்றும் விஷயமில்லை, அகமத்தின் கவலைகளைத் தன்னால் போக்கமுடியும் என்றார். அச்சொல் பாராளுமன்ற கண்ணியத்துக்கு ஏற்றதா என்பதில் தன்னால் நிச்சயப்படுத்த முடியவில்லை என்றார் குடியரசுத் தலைவர். அப்போது நஸிருத்தீன் அகமத், அன்றைய பொழுதெல்லாம் பல்வேறு திருத்தங்களைதான் கொண்டுவர, எல்லாம் ஒதுக்கித் தள்ளப்பட்டன என்றார்: 'பதிலளிக்கும் வாக்குறுதி உள்ளது ஆனால் வழக்கத்திற்கு மாறான வகையில், டாக்டர் அம்பேத்கரிடமிருந்து பதிலைப் பெறுவது நல்வாய்ப்பானது.'

அம்பேத்கர் பதிலடி கொடுத்தார்: 'அய்யா, எனது நண்பர் திரு நஸிருத்தீன் அகமத் பலதடவைகளில் வரைவுக் குழுவை மிகவும் இழிவான வார்த்தைகளில் பேசும் வழக்கத்தைக் கொண்டிருப்பதை கவனித்துள்ளேன் என்று ஆரம்பிப்பது எனக்கு வருத்தமாயிருக்கிறது. அவருக்குப் பதிலளிக்கும் அளவுக்கு நான் இறங்கிடவில்லை, ஆனால் இம்மாதிரி அவர் தொடர்ந்து ஈடுபட்டால், அதே மாதிரி நானும் பேசுவேன் என்று அவருக்கு எச்சரிக்கை தர விரும்புகிறேன்... வரைவுக்குழு, பட்டியலினங்களை மட்டுமின்றி சட்டப்பிரிவுகளையும் அவ்வப்போது திருத்தி அமைத்திருப்பதை இந்த அவை நினைவில் கொண்டிருக்கும்,

வரைவுக்குழுவுக்கு சர்வஞானமுமுண்டு என்று கோர நான் இங்கில்லை. வரைவுக்குழு ஒட்டுமொத்த விஷயத்தையும் ஒரே தடவையில் புரிந்துகொள்ளத் தவறினால், அதற்காக வரைவுக் குழுவை குற்றஞ்சாட்ட மாட்டேன், அதற்காக யாரேனும் வரைவுக்குழுவைக் கண்டனம் செய்வதை அனுமதிக்கவும் நான் தயாராயில்லை. இது ஒரு மாபெரும் பணி, நாங்கள் எங்களுக்குரிய வழியில் மெதுவாகப் போக கடமைப்பட்டிருக்கிறோம்.' பிறகு அகமத்தின் கூற்றுகளை மறுதலிக்கும் அரசமைப்புச்சட்ட பிரிவுகளை எடுத்துக் காட்டினார்.

உணர்த்தப்படுவது

அரசாங்க நடவடிக்கை படிப்படியான வேகத்தில் செல்ல, கேலிச்சித்திரக்காரர்களோ, வாசகரை மகிழவைத்திடும் ஒருவேளை உணவின் அளவிலான, கருப்பு-வெள்ளை நிகழ்வுகளைக் கண்டறியும் பிரச்சனையில் இருப்பார்கள். ஆனால் அப்போதைய மைய நிகழ்ச்சிநிரல் அரசமைப்புச்சட்ட உருவாக்கமாயிருந்ததால், நாடகபூர்வமான சம்பவங்கள் கிடைக்காது போயின. அம்பேத்கர் குறிப்பிட்டதுபோல, நுணுக்கமான விபரங்களை முடிந்த அளவு ஆழமாக விவாதிக்க வேண்டியிருந்ததால், இந்நிகழ்வுப்போக்கு மெதுவானதாக இருந்தது. ஆகவே இங்கே நாம், அதிகபட்ச நாடக மதிப்புக்காக மிகைப்படுத்தப்பட்ட, ரசனையற்ற சம்பவத்தை அவையில் காண்கிறோம்.

13

மாபெரும் மாயாஜாலக்காரர்

நேஷனல் ஹெரால்ட், செப்டம்பர் 13, 1949, பிரேஷ்வர்

NATIONAL HERALD TUESDAY, SEPTEMBER 13, 1949.

A GREATER MAGICIAN

Dr. Ambedkar is sponsoring Sanskrit as the national language.

டாக்டர் அம்பேத்கர் சமஸ்கிருதத்தைத் தேசியமொழியாக முன்நிறுத்துகிறார்.

அம்பேத்கர் தன் பள்ளி நாட்களில், சக மாணவர்களிடமிருந்து அடுக்கடுக்கான புண்படுத்தல்களையும் அவமதிப்புகளையும் கண்டார். உயர்நிலைப்பள்ளியில், கூடுதலாக ஒரு மொழியை தெரிவு செய்யும் வாய்ப்பு எல்லா மாணவர்களுக்கும் தரப்பட்டது. அம்பேத்கரும் அவரது அண்ணன் பலராமும் சமஸ்கிருதத்தைத் தெரிவு செய்தனர். இதனைப் பல பிராமணர்கள் பரிகசித்தனர். இருவரது விண்ணப்பங்களும் நிராகரிக்கப்படவே, பாரசீக மொழியைத் தெரிவு செய்யுமாறு கட்டாயப்படுத்தப்பட்டனர். மெட்ரிக் தேர்வில் அம்பேத்கர் பாரசீக மொழியில் அதிக மதிப்பெண்கள் பெற்றார். அவரது வாழ்வின் பிற்பகுதியில், அனுதாபமிக்க சில பண்டிதரின் உதவியுடன் சமஸ்கிருத படிப்பை மேற்கொண்டார்.

Riddles in Hinduism, who were the shudras (1946) மற்றும் The untouchables (1948) உள்ளிட்ட தனது தீவிரமிக்க நூல்களுக்காக ஆயத்தம் செய்யும் பொருட்டு, தொன்மையான இந்துப் பிரதிகளை ஆய்வதற்காக கணிசமான நேரத்தை ஈடுபடுத்தினார். இந்நூல்கள் வெளியானதும், இந்துமதம் குறித்து தீர்ப்பளிக்க அம்பேத்கருக்கு போதுமான சமஸ்கிருத அறிவு இல்லை என்றே பிராமணிய 'அறிவுஜீவிகள்' விமர்சனம் செய்தனர். அம்பேத்கர் உடனே எதிர்வினை ஆற்றினார்: 'சமஸ்கிருத மொழியில் எனக்குத் தேர்ச்சி இல்லை என்றால் அக்குறைபாட்டை ஒத்துக் கொள்வேன். ஆனால் அது ஏன் என்னை தகுதியற்றவனாக்கவேண்டும் என்பது எனக்குப் புரியவில்லை. ஆங்கிலத்தில் கிடைக்காத சமஸ்கிருத நூல்களே இல்லை எனலாம். ஆங்கில மொழியாக்கத்தில் என்றாலும், உரிய பிரதிகளை 15 ஆண்டுகள் பயின்று வந்தது, என்னைப் போன்ற அளவான அறிவும், இப்பணிக்குப் பொருத்தமான பட்டமும் உள்ள ஒருவனுக்குப் போதும். என்னுடைய இம்முயற்சி, தேவதைகள் நுழையத் துணியாத இடத்திற்குள் முட்டாள் அவசரப்படுவது போன்றதாகலாம். தேவதை தூங்கிவிட்டிருந்தால் அல்லது உண்மையை வெளியிட விருப்பமில்லாதிருந்தால், முட்டாள்களுக்குக் கூட தான் செய்ய வேண்டிய கடமையுள்ளது, தன் பங்கை ஆற்றவேண்டியுள்ளது என்னும் நம்பிக்கையில் புகலிடம் கொள்கிறேன். தடைசெய்யப்பட்ட பகுதியில் நுழைவதற்கான எனது நியாயம் இதுதான்.

அடிமைப்படுத்தப்பட்டவரிடமிருந்து மறைக்கப்பட்டிருந்துள்ள, பிராமணியத்தின் பொய்யான பக்தியை அம்பலப்படுத்தி, தனது சமத்துவ இலக்கினை முன்னெடுத்துச் சென்றிட, அம்பேத்கர் சம்ஸ்கிருத அறிவைக் கருவியாக்கிக் கொண்டார்; அரசின் சமயச் சார்பற்ற ஆணையால், அம்மொழியறிவு அனைவருக்கும் கிடைக்கச் செய்யவேண்டும் என்பதை ஏன் ஆதரித்தார் என்பதை ஒருவரால் புரிந்துகொள்ள முடியும். இச்சூழலில்தான் இந்திய ஒன்றியத்தின் அதிகாரபூர்வ மொழியாக சமஸ்கிருதத்தை ஆக்குவதில் முன்னின்றவர்களில் ஒருவராக அவர் இருந்தார். மற்றவர்களில் பி.வி. கேஷ்கர், நஸிருத்தீன் அகமத் போன்றோர் அடங்குவர்.

உணர்த்தப்படுவது

இறுதியாக, இந்து புத்திசாலிகளுக்கு உவப்பளிப்பதை அம்பேத்கர் செய்கின்றாரா? அம்பேத்கரால் ஒரு வாளினை விழுங்கமுடியும்போது, அவர்களால் ஒரு வாழைப்பழத்தைக் கூட கையாள முடியவில்லை. ஆனால் உண்மையில் அம்பேத்கரின் தகுதிநிலை என்ன? எப்போதும் சட்டகத்தில் உள்ள மிகக்குள்ள மனிதர். இந்தியை ஒழிக்க விரும்பும் தென்னிந்தியர் கைகளிலுள்ள பகடைக்காயாக, வட இந்தியர்களுக்கு சிம்ம சொப்பனமாக உள்ளவரா?

14

விடுதலைக்குப் பின்னர்

பயோனீர், செப்டம்பர் 18, 1949, ஆர். பானர்ஜி

FREEDOM'S AFTERMATH

செப்டம்பர் 16 , 1949, அன்று, சட்டசபை சர்ச்சைக்குரிய பிரிவு 15 A-னை விவாதித்தது. அது தற்போதைய அரசமைப்புச் சட்டத்தின் பிரிவு 22 உடன் தொடர்புடையது. தனிச்சிறப்பான நேர்வுகளில் தடுப்புக்காவல் அதிகாரத்தை நிர்வாகத்திற்கு அளிக்கிறது. இது பல உறுப்பினர்களைப் புண்படுத்தியது-பிரித்தானிய அரசாங்கம் எப்படி செயற்பாட்டாளர்களைத் தடுத்திட இத்தகைய அதிகாரங்களைத் தொடர்ந்து பயன்படுத்தியது என்று நினைவு கூர்ந்தனர். தேசியப் பாதுகாப்புக்கு ஆபத்தாக இருப்பவர் யார் என்று தீர்மானித்திட, பாராளுமன்றத்தின் நல்லுணர்வைப் பெரிதும் சார்ந்துள்ளது இப்பிரிவு என்றார் ஓர் உறுப்பினர். இயல்பான சந்தர்ப்பங்களில், காவலில் வைக்கப்படும் நபரை 24 மணி நேரத்திற்குள் நீதித்துறை நடுவர் முன்பு நிறுத்தப்பட வேண்டும் என்றும் இப்பிரிவு

விதிப்பதால், இச்சட்டம் தேவையென்று ஆதரவாளர்கள் பதிலளித்தனர்; சாட்சியம் சிதைக்கப்பட்டு, விசாரிக்க அதிக நேரம் எடுத்துக்கொள்ளும் நேர்வுகளில், இது போலீஸாரை கடுமையாகக் கட்டுப்படுத்தும். இந்திய அரசாங்கம் ஜனநாயக ரீதியில் தேர்ந்தெடுக்கப்பட்டதாகையால், அதிகார துஷ்பிரயோகம் சிரமமானது என்றும் வலியுறுத்தப்பட்டது. எரிச்சலுற்ற மகாவீர் தியாகி, அம்பேத்கரும் குழுவின் இதர உறுப்பினர்களும், இத்தகைய விதிமுறைகளுடன் வருவதற்கு முன், சிறைக்காவலை அனுபவித்திருக்க வேண்டும் என்று விரும்புவதாகச் சாடினார். இவ்வனுபவத்தை சீக்கிரமே பெற்றிட முயலப் போவதாக அம்பேத்கர் பதிலடி தந்தார்; இப்பிரிவு ஏற்கப்பட்டால் அவர் சிறைக்காவலில் இருப்பார் என்றார் தியாகி.

இன்னொரு சமயம் இதே உறுப்பினர் பின்வரும் கடுமையான முன்மொழிவை வைத்தார்: 'அடிப்படை உரிமைகளுக்கு எதிராக இயங்கிடும் அரசாங்கத்தைத் தூக்கி எறிந்திடும் அதிகாரத்தை மக்களுக்குத் தந்திட தயாராக உள்ளனரா என டாக்டர் அம்பேத்கரையும் வரைவுக்குழுவையும் வினவ விரும்புகிறேன். மக்களுக்கு நிச்சயமாக இத்தகைய அரசாங்கத்தைத் தூக்கி ஏறிந்திட, ஒழித்திட, மாற்றியமைத்திட உரிமை உண்டு; தம் பாதுகாப்பிலும் மகிழ்ச்சியிலும் மிகுந்த அக்கறை மிக்கதாக அவர்கள் கருதும் இன்னொரு அரசாங்கத்தை உருவாக்கிக் கொள்ளலாம்... மக்களின் அதிகாரம் பற்றியும் அரசமைப்புச் சட்டம் சிறிது குறிப்பிட வேண்டும். மக்களின் உரிமைகளுக்கு எதிராக நாசகரமாக இயங்கிடும் அரசாங்கத்தைத் தூக்கி எறிந்திடும் உரிமையை மக்களுக்கு எங்கேனும் வழங்கியிருக்கிறீர்களா? மக்களின் அவ்வுள்ளார்ந்த உரிமைக்கு நீங்கள் உத்தரவாதமளிக்கவில்லை. அரசாங்கத்தின் உரிமைகளுக்கு மட்டும் உத்தரவாதமளிப்பது நம்முடைய பணியாகாது. அரசாங்கத்திற்கு உரிமைகள் வேண்டும், மக்களுக்கும் உரிமைகள் தேவை என்பதை நாம் பார்த்துக் கொள்ளவேண்டும். இவ்வரசமைப்புச் சட்டத்தை நிறைவேற்றியதுமே நாம் பெற்றிருக்கப்போவது சர்வாதிகார அரசாங்கமாயிருக்கும்; அவர்கள் மக்கள் உரிமைகளில் ஏகப்பட்ட கட்டுப்பாடுகளைக் கொண்டுவந்து, மக்களுக்கு எதிராகப் பயன்படுத்தப்படும் அதிகாரங்களை அரசாங்கத்திற்கு அளித்தால், அரசாங்கத்திடம் குவியும் பீதிமிக்க அதிகாரத்தை மக்கள் விரும்பமாட்டார்கள். தனிநபர்கள் தாமாக முன்வந்து

அரசாங்கத்திடம் சரண் செய்யும் உரிமைகளையே அரசாங்கம் பெற்றிருக்க முடியும். மக்கள் அப்படித் தாமாக முன்வந்து சரண் செய்யாத பட்சத்தில், அவற்றைக் கொண்டிருக்கும் உரிமை எந்த அரசாங்கத்திற்கும் இல்லை.'

முந்தைய வரைவில் தனிநபர் உரிமைகள் முழுமையாகக் கணக்கில் கொள்ளப்படாத போதும், மாற்றங்கள் செய்யப்பட்டபின், அப்பிரிவு உடனே சேர்த்துக் கொள்ளப்படுவதாயிற்று என்றார் அம்பேத்கர். அரசமைப்புச் சட்டசபை வரலாற்றில் நிலவரத்தின் இறுக்கத்தைப் போக்கிடுவதான உரையொன்றினை வழங்கினார். 'என் நண்பர் தியாகி அவர்களே, சட்டப் பிரிவின் இவ்வம்சத்தில் ஆத்திரமடைந்திருக்கிறீர்கள். நல்லது, என் நண்பர் தியாகியை அந்நிலையில் மன்னிக்க முடியும் என்றெண்ணுகிறேன், ஏனெனில் அவர் வழக்குரைஞர் இல்லை, என்ன நடந்துகொண்டிருக்கிறது என்பது அவருக்குத் தெரியாது. அவர் சாதாரண மனத்திற்கு புரியக்கூடிய ஒன்று உதிர்க்கும்போது, திடீரென விழித்தெழுகிறார்,- என்ன உதித்தது, எது விழித்தெழ வைத்தது என்றுணராமலேயே. ஆனால் தாங்கள் மேற்கொண்டுள்ள அணுகுமுறைக்காக வழக்குரைஞர் நண்பர்களை மன்னிக்க இயலாது.' இந்நிபந்தனை இடம்பெறாவிட்டால், எதிர்கால அரசும் மத்திய அரசாங்கங்களும், தடுப்புக்காவல் தொடர்பாக தம் விருப்பு-வெறுப்புப்படி எந்தச் சட்டத்தையும் நிறைவேற்றிடும் வகையில் சுதந்தரமாயிருக்கும் என்பதால் அந்நிபந்தனையை விளக்க முற்பட்டார் அம்பேத்கர். இவ்வகைப்பட்ட உரிமையை எதிர்கால அரசாங்கங்களுக்கு அனுமதிக்க முடியாது என்றார்.

உணர்த்தப்படுவது

இப்போது நாம் நம் தலைகளைச் சொரிந்து கொண்டிருக்கிறோம். இப்பிரிவு தொடர்பாக ஏராளமான நிலைப்பாடுகளின் வாதத்திற்கு எதிராக வாதிடுவது நம் நிலைக்கு அப்பாற்பட்டது. எனினும், சுதந்திர இந்தியாவில் பல சமயங்களில் அனைத்துவகை அரசாங்கங்களாலும் உண்மை தவறாகப் பயன்படுத்தப் பட்டிருக்கிறது. மிகவும் சமீபத்தில், தலித் தலைவர் சந்திரசேகர் ஆஸாத் ராவண், தெளிவற்ற குற்றச்சாட்டுகளின் பேரில் ஓராண்டுக்கும் மேலாக தடைக்காவலில் வைக்கப்பட்டிருந்தார்.

இப்பிரிவுக்கும் இந்தியாவில் செழித்தோங்கியுள்ள அதிகார இயங்காற்றலுக்குமிடையே உள்ளார்ந்த இயைபு இருப்பதாகத் தோன்றுகிறது. சுதிர் தவாலே, ஜி.என்.சாய்பாபா, ஆனந்த் டெல்டும்ப்டே போன்ற செய்திகளில் இடம்பெறாத ஆயிரக்கணக்கிலான செயற்பாட்டாளர்களும் அறிவுஜீவிகளும், நாட்டின் சட்டங்களால் மிரட்டப்பட்டு நடத்தப்படுவதைப் பார்க்கும்போது, அம்பேத்கர் இருந்திருப்பின், அவரும் சிறைவாசத்தை எதிர் கொண்டிருப்பார். மகாவீர் தியாகியின் கூற்றுக்கு இன்னும் செவிசாய்க்க வேண்டி இருக்கலாம். மக்களின் நலன்களுக்கு எதிராக இயங்கும் அரசைத் தூக்கியெறிந்திடுவதற்கான மக்களின் உரிமை, முன்னெப்போதையும் விட இப்போது மிகப்பொருத்தமாய் உள்ளது.

15

மனு மனுவைச் சந்திக்கிறார்

பயோனீர், நவம்பர் 19, 1949, பானர்ஜி

MANU MEETS MANU

நவம்பர் *1949* இறுதியில், அரசமைப்புச் சட்டத்தினை ஒன்றிணைத்திடும் பிரும்மாண்டமான பணி முடிவுக்கு வர, உறுப்பினர்களெல்லாம் தம் நிறைவுரைகளை வழங்கினர். அய்க்கிய மாகாணங்கள் மற்றும் பேரரின் சேத் கோவிந்த் தாஸ் இப்படிப் பேசினார்: 'இவ்வரசமைப்புச் சட்டம் உருக்கொள்ள டாக்டர் அம்பேத்கர் கடினமாக உழைத்துள்ளார்... தற்காலத்தின் மனுவாக டாக்டர் அம்பேத்கர் குறிப்பிடப்படுகிறார். உண்மை எதுவாயினும், தன்னிடம் ஒப்படைக்கப்பட்டிருந்த அரசமைப்புச் சட்டப் பணிக்கு டாக்டர் அம்பேத்கர் சமமாக இருந்தார் என்பேன்...' அப்போது அஸ்ஸாமின் ரோகிணிகுமார் சவுத்ரி குறுக்கிட்டு, 'அம்பேத்கரை மனு என விவரிக்கும்போது, இந்து தருமத்தை இவ்வுறுப்பினர் குறிப்பிடுகிறாரா?' என வினவினார். 'இல்லை அய்யா, அது இந்து தருமத்தை எவ்விதத்திலும்

குறிக்காது. இந்து தருமத்தின் பல விதிமுறைகளுக்கு நான் எதிரானவன் என்பதை இந்த அவை அறியும்' என்றார் கோவிந்த் தாஸ். இந்து தருமத்தை எதிர்த்தவர்களுள் ஒருவராயுமிருந்த சவுத்ரி, நீண்ட காலம் பாராளுமன்றத்தில் இருந்தவர்; அவரிடமிருந்து வந்த ஆணாதிக்க முத்து ஒன்று: 'சரி, அமைதியாகிவிடுகிறேன். பெண்களின் கொடுமையால் வருந்த விரும்பினால், வருந்துங்கள்.' இந்து தர்மமும் இனவாதத் தன்மை கொண்டதே என்றெண்ணிய அவர், மறுதலிக்காமலேயே அவமதிப்பில் ஈடுபட்டார்.

உணர்த்தப்படுவது

இப்பத்தியில், தப்பபிப்ராய நடத்தையின் பல அடுக்குகள் உள்ளன. முதலில், கடந்தகாலத்தின் மாபெரும் நீதிநெறியாளர்களுடன் அம்பேத்கரை ஒப்பிடவேண்டும் என்னும் கட்டாயத்தை (சாதுர்யமின்றி அனுமானிப்பது) உணர்ந்த தாஸ் இருக்கிறார்-அவர் மனதில் உதிக்கும் ஒரே பெயர் மனு. இக்கூற்றின் உண்மைக்குத் தன்னால் சான்றளிக்க முடியாது என்று கூறி, அவர் சீக்கிரமே விலகிக் கொள்கிறார். அப்புறம் சவுத்ரி. விழாக் கொண்டாட்டத் தருணத்தில், சட்டசபையின் பழமைவாத அவசங்களை இதப்படுத்தும் பொருட்டு, இக்குறிப்பில் திடப்படாமல், குருட்டு நம்பிக்கை கொண்டவர். தான் ஆவேசத்துடன் எதிர்க்கின்ற படிமத்திற்குள் அம்பேத்கரைக் கட்டாயமாகத் தள்ளிவிடுகின்றனர். பூணூல்-பாதரட்சை அவமதிப்பின் மீது மெக்காலேயின் கோட்-சூட்-டை எந்தவொரு நாளிலும் நமக்கு.

16

கலியுக பீமன்

நேஷனல் ஹெரால்ட், நவம்பர் 20, 1949, பிரேஷ்வர்

KALIYUG BHIM

During the third reading of the draft constitution, in the Constituent Assembly, tributes are being paid to Dr. Ambedkar and the Drafting Committee.

அரசமைப்புச் சட்டசபையில், வரைவு அரசமைப்புச் சட்டத்தின் மூன்றாவது வாசிப்பின்போது, டாக்டர் அம்பேத்கருக்கும் வரைவுக் குழுவினருக்கும் பாராட்டு செலுத்தப்பட்டது.

நவம்பர் 17, 1949 அன்று வரைவு அரசமைப்புச் சட்டத்தின் மூன்றாவது வாசிப்பை முடித்திருந்த, அரசமைப்புச் சட்டசபை உறுப்பினர்கள் நிறைவுரைகளை ஆற்றினர். பல அம்சங்களில், இந்து சட்ட மசோதா உள்ளிட்டு, தாங்கள் அம்பேத்கரிடமிருந்து வேறுபட்டாலும், டாக்டர் அம்பேத்கர் சாதித்துள்ள பணியின் மகத்துவத்தை மறுதலிக்க இயலாது என்று பாராட்டிப் போற்றினர். மகாத்மா காந்தியின் மையம் நீக்கப்பட்ட பஞ்சாயத்து ராஜ்ய கனவு மற்றும் தடைக்காவலில் வைக்கப்படுவோருக்கு அடிப்படை உரிமைகளில் ஒரு நிபந்தனை இடம்பெறுவது ஆகியவற்றிற்கெதிராக ஏராளமான புகார்கள் எழுந்தன; அது ஒரு ஃபாஸிஸ, சர்வாதிகார அரசுக்கு இட்டுச் செல்லும் எனச்சில

உறுப்பினர்கள் உணர்ந்தனர். உறுப்பினர்களுள் ஒருவரும், பஞ்சாபைச் சேர்ந்த மொழியியலாளரும் அரசியல்வாதியுமான டாக்டர் ரகு வீரா, அரசமைப்புச் சட்டத்தில் இந்தியத்தன்மை இல்லாததற்கு வருந்தினார். ‘இவ்வரசமைப்புச் சட்டத்தில் இணைக்கப்பட்டுள்ளவை அந்நிய லட்சியங்கள் மட்டுமே. இந்தியத் தன்மையுள்ள எதுவும் அதிலில்லை.’ மதச்சார்பற்ற ‘தர்மா’ போன்ற சொற்கள் இடம்பெறவில்லை என்பது வருந்தத்தக்கது. தார்மிகத் தன்மை இல்லாதது இக்குடியரசு- இதுதான் டாக்டர் ரகு வீராவின் துக்கம். ‘வேத சுலோகங்களை மேற்காட்டிய அவர், அயர்லாந்து, ஸ்விட்சர்லாந்து, அமெரிக்கா போன்ற நாடுகளிலிருந்து வழிகாட்டலையும் உத்வேகத்தையும் பெறுவதற்குப் பதிலாக, வரைவுக் குழுவினர் இந்தியாவின் கடந்தகாலத்திற்குள் ஆழ்ந்து சென்று, தரும சாத்திரங்களில் பொதிந்துள்ள உன்னதக் கொள்கைகளை அரசமைப்புச் சட்டத்திற்குள் கொண்டுவந்திருக்க வேண்டும்.’

உணர்த்தப்படுவது

ஒரு குழுவால் வடிவமைக்கப்பட்ட குதிரையே ஒட்டகம் என்கிறது புகழ்பெற்ற வாசகம் ஒன்று. ஒட்டகம் பயனுள்ள மிருகமும் கூட என்று ஒருவர் கூறலாம். ‘உண்மையே, ஒட்டகம் தன் பணிக்கு வேண்டிய திறம்பட்ட இயந்திரமே, ஆனால் அது ஒரு நல்ல குதிரை இல்லை’ என ஒரு விமர்சகரால் இணையதளத்தில் முடித்துவைக்கப்பட்டது. அரசமைப்புச் சட்டமும் கூட, பல்வேறான சித்தாந்த நிலைபாடுடையவர்கள் ஒன்றிணைந்ததால் உருவான ஒட்டகமே. அது யாரையும் முற்ற முழுதாக நிறைவு செய்யாது. பிற்பாடு அம்பேத்கரே பல சந்தர்ப்பங்களில் அதனைக் கண்டித்துள்ளார். காங்கிரஸ் தன்னை கூலியாளாகப் பயன்படுத்திக் கொண்டது என்றார். திரும்பவும் பூணூல், திரும்பவும் குள்ள உருவம்-பிரேஷ்வரிடம் நிறைந்திருந்தது என்ன? வனஸ்பதியா? மேலும் இதுபற்றி பின்னர்.

17
அரசமைப்புச் சட்டசபையின் குஞ்சுபொரிப்பான்

இந்துஸ்தான் டைம்ஸ், நவம்பர் 26, 1949, என்வெர் அகமத்

'இப்போது எவ்வேளையிலும் வெளிவந்துவிடும், அம்மா!'

நவம்பர் 25, 1949 அன்று அம்பேத்கர் நிறைவுரை ஆற்றியதை அரசமைப்புச் சட்டசபை கண்டது. உறுப்பினர்கள் தம் முடிவுரைகளில் எழுப்பியிருந்த பிரச்சனைகளையெல்லாம் தொட்டு, நீண்டதும் சிரமமிக்கதுமான நிகழ்வுப்போக்கை அடையாளப்படுத்தியது இந்நீண்ட தனிமொழி. முதலில் பேசப்பட்ட புகார், அரசமைப்புச் சட்டத்தை நிறைவேற்ற எவ்வளவு காலம் பிடித்தது என்பதே; பிறநாடுகளின் அரசமைப்புச் சட்டங்களை முடித்திட எவ்வளவு காலம் பிடித்தது என்ற விபரங்களை அம்பேத்கர் அளித்தார்; 395 பிரிவுகள் மற்றும் 2,473 திருத்தங்கள் உடைய இப்பிரும்மாண்டமான பணி, ஒப்பீட்டளவிலான வேகத்தில் முடிக்கப்பட்டது என்றார். வரைவு நிகழ்வுப் போக்கில் முள்ளாக இருந்து வந்த தன்

நிறைவுரையில் அரசமைப்புச் சட்ட இறுதி வடிவத்தை அவமதித்த சட்டசபை உறுப்பினர் நஸிருத்தீன் அகமத், நஞ்சு கலந்த மொழியில் நிந்திக்கப்பட்டார். அம்பேத்கருடன் சேர்ந்து வரைவுக் குழுவில் ஓய்வொழிச்சலின்றி உழைத்த ஏராளமானோர் குறிப்பிடப்பட்டு, நன்றி பாராட்டப்பட்டனர். கம்யூனிஸ்ட் மற்றும் சோஷலிஸ முகாம்களின் விமர்சனங்களும் குறிப்பிடப்பட்டன. இவ்விமர்சகர்கள் கோரிய கொள்கைகளுக்கு (தொழில்களை நாட்டுடைமையாக்கல், வரம்புகளற்ற அடிப்படை உரிமைகள்) தான் எதிரானவனில்லை என்றார்; நிறுவனங்களின் நிலையற்ற தன்மை குறித்துப் பேசிய தாமஸ் ஜேஃபர்ஸனை மேற்கோள் காட்டினார். அரசமைப்புச் சட்டத்தின் மீது இறுதித் தன்மையின் மற்றும் தவறாமையின் முத்திரையிடுவதினின்றும் சட்டசபை தன்னைக் கட்டுப்படுத்தியுள்ளது' என்றார்.

அராஜகத்தின் பொறியில் சிக்கிவிடாமல், ஜனநாயக நோக்கங்களை நிறைவேற்றிட அரசமைப்புச் சட்ட வழிமுறைகளை மேற்கொள்ளுமாறும் மன்றாடினார். பக்தியுடன் சேர்ந்த நாயக வழிபாடு, இந்தியாவை எதிர்நோக்கியுள்ள மாபெரும் பிரச்சனைகளில் ஒன்று என்றார். ஒருவரின் காலடிகளில் தன் உரிமைகளை வைப்பது, நிறுவனங்களைக் கவிழ்த்திட அவருக்கு அதிகாரமளிப்பது போன்றதாகும் என்னும் ஸ்டூவர்ட் மில்லின் வாசகத்தை மேற்கோள் காட்டினார். இறுதியில், இந்திய அரசியல் ஜனநாயகமாயினும், இன்னும் சமூக ஜனநாயகமாகவில்லை என்றார். ஆயிரமாயிரம் சாதிகளாகப் பிரிந்து கிடக்கும் நாட்டில், சுதந்திரம், சமத்துவம், சகோதரத்துவம் நிலவ முடியாது. 'அடிமட்ட வர்க்கத்தினரை' உயர்த்திட வழிவகை ஏற்படும் வகையில், அமைப்புகளை சரிசெய்து கொள்ளுமாறு சிறப்புரிமை பெற்றவர்களை எச்சரித்தார்; இல்லாது போனால் நாடு நிரந்தரப் பூசல்களில் ஆழ்ந்து போகும். பிறகு, தாராளவாதிகளும் மேற்கோள் காட்ட விரும்புவதான ஒரு வாசகம் வெளிப்பட்டது; 'ஜனவரி 26, 1950 அன்று முரண்பாடுகள் நிறைந்த வாழ்வுக்குள் நுழையப் போகிறோம்... அரசியலில் ஒரு மனிதன் ஒரு வாக்கு மற்றும் ஒரு வாக்கு ஒரு மதிப்பு என்பதை அங்கீகரிக்கப் போகிறோம். நமது சமூக-பொருளாதார வாழ்வில், நமது சமூக-பொருளாதார கட்டமைப்பு காரணமாக, ஒரு மனிதன் ஒரு மதிப்பு தத்துவத்தை தொடர்ந்து நிராகரிக்கிறோம்... நீண்ட நாளைக்கு நாம்

நிராகரித்தோமானால், நமது அரசியல் ஜனநாயகத்தை ஆபத்தில் நிறுத்தியே அப்படிச் செய்ய முடியும்.'

உணர்த்தப்படுவது

திரும்பவும் முட்டை. கோழி அடைகாப்பதை நிறுத்தியிருக்கிறது. அநேகமாக முற்றுபெற்றுவிட்ட அரசமைப்புச் சட்டத்தை குஞ்சு பொரித்திட, பெரிய விநோதமான அடுப்பு தேவை. நவம்பர் 26,1949 அன்று குடியரசுத் தலைவர் ராஜேந்திர பிரசாத்தால் அரசமைப்புச் சட்டத்திற்கு அசலான தன்மை அளிக்கப்பட்டது. அதிகாரபூர்வமாக அதனை மேற்கொள்வது ஜனவரி 26,1950-க்குத் தள்ளிவைக்கப்பட்டது-ரவி ஆற்றங்கரையில் நேரு பூரண சுயராஜ்ஜியப் பிரகடனம் செய்த 20-வது ஆண்டு தினம் அது. மேலும் எதுவும் சொல்ல கேலிச்சித்திரத்திடம் ஒன்றுமில்லை. அப்போது நிலவிய பொறுமையின்மையை மனதில் கொண்டு அகமத், இன்னொரு சேவைபுரிந்திடும் கேலிச்சித்திரத்தை உருவாக்குகிறார். பழைய பாணியிலான கற்பிதமிக்க சமுதாய நிர்மாணத்தில் அகமத்திற்கு உதவிட இந்திய அன்னை இருக்கிறார்.

18

மகிழ்வான தாய், மகிழ்வான குழந்தை

பயோனீர், நவம்பர் 26, 1949, ஆர். பானர்ஜி

HAPPY MOTHER, HAPPY BABE!

இடப்பக்கமுள்ள பெண்: ஆனால் அவர்கள் மூன்று ஆண்டுகள் எடுத்துக் கொண்டனர்.

அரசமைப்புச் சட்டத்தின் இறுதி வாசிப்புக்குப் பின், அம்பேத்கருக்கும் வரைவுக் குழுவினருக்கும் அனைத்துப் பகுதிகளிலிருந்து பாராட்டுகள் குவிந்தன. சிலர் நீண்ட நேர விவாதங்களைக் குறிப்பிட்டனர்; ஆனால் விவாதங்களில் பங்கேற்ற பல உறுப்பினர்கள், அந்நிகழ்வுப் போக்கு எவ்வளவு சிரமமானது, சிக்கலானது என்று அறிந்து கொண்டனர். அய்க்கிய மாகாணங்கள் மற்றும் பேரவை உறுப்பினர் ஆர்.கே.சித்வா, நிகழ்வுகளை மிகச் சிறப்பாகத் தொகுத்துரைத்தார். ‘அவசர கோலத்தில் நாம் அரசமைப்புச் சட்டத்தைத் தயாரிக்கவில்லை என்பதை

விரும்பத்தக்கதாக அனுபவத்தில் அறிந்துள்ளதால் நானும் இந்த அவையும் மகிழ்ச்சியடைகிறோம். எனவே இவ்வளவு நீண்ட நேரம் எடுத்துள்ளது சரிதான், நாமெல்லாம் பெருமைப்படக்கூடிய அரசமைப்புச் சட்டத்தைத் தயாரித்துள்ளோம். நாம் நீண்டகாலம் எடுத்துள்ளோம், சிறிது பணத்தை வீணாக்கியுள்ளோம் என இந்த அவைக்கு வெளியே விமர்சனம் இருக்கிறது. நம்மில் சிலர் திருத்தங்கள் அனுப்பவேண்டும் என்பதன் பொருட்டே அனுப்பினர், உரைகள் நிகழ்த்தினர் என்றும் கூறப்பட்டது. அவர்கள் வாதங்களைக் கவனிக்கவோ அவற்றிற்கு முகங்கொடுக்கவோ செய்யவில்லை. நம் நோக்குநிலையை முன்வைக்க அரசமைப்புச்சட்டசபையில் சண்டையிட்டோம், நன்றாகவே சண்டையிட்டோம், நமது வரைவுக்குழு நம் சண்டைகளைச் சரியான திசையில் நிகழ்த்தவைத்தது. நம் கடமையை ஆற்றியுள்ளோம். எதிர்காலத்தலைமுறைகள் கண்டு கொள்வதற்கான பதிவுகள் உள்ளன; நாம் நேரத்தை வீணாக்கியுள்ளோமா அல்லது இந்நாட்டு மக்களுக்கு நம் கடமையினை ஆற்றி, நாம் பெருமைப்படத்தக்க அரசமைப்புச் சட்டத்தை உருவாக்கியுள்ளோமா என வரலாற்றாளர்கள் தீர்மானிக்க வேண்டும்.’

உணர்த்தப்படுவது

தன் காலத்து ஊடகத்தினுடைய வகை மாதிரிக்கு ஏற்ப, இக்கேலிச்சித்திரம் சிந்தனையின்றி, நடவடிக்கைகளின் நீளத்தை விமர்சனம் செய்கிறது; பரபரப்பை ஏற்படுத்த வேண்டிய தேவையில், வழக்கமான அங்கத விமர்சனம் செய்கிறது. அம்பேத்கரை பெண்ணாகச் சித்தரிப்பது குறித்து நிறையவே சொல்லப்பட்டிருக்கிறது. சித்வா சொல்வது சரியே: எதிர்காலத் தலைமுறையினரும் நம் வரலாற்றாளர்களும் பாடநூல் எழுதுவோரும் மிகுந்த அக்கறை எடுத்துக் கொள்வார்கள், இவ்விவாதங்கள் நடை பெற்றமைக்காக மகிழ்ச்சியடைவார்கள் என்று நம்புவோம்.

19
எடுத்துப்போ அல்லது விட்டுச் செல்

சங்கர்ஸ் வீக்லி, நவம்பர் 27, 1949, சங்கர்

அரசமைப்புச் சட்டசபையில் நிறைவுரை ஆற்றிய அம்பேத்கர், உறுப்பினர்கள் 3ஆம் இறுதி உரைகளில் எழுப்பிய குறிப்பான பிரச்சனைகளை எடுத்துக் கொண்டார். அரசமைப்புச் சட்டம் பரிபூரணமானதோ புனிதமான ஆவணமோ அல்ல என்று ஆரம்பித்து தன் பேச்சினை முடித்தார். ஒவ்வொரு தலைமுறையும் தனக்குத் தேவையான சட்டங்களையும் அமைப்புகளையும் தீர்மானித்துக் கொள்ள வேண்டும் என தாமஸ் ஜேஃபர்ஸனை மேற்கோள் காட்டினார்; அரசமைப்புச் சட்டத்திற்கு திருத்தங்கள் செய்யவேண்டிய பாராளுமன்ற உரிமையை அம்பேத்கர் ஆதரித்துப் பேசினார். அமெரிக்கா போன்ற நாடுகள் இத்தகைய விதிமுறையைக் கொண்டிருப்பினும், சட்டமாக ஆக்காமலேயே நடைமுறையில் கொண்டுள்ளன. இவ்வகையில் இந்திய அரசமைப்புச் சட்டம் வலுவானது: குறிப்பிட்ட திருத்தத்திற்கு பாராளுமன்றத்தில் மூன்றில் இரண்டு பங்கு பெரும்பான்மைதான் தேவை. அதிகாரத்தை மையப்படுத்துவதற்கு ஆதரவாக அரசமைப்புச் சட்டம் சாய்ந்தது என்னும் புகாரையும் விவாதித்தார். கூட்டாட்சியின் அடிப்படைக் கொள்கை, சட்டமன்ற மற்றும் நிர்வாக அதிகாரம், மத்திய அரசுக்கும் மாநிலங்களுக்கிடையே, மத்திய அரசால் உருவாக்கப்படும் சட்டத்தால் அல்லாமல், அரசமைப்புச் சட்டத்தாலேயே பிரிக்கப்படவேண்டும் என்பது. இதைத்தான் அரசமைப்புச் சட்டம் செய்கின்றது. நமது அரசமைப்புச் சட்டத்தின் கீழ் மாநிலங்கள் தம் சட்டமன்ற அல்லது நிர்வாக அதிகாரத்திற்கு மத்திய அரசைச் சார்ந்திருக்க வேண்டியதில்லை. மத்திய அரசும் மாநிலங்களும் இதில் கூட்டுச் சமமிக்கவை.'

உணர்த்தப்படுவது

இக்கேலிச்சித்திரம், அதன் தலைப்பு மூலம் சங்கர் என்ன சொல்ல வருகின்றார் என்பது தெளிவாயில்லை. (செவிலி) அம்பேத்கர் வறுமைப்பட்ட இந்தியனிடம் பல கைகால்களுள்ள, (இயற்கைக்கு மாறானதாக இருக்கக்கூடும்) குழந்தையைக் காட்டுகிறார். 'அசலான' இந்தியனை இது குற்றஞ்சாட்டுகிறதா? ஏனெனில் அவனே குழந்தையின் மரபணுவியலுக்குப் பொறுப்பானவன். அல்லது இயற்கைக்கு மாறான இவ்வுயிரை இந்தியனிடம் திணிக்கின்ற அம்பேத்கரா? அல்லது அரசமைப்புச் சட்டம்

போதுமான 'இந்தியத்தன்மை' கொண்டிருக்கவில்லை என சங்கர் அம்பேத்கரை விமர்சனம் செய்கின்றாரா? அரசியலை எதிர் கொள்கையில் புத்திசாலிக் கலைஞர்கள் கையாளும் தந்திரம் இது: தம் பார்வைகளை துணைப் பிரதி அடுக்குகளின் கீழ் மறைத்து, எந்தச் சலசலப்பும் ஏற்படாது பார்த்துக் கொள்வார்கள். எதுவும் சொல்லாமலேயே, அரசியல் கொண்டிருப்பதாக இக்கேலிச்சித்திரம் குறிக்கின்றது. இதற்கிடையே, சுதந்திரம், சமத்துவம், சகோதரத்துவத்தை நிறுவுவதை நோக்கிய சிறு காலடியே அரசமைப்புச் சட்டம் என்ற அம்பேத்கர், சமூக ஏற்றத்தாழ்வுகளை நீக்காமல் இந்தியா ஒரு போதும் நாடாக முடியாது என எச்சரித்தார்.

20

வளரும் பலவான் (Mighty Joe young grows up)

நேஷனல் ஹெரால்ட், நவம்பர் 30, 1949, பிரேஷ்வர்

Rajaji has referred appreciatively to the initiative he took in suggesting that Dr. Ambedkar's talent be used in the task of constitution-making.

டாக்டர் அம்பேத்கரின் திறமைகளை அரசமைப்புச் சட்ட உருவாக்கத்தில் பயன்படுத்திக் கொள்ளவேண்டும் என ராஜாஜி பாராட்டத்தக்கவகையில் குறிப்பிட்டுள்ளார்.

வரைவுக் குழுவின் தலைவராக தன்னைத் தெரிவு செய்துகொள்ள, இருண்ட பொறியமைவுகள் குறித்த ஏராளமான மறைமுக உணர்த்தல்கள் அம்பேத்கரால் செய்யப்பட்டுள்ளன. அம்பேத்கர் தனக்கு அமைச்சரவையில் இடம் கிடைப்பதற்காக, காங்கிரஸ் சார்ந்த ஒடுக்கப்பட்ட வர்க்கத்தலைவர் ஜெகஜீவன்ராமை கெஞ்சினார் என அருண் ஷோரி குற்றம் சாட்டினார். அம்பேத்கரது முயற்சிகள் கண்ணியமற்றதாக, அருவருப்பானதாக ஆக்கப்படுகின்றன. மற்றும் அம்பேத்கர் பேராசை கொண்டவர். 1952 தேர்தல் தோல்வி மற்றும் ஆரோக்கியக் குறைவான நிலையில் கமலாகாந்த் சித்ரேவுக்கு எழுதிய கடிதத்தில் சவீதா அம்பேத்கர்

எழுதினார்: ‘அவர் இந்தியப் பிரதமராக ஆவதாக இருந்தால் ஓடத்தொடங்கிவிடுவார். அதுதான் அவரது ஆசை, ஒருநாள் அது நிறைவேற்றப்படும் என நாம் பிரார்த்திப்போம்.’ இந்த அபிலாஷை நிறைவேறாது போயிருப்பின், துணைக்கண்ட அரசியல் எப்படி மாறியிருக்கும் என ஒருவர் கனவு காணமுடியும். இருப்பினும் 1946-இல், எந்த வாய்ப்பும் இல்லாது போய், காங்கிரஸால் தோற்கடிக்கப்பட்டிருந்த பட்டியலினச்சாதி கூட்டமைப்பு, தன் நலன்களை ஈடேற்றிட, தேசியக் கட்சியுடன் ஒத்துழைக்க வேண்டியிருந்தது. டிசம்பர் 17, 1946-இல் வங்காளத்தின் மூலம் அரசமைப்புச் சட்டசபைக்குத் தெரிவு செய்யப்பட்டுள்ள அம்பேத்கர், சமாதானக் கொடியை அசைத்தார்; அப்போதைய அவரது பேச்சு அறிவார்த்த வேகத்துடன் அவரது வாழ்வில் நாடகபூர்வ திருப்பத்தை ஏற்படுத்தியது என்கிறார் தனஞ்செய் கீர். ‘இன்று நாம் அரசியல் ரீதியில் சமூக ரீதியில் பொருளாதார ரீதியில் பிளவு பட்டுள்ளோம் என்பதை அறிவேன். போரிடும் முகாம்களில் இருக்கிறோம், போரிடும் முகாம் ஒன்றின் தலைவனாக நான் இருக்கக்கூடும். ஆனால் எல்லாம் இப்படி இருந்தும், நேரமும் சந்தர்ப்பங்களும் வாய்த்தால், நமது சாதிகள், நம்பிக்கைகளுடன் இந்நாடு ஒன்றாக மாறுவதை எதுவும் தடுத்திட முடியாது என்பது நிச்சயம். ஏதேனும் ஒருவடிவில் ஒன்றுபட்டவர்களாவோம் என்பதில் எனக்கும் சிறிது தயக்கமில்லை.’

பாம்பேயின் வல்லமை வாய்ந்த தலைவர் வல்லபாய் படேல், பாம்பேயின் சோஷலிஸத் தலைவர் எஸ்.கே. பாடில், ஆசார்ய தோண்டே ஆகியோர், அமைச்சரவையில் இடம்பெறும் வகையில் அம்பேத்கரைத் தள்ளிவிட்டனர். நிச்சயமாக அம்பேத்கரின் சித்தாந்தப் போக்குகள் சிலவற்றில் நேருவுக்கு உடன்பாடு இருந்தது.

அரசமைப்புச் சட்டப்பணி முடிவடைந்ததும், அப்போதைய தலைமை ஆளுனரான சி.ராஜகோபாலாச்சாரி, அம்பேத்கரின் சாதனையைப் பாராட்டினார்; அஸ்ஸாம் மாநிலத்தைச் சுற்றிப் பார்த்தபோது தன்னையும் புகழ்ந்து கொண்டார். ‘இந்திய தேசிய காங்கிரஸ் மற்றும் அரசமைப்புச் சட்டப்பணி ஆகியவற்றில் எனது நண்பரும் சகாவுமான டாக்டர் அம்பேத்கரின் தலைமைப் பாத்திரம் அஹிம்சையின் மாபெரும் வெற்றியாகும்-உலகெங்கிலும் உள்ள எதிர் காலத்தலைமுறையினருக்கு வரலாறு அதனைப்

பதிவு செய்யட்டும்-அவர்கள் அதனைப் படித்து நன்மை அடையட்டும். டாக்டர் அம்பேத்கரிடம் இப்பொறுப்பை ஒப்படைத்ததற்காக என் இறுதிநாட்கள் வரை இதனைப் பெருமையுடன் நினைத்திருப்பேன். எனது ஆலோசனை பண்டிட் நேருவாலும் சர்தார் படேலாலும் இருதய பூர்வமாயும் உடனடியாயும் ஏற்கப்பட்டது.'ஜோகேந்திரநாத் மண்டலைக் குறிப்பிடாமல், வரலாற்றாளர் ராமசந்திர குஹாவும் இதனை ஏற்கிறார், சட்ட அமைச்சர் பணியை காங்கிரஸ் அம்பேத்கருக்கு 'வழங்கியதை' அசாதாரணமான சமரசச் செயல்பாடு என்கிறார்; இதற்கு காந்தியே தனிப்பட்ட முறையில் பொறுப்பானவராகத் 'தோன்றுகிறார்'.

இது 'தோன்ற' மட்டுமே செய்கிறது. தலைவர் பொறுப்புக்கு ராஜகோபாலாச்சாரியின் இசைவை படேலே எதிர்த்தார் என்பதைப் பார்க்கையில் இது உண்மைதானா என்பதை நிறுவுதல் கடினம். இது ஒரு லகான்-காச்ரா என்னும் நச்சுக்கலவை, வெள்ளை மீட்பர் சிக்கல்; 'சாதிஒழிப்பு' நூலின் எடுத்த எடுப்பிலேயே அம்பேத்கர் எடுத்துக்காட்டும் மனுஸ்மிருதி *10.3* கட்டளை, 'வர்ணங்களிடையே பிராமணன் குரு' உள்ளது. அம்பேத்கர் மிகவும் தகுதி வாய்ந்திருந்ததால் தலைவராக்கப்பட்டார் என்பதை ஏற்றுக் கொள்வது சவர்ணர்களுக்கு சிரமமாகத் 'தோன்றுகிறது;' புத்திசாலியானவரை தெரிந்தெடுக்கும் நிகழ்வுப் போக்கில் எப்படித் தாங்களெல்லாம் ஈடுபட்டிருந்தோம் என்று காட்டிக் கொள்வதிலான அமளி இயற்கையானதே.

உணர்த்தப்படுவது

1. *Mighty Jo young*-1949-இல் எடுக்கப்பட்ட ஹாலிவுட் திரைப்படம், 1998-இல் மீண்டும் தயாரிக்கப்பட்டது. சர்க்கஸில் இடம்பெறுவதற்காக தான்ஸானியாவிலிருந்து அமெரிக்காவுக்குக் கொண்டு வரப்படும் ஒரு கொரில்லா, குரூரம் தாங்கமுடியாது அட்டகாசம் செய்வதைப் பற்றியது.

2. *Guardian* (2017) அறிக்கையில் இடம்பெற்ற ஒரு செய்தி: வூகான் நகரத்து ஹுபே மாகாண அருங்காட்சியகத்தில் "இது ஆப்பிரிக்கா" என்னும் தலைப்பில் ஒரு காட்சி

பார்வைக்கு வைக்கப்பட்டிருந்தது. ஓர் ஆப்பிரிக்க மனிதனின் புகைப்படத்துடன் விலங்கின் முகம் சேர்ந்துள்ள இரு சட்டக வரிசை அது (diptychs-இரு சித்திரங்கள் தனித்தனியே வரைந்து ஒரு மடிப்பு சட்டகத்தில் இருப்பது). ஒன்றில் வாயை அகலத் திறந்துள்ள குழந்தையின் படம் ஒரு கொரில்லாவுடன் இணைக்கப்பட்டிருந்தது. மற்றவற்றில் பாபூன் குரங்குகளும் சிறுத்தைகளும் இருந்தன. சீனாவில் வசித்த சிலர் உள்ளிட்ட ஆப்பிக்கரின் எதிர்ப்பு காரணமாக இக் கண்காட்சி அகற்றப்பட்டது.

21
மூலையைச் சுற்றிலும்

சங்கர்ஸ் வீக்லி, டிசம்பர் 11, 1949, சங்கர்

அரசமைப்புச் சட்டத்தின் வரைவு பூர்த்தியான பிறகு, இந்து சட்ட மசோதாவின் ஏப்ரல் 1949 நாளைய வாசிப்பு ஒத்திவைக்கப்பட்டதால், விவாதம் மீண்டும் மேற்கொள்ளப்பட்டது. வாசிப்பை சீக்கிரமே முடித்து, விதிவாரியான விவாதத்தை அடுத்த கூட்டத்தில் வைத்துக் கொள்ளலாம் என்று பெண் உறுப்பினர்கள் வற்புறுத்தினார்கள் ('கூட்டுக் குடும்பம்' மற்றும் 'இந்துப் பண்பாடு' குறித்த தம் புகார்களையும் பயங்களையும் உறுப்பினர்கள் அடுக்கிக்கொண்டு சென்றனர்). முதலில் பேசிய பண்டிட் முகுத் பிகாரிலால் பார்கவா, மசோதா மீதான தன் எதிர்ப்பைத் தெரிவித்தார். நீண்டு கொண்டிருந்த அவரது பேச்சு ஏப்ரல் கூட்டத்தொடரில் குறைக்கப்பட்டது; பெரும்பாலான அவரது வாதங்கள் பழைய பல்லவியே. தம் பிள்ளைகளிடமிருந்து பணம் எடுப்பது பற்றி எந்த இந்துப் பெற்றோரும் எண்ணிப் பார்த்திருக்க மாட்டார், இதற்கான விதிமுறை அபத்தமானது என்றார். இது எல். கிருஷ்ணசாமி பாரதியை திகைக்க வைத்தது.

> பாரதி: ஏன் கூடாது? என்ன கெடுதல்?
>
> பார்கவா: மாட்சிமைமிக்க என் உறுப்பினர் இந்தியாவிலிருந்து அல்லாமல் அந்நிய நாட்டிலிருந்து வரக்கூடும்.
>
> பாரதி: இந்தியாவின் தெற்கிலிருந்து வருவேன்.
>
> பார்கவா: இந்தியாவில் எந்த தாயோ தந்தையோ மகனிடமிருந்து எதையேனும் பெறுவது பற்றி எண்ணிப் பார்த்திருக்க மாட்டார்.
>
> பாரதி: பஞ்சாபில் இருக்கக்கூடும்.

பார்கவா: வட இந்தியா முழுவதிலும் இருக்கிறது. தென்னிந்தியா பற்றி அப்படி என்னால் கூற இயலாது. வடஇந்தியாவைப் பொறுத்தவரை இக்கருத்தே அருவருப்பானது... தம் மகனிடமிருந்து எதையேனும் பெற்றுக்கொள்வது என்னும் எண்ணத்தில் அவர்தம் ஆன்மா கிளர்ந்து எழும். தந்தையும் தாயும் சேர்ந்து அமர்ந்து தம் மகளை மணமகனுக்குத் தருகின்ற கன்னியாதானத்தின் கூடவே வரதட்சணையையும் நகைகளையும் தந்த பிறகு, தாயோ தந்தையோ மகளின் வீட்டில் தண்ணீர்கூட குடிக்க மாட்டார்கள்.

பாரதி: எங்களது பகுதியில் இது அவ்வளவு மோசமானதாயில்லை.

இவ்விவாதத்தின் பெரும்பகுதியிலும் நிசப்தமாயிருந்த அம்பேத்கர், டிசம்பர் 19 அன்று பேச எழுந்தார். இதுகூட அஸ்ஸாம் பிரதிநிதி

ரோகிணி குமார் சவுத்ரிக்கு எரிச்சலூட்டியது; அனைத்து உறுப்பினர்களும் தம் அபிப்பிராயங்களைத் தெரிவித்த பிறகுதான் அம்பேத்கர் பேசவேண்டும் என்றார். இருப்பினும், விவாதத்தைத் தொகுத்துரைக்க அம்பேத்கர் முற்பட்டார். திருமணம் தொடர்பான விதிகளுக்கே அதிக எதிர்ப்பு இருந்ததை அம்பேத்கர் கவனித்தார். இம்மசோதாவை எதிர்ப்பவர்கள், இந்திய அரசமைப்புச் சட்டத்தில் கூறப்பட்டுள்ளதை முழுதாக மறந்துபோயிருப்பதாகத் தோன்றுகிறது. நாம் நிறைவேற்றியுள்ள பிரிவு 15, அடிப்படை உரிமைகளின் கீழ் உறுதியாயும் தெளிவாயும் கூறுகிறது: 'மதம், இனம், சாதி, பாலினம், பிறந்த இடம் காரணமாக அல்லது இவற்றிலொன்று காரணமாக எந்த குடிமகனையும் அரசு பாகுபடுத்திப் பார்க்காது.' இந்துச் சட்டத்தை கவனமாகப் பயின்றுள்ளவர் யாரும், இந்துச் சட்டம் கொண்டுள்ள குறைபாடுகள் ஏராளம் இருக்க, சவர்ணர் சாதிகள் மற்றும் சூத்திரர்களுக்கிடையே பாகுபடுத்திப் பார்க்கும் இந்துச்சட்ட விதிமுறைகள் இருப்பதை ஒத்துக்கொள்ள நேரும். ஆண் இந்துக்கும் பெண் இந்துக்கும் இடையேயும் பாகுபடுத்துகின்றனர்... ஆதலின் இந்துச் சட்டத்தின் பகுதிகள் அரசமைப்புச் சட்டப் பகுதிகளுடன் முரண்படும் என்பது தெளிவானது. அது ஒரு குறைவான வாசகமே.'

உணர்த்தப்படுவது

அம்பேத்கர் குறித்த சங்கரின் படிமம், 'அபிமானக் குழந்தை' மற்றும் 'தலைவரின் குழந்தை'யுடனுள்ள ஹிட்லரின் படங்களுடன் ஒத்துள்ளது. ஹிட்லரின் புகழ்பெற்ற பரப்புரைப் புகைப்படங்களிடையே, யூத வம்சாவளியினரான பெர்னில் நீயெனாவின் ஏழு வயதுக் குழந்தையுடையதும் இருந்தன. நீயெனாவின் யூத மூதாதை விபரம் நாஜிகட்சிக்குத் தெரிய வந்ததும் இந்'நட்பு' 1938-இல் முடிவுக்கு வந்தது. 1943-இல் இளம்பிள்ளை வாதத்தில் இப்பெண் இறந்து விட்டாள். கோயபல்ஸின் மூத்த மகள் ஹெல்காவுடனிருக்கும் ஹிட்லர் புகைப்படங்களும் புகழ்பெற்றவையே. 1945-இல் அவளது பெற்றோர் சயனைடினை விழுங்குமாறு நிர்ப்பந்தித்தபோது, 12 வயதுச் சிறுமியான அவள் கொல்லப்பட்டாள். இப்புகைப்படங்களை எடுத்த ஹிட்லரின் உதவியாளர் ஹெய்ன்ரிச் ஹாஃப்மன், ஹிட்லரின் படிமத்தை வளர்த்தெடுத்தார்-ஹிட்லர் பேசும்போது அவரது தோற்றம்,

கையசைவுகள் எப்படி இருக்கவேண்டும் என ஒத்திகை பார்த்தார். *Youth Around Hitler* என்னும் ஹாஃப்மனின் நூல், சிறுவர்களுடன் ஹிட்லர் இருக்கும் புகைப்படங்களின் தொகுப்பாகும். சங்கர் கேலிச்சித்திரங்களில் ஹிட்லரது படிமத்தின் செல்வாக்கினுடைய ஏன் மற்றும் இருந்தால் என்பவற்றை உறுதிப்படுத்துவது சிரமமாயினும், ஒப்புமையை கவனிக்காமல் இருக்க முடியாது. இந்து சட்ட மசோதா அம்பேத்கரின் 'அபிமானக் குழந்தை'யாக தோன்றவே செய்கிறது. இருப்பினும் பிராமணியத்தை பெண்கள் நசுக்குவதாகச் சித்தரிப்பது அதீத மதிப்பீடாகத் தோன்றுகிறது: பாராளுமன்றம் சவர்ண இந்து ஆண்களால் நிரம்பி வழிந்தது.

22
விவாகரத்தினை நோக்கிய சாலை

பயோனீர், டிசம்பர் 15, 1949, ஆர். பானர்ஜி

ROAD TO RENO

மக்களவையின் 489 இடங்களில் 22 பெண்கள் இடம்பெற்றிருந்தனர். இந்து சமூகத்தில் பெண்கள் மேம்பாட்டை பிரதான நோக்கமாகக்கொண்ட இந்து சட்ட மசோதாவைச் சட்டமாக்கிட இந்த அவை கூடியது. பண்பாட்டு இழப்பு குறித்த அச்சங்களை அடிக்கடி வெளிப்படுத்தியதுடன், விவாகரத்து குறித்துள்ள சில சிந்தனைகள்:

எச்.வி. காமத்: "திருமணம் எளிதாயிருக்கவேண்டும் விவாகரத்து சிக்கலானதாக இருக்கவேண்டும்." இந்நல்ல விதி சட்டத்தை உருவாக்குவதில் பின்பற்றப்பட வேண்டும் என எண்ணுகிறேன்.

போபிந்தர் சிங் மான்: உங்கள் விஷயத்தில் விவாகரத்தைவிட திருமணம் சிக்கலானது.

★

பாபு ராம் நாராயன் சிங்: ஆணும் பெண்ணும் ஒன்றுதான், ஒன்றுக்குமேல் வேறொன்றுமில்லை. சட்டத்தைப் பொறுத்தவரை, சட்டம் அவர்களுக்கு உதவமுடியாது என்று நாட்டிலுள்ள சகோதரியருக்கு சொல்லிக்கொள்கிறேன். பெண்கள் என்போர் அன்புதான், அன்பு தவிர்த்து வேறொன்றுமில்லை. ஜோடிகளுக்கு இடையிலான அன்பே அவற்றை மகிழ்வடையச் செய்கிறது. நல்லது, அவர்கள் விவாகரத்து உரிமையைப் பெறட்டும் ஒரு பெண் இன்றைக்கு விவாகரத்து செய்யப்படலாம், இன்னொரு பெண் அடுத்த நாள் மணம் புரிய வரலாம். ஒருதாரமணம் பல மணங்கள் என்று பொருள் படலாம்; இரண்டாவது மனைவியை மணம்புரிந்து கொள்ள நீங்கள் அனுமதிக்கக்கூடாது. இரண்டாவது மனைவி விவாகரத்து செய்யப்படுவாள்; இரண்டாம்நாள் மணம் செய்து கொள்வான். மூன்றாம் நாள் அவளையும் விவாகரத்து செய்துவிட்டு, நான்காம் நாள் மறுபடியும் மணம் செய்துகொள்வான். இந்நிகழ்வுப் போக்கு தொடரும்.

★

எச். சித்த வீரப்பா: இக்கருத்தினைப் பரிசீலிக்குமாறு மசோதா தாக்கல் செய்தவரைக் கேட்டுக் கொள்கிறேன். இந்தச் சபை அங்கீகரிக்கின்ற 5 ஆண்டுகள் / 3 ஆண்டுகள் என ஒரு காலக்கெடு விதிக்கப்படலாம், அதற்குள் ஒருவரை ஒருவர் நன்கு பரிசீலித்து, தம் வேறுபாடுகளைச் சரிசெய்து கொள்ளலாம்; அப்படியும் முடியாது போயின், திருமண பந்தம் முறிக்கப்படுவது அவசியமாகலாம்.

★

லட்சுமி காந்த மைத்ரா: என்னைப் போல இந்து என்று தன்னை அழைத்துக் கொள்வதில் பெருமைப்படுகின்ற ஒவ்வொருவருக்கும், இந்துத் திருமணம் புனிதமானது, அதுவொரு குடிமை ஒப்பந்தமல்ல, இதனால் விவாகரத்து அதன் கருத்தமைவுக்கு அறுதியான வகையில் அந்நியமானது.

★

நஸிருத்தீன் அகமத்: அவர் (அம்பேத்கர்) அவைக்கு வெளியே என்னைச் சவாலுக்கு இழுப்பது, பாதுகாப்பாக இருக்காது.

திரு. தாஜமுல் ஹுஸைன்: நாங்கள் குறுக்கீடு செய்வதை விரும்பமாட்டீர்கள், எனவே ஒரு தகவலைத் தெளிவு பெற்றிட உங்கள் அனுமதியைக்கோருகிறேன். மாட்சிமைமிக்க என் நண்பரிடமிருந்து நான் அறிய விரும்புவது, இன்று ஏப்ரல் முதல் நாள், எனவேதான் இன்று முழுவதிலும் இம்மசோதாவை எடுத்துக் கொள்கிறாரா?

நஸிருத்தீன் அகமத்: முட்டாள்கள் தினத்தன்று இம்மசோதாவைக் கொண்டு வந்ததற்காக, மாட்சிமைமிக்க சட்ட அமைச்சரிடம் இதனைக் கேட்கவேண்டும்!

ஓ.வி. அழகேசன்: இந்நாட்டில் பெண்களுக்கு ஒரு தாரமணமுண்டு, ஆனால் விவாகரத்துகள் தரப்படுகின்றனவா? ஆண்கள் இவ்வொருதார மணத்திற்குள் கொண்டுவரப்பட்டதுமே, விவாகரத்துக் கோரிக்கை எழுந்து விடுகிறது. பெண்கள் ஒருதார மணத்திற்குள் இருந்தவரை, விவாகரத்து பற்றிய விதிமுறை இல்லை, ஆனால் இப்போது விவாகரத்து என்பது ஒருதாரமணத்தின் இயற்கையான பின்விளைவாகும். ஆகவே எனது சகோதரியர் ஏன் இதில் இவ்வளவு உற்சாகம் காட்டுகிறார்கள்? இதன் பொருள் என்ன? விவாகரத்து, ஒருதாரமணத்தின் இயற்கையான பின்விளைவு ஏன் இதுவரை இருப்பில் இல்லை?

உணர்த்தப்படுவது

இந்து தரும மசோதா விவாதத்தின்போது இந்தியாவில் விவாகரத்து பீதி பரவலாயிருந்தது. பெண்கள் எப்போதும் கணவர்களை விவாகரத்து செய்து கொண்டிருப்பதைத் தவிர வேறெதுவும் செய்யமாட்டார்கள் என மக்கள் அனுமானித்தனர்-ஏனெனில் அவர்களது வழமையான ஆணாதிக்க மனோபாவம், இத்தகைய பயங்களுக்கான காரணங்களை அளித்தது. அதிக விவாகரத்து விகிதம் ஒரு சமூகத்திற்குப் பயங்கரமானது என்ற அனுமானமும் நிலவியது. இம்மொழிவுக்கு நியாயமான விளக்கங்கள் தரப்படவில்லை. எனினும், இக்கேலிச்சித்திரம் The Road to Reno (1931 மற்றும் 1938) என்னும் ஹாலிவுட் நகைச்சுவைப் படத்தைக் குறிப்பது. கணவர்களை அடுத்தடுத்து விவாகரத்து செய்யும் ஒரு பெண்ணை விவரிப்பது. விவாகரத்து மேற்கில் அதிகமாயிருந்தது, அங்கே அதற்கு எதிரான பண்பாட்டு அருவருப்பு பரவலாயிருந்தது என மாண்புமிகு உறுப்பினர்கள் எண்ணியிருந்தனர். குடிமைச் சமத்துவத்தின் அங்கமாக பெண்களுக்கு நீட்டிக்கப்பட்ட இவ்வுரிமை, பெரும்பாலான நாடுகளில் கடுமையாக இடப்பட்ட சண்டையால் விளைந்தது.

23
நவீன மனு

ஃபிலிம் இந்தியா, டிசம்பர் 1949, ஈரன்

நூலின் இப்பக்கத்தை நீங்கள் எட்டியிருந்தால், வேறெங்கோ நீங்கள் கற்றிருந்ததைப் பாடங்களாக கற்காது இருந்தால், உங்களின் விளக்கக் குறிப்பை எழுதிக் கொள்ளலாம்.

உணர்த்தப்படுவது

அரவிந்த் மாளகத்தியால் கன்னடத்தில் எழுதப்பட்ட சுயசரிதை *கவர்ன்மெண்ட் பிராமணன்* (1994) (ஆங்கில மொழிபெயர்ப்பு 2007இல்)-னை நீங்கள் வாசிக்குமாறு ஆலோசனை கூறுகிறோம். நவீன நிறுவனங்களுக்குள் வந்துவிடும் தலித்துகளை 'அரசாங்கத்தின் மருமகன்கள்' என்றழைப்பது சாதாரணம்- இன்னொன்று, சர்காரி/கவர்ன்மெண்ட் பிராமணன். நெய்வழியவிடும் மேட்டுக்குடியினரின் சமயச் சார்பற்ற தொடரான 'மேலடுக்கு' (Creamy Layer) இப்போது வந்துள்ளது; நீதிமன்றங்கள்

கூட இதனை விரும்புகின்றன. படிப்படியான படிமுறை மற்றும் படிப்படியான இறையாண்மைகளை அழித்திடுவதான, சாதி ஒழிப்பு அம்பேத்கரின் திட்டமாயிருக்க, அம்பேத்கரும் பிராமணியத்தை சவாலுக்கு இழுத்த அவருக்குப் பிந்தைய தலித்துகளும், வரலாற்றுணர்வோ நகை முரணோ இல்லாது 'புதிய பிராமணர்' எனப்படுகின்றனர்.

24

பிறப்பு

இந்துஸ்தான் டைம்ஸ், ஜனவரி 24, 1950, என்வெர் அகமத்

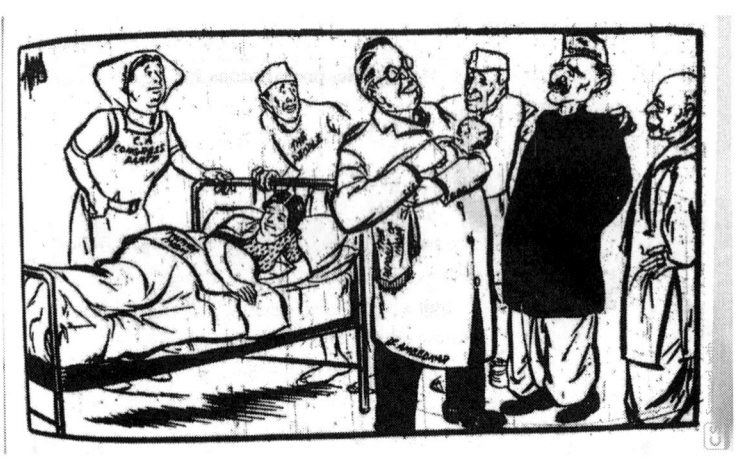

அரசமைப்புச் சட்டப் பணி முடிந்த உடனே, இந்து சட்ட மசோதாவைப் பிரகடனம் செய்யும் அடுத்த பணியில் அம்பேத்கர் ஈடுபட்டார். இந்து மதத்தில் திருமணம், தத்தெடுத்தல், பாதுகாவலர் உரிமை, கூட்டுக் குடும்ப சொத்து, அரசுகளுக்கிடையிலான வாரிசுரிமை, சம்பிரதாய வாரிசுரிமை மற்றும் பராமரிப்பு ஆகியவற்றை மாற்றியமைப்பதையும் சட்டமாக்குவதையும் நோக்கமாய்க் கொண்டிருந்தது இம்மசோதா. எதிர்பார்த்தது போலவே, இம்மசோதா கடும் எதிர்ப்பைப் பெற்றது, இறுதியில் நிறைவேறாது போயிற்று. ஜனவரி 11, 1950-இல் பாம்பேயில் அனைத்திந்திய பட்டியலினச்சாதிகள் கூட்டமைப்பில் பேசிய அம்பேத்கர், அவர்தம் வல்லமையை உறுதிப்படுத்தினார். தன்னை அரசமைப்புச் சட்டசபைக்குள் நுழைந்து விடாது இருக்குமளவு பார்த்துக்கொண்டிருக்க உறுதிபூண்டுள்ளனர் பல காங்கிரஸார் என்றார். தன் தொகுதியில் பலவீனமடைந்து ஜோகேந்திரநாத் மண்டலின் ஆதரவுடன், வங்காளத்தில் தேர்தலில் நிற்கவேண்டியவராக அம்பேத்கர் இருந்தார். அரசமைப்புச்

சட்டத்தில் தன் பணியைக் காணும் காங்கிரஸ் ஆதரவு இந்துக்கள், தான் ஒன்றும் பிரிட்டானிய சார்பு பகடைக்காயில்லை என்பதைக் கண்டு கொள்வார்கள் என்று நம்பினார். அதே நாளன்று சித்தார்த் கல்லூரி மாணவர்களிடையே பேசிய அவர், இந்து சட்ட மசோதா, முன்னேற்றத்திற்குத் தேவை, சாதிக்கு எதிரான போரில் நீண்டதூரம் செல்லக்கூடியது என்றார். இதற்கிடையே, குடியரசு தின விழா ஆயத்தங்கள் முழுமூச்சாக நடந்து கொண்டிருந்தன. பல தலைவர்களைப் பொறுத்தவரை, போராட்டம் முடிவுக்கு வந்து கொண்டிருந்தது. போராட்டம் இப்போதே ஆரம்பித்துக் கொண்டிருந்ததை அம்பேத்கர் அறிந்தார்.

உணர்த்தப்படுவது

வயதைப் பொருட்படுத்தாமல், இந்தியாவில் மருத்துவமனை ஊழியர்கள் புண்படும் வகையில் இயல்பாக அழைக்கப்படுகின்ற 'வார்ட் பையனாக' மக்கள் தோன்றுகின்றனர். இக்கேலிச்சித்திரத்தில்- தீண்டத்தகாதவ'ரின் வயதான நபரை, கிராமப்புற இந்தியா எனப்படும் காந்திய சொர்க்கத்திலுள்ள சவர்ணர் குழந்தை அதிகாரத்துடன் அழைப்பதைப் போல (அல்லது அமெரிக்காவின் தெற்கில், முழுவளர்ச்சியுள்ள கருப்பு ஆண்களை அழைக்க 'பையன்' பயன்படுவது போல). 'பையன்' என்பது முதலில் பயன்படுத்தப்பட்டது வேலைக்காரர்களை அழைக்கவே அன்றி குழந்தைகளை அழைப்பதற்கல்ல என்பது முக்கியம். லத்தீன் மொழியின் *bois*-லிருந்து வரும் இச்சொல் 'தளைகள்' என்று பொருள்படும். எப்போதும் போலவே, ஆணாதிக்க 'அன்னை இந்தியா' உருவகம் விமர்சனபூர்வ சிந்தனைக்கு இடம்தருவதில்லை; இந்தியாவில் முகமற்ற ஆனால் மிருகத்தன பெரும்பான்மையினர் செய்வது போலவே, நாம் வாய்பொத்தி, தேசிய கீதத்திற்கு எழுந்து நிற்குமாறு கோருகிறது.

25
தம் நிலத்தின் ஒவ்வோர் அங்குலத்திற்காகவும் போராடுதல்

சங்கர்ஸ் வீக்லி, ஏப்ரல் 30, 1950, சங்கர்

Fighting Every Inch of their Ground

டிசம்பர் 14, 1949 அன்று பஞ்சாபைச் சேர்ந்த முன்னணி வழக்குரைஞரும் ஆரிய சமாஜத்திற்கு நெருக்கமானவருமான பக்ஷி தேக் சந்த், இந்து சட்ட மசோதாவுக்கு முன்னதாக வலுவான ஒன்று இருந்தது என்பதை எதிர்க்கும் உறுப்பினர்களுக்கு எடுத்துக்காட்டுவதற்காக, இந்தியாவில் சமூக சீர்திருத்தத்தின் சிறு வரலாற்றினை தயாரித்தார். 'சதி இந்து மதத்தின் அங்கம் எனப்பட்டது. நமது தர்மத்தின் அத்தியாவசிய அம்சங்களில் ஒன்றாக இருந்தது என்றும் அதில் எத்தகைய குறுக்கீடும் இந்து மதத்தின் மீதான தாக்குதலாகவே இருக்கும் எனப்பட்டது. ஆனால் சமுதாயத்தின் உணர்வு மேலோங்கி, சட்டம் இயற்றப்பட்டு, சதி ஒழிந்தது' என்றார். அதுபோலவே விதவை மறுமணமும் பால்ய விவாகமும் என்றார். '1890-91-இல் இசைவு தரும் வயது மசோதா அறிமுகப்படுத்தப்பட்டபோது நடந்த பெரும் ஆர்ப்பாட்டங்கள் பெரும்பாலான உங்களுக்கு ஞாபகத்தில்

இருக்கும். 12 வயதுக்கு குறைந்த சிறுமியுடன் உடலுறவு கொள்வதை அனுமதித்த, ஒரு சம்பிரதாயத்தை சட்டமாக்கிட, இந்துக்களும் முஸ்லீம்களும் கிறித்தவர்களும் நிர்வாகிகளும் சேர்ந்த சட்டமன்றம் முற்பட்டபோது, இந்து மதத்தில் அப்பட்டமாக குறுக்கீடு செய்வதாகும் என்று அமளி எழுந்தது. அப்போது இந்து சமூகம் எப்படித் துடித்தது என்பதை முன்னேறிய தினசரியான அமிர்த பஜார் பத்திரிகா போன்றவற்றில் வந்த செய்திகளைக் கொண்டு உணர்ந்திருக்க முடியும்.' 1928-இல் சட்டமாகிய குறைபாடுகள் அகற்றல் மசோதாவை அவைக்கு நினைவூட்டினார், குறைபாடுகள் உள்ள குழந்தைகள் சொத்தில் ஒரு பங்கு பெறுவதை அனுமதிக்காத இந்து சம்பிரதாயத்தை அது விலக்கிக் கொண்டது.

இத்தகைய ஏராளமான சட்டங்கள் மற்றும் இந்து சமூகத்திலிருந்து எழுந்த எதிர்ப்புகளுக்கான எடுத்துக்காட்டுகளைத் தந்து, இத்தகு சட்டங்களை நிறைவேற்றும் உரிமை பாராளுமன்றத்திற்கு இல்லை என்னும் கூற்றுகளை அடித்துத் தள்ளினார். 'இந்து தர்மம் ஆபத்திலிருப்பதாகக்கூறும் என் ஆசாரவாத நண்பர்களிடம் என்ன நேர்ந்துள்ளது என வினவுகிறேன். அரசமைப்புச் சட்டம் பரிசீலிக்கப்பட்டபோது, வர்க்கமற்ற, சாதியற்ற சமூகத்தைப் பெற விரும்புகிறோம் என்று கூறிக் கொண்டிருந்தோம். நாட்டின் பல பாகங்களில் நூற்றாண்டுகளாக நடைமுறையிலுள்ள, இந்து சட்டப் பிரதிகள் சிலவற்றிற்கு அது முரணாக உள்ளது; ஆனால் இம்மசோதா நிறைவேற்றப்பட இருக்கிறது, அது நாட்டுச் சட்டத்தின் அங்கமாயிருக்கிறது. அப்போது, இதனை நிறைவேற்ற இந்த அவைக்குத் தகுதியில்லை என ஒருவரும் ஆட்சேபிக்கவில்லை ஏனெனில், அரசமைப்புச் சட்டத்தை நிறைவேற்றும் பொருட்டே அவை தேர்ந்தெடுக்கப்பட்டிருந்தது. திருமணங்களின் விஷயத்தில், சாதியமைப்பு ஒழிப்பு, நாட்டின் அன்றாட நிர்வாகத்தின் பகுதியாயில்லை என்பது நிச்சயம். அது இந்து திருமணச் சட்டத்தில், ஆதாரமான, மிகவும் உலகியல் சார்ந்த மிகவும் கணிசமான மாற்றமாயிருந்தது; காஷ்மீரிலிருந்து கன்னியாகுமரி வரை, வங்காளத்திலிருந்து குஜராத் வரை, ஏதோ ஒரு வடிவில் அனைத்துப் பிரிவுகளிலும் பரவியிருந்த ஒரு சட்டம்; ஆனால் அம்மசோதா நிறைவேற்றப்பட்ட போது நாமெல்லாம் கண்களைத் திறந்தபடியேதான் நிறைவேற்றினோம்; அப்போது இங்கிருந்த திருவாளர் முன்ஷி, இம்மசோதா சிறியதாயினும் பாரதூர விளைவுகளைக் கொண்டிருக்கும் என்றார்; அது ஒரு பெரிய

மாறுதல், முக்கிய மாறுதல். ஒட்டுமொத்த அவையே ஆரவாரித்தது. இம்மசோதாவை எதிர்க்கும் எனது ஆசாரவாத நண்பர்களைக் கேட்பேன், அப்போது இந்து சட்டம் அல்லது இந்து தர்மம் மீதான அவர்களது அக்கறையும் உற்சாகமும் எங்கு போயிருந்தன?' இந்து சட்ட மசோதா மீது சில விமர்சனங்களையும் தேக் சிங் முன்வைத்தார். குறிப்பாக வேளாண் சொத்துகளை பெண்கள் சுவீகரிப்பது தொடர்பாக இம்மசோதா ஒன்றும் கூறவில்லை-இந்தியச் செல்வத்தில் இதுதான் பெரும்பகுதி என்றபோதும்-என்றார்.

நிலம் துண்டுபடும்போது இத்தகு சட்டத்தை எதிர்த்தவர்களுக்கு எதிரான வாதங்களும் எடுத்துக் கொள்ளப்பட்டன. இது தொடர்பாக, ஒருதார மணப் பிரச்சனைகள் எழுந்தன, ஏனெனில் சொத்தில் வாரிசு உரிமையுடனான அதன் பிணைப்பாலும் பிறவற்றாலும். மனைவி சம்மதிக்கும் பட்சத்திலும், பலதார மணத்தை இச்சட்டம் சட்ட விரோதமாக்குகிறதா என்று ஓர் உறுப்பினர் கேட்டார். தேக் சிங் பொருத்தமாகப் பதிலளித்தார்: 'உங்களால் எவ்விதத்திலும் ஒரு பெண்ணின் சம்மதத்தைப் பெறமுடியும். இதுபற்றிய மோசமான நேர்வுகளையெல்லாம் பார்த்துள்ளேன். ஒரு நேர்வில், ஒரு கிழவரும் கிழவியும். ஒரு பண்டிதரும் சோதிடருமானவர் அழைத்துவரப்பட்டார். பூஜைகளையெல்லாம் செய்த பிறகு அவர் அப்பெண்ணிடம் கூறினார்: "உனது கணவர் அடுத்த மூன்று மாதங்களில் இறக்கப் போகிறார், அதற்கான ஒரே பிரகாரம் அவர் மீண்டும் மணம் செய்துகொள்ள வேண்டும், மீண்டும் மணம் செய்துகொண்டால் மகன் பிறப்பான்." தன் மீது இப்பெரிய விநாசம் விழ இருப்பதைக் கண்ட அக்கிழவி சம்மதித்தாள். இப்போது அவ்வீட்டில் இருப்பது ஒரே ஒரு பெண் அல்ல, அய்ந்து பெண்கள்."

உணர்த்தப்படுவது

இக்கேலிச்சித்திரம் பெரிதும் உண்மையைக் கொண்டிருக்கிறது; '*Remove untouchability*' பதாகை இயல்பாக ஒருவருடன் தொடர்பு படுத்தப்பட்டிருப்பது தவிர்த்து; அவரின் போலியான மத உணர்வுகளை அம்பேத்கர் தொடர்ந்து கண்டித்து வந்தார்.

26
அவர்களும் வரக்கூடும்

நேஷனல் ஹெரால்ட், மே 14, 1950, பிரேஷ்வர்

NATIONAL HERALD   SUNDAY, MAY 14, 1950

"THEY MUST ALSO COME"

Dr. Ambedkar has advocated conversion of the whole Hindu community to Buddhism.

ஒட்டுமொத்த இந்து சமூகத்தையும் பௌத்தத்திற்கு மாறுமாறு டாக்டர் அம்பேத்கர் வாதிட்டுள்ளார்.

புதிய அரசமைப்புச் சட்டம் மேற்கொள்ளப்பட்ட பிறகு, பௌத்தத்தில் ஈடுபட்டு உற்சாகமாக செயலாற்றி வந்தார். புத்த ஜெயந்தி கொண்டாட்டத்தின் போது புது டெல்லியில் பேசிய அவர், இந்து சாமியார்களைத் தாக்கி, இந்து மதத்தைப் போலின்றி, ஒழுக்கம் நிறைந்த மதமாக பௌத்தம் இருப்பதற்காகப் பாராட்டினார். தர்மம் குறித்து பௌத்தத்திற்கும் இந்து கருத்தமைவுகளுக்கும் இடையிலான வித்தியாசத்தையும் எடுத்துரைத்தார். மே 1950-ஆம் ஆண்டு மகாபோதி சொஸைட்டி ஜர்னலில் எழுதியுள்ள கட்டுரையில், மதத்தின் நான்கு கருத்தமைவுகளை அவர் முன்வைத்தார்: 1) ஒரு சமூகம் வலுவாய் இருந்திட சட்டம் அல்லது ஒழுக்கவியலின்

அனுமதி தேவை; 2) மதத்தின் செயல்பாட்டிற்கு அறிவுக்கேற்ப, அதாவது அறிவியலுக்கேற்ப நடக்கவேண்டும்; 3) ஒரு மதத்தின் தார்மிக நெறி, சுதந்திரம், சமத்துவம், சகோதரத்துவ நெறிகளைக் கொண்டிருக்க வேண்டும்; 4) மதம் வறுமையைப் புனிதப்படுத்த முடியாது. பௌத்தம் தனக்கென்று பைபிளை வேண்டி நிற்கிறது என அறிவித்து, அப்பணியை மேற்கொண்டு, தனது தலைசிறந்த படைப்பான *The Buddha and His Dhamma*-வை வெளியிட்டார்- புத்தரின் புராணக் கதைகள் நீங்கிய படைப்பு அது.

நேர்முகம் ஒன்றில், பௌத்தத்தின் மீதான தன் பாராட்டுதலை வெளியிட்டார்; இன்னும் மதம்மாற முடிவெடுக்கவில்லை, தன் ஆதரவாளர் யாருக்கும் பரித்துரைக்கவுமில்லை என்பதையும் தெளிவுபடுத்தினார். இதற்கிடையே அவரது தளபதி பி.என். ராஜ்போஜ் அளித்த பட்டவர்த்தனமான நேர்முகத்தில், ‘பட்டியலினச் சாதிகள் மட்டுமின்றி, ஒட்டுமொத்த இந்து சமுதாயமே பௌத்தத்தை மேற்கொள்ளவேண்டும் என்பது டாக்டர் அம்பேத்கரின் அபிப்பிராயமாயிருந்தது... (இந்து மதம்) சுயநலமிக்கவரை நீட்டித்திடத் தலைப்படுகிறது; அனைவரும் சமத்துவம், வாய்ப்பு, சுதந்திரத்தை வேண்டுகின்ற தற்போதைய சூழலில், அது முற்றிலும் பொருத்தமற்றது.’ ரத்தக்களரியான எதிர்-புரட்சியில் எழுச்சிகொண்ட பிராமணியம் பௌத்தத்தை மிதித்து நசுக்குவதற்கு முன்பு, துணைக்கண்டமெங்கிலும் பௌத்தம் செழித்தோங்கிய காலம் இருந்தது.

உணர்த்தப்படுவது

இந்து மதத்தின் வைராக்கிய துறவொழுக்கத்தை நிந்தித்து ஒதுக்கிய, உலக விவகாரங்களிலிருந்து துறவு பூணுமாறு பௌத்தம் வாதிட்டதில்லை என்று வற்புறுத்திய அம்பேத்கர், இங்கே, ஞானம் தேடிய, புராணங்களின் புத்தரைப்போல, குடும்பத்திலிருந்து நீங்கிச் செல்வதாக சித்தரிக்கப்பட்டுள்ளார். காட்சி உருவகம் குழம்பியதாகத் தோன்றுகிறது. இந்துக்களுக்கும் தலித்துக்களுக்கும் அம்பேத்கர் வேண்டுகோள் விடுத்துக் கொண்டிருந்தாரே ஒழிய, நள்ளிரவில் ரகசியமாக அவர்களிடமிருந்து நீங்கி பௌத்தத்தை நோக்கிச் செல்லவில்லை. அம்பேத்கரும் தன் மனைவி சவீதாவை நீங்கிச் செல்லவில்லை; அவரும் அம்பேத்கருடன்

பௌத்தத்தைத் தழுவினார். பட்டியலினச்சாதி கூட்டமைப்பின் தாயாக இந்துக்கள் பிரதிநிதித்துவப்படுகின்றனர், அதுதான் குழப்பத்தை உண்டாக்குகிறது. பட்டியலினச் சாதிகள் அவரது காலடிகளைப் பின்பற்றுவதாகக் காட்டப்படவில்லை. தனித்தனியே இருக்கும் படுக்கைகளைக் கவனியுங்கள். அம்பேத்கர் இன்னும் பௌத்தராகிவிடவில்லை என்பதை ஒதுக்கிவிட்டுப் பார்க்கையில், அவரது சமத்துவ பௌத்தம் நோக்கி அவரைப் பின்பற்றவே செய்த லட்சக்கணக்கிலான இந்துக்கள், பிரேஷ்வரின் பட்டாசை நமத்துப் போகச் செய்பவர்களாகத் தோன்றுவர்.

27
பரிநிர்வாணத்தை நோக்கி

சங்கர்ஸ் வீக்லி, இவ்வாரமனிதர், அக்டோபர் 8, 1950, சங்கர்

செய்திகளில் இடம்பெறும் சாதனையாளர்களான ஆடவர் பெண்டிரின் விபரங்களை, தனது கையொப்பமில்லா The Man of the week பத்தியில் சங்கர் இடம்பெறச் செய்தார். இப்பேனாச் சித்திரங்களுடன் கிறுக்கல் ஏதும் இருக்காது. சரோஜினி நாயுடு அல்லது துர்காபாய் தேஷ்முக் போன்ற பெண்மணிகள் சங்கரின் கவனத்தை ஈர்த்தபோது, அப்பத்தியை The 'Man' of the week என்றழைத்தார். அம்பேத்கர் இச்சிறப்பினை இருமுறை பெற்றார்–மதமாறப் போவதாக அவர் அறிவித்த 1950–இல் முதலாவதாயும், 1956–இல் அவரது இறப்புக்குப் பின் இரண்டாவதாயும். இரண்டும் இங்கே காலக்கிரமத்தில், 'உணர்த்தப்படுவது' இன்றி இடம்பெறுகின்றன.

டாக்டர் அம்பேத்கரின் போர்க்குணம் பாத்திரத்தின் பரிமாணத்தைவிடவும் பாவனையாகவே இருந்தது. அவர் பல நண்பர்களை இழந்திட காரணமாயிருந்திருக்கும், ஆனால் எதிரிகளை உருவாக்கியிருக்கவில்லை. அவரது அபிப்பிராயங்களின் சீறும் சினத்திற்கெதிரே அவரின் பரந்து விரிந்த அறிவை எடைபோட்டுப் பார்க்க, அவரின் அறிவினுடைய நற்பண்பை பாதுகாக்க, தோன்றி மறைந்திடும் அவரது எரிச்சலை விலையாகத்தர வேண்டியிருந்தது என்பது நாட்டின் பொதுவாழ்வில் அநேகமாக சம்பிரதாயமாக மாறியிருந்தது.

சுதந்திர இந்தியாவின் அரசமைப்புச் சட்டம் விவாதிக்கப்படத் தொடங்கியதும், காங்கிரஸ் குறித்து காந்தி தனக்குச் செய்திருந்தது குறித்து அவர் என்னதான் உரத்துக் குறைகூறியிருந்தாலும், அம்பேத்கரே இயற்கையான தெரிவாயிருந்தார். கூரிய அறிவார்த்தத்தின் தவிர்க்க முடியாத பலவீனம் அவரிடம் இருந்தது-நிறுவனக் கட்டுப்பாட்டின் பயம் இருந்தது. அதன்காரணமாக, பட்டியலினச் சாதிகள் கூட்டமைப்பை அரசியல் சக்தியாக ஆக்கியிருக்க முடியவில்லை. வயதும் சுகவீனமும் பரிநிர்வாணம்

பற்றிய முன்னறிவிப்பைத்தர, குறுகிய நிறுவனங்களிலிருந்து, நம்பிக்கையாகவே இருந்த சங்கத்திற்குள் தப்பியோடினார். அவரது விரிவான மதமாற்றத்தைச் சிலர் லேசாக எடுத்துக் கொண்டனர்; ஆனால் அதீதப் படிப்பறிவுமிக்க, அதீத மெருகேறிய மனத்திற்கு, நம் நாட்டில் பல தனிநபர்களுக்குத்தேவையாயிருந்த, அறிவாற்றலை மடைமாற்றிடும் அடக்கமான செயற்பாடாக அச்சடங்கு இருந்திருக்கவேண்டும்.

அவரின் ஆச்சரியகரமான மனத்தில் அவர்ண நிலையின் பலவீனப்படுத்தும் அம்சங்கள் படியாது இருந்திருந்தால், பிரும்மாண்ட அளவிலான அரசியல் மேதையாக உருவெடுத்திருப்பார். சண்டை குணம் இல்லாதபோது தகவல் களஞ்சியமாக விளங்கினார். அவரும் ஹரிஜனப் பிறப்பிற்கான விலையைத் தரவேண்டியிருந்தது, விலை செலுத்தியதால் ஒருவித சந்தர்ப்பவாதியானார்-என்பது அவரின் மேதைமையினுடைய தீர்ப்புரையல்ல மாறாக, மாபெரும் சட்டவல்லுனராகி இருக்கவேண்டியவரை அடைத்து வைத்து பிறழ்ச்சி கொள்ளவைத்து, குறைகூறும் அரசியல்வாதி ஆக்கிய சமூகத்தினுடையது.

பீமாராவ் அம்பேத்கர் மாபெரும் ஆளுமையாக, அற்பமான மரபில் நேரிய மனிதராக விளங்கினார். அவரின் 63 ஆண்டுகால கடுமையான உழைப்பு நிறைந்த வாழ்வெங்கிலும் அவரது முயற்சி, அம்மரபினை நசுக்குவதே. அது இன்னும் முழுதாக நசுக்கப்பட்டிருக்கவில்லை என்பது அவரது சமகாலத்தவரானவர்களுக்கெல்லாம் அவமானத்திற்குரிய விஷயமாகும்.

6

1951–1952

1

ஒரு மசோதாக் கழுதையில் அம்பேத்கர் சவாரி செய்கிறார்

ஆர்கனைஸர், பிப்ரவரி 12, 1951, ரவீந்திரா

ஏதேனும் ஒரு வடிவில் இந்து சட்ட மசோதா இந்துச் சட்டத்தை முறைப்படுத்திடும் முதல் முயற்சி இல்லை. இவ்வகையில் முன்பிருந்த சட்டங்கள்: சாதிக் குறைபாடுகள் நீக்கும் சட்டம், 1850; இந்து விதவை மறுமணச் சட்டம், 1856; இந்திய வாரிசுரிமைச் சட்டம், 1925; உள்நாட்டு மதமாற்றப்பட்டோர் திருமண ஒழிப்புச் சட்டம், 1866; சொத்து மாற்றச் சட்டம் IV,1882 (1929-ஆம் ஆண்டு சட்டம் XX ஆல் திருத்தப்பட்டது); இந்தியப் பெரும்பான்மை சட்டம், 1875; பாதுகாவலர்-வாரிசுகள் சட்டம், 1890; சொத்து மாற்ற (திருத்தம்) துணைச் சட்டம் XXI, 1929 (1914 மற்றும் 1921 மெட்ராஸ் சட்டத்திருத்தம் மற்றும் இந்து சொத்து நீக்கச் சட்டம், 1916-பிறக்காதவர்களின் சுவீகரித்தல்கள் தொடர்பானவை இவை); இந்து கற்றல் நலன்கள் சட்டம்,1930

(பெறுபவரின் சொத்தை அறிதலின் மூலம் பெறுதல்); இந்துப் பெண்களின் சொத்துரிமைச் சட்டம் XVIII, 1937. இந்து சட்டம் தன் அசலான வடிவில், திருமணம் தொடர்பாக, பின்வரும் முக்கிய அம்சங்களைப் பெற்றிருந்தது.

1. வீரசைவர் அல்லது லிங்காயத்துகள், பிரம்மசமாஜ, பிரார்த்தனா அல்லது ஆரியசமாஜ உறுப்பினர்கள், பௌத்தர்கள், சமணர்கள் அல்லது சீக்கியர்கள் மற்றும் இஸ்லாமியர், கிறித்தவர், பார்ஸிகள் அல்லது யூதர்கள் அல்லாத எந்த ஒருவருமான அனைத்து இந்துக்களுக்கும் பொருந்தும்.

2. பல்வேறு வடிவிலான இந்து திருமணங்கள், அவற்றை எப்படி நிறைவேற்றலாம், தேவைப்படும் சம்பிரதாயங்கள்-பதிவுகள், சிறுசிறு விபரங்கள்-நடைமுறைகள், பாதுகாவலர் உரிமைகள், பல்வேறான பிரிவுகளை விவரித்தது.

3. இருதார, பலதாரமணங்கள் சட்ட விரோதமாக்கப்பட்டன.

இத்தகு சட்டத்திற்கு முன்னுதாரணம் நிறையவே இருந்தது; ஆனால் தீவிர வீழ்ச்சிக்குக் காரணமாயிருந்தது எது? அது அம்பேத்கரின் அடையாளமா? சட்டசபையின் பவிசான உறுப்பினர்கள் இத்தருமசங்கடத்தை மறைத்துக் கொண்டனர்; ஆனால் அம்பேத்கர் போன்ற ஒருவர் தம்மீது தீர்ப்புரைக்கின்றார் என ஆயிரக்கணக்கிலான சுவாமிகளும் பண்டிதர்களும் வெளிப்படையாகவே ஆத்திரப்பட்டனர்.

உணர்த்தப்படுவது

பொருத்தமானதாக இருக்கக்கூடும்-நுண்சுருளிலிருந்து இந்த சுரண்டப்பட்ட ஒளிப்பிரதி. இன்றைக்கு ஆர்.எஸ்.எஸ், பாபாசாகிப் அம்பேத்கரின் காதலராக பாவனை செய்கிறது. அவர்காலத்தில் வெறுத்தனர். அரசமைப்புச் சட்டசபை உறுப்பினர் பலரும் ஊடகமும் அம்பேத்கரை ‘நவீனமனு’ என்றழைக்கத் தொடங்கியபோது, கே.டி.பி. சாஸ்திரி எழுதிய கட்டுரை ஒன்று ஆர்கனைஸரில் (ஜனவரி 11, 1950) வெளியானது- ‘லில்லிபுட்டினை ப்ராப்டிங்னாக்[10] என்றழைப்பதாகும்’ என்றது.

கற்றறிந்த, கடவுள் போன்ற மனுவுடன் டாக்டர் அம்பேத்கரை இணையாக வைத்ததைப் பரிகசித்தது. முன்னதாக, டிசம்பர் 7, 1949 தலையங்கம் இப்படி ஆரம்பித்தது; 'நாங்கள் இந்து சட்ட மசோதாவை எதிர்க்கிறோம். அந்நியமான, ஒழுங்கீனமற்ற கொள்கைகளின் அடிப்படையிலமைந்த இழிவுபடுத்தும் செயலாக இருப்பதால், எதிர்க்கிறோம். இது இந்து சட்ட மசோதா இல்லை. இது வேறெதுவாகவும் இருக்கலாம், இந்துக்களுக்குரியதில்லை. இந்து சட்டங்கள், இந்துப் பண்பாடு, இந்து தருமத்தின் மீதான, குரூரமும் அறியாமையும் மிக்க இவ்விழிவுபடுத்தலாக இருப்பதால் கண்டிக்கின்றோம்.' 'ரிஷி அம்பேத்கர் மற்றும் மகரிஷி நேரு' என்று குறிப்பிடும் அத்தலையங்கம் மேலும் செல்கிறது: இந்து சட்ட மசோதா சமூகத்தை நொறுக்கி, அவதூறு, சந்தேகம், கேடு என்பவற்றால் ஒவ்வொரு குடும்பத்தையும் தொற்று நோய்க்கு ஆளாக்கும் என்றது. ஆர்.எஸ்.எஸ். நேசிக்கும் இந்துச் சட்டமான மனுஸ்மிருதி துவிஜா பெண்ணைப் பற்றிப் பேசுகிறது: 'குழந்தைப் பருவத்தில் அவளது தந்தை பாதுகாக்கிறார், இளமையில் கணவர் பாதுகாக்கிறார், முதுமையில் மகன் பாதுகாக்கிறார். ஒரு பெண் சுதந்திரத்திற்குத் தகுதியானவளில்லை.' டிசம்பர் 25, 1927-இல் மகத்தில் அம்பேத்கர் மனுஸ்மிருதியின் பிரதியைத் தீயிட்டுக் கொளுத்தினார்.

1970-களிலிருந்து அவர்கள் தந்திரத்தை மாற்றிக் கொண்டனர். மராட்டியத்தில் தலித்பேந்தர் எழுச்சிக்குப் பிறகு, அம்பேத்கர் ஆர்.எஸ்.எஸ்.ஸின் பிரதட்சமரனியா (காலையில் வணங்கப்பட வேண்டியவர்கள்) வில் அமைதியாக சேர்க்கப்பட்டார். இன்றைக்கு ஆர்கனைஸர் அம்பேத்கர் குறித்து சிறப்பிதழ்கள் கொண்டுவருகிறது, அவரை இந்துமத நாயகன் என்கிறது-சவர்ண இந்துக்களை அவர்களிடமிருந்தே காப்பாற்ற முயல்வதில் பின்வாங்காதபோது, அவர் வெறுத்தொதுக்கியது இந்து மதமாகும்.

குறைந்தபட்சம், ஒரு கழுதை சீரான தன்மையைச் சீலமாகக் கணக்கில் கொள்ளும்.

2
மோசமான நெய்!

நேஷனல் ஹெரால்ட், பிப்ரவரி 22, 1951, பிரேஷ்வர்

நெய்யுடன் வனஸ்பதி எந்த அளவு கலக்கப்படுகிறது என்று ஆராய்ந்து இத்தகைய கலப்படத்தை அகற்றிட அல்லது குறைத்திட வழிவகைகளைப் பரிந்துரைக்குமாறு, டாக்டர் அம்பேத்கரைத் தலைவராகக் கொண்டு ஒரு குழு நியமிக்கப்பட்டுள்ளது.

தாவர எண்ணெயான வனஸ்பதி, நெய்க்கு மாற்றான மலிவுப் பொருள். இந்தியாவில் முதலில் இது முதல் உலகப்போரின் போது பயன்படுத்தப்பட்டது, இரண்டாம் உலகப்போரின் போது இதன் தயாரிப்பு பரவலாயிற்று. விலைவாசி உயர்வு, பரவலான பற்றாக்குறை, தொடர்ச்சியான ராணுவத் தேவைகளால், 21 ஆலைகள் நிறுவப்பட்டு, ஆண்டிறுதியில் 10,200-டின் தயாரிக்கப்படலாயிற்று. 1950-இல் ஆலைகளின் எண்ணிக்கை 48 ஆக, ஆண்டு உற்பத்தி 1,72,000 டன்களாயிற்று. பல காங்கிரஸ்

உறுப்பினர்களுக்கு வனஸ்பதி அபிமானத்துக் குரியதாக இல்லை. இந்த வெறுப்புக்கு இரு காரணங்கள் இருந்தன: சிலர் வனஸ்பதி தடைசெய்யப்படவேண்டும் என்றனர்; மற்றவர்கள் நெய்யில் இது கலக்கப்படுவது கட்டுப்படுத்தப்பட வேண்டும் என்றனர். 1947-இல் மனித நுகர்வுக்கு வனஸ்பதி ஆபத்தானது என்னும் பீதி நிலவியது. இந்திய விலங்குகள் ஆய்வு நிறுவனத்தின் ஏ.கே.ரே மற்றும் ஏ.கே. பால் ஆகியோரின் அறிக்கை, அதன் பாதிக்கின்ற குணத்தை வெளிப்படுத்தியதைப் பார்த்ததும், உணவு அமைச்சர் ராஜேந்திர பிரசாத், இதுபற்றிய விரிவான ஆய்வுக்கு உத்தரவிட்டார். இதன் தயாரிப்பை எதிர்த்தவர்களுள் ஒருவரான பிரசாத், அது தடைசெய்யப்படுவதையே விரும்புவதாக, தனிப்பட்ட கடிதப் போக்குவரத்தில் தெரிவித்திருந்தார். அப்போது நெய்யில் கலப்படம் செய்வது, குறிப்பாக வனஸ்பதியுடன் கலப்படம் செய்வது, பரவலாயிருந்தது. தேங்காய் எண்ணெய், கடலை எண்ணெய், மஹுவா எண்ணெய், மீன் எண்ணெய், உருளைக் கிழங்கு-மிருகக் கொழுப்பு போன்றவையும் கலக்கப்பட்டன. நெய்யுடன் வனஸ்பதிக் கலப்பை கட்டுப்படுத்திட, நிறமூட்டியுடன் வனஸ்பதி தயாரிக்கப்படவேண்டும் அல்லது ருசியை வித்தியாசமாக்கிட 5% கடுகெண்ணெய் சேர்க்கப்படவேண்டும் என பரிந்துரைக்கப்பட்டது. 1952-இல், நெய் கலப்படக்குழுவின் அறிக்கை, ஊட்டச்சத்து மதிப்பை அதிகரித்திட, வைட்டமின் A சேர்க்கப்படவேண்டும் என்றது. வனஸ்பதி பீதியின் இன்னோரம்சம், ஆசார இந்துக்களின் எதிர்ப்பு. பிராமணர் உணவில், நெய்யும் அதன் தூய்மையும் மிகுந்த அக்கறைக்குரியது. கலப்படப் பிரச்சனையை விவாதிக்க, பசு சேவை சங்கப் பிரதிநிதிகள் 1949இல் காங்கிரஸ் செயற்குழுவைச் சந்தித்தனர். வனஸ்பதியுடன் நிறமூட்டி சேர்ப்பதை அவசியமானதாக்கும் சட்டத்திற்கு அழுத்தமளித்தனர்; இருப்பினும், பொருத்தமான நிறமூட்டி கிடைக்காததால், ஒட்டுமொத்தமாய் எண்ணெய்களை வெப்பமூட்டி பதப்படுத்துவதை (hydrogenisation) நிறுத்துமாறு கோரினர்; அத்துடன் எண்ணையை தனியே பதப்படுத்த, நெய்யல்லாத கொழுப்புகள் தயாரிப்பைக் கட்டுப்படுத்தவும் கோரினர். காங்கிரஸ் செயற்குழு உறுப்பினர்கள் இதற்கு இசைவு தெரிவித்தனர், ஆனால் நேரு உடனே இப்பரிந்துரையை நிராகரித்தார்; கட்சி முடிவுகளையும் அரசாங்கப் பணியையும் வேறுபடுத்திட அழுத்தமளித்தார். இந்நடவடிக்கைகளில்

அம்பேத்கர் மேலோட்டமாகவே பங்கேற்றார்; கலப்படத்தின் அளவை ஆராய்ந்து, அதனை அகற்றிட/குறைத்திட வழிவகை கூறுமாறு அம்பேத்கர் தலைமையில் அமைக்கப்பட்ட குழுவில் இடம்பெற்ற பிற உறுப்பினர்கள்: உணவு-வேளாண்மை துணை அமைச்சர் திருமலாராவ், பாராளுமன்ற உறுப்பினர் தாகூர்தாஸ் பார்கவா, பாராளுமன்ற உறுப்பினர் பிரபுதயால் ஹிமெட்சிங்கா, டாக்டர் ப.ஸி.கோஷ், டாக்டர் எஸ்.எஸ்.பத்னாகர், டாக்டர் பட்வர்தன், கூனூர், மைசூர் உணவு தொழில்நுட்ப மையத்தின் டாக்டர் பி. சுப்பிரமணியம், பனாரஸ் பல்கலைக்கழக வேதியியல் துறையின் முன்னாள் பேராசிரியர் டாக்டர் என்.என்.கோட்போலே மற்றும் உணவு-வேளாண்மை அமைச்சரவை தொழில்நுட்ப ஆலோசகர் டாக்டர் டி.வி. கார்மகர்.

உணர்த்தப்படுவது

நேரு அமைச்சரவையிலிருந்து விலகிய பிறகு அம்பேத்கர், அரசமைப்புச் சட்டத்தை எழுதிட தன்னை ஒரு கூலியாளாக காங்கிரஸ் பயன்படுத்தியது என்று குற்றஞ்சாட்டினார். இங்கே ஓர் இயங்காற்றலைக் காண்கிறோம்; உணவு-வேளாண்மை அமைச்சரான ராஜேந்திர பிரசாத், தம் அரசியல் லட்சியங்களை நிறைவேற்றிக்கொள்ள, அம்பேத்கரின் அறிவாற்றலை பயன்படுத்திக்கொண்ட பலருள் ஒருவராயிருந்தார். பரந்து விரிந்ததும் அமைப்பு சாராததுமான நெய்ச் சந்தையைக் கட்டுப்படுத்திட சரியான திறமைசாலி தேவைப்பட்டார். அம்பேத்கர் தேவையாயிருந்தார். எனினும், சிறிய மனமுள்ள பிரேஷ்வருக்கு, அம்பேத்கர் எப்போதும் சிறிய மனிதரே.

3

தன் கட்சியைத் தாக்குதல்

டைம்ஸ் ஆஃப் இந்தியா, ஏப்ரல் 4, 1951, ஆர்.கே. லட்சுமண்

HITTING HIS PARTY

The Electoral Bill, which was submitted to Parliament by Dr. B. R. Ambedkar, stated that people holding Government contracts for the supply of goods, for execution of work, or for performance of any service undertaken by the Government, were to be disqualified from becoming members of Parliament and of State Legislatures.

பொருட்கள் சப்ளை பண்ணுதல், பணியை நிறைவேற்றுதல் அல்லது அரசாங்கத்தால் மேற்கொள்ளப்பட்ட சேவையொன்றை நிறைவேற்றுதல் ஆகியவற்றிற்காக அரசாங்க ஒப்பந்தங்கள் பெற்றுள்ளோர், பாராளுமன்ற மற்றும் மாநில சட்டமன்ற உறுப்பினராவதிலிருந்து தகுதி நீக்கம் செய்யப்பட வேண்டும் என டாக்டர் பி.ஆர். அம்பேத்கரால் பாராளுமன்றத்தில் சமர்ப்பிக்கப்பட்ட தேர்தல் மசோதா கூறியது.

மே 9, 1951 அன்று அம்பேத்கர் முன்வைத்த மக்கள் பிரதிநிதித்துவ மசோதா, மாநில, மத்திய சட்டமன்றங்களில் பங்கேற்பதை தகுதிநீக்கம் செய்வது பற்றிப் பேசுகிறது. ஏற்கனவே உள்ள விதிமுறைகளுக்கான திருத்தங்கள், தெரிவுக்குழுவால் முன்வைக்கப்பட்டன. இவற்றில் சில: தேர்தல் குற்றத்திற்காக

தண்டிக்கப்படுதல், தண்டனைக்குரிய குற்றத்தின் பொருட்டு தண்டிக்கப்படுதல், தேர்தல் செலவுகளைத் தெரிவிக்கத் தவறுதல், அரசாங்கத்துடன் ஒப்பந்தம் கொண்டிருத்தல், அத்தியாவசிய பொருட்கள் சப்ளைக்காக அரசாங்கத்திடமிருந்து அனுமதி பெற்றிருத்தல், அரசாங்கம் பங்கோ வட்டியோ பெற்றுள்ள கம்பெனியில் இயக்குனராயிருத்தல் மற்றும் ஊழல் குற்றச்சாட்டால் விலக்கப்பட்டிருத்தல். அரசாங்கத்துடன் ஒப்பந்தங்கள்/அனுமதிகள் பெற்றுள்ள ஆதாயமீட்டும் நிறுவனங்களில் பொறுப்புவகிப்பது தொடர்பான சில விதிமுறைகளைச் சேர்ப்பதற்கு கோகுல்பாய் பட் மற்றும் ராம்நாத் கோயங்கா என்னும் உறுப்பினர்கள் எதிர்ப்பு தெரிவித்தனர். இது குறித்து அம்பேத்கர் பேசினார்: ‘அரசாங்கத்திற்கெதிரான பாராளுமன்ற உறுப்பினர்களது சுதந்திரம் நுட்பமாக பின்பற்றப்பட வேண்டும் என்னும் வகையில் நமது பாராளுமன்ற மற்றும் தேர்தல் சட்டம் அமைந்துள்ளது. அரசியல் பொறுப்புகளை அல்லது பிற ஆதாயங்களை அளித்து, ஒட்டுமொத்த பாராளுமன்றத்தையும் ஊழல் மிக்கதாக்கிட, அரசாங்கத்தை அனுமதிக்கும் அமைப்பை நாம் மேற்கொண்டால், பாராளுமன்றத்தால் பயனேதும் இல்லை. அச்சமின்றி அரசாங்கத்தின் சலுகையின்றி சுதந்திரமாக பாராளுமன்றம் செயல்பட முடியாதுபோயின், இத்தகைய பாராளுமன்றத்தால் பயனில்லை. ஆகவே, மக்களில் ஒவ்வொரு வர்க்கத்தினரையும் பாராளுமன்றத்திற்கு வர அனுமதித்து தமது பங்கினைச் செயல்படுத்த அனுமதிப்பது அவசியமிருக்கும் வேளையில், பாராளுமன்றம் கூட்டுப்பாடகிகள் குழுவாக மாற்றப்பட்டுவிடாதவகையில், சில பாதுகாவல்கள் செய்திருக்க வேண்டும்.

உணர்த்தப்படுவது

பாராளுமன்றம் ஒரு பங்குச் சந்தையாக மாற்றப்படலாகாது என உறுதிப்படுத்தி, இவ்விதிமுறைகளுக்கு ஆதரவாக அம்பேத்கர் பேசியபோது, கல்கத்தாவின் வழக்குரைஞரும், அரசமைப்பு சட்டசபை உறுப்பினருமான பண்டிட் லட்சுமிகாந்த மைத்ரா ‘அவர்கள் ஏற்கனவே மேலாதிக்கம் செலுத்துகின்றனர்’ என்றார். என்ன நடந்து கொண்டிருந்தது, என்ன தொடர்ந்து நிகழ்ந்து வருகிறது என்பதன் துல்லிய விவரிப்பாக லட்சுமணின் கேலிச்சித்திரம் இருக்கிறது.

4
பழக்கதோஷம்

நேஷனல் ஹெரால்ட், ஏப்ரல் 19, 1951, பிரேஷ்வர்

பட்டியலினச் சாதிகள் அரசாங்கத்தினால் மாற்றாந்தாய் முறையில் நடத்தப்படுகின்றன என்கிறார் டாக்டர் அம்பேத்கர்.

இந்து சட்ட மசோதா விவாதம் திரும்பத்திரும்ப ஒத்திவைக்கப்படுவதன் மத்தியில், டெல்லியில் அம்பேத்கர் பவனுக்கு அடிக்கல் நாட்டும் விழாவுக்கான அழைப்பு அவருக்கு வந்தது. தலித்துகள் தம் பிரச்சனைகளை விவாதிக்கச் சந்திக்கும் இடமாக, டெல்லி பட்டியலினச் சாதி நல்வாழ்வு சங்கத்தால் இக்கட்டிடம் கட்டப்பட்டது. அம்பேத்கர் தன் ஆவேசப் பேச்சில்,

பஞ்சாபில் தலித்துகள் படும் கொடுமைகள் பற்றிக் குறிப்பிட்டார். அலட்சியமாயிருக்கும் அரசாங்க மேலிடத்தையும், பட்டியலினச் சாதிகளுக்குத் தரப்படும் மாற்றாந்தாய் நடத்தையையும் கண்டித்த அவர், பட்டியலினச்சாதி பிரதிநிதிகள் மௌனமாயிருந்ததற்காகவும் தாக்கினார்; இப்படியான ஆயிரம் உறுப்பினர்கள் மக்கள் அவைக்குள் நுழைந்தாலும் பயனில்லை என்றார்.

அம்பேத்கர் பவன் பற்றிப் பேசியபோது, நாடெங்கிலுமிருந்து வரும் தலித்துகளுக்கு அனைத்து ஏற்பாடுகளும் செய்யப்படும் என்றார். இக்கட்டிட நிர்மாணத்திற்கு சவர்ண இந்துக்களிடமிருந்து ஒரு பைசா கூடப் பெறப்படமாட்டாது என்றார். அதில் தன் பெயர் இருப்பதை வெறுத்த அவர், அது மாற்றப்பட வேண்டும் என வேண்டிக்கொண்டார். அப்பேச்சு சிந்தனையற்ற உலகில் சலசலப்பை ஏற்படுத்திற்று. திடுக்கிட்ட நேரு தன் அதிருப்தியைத் தெரிவித்தார். ஆளும் வர்க்க விசுவாசிகள் அம்பேத்கரின் அப்பட்டமான தன்மையில் சந்தோஷப்படவில்லை என்பதைச் சொல்லவேண்டியதில்லை. இதன் பிறகு, பாராளுமன்றவாதிகள் பகிர்ந்துகொண்டாக வேண்டிய கூட்டுப் பொறுப்பு குறித்து, அதிகாரிகளின் அபிப்பிராயத்தை வினவி, அரசாங்கத்தை நோக்கியதாக பத்திகள் எழுதிக் குவித்தன பல தினசரிகள். அமைச்சரவையில் அம்பேத்கரை மீண்டும் அனுமதிப்பது குறித்து காங்கிரஸாரிடையே நிறைய விவாதிக்கப்பட்டது. சில ஆதரவாளர்கள் அவர் தவறாக அர்த்தம் செய்து கொள்ளப்பட்டார் என்று கூற, மற்றவர்கள் அவர் தன் அபிப்பிராயங்களைக் கூற உரிமையுள்ளவர் என்றனர்.

உணர்த்தப்படுவது

குழந்தை அம்பேத்கர், அவருக்குத் தேவையானவை சுற்றியிருக்க காட்டப்பட்டுள்ளார்-பால், குழந்தை, உணவு, வண்டி என. பால் பாட்டிலைக் கீழே போட்டுவிட்டு குழந்தை அம்பேத்கர் அழுகிறது தனது பொருத்தமின்மையால். அம்பேத்கர் தன் பிரச்சனைகளை (சாதியமைப்பு) தீர்த்துக்கொள்ள அனைத்துச் சிறப்புரிமைகளையும் பெற்றுள்ளார் என்று முடிவுகட்டிட, கேலிச்சித்திரக்காரர் அவ்வளவு சித்தாந்தத் திருகல்களையும் செய்யவேண்டியிருந்தது என்பதை உறுதிப்படுத்துவது சிரமம். ஒடுக்கப்பட்ட சமுதாயங்களை

குழந்தைத் தனமாகக் காட்டுதல்-கேலிச்சித்திரக்காரரின் தலைப்பு 'பழக்கதோஷம்' அறியாமையில் சுட்டிக்காட்டுவதுபோல-மகாத்மாவின் தேசத்தில் புரிந்துகொள்வதற்கு அவ்வளவு சிரமமானதில்லை.

5
குளவி ஹரிஜனங்கள்

சங்கர்ஸ் வீக்லி, ஏப்ரல் 22, 1951, சங்கர்

நீண்டகாலத்திற்குப் பிறகு தன் மௌனத்தை மீறியிருப்பதாக டாக்டர் அம்பேத்கர் கூறிக்கொள்கிறார். அவர் தன் தலையைக் குளவிக் கூட்டில் நுழைத்திருந்தார் என யாரோ நினைத்திருப்பார்!

புதுடெல்லியில் அம்பேத்கர் பவனின் அடிக்கல் நாட்டும் விழாவில் அம்பேத்கர் பேசியது பெரும் கொந்தளிப்பை ஏற்படுத்தியது. காங்கிரஸ், பட்டியலினச் சாதிகளிடம் 'மாற்றாந்தாய்' மனப்பான்மையுடன் நடந்து கொள்கிறது என்று குற்றஞ்சாட்டிய அவர், பாராளுமன்ற பட்டியலினச் சாதிகளின் உறுப்பினர்கள்

கட்சியின் கைக்கூலிகளாய் உள்ளனர் என்று குற்றஞ்சாட்டினார். அப்போது பஞ்சாபில் பட்டியலினச் சாதிகள் இம்சிக்கப்பட்ட சூழலில் இது வெளிவந்தது. போராட்ட அரங்கமாயிருந்தது 1951 மக்கள்தொகை கணக்கெடுப்பு. ஏற்கனவே 1931-இல் தலித் பிரிவினரான அத்-தர்மிகள் போராடி தனித்த மதத்தினராக அங்கீகாரம் பெற்றிருந்தனர்-அது சீக்கியருக்கு கலக்கத்தை உண்டு பண்ணியது.

1951-ஆம் ஆண்டு மொழி ரீதியிலான பிரிவினையைக் கண்டது. பிரிவினைக்கால புலம்பெயர்வோர் பெருமளவில் வந்து மொழிப் பிரதேச அந்தஸ்தைப் பெறுவது பஞ்சாபிற்கு சிரமமாயிருந்தது-ஹரியானாவும் இமாச்சலப் பிரதேசமும் அதற்குள்ளே இருக்க. இப்போது பஞ்சாபி பேசுவோருடன் இந்தி பேசும் குடிமக்கள் அதிக அளவில் இருந்தனர். இச்சூழலில், மாநிலத்தின் மொழிசார்ந்த இயல்பைச் சுட்டிக்காட்டுவதாக, மக்கள்தொகை கணக்கெடுப்பு முக்கியத்துவம் பெற்றது. பஞ்சாபியை தம் மொழியாகக் கருதிட எதிர்ப்பு தெரிவித்த பட்டியலினச் சாதிகள், இந்தியின் மேல் விருப்பம் காட்டின: இது மிரட்டலையும் வன்முறையையும் ஏற்படுத்தியது. காங்கிரஸ் பாராளுமன்ற உறுப்பினர்கள் இந்நிலவரத்தைத் துரிதமாகக் கையாளவில்லை, மௌனம் சாதித்தனர் என அம்பேத்கர் குற்றம் சுமத்தினார். காங்கிரஸின் பட்டியலின உறுப்பினர்கள் தம் தரப்பில், அவர் சரியாக நடந்துகொள்ளவில்லை என்று கூறி, ஒத்திவைப்பு தீர்மானங்கள் கொண்டுவந்தோம், கேள்விகள் எழுப்பினோம், பாராளுமன்றத்தில் பேசினோம் என்பதைச் சான்றாக முன்வைத்தனர்.

உணர்த்தப்படுவது

சவர்ணர்களின் பிரக்ஞையில் ஹரிஜன் என்னும் தொடர் எப்படி வலுப்பெற்றது மற்றும் அகல மறுக்கிறது என்பதைப் பரிசீலிப்போம். நடைமுறையில் இம்மறுபெயர்சூட்டல், பூனா ஒப்பந்தத்திற்குப் பிறகு காந்தியால் செய்யப்பட்ட, ஒட்டுமொத்த மதமாற்றமாகும். ஜனவரி 22, 1938-இல் பாம்பே சட்டமன்றத்தில், அப்போதைய பாம்பே மாகாண பிரதமர் பி.ஜி.கேர், தீண்டாமையைக் குறிக்கும் 'அஷ்பிரிஷ்யா' போன்ற காலாவதியான தொடர்களிலிருந்து விலகி வருவதன் முக்கியத்துவம் குறித்துப் பேசினார். பிற்பாடு,

அரசமைப்புச் சட்டசபையில் அம்பேத்கர் நுழைவதற்கான வாய்ப்புகளுக்குச் சதிசெய்து, சுற்றுவழியில் ஜோகேந்திரநாத் மண்டல் உதவியுடன் வங்காள வழித்தடத்திற்குப் போகுமாறு நிர்ப்பந்தித்த கேர் கூறினார்: 'மாற்றுத் தொடரினை முயன்று பார்த்தோம், 'பரிஸிஷ்டவர்க' என்பது ஆங்கில 'பட்டியலின வர்க்கம்' என்பதன் மொழிபெயர்ப்பே, 'பரிஸிஷ்டவர்க' மராத்தியில் அறிமுகப்படுத்திட பொருத்தமற்றது என்றெண்ணினோம்... கடந்த நான்கைந்து ஆண்டுகளில், ஒட்டுமொத்த நாட்டிலும் இல்லாவிட்டாலும், நாட்டின் பல பகுதிகளில் இப்போது 'ஹரிஜன்' செலாவணியில் இருப்பதை அறிவேன். சுதந்திர தொழிலாளர் கட்சியின் தலைவரும் மாண்புமிகு உறுப்பினருமான (அம்பேத்கர்) வரின் ஒப்புதலைப் பெற்றிருக்கும் 'பட்டியலின வர்க்கம்' என்பதற்கு ஒரு மாற்றினைக் காணும் முயற்சியே இது. இப்பிரச்சனையை அப்படி அவர் காணாதது மிகவும் கெடுவாய்ப்பே...' கெடு வாய்ப்பாக "தீண்டாதவர்களாக" அறியப்பட்டுள்ள பெரிய வர்க்கத்தினரின் உணர்வுகளைப் புண்படுத்தும் விருப்பமின்றி எழுந்ததே ஹரிஜன் என்னும் தொடர்; நீண்டகாலமாகச் செலாவணியில் இருந்த ஒரு தொடரை அங்கீகரிப்பதே; அவரது சமுதாயம் குறித்த சிந்தனையில் ஈடுபடுவதல்ல.'

1938-இல் உள்ளாட்சி அமைப்புகள் சட்டத்தை நிறைவேற்றும் போது, இத்தொடரைச் சட்ட ரீதியாக்கிடும் காங்கிரஸ் தலைமையிலான முயற்சியை, அம்பேத்கரின் தளபதி பாபுராவ் கெய்க்வாட் எப்படி எதிர்த்தார் என தனஞ்செய் கீர் குறிப்பிடுகிறார். சுதந்திர தொழிற்கட்சியை பிரதிநிதித்துவப்படுத்திய கெய்க்வாட், ஒடுக்கப்பட்டவர்க்கங்கள் பல மாநாடுகள் மூலமாக இத்தொடருக்கான தம் எதிர்ப்பைத் தெரிவித்து வந்துள்ளனர், எனவே "ஹரிஜன்" என்னும் தொடருக்கு சட்டரீதியிலான அங்கீகாரம் தரவேண்டாம் என்று அவையைக் கேட்டுக் கொண்டார். மேலும் அவர் கூறினார்: 'தீண்டத்தாகாதோர் கடவுளின் பிள்ளைகள் எனில், அவர்கள் அசுரர்களைச் சேர்ந்தவர்களாக அனுமானிக்கப்பட்டனரா? அனைத்து மக்களும் ஹரிஜனங்கள் என்றழைக்கப்படுவதாக இருப்பின், ஆட்சேபிக்கப் போவதில்லை. தீண்டாதாருக்கு இனிய பெயரைத் தருவதால் பயனில்லை. அவர்தம் நிலையை மேம்படுத்திட நடைமுறை ரீதியில் ஏதேனும் செய்யப்பட வேண்டும்.' எதிர்ப்புக் குரல்களை ஒரு வாக்கினால் வென்ற

காங்கிரஸ், அத்தொடரை தலித்துகள் மேல் திணித்தது. அப்போது அம்பேத்கர் பேசினார்: 'நான் வருத்தப்படுகிறேன், ஆனால் அரசாங்கத்திடம் இக்குழுவின் ஆசைகள் சென்று சேரவேண்டும் என்பதை என்னால் சொல்லாது இருக்கமுடியவில்லை. மாட்சிமைமிக்க எனது நண்பர் திரு கெய்க்வாடின் திருத்தம் ஏற்கப்பட்டிருந்தால், யாரும் புண்பட்டிருக்க மாட்டார்கள், நாட்டின் நலன்கள் பாதிக்கப்பட்டிருக்காது. அரசாங்கம் தன் பெரும்பான்மையை குரூரமான விதத்தில் வெளிப்படுத்தினால், கூட்டமாக வெளிநடப்புச் செய்து, அந்நாளைய விவாதங்களில் பங்கேற்காது எங்களது ஆட்சேபணையைத் தெரிவிக்க நேருமோ என அஞ்சுகிறேன்.' ஹரிஜன் என்ற தொடரின் மீதான இவ்வளவு நேசம், தலித் என்னும் தொடரை அழிப்பதற்கான சமீபத்தைய அரசு தலைமையிலான முயற்சிகளுடன் முரண்பட்டு நிற்கிறது.

இப்போது கேலிச்சித்திரம் குறித்து. ஒடுக்கப்பட்ட சமுதாயங்களில் உட்பூசலைக் காணும் சிறப்புச் சலுகைகளுடைய வர்க்கங்களுக்கு தனிச்சிறப்பான கொண்டாட்டமாயுள்ளது. அப்படி இருந்தும், சங்கரின் மிகைப்படுத்தல் முயற்சி அங்கேயே நிற்கிறது. அம்பேத்கர் உண்மையிலேயே குளவிக் கூட்டை சிதைக்கவில்லையா, சிதைத்தாரா? சிந்திக்க வேண்டிய ஒன்று: உங்கள் பெயரிலேயே ஒரு வார இதழ் நடத்தினால், அவசர கோலத்தில் தீட்டிய கேலிச்சித்திரங்களைத் தந்துவிடுவீர்கள்; முரண் நகைக்கு சேதாரமின்றி, தம் பெயரிலுள்ள பவனங்களைத் திறந்து வைப்பவர்களை மதிப்பீடு செய்வீர்கள்.

6

உண்மை விபரங்களை எதிர்கொள்ளல்

சங்கர்ஸ் வீக்லி, ஏப்ரல் 23, 1951, சங்கர்

Facing Facts

Answering a question in Parliament about Dr. Ambedkar's criticism of Government, Rajaji said it was desirable in the public interest to let the Prime Minister deal with the matter.

ராஜாஜி: அவரைக் கவனத்தில் வையுங்கள். இரண்டாம் மனிதர்: அவரது விருதுகளையும் சிறப்புச்சலுகைகளையும் வாபஸ் பெறுங்கள். நேரு: அவருக்கு இன்னொரு துறையை ஒப்படைப்பது எப்படி என்பதுதான் பிரச்சனை. தலைப்பு: டாக்டர் அம்பேத்கர் அரசாங்கம் பற்றி விமர்சனம் செய்தது தொடர்பான கேள்விக்கு பாராளுமன்றத்தில் பதிலளிக்கும்போது ராஜாஜி, இதனைப் பிரதமர் கவனிக்குமாறு விட்டு விடுவதே பொதுநலனுக்கு நல்லது என்றார்.

ஏப்ரல் 14 அன்று அம்பேத்கர் நிகழ்த்திய கடுமையான பேச்சு, பல காங்கிரஸ்காரரை அதிருப்தியுற வைத்தது. இப்பிரச்சனை பாராளுமன்றத்தில் எழுப்பப்பட்டது. அரசமைப்புச் சட்டசபை உறுப்பினராயிருந்தவரும் இந்து சட்ட மசோதா ஆதரவாளருமான எச்.வி.காமத், அம்பேத்கர் குறிப்புகளின் அறிக்கைக்கு தெளிவு கோரி, குறுகியகால கேள்வியை எழுப்பினார். உள்துறை அமைச்சர் சி.ராஜகோபாலாச்சாரி, ஒரு விசாரணை ஆணையம்

நியமிக்க சந்தர்ப்பம் ஏற்பட்டிருக்கும் ஆனால் குற்றச்சாட்டுகள் உண்மையல்ல என்பதில் உறுதிப்பாடு கொள்வதாக பதிலளித்தார். பாராளுமன்றம் விவாதிக்கும் அளவுக்கு இப்பிரச்சனை இல்லாததால், பிரதமரிடம் இதை விட்டுவிடுமாறு ராஜாஜி கேட்டுக்கொண்டார். தன் குறிப்புகளுக்காக அம்பேத்கரை நேரு கண்டித்ததாகக் கூறப்பட்டது-அவரை வெளியேற்றவும் குரல்கள் ஒலித்தன. இருப்பினும் பாராளுமன்றத்தில் அவரது இருப்பு அத்தியாவசியமானதாயிருந்தது; இந்து தரும மசோதாவுடன் மக்களவையில் இட ஒதுக்கீட்டை உறுதிப்படுத்திய, மக்கள் பிரதிநிதித்துவ (திருத்தம்) மசோதா, உச்சநீதிமன்ற வழக்குரைஞர்கள் (உயர்நீதிமன்றத்தில் செயல்படுதல்) மசோதா மற்றும் குடிமை-குற்றவியல் நடைமுறை (திருத்தம்) மசோதா ஆகியன பாராளுமன்றத்தில் விவாதத்திற்கு வைக்கப்பட்டிருந்தன.

உணர்த்தப்படுவது

காங்கிரஸுக்கு எதிரான அம்பேத்கரின் எதிர்காலக் குற்றச்சாட்டுகள் சான்றாக இருப்பதைப் பார்க்கிறோம். தம் மத்தியில் தமது முறையான வெறுப்பை மீறியும் அம்பேத்கரின் தீவிரமிகு இருப்பினைக் காணும் மேல்மட்டத்தினர், செய்யவேண்டிய சிரமமான பணிக்கு அம்பேத்கரின் திறமைகளைப் பயன்படுத்திக் கொள்ளவேண்டியிருந்ததை அறிந்திருந்தனர். சீக்கிரமே ஈவிரக்கமற்ற முறையில் அவரிடமிருந்து விலகி வந்து, தேர்தலில் அவரது தோல்வியைக்கூட உறுதிப்படுத்திவிடுவர்.

7
தீப்பந்தத்தை அணைத்தல்

டைம்ஸ் ஆஃப் இந்தியா, மே 19, 1951, ஆர்.கே. லட்சுமண்

அரசமைப்புச் சட்டத்திற்கான முதல் திருத்தம், பேச்சுரிமை மீது 'நியாயமான கட்டுப்பாடுகளை' விதித்தது. முஸ்லீம் எதிர்ப்பு மற்றும் பாகிஸ்தான் எதிர்ப்பு உரத்து ஒலித்து, இன வன்முறை பரவியபோது இது கொண்டுவரப்பட்டது. பிரித்தானிய ஆட்சியின் கீழும் பேச்சுரிமை மீது விதிக்கப்பட்டு கட்டுப்பாடுகளுக்கு தனித்துவமான இனப்பண்பு இருந்தது. இதற்கு முக்கிய எடுத்துக்காட்டு, 1927-இல் ரங்கீலாரஸூல் என்னும் புத்தகம் வெளியிடப்பட்டது. அப்போது பஞ்சாபின் ஆரிய சமாஜிகளும் முஸ்லீம்களும் ஒருவரையொருவர் புண்படுத்திக்கொள்ளும் விஷம விளையாட்டில் ஈடுபட்டிருந்தனர். ஆரிய சமாஜி ஒருவரின் அங்கதமான ரங்கீலாரஸூல், தீர்க்கதரிசி முகம்மதுவின் பாலியல் வாழ்வை அவதூறு செய்யும் விதங்களில் ஆராய்கின்றது.

இது அம்மாநிலத்தில் அமைதியின்மையை ஏற்படுத்தி, நூல் வெளியீட்டாளர் மகஷே ராஜ்பாலைக் கைது செய்யும் அளவுக்கு இட்டுச் சென்றது. மத உணர்வுகளைப் புண்படுத்துவதை விசாரிக்க விதிமுறை இல்லாததால், அவர் விடுவிக்கப்பட்டார். விடுவிக்கப்பட்டதும் உல்ம்-உத்தீன் என்னும் முஸ்லீம் இளைஞன் அவரைக் கொன்றான். இந்நூலால் உண்டான வன்முறைச் சம்பவங்கள், புதிய வெறுப்புப் பேச்சு சட்டத்தை நிறைவேற்றுமாறு அரசாங்கத்தை இட்டுச் சென்றது-இச்சட்டம் மத உணர்வுகளைப் பாதுகாத்தது. இப்போக்கு நீடிக்கிறது.

உணர்த்தப்படுவது

காங்கிரஸ் குல்லாய்களின் பற்றி எரியக்கூடிய தொழிற்சாலையில், சாதாரண மனிதனின் விடுதலைத் தீப்பந்தம் இங்கே காட்டப்படுகிறது. அம்பேத்கர் உதவியுடன் நேரு தீயை அணைக்கிறார். இம்மரபு வாழ்ந்து கொண்டிருக்கிறது.

8
பௌத்த சிகிச்சை

சங்கர்ஸ் வீக்லி, மே 21, 1951 சங்கர்

இந்தியாவின் நோய்களை பௌத்தம் குணப்படுத்த வேண்டும் என்று அம்பேத்கர் விரும்புகிறார்: பௌத்த மத்திய அமைச்சரவையின் முதல் கூட்டம்.

மகாபோதி சங்கமும் டெல்லி பட்டியலினச்சாதி நல்வாழ்வு சங்கமும் இணைந்து 1951 மே 19-லிருந்து 21 வரை, வைகாசி பூர்ணிமையின் (புத்தரின் பிறப்பு, ஞானமடைதல், மகாபரிநிர்வாணம் எனும் மூன்று புனித நாட்கள்) மாபெரும் கொண்டாட்டத்திற்கு ஏற்பாடு செய்தன. மே 20 அன்று, பர்மா,

சிறிலங்கா, ஃபின்லாந்து பிரதிநிதிகள், கூட்டத்திற்கு தலைமை வகித்த பிரெஞ்சுத் தூதுவர் உள்ளிட்ட டெல்லியின் பெரும்பாலான தூதுவர்கள் கலந்துகொண்ட கூட்டத்தில், அம்பேத்கர் இந்துமதம் மீதான தாக்குதலைத் தொடர்ந்தார்: ‘அது வன்முறை, சதுர்வர்ண வடிவிலான சமூகப் பாகுபாடு, சிலைவழிபாடு, சித்தாந்த சாத்திரங்கள் மீது அமைந்துள்ளது... (முந்தைய பிராமணிய வடிவங்களைப் போன்ற இன்றைய இந்துமதம்) நாட்டின் வீழ்ச்சிக்கும் மக்களின் ஒழுக்கச்சிதைவுக்கும் காரணமாயுள்ளது.’

பௌத்தத்தின் செய்தியால் ஈர்க்கப்பட்ட பட்டியலினச் சாதி மக்கள் பெரும் எண்ணிக்கையில் விழாவுக்கு வந்திருப்பதைக் கண்டு மகிழ்ந்த அம்பேத்கர், இந்நாட்டு மக்கள் உயரிய அறநெறிகளைக் கைக்கொள்ளும்போது, இந்தியா கீர்த்திபெற்று உயரும் பொருட்டு, பௌத்தத்தைப் புதுப்பித்திட தீர்மானம் மேற்கொண்டார். ‘பௌத்தத்தை மேற்கொள்ள வேண்டுமானால் அதனை ஏற்றுக் கொள்ளுங்கள், பிராமணியத்தை ஏன் அவமதிக்கிறீர்கள் என்று மக்கள் வினவுகின்றனர். இதற்குரிய பதில் எளியது. தூய நீருடன் கழிவு நீர் கலந்து செல்ல அனுமதித்தால், அது பாழாகும். எனவேதான், இந்து மதத்தின் கழிவு நீரை பௌத்த மதத்தின் கொள்கைகளுடன் பாய்ந்து செல்ல நாம் அனுமதிக்கக் கூடாது... பிராமணர்கள் கோயில்களில் உணவையும் சொத்தையும் அனுபவிக்கிறார்கள், அதனால் இந்து மதத்தை அவர்கள் புகழ்கின்றனர்.’ இந்துக்களால் ஒருபோதும் சாதியை ஒழிக்க முடியாது, ஏனெனில் தமது புனித நூல்களாலும் தெய்வங்களாலும் அது தரப்பட்டது என நம்புகிறார்கள் என்பதை உறுதிப்படுத்தினார். ‘அரசாங்கத்தில் ஒரே ஊழல், ஏனெனில் நாட்டு மக்கள் ஒழுக்க ரீதியில் சீரழிந்து போயுள்ளனர். இக்கேட்டின் தோற்றுவாய் இந்து மதத்தில் உள்ளது; அது எந்த தார்மிக நெறியையும் போதிப்பதில்லை, ஆண்-பெண் தெய்வங்களை பூசனை செய்வதும் பிராமணர்களை உண்ணவைப்பதும் தான். தற்போதைய இந்துமதம் இதில் இரு நீரோட்டங்களைப் பெற்றிருக்கிறது-ஒன்று பௌத்தத்திலிருந்து வந்து, அகிம்சையினையும் சமூக சமத்துவத்தையும் கற்பித்தது; மேலோங்கிய இன்னொன்று பிராமணியத்திலிருந்து வந்து, வன்முறையினையும் சாதிப்பாகுபாட்டினையும் கற்பித்தது.’

பாராளுமன்றத் தலைவர்களால் இப்பேச்சு பெரிதும் புறக்கணிக்கப்பட்டாலும், இந்து சட்ட மசோதாவை நிறைவேற்றிட அரசாங்கத்துடன் பணியாற்றிக்கொண்டே அம்பேத்கர் ஏன் இத்தகைய அறிக்கைகளை வெளியிட்டார் எனப்பலர் வியப்புற்றனர்.

உணர்த்தப்படுவது

அரசியல் ரீதியில் முன்னேற்றம் பெற்ற அம்பேத்கரின் பேச்சினுடைய, புனிதமாக்கப்பட்ட பிராமணமயமாக்கப்பட்ட சித்தரிப்பு இங்குள்ளது. திகைப்புற்ற தலைப்பாகை அணிந்த உறுப்பினர், இந்து சட்ட மசோதாவிலான அம்பேத்கரின் பணியைக் கவனித்துக் கொண்டிருப்போரின் பிரதிநிதியாக இருக்கலாம், பார்த்துக் கொண்டிருக்கிறார். அல்லது சங்கர் 'இந்தியாவை குணப்படுத்த' விரும்புவதாக அம்பேத்கர் கூறும்போது, சீக்கியர் போன்ற இதரச் சமுதாயங்களை மறந்துவிடுகிறார் என்று காட்ட முற்படுகிறார். சீக்கியத்தில் சாதி இருக்கிறது என்பதை சங்கர் அறியாதவரா?

தொன்மையான அல்லது இடைக்கால இந்தியாவில்கூட, பல்வேறு அடுக்குகளிலான கலகங்களால் பிராமணிய ஆசிரியர் பதிவுசெய்யப்பட்டாலும் பதிவு செய்யப்பட்டபோது-எப்படி புனிதப்படுத்தப்பட்டன என இத்தகு படிமங்கள் ஒருவரை ஆச்சரியப்பட வைக்கின்றன.

9

பிரம்பை எடுக்கவேண்டாம்

சங்கர்ஸ் வீக்லி, ஜூன் 3, 1951, சங்கர்

Fears were expressed in Parliament that the powers vested in Government by the Constitution Amendment Bill would be used to curb opposition.

அரசமைப்புச் சட்ட திருத்த மசோதாவால் அரசாங்கத்திடம் குவிக்கப்பட்டுள்ள அதிகாரங்கள் எதிர்ப்பைக் கட்டுப்படுத்தப் பயன்படுத்தப்படும் எனப் பாராளுமன்றத்தில் அச்சங்கள் வெளிப்படுத்தப்பட்டன.

1951-ஆம் ஆண்டு முதல் அரசமைப்புச் சட்டத் திருத்த மசோதாவுக்கு பலகாரணிகள் இட்டுச் சென்றன. நேருவின் கொள்கைகள் மீது, குறிப்பாக வெளிநாட்டு உறவுகள் மீது, சீண்டிவிடும் தன்மையிலான கட்டுரையை வெளியிட்டமைக்காக, தடைசெய்யப்பட்ட *Cross Roads* வார இதழின் கம்யூனிஸ்ட் ஆசிரியர் ரொமேஷ் தாபருக்கு எதிரான வழக்கு முதலாவதாகும். இறுதியில், பேச்சு சுதந்திரத்திற்கான அடிப்படை உரிமை அடிப்படையில், தாபர் குற்றமற்றவராக அறிவிக்கப்பட்டார். மெட்ராஸ் மாகாணத்திலும் கேரளத்திலும் கம்யூனிஸ இயக்கம் எழுச்சி கொண்டிருந்தபோது இது நடந்தது. இதற்கிடையே, ஆர்.

எஸ்.எஸின் ஊதுகுழல் ஆர்கனைஸர் மீதான கட்டுப்பாடுகளும் இதே அடிப்படையில் விலக்கிக் கொள்ளப்பட்டன. நேருவுக்கும் லியாகத் அலிக்கும் இடையிலான சமாதான உடன்படிக்கையை எதிர்த்து சியாம பிரசாத் முகர்ஜி சமீபத்தில் அமைச்சரவையிலிருந்து விலகியிருக்கிறார், பிரிவினையை ரத்து செய்து, யுத்தம் நடத்த வேண்டும் என ஆவேசமாகப் பேசிக்கொண்டிருந்தார். பிரிவினையின் கொடூரங்களை விவரிக்கும் புத்தகங்கள் வெளிவரத் தொடங்கின, அவற்றில் சில வெளிப்படையாகவே பழிவாங்குதலுக்கு அறைகூவல் விடுத்தன. வங்காளத்திலிருந்த இன்னொரு அச்சகம் தீவிரவாதப் போக்கில் வன்முறையான படிமங்கள் நிறைந்த சிறு பிரசுரங்களை வெளியிட்டதையொட்டிய வழக்கில், பேச்சுரிமைக்கு சாதகமாகவே நீதிமன்றம் தீர்ப்புரைத்தது. 'ஊடகம் வாயிலாகவோ பேச்சு வாயிலாகவோ, ஒருவர் கொலைசெய்யுமாறு தூண்டியோ அல்லது இதர குற்றங்களில் ஈடுபட்டோ இருந்தால், அவர் அவ்வாறிருக்கச் சுதந்திரம் கொண்டுள்ளார்; ஏனெனில் பேச்சுரிமை கருத்துரிமை என்னும் அடிப்படை உரிமையை அவர் பிரயோகிக்க முடியும்' என இத்தீர்ப்பினை உரைத்த நீதிபதி தெரிவித்தார்.

இதுபெரும் சலசலப்பை ஏற்படுத்தியது. பேச்சுரிமையில் திருத்தம் கொண்டுவருமாறு நேரு உடனே அம்பேத்கருக்கு எழுதினார். ஜூன் 1951-இல் மூன்று காரணங்களின் அடிப்படையில் இச்சுதந்திரம் கட்டுப்படுத்தப்பட்டது; பொது ஒழுங்கு, அந்நிய அரசுகளுடன் நட்பார்ந்த உறவுகள், குற்றமிழைத்திடத் தூண்டுதல். ஜமீன்தாரி முறை ஒழிப்பையும் செல்லுபடியாக்கிய இத்திருத்தம், பலவீனமான பிரிவுகளுக்கான நேர்மறைப் பாகுபாடு மற்றும் பாதுகாவலர்கள், சமத்துவ உரிமைக்கு முரணானவை அல்ல என்ற தெளிவினை வெளியிட்டது. மருத்துவ-பொறியியல் கல்லூரிகளில் இட ஒதுக்கீட்டை, மெட்ராஸைச் சேர்ந்த பிராமணப் பெண் ஆட்சேபித்திருந்ததால், கடைசிப் பிரிவு சட்டமாக்கப்பட்டது. இத்திருத்தம் நிறையவே விமர்சிக்கப்பட்டது என்று சொல்ல வேண்டியதில்லை. முகர்ஜியும் ஜே.பி.கிருபளானியும் இதனை ராணுவ நடவடிக்கை என்று கண்டித்தனர், ஏழைகளுக்குத் தேவை ரொட்டியே அன்றி துப்பாக்கிக் குண்டுகளல்ல என்றனர். இக்கேலிச் சித்திரத்தில் AINEC (அனைத்திந்திய செய்தித்தாள் ஆசிரியர்கள் மாநாடு) ஆசிரியரின் செல்லப் பிராணியாகக் காட்டப்பட்டுள்ளது; ஒன்றுபடாதவர்கள் இம்முக்கிய நேரத்தை,

மசோதாவை எதிர்த்தும், போக்கினை மாற்றுமாறு அரசாங்கத்திற்கு பரிந்துரைகள் செய்தும் கழித்தனர்.

உணர்த்தப்படுவது

இப்போது ஸ்லாவோஜ் ஸிசெக் தரும் ஜோக். ஜெர்மன் ஜனநாயகக் குடியரசு சார்ந்தது. ஜெர்மானிய தொழிலாளர் ஒருவருக்கு சைபீரியாவில் வேலை. கடிதங்கள் தணிக்கையதிகாரிகளால் வாசிக்கப்படும் என்பதை உணர்ந்து, தன் நண்பர்களிடம் கூறுகின்றான்: 'ஒரு சங்கேதத்தை ஏற்படுத்திக் கொள்வோம். என்னிடமிருந்து உங்களுக்கு வரும் கடிதம் சாதாரண நீல மையில் இருந்தால், அது உண்மையானது; சிவப்பு மையில் இருந்தால் பொய்யானது.' ஒருமாதத்திற்குப் பிறகு நண்பனிடமிருந்து நீல மையில் எழுதப்பட்ட கடிதம் அவர்களுக்கு வருகிறது. 'இங்கு எல்லாம் அற்புதம்; கடைகள் நிறைந்துள்ளன; உணவு அபரிமிதம், அடுக்ககங்கள் பெரிதாக, உரிய வெப்ப வசதி செய்யப்பட்டுள்ளன; திரையரங்குகள் மேற்கிலிருந்து வரும் திரைப்படங்களை காட்டுகின்றன. அழகான பெண்கள் எங்கிலும் கிடைப்பார்கள்- கிடைக்காத ஒரே விஷயம் சிவப்பு மை.'

10

பந்தயம்

சங்கர்ஸ் வீக்லி, ஜூன் 10, 1951, சங்கர்

பாராளுமன்றத்தில் அரசமைப்புச்சட்ட திருத்த மசோதாவில் அரசாங்கம் எதிர்க்கட்சிக் கட்சிகளை எளிதாக வென்றது.

முதலாவது அரசமைப்புச்சட்ட திருத்தத்தின் வாயிலாக, 15-வது பிரிவில் பின்வரும் உட்பிரிவு சேர்க்கப்பட்டது (சமத்துவ உரிமை): 'இப்பிரிவிலுள்ள எதுவும் அல்லது பிரிவு 29-லுள்ள உட்பிரிவு (2) சமூக ரீதியிலும் கல்வி ரீதியிலும் பின்தங்கிய வர்க்கங்களின் குடிமக்கள் அல்லது பட்டியலினச்சாதிகள்-பட்டியலினப் பழங்குடிகளின் குடிமக்களின் முன்னேற்றத்தின் பொருட்டு, தனிச்சிறப்பான சலுகைகள் காட்டுவதினின்றும் அரசை தடுக்காது.' அதுபோலவே, நிலச்சீர்திருத்தங்களையும் சொத்துக்களின் தேசியமயமாக்களையும் சட்டபூர்வமாக்கிய, பிரிவு 31 மற்றும் பிரிவு 19 (பேச்சுரிமைக்கு கட்டுப்பாடுகளைக் கொண்டுவந்தது) ஆகியவற்றிற்கு திருத்தங்கள் செய்யப்பட்டன. பிரிவுகள்

341,342,372 மற்றும் 376 ஆகியவற்றில் சிறு சிறு மாற்றங்களும் மேற்கொள்ளப்பட்டன. 20-க்கு எதிராக 228 பெரும்பான்மை வாக்குகளுடன் இம்மசோதா நிறைவேற்றப்பட்டது.

உணர்த்தப்படுவது

நேரு, ராஜகோபாலாச்சாரி மற்றும் அம்பேத்கர் ஆகியோர் பாராளுமன்ற உறுப்பினர்களது வேட்டை நாய்களின் பெரிய கூட்டத்துடன் எதிர்க்கட்சியை வேட்டையாடிக் கொண்டிருந்தனர். எதிர்க்கட்சி என்பது ஓர் எலிதான். சீக்கிரமே அம்பேத்கர் துரத்தப்படுபவராக இருப்பார். எண்ணிக்கை பலமும் மூலதனமும் கொண்ட காங்கிரஸ் காட்சியை மிகுதியும் நடத்தியது.

11
பிச்சை

சங்கர்ஸ் வீக்லி, ஜூன் 10, 1951, சங்கர்

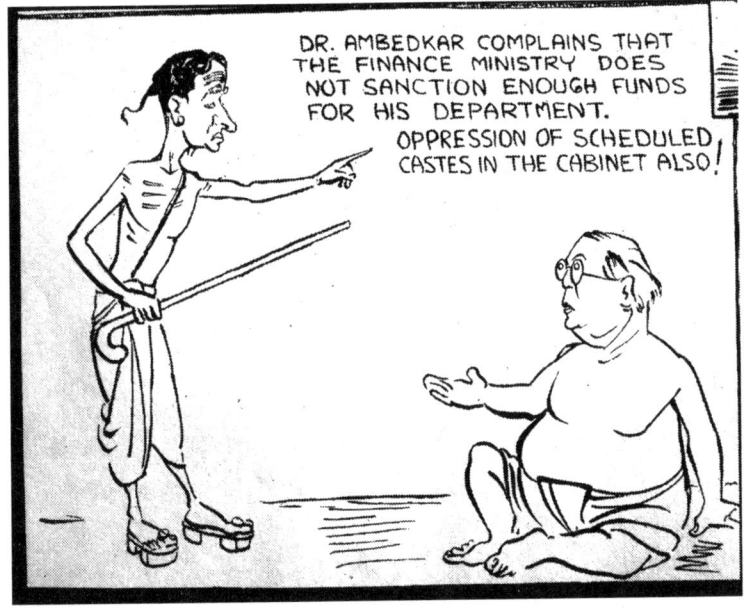

நிதி அமைச்சகம் தன் துறைக்குப் போதுமான நிதி ஒதுக்குவதில்லை என டாக்டர் அம்பேத்கர் குறைகூறுகிறார். அமைச்சரவையில் பட்டியலினச் சாதிகளின் ஒடுக்குமுறை குறித்தும் குறை கூறுகிறார்.

முதலாவது அரசமைப்புச் சட்டத் திருத்த விவாதங்களுக்குப் பிறகு, அரசமைப்புச்சட்ட கொள்கைகளுக்கு இணக்கமற்றிருப்பவை என்று கருதப்பட்ட சில விதிகளுக்கான குடியரசுத் தலைவரது சில ஆலோசனைகள் எடுத்துக் கொள்ளப்படவில்லை என்னும் விமர்சனத்திற்கு அம்பேத்கர் பதிலளித்தார்: 'சட்டத்துறை மிகவும் தளர்ச்சி கொண்டதாக கூறப்பட்டுள்ளது. அது தூங்கச் சென்றுள்ளது என்று சில நண்பர்கள் தெரிவித்துள்ளனர்.' சட்டத்துறையில் மூன்று வரைவாளர்களே உள்ளனர் என்று

குறிப்பிட்ட அவர், நிதித்துறையிடம் மேலும் நிதி கோரினார். திட்டம் மற்றும் வளர்ச்சித்துறையில் அம்பேத்கர் அதிக ஆர்வங்காட்டியிருக்கிறார் என்பதும் அறியப்பட்டுள்ளது. இந்து சட்ட மசோதா நிறைவேறுவதை தனது தனிப்பட்ட மற்றும் அரசியல் பொறுப்பாகப் பார்த்ததால், அவர் சட்டத்துறையில் நீடித்திருந்தார்.

உணர்த்தப்படுவது

அம்பேத்கர் பிராமணரின் சீற்றத்திற்கு உள்ளாகிறார். எலும்பும் தோலுமான பிராமணனும் பருமனான அம்பேத்கரும் முரண் நிலையில், மலினமான வேடிக்கைகள் வழங்குபவர்களாக கேலிச்சித்திரத்தில் இருக்கின்றனர். பாராளுமன்ற நடவடிக்கையின் சிறியதொரு விவரணத்தை சாதி சூழலுக்குள் கொண்டுவந்து சங்கர் நகைச்சுவையாக்குகிறார். இதிலுள்ள அரசியலை எண்ணாமலிருந்தால், இனிதானதே. சீக்கிரமே, இந்து சட்ட மசோதா நிறைவேறாததால் அம்பேத்கர் விலகியபோது, பாராளுமன்ற சாதிய பிரதேசவாதத்தை எதிர்கொள்வார்.

12

உடல் பலம்

நேஷனல் ஹெரால்ட், செப்டம்பர் 19, 1951, பிரேஷ்வர்

Dr. Shyama Prasad Mookerjee initiated the dis cussion on the Hindu Code Bill in Parliament.

பாராளுமன்றத்தில் இந்து சட்ட மசோதா மீதான விவாதத்தை டாக்டர் சியாம பிரசாத் முகர்ஜி தொடங்கினார்.

செப்டம்பர் 17, 1951-இல் இந்து சட்ட மசோதாவை மையமிட்ட விவாதங்கள் நடந்து கொண்டிருந்தன. இந்து மகாசபை உறுப்பினரும் முன்னாள் வர்த்தகம்-தொழிற்துறை அமைச்சருமான சியாம பிரசாத் முகர்ஜி, தன் எதிர்ப்பைக்காட்ட எழுந்தார். ஒரு சமுதாயத்தை விதிமுறைக்கு உட்படுத்த பிரித்தெடுத்த அரசாங்கத்தின் சமயச்சார்பற்ற அனுமானங்களை தாக்கத் தொடங்கினார். ஒருதார மணமே ஒரே கொள்கை என்பதில் அரசாங்கம் உறுதி கொண்டால், அதனை ஏன் நாடெங்கிலும் கொண்டுவரக்கூடாது என வினவினார். நஸிருத்தீன் அகமத்தைக் காட்டி, 'சில தரப்பு'களிலிருந்து இத்தகைய நடவடிக்கைக்கு எதிர்ப்பு வரவேண்டும் என்று கூறினார். 'ஒரு மனைவியுடனான பிரச்சனைகளே போதும் இருவர்

தேவைப்படவில்லை' என்றிருப்பதாக அகமத் ஒதுங்கினார். இருப்பினும், முஸ்லீம்களுக்கு இது போன்ற சட்டம் இயற்றுங்கள் என கொள்கை ரீதியில் அரசாங்கத்திடம் பிடிவாதம் காட்டினார். முஸ்லீம்களிடமிருந்து வரும் எதிர்ப்புக்கு அரசாங்கம் அஞ்சுவதாக குறை கூறினார்-இந்து சம்பிரதாயங்களை சிதைப்பதால் ஏற்படும் விளைவுகள் பற்றி அவர்கள் கவலையே படுவதில்லை என்றாலும்; அப்போது அம்மசோதாவை எதிர்ப்பவரான சி. ராஜகோபாலாச்சாரியே, 'ஏனெனில் சமுதாயம் என்பது நாமே' என்றார். சமூக சீர்திருத்தம் தொடர்பான எந்தச் சட்டத்திற்கும் பெரும்பான்மையினரின் ஆதரவு தேவை என முகர்ஜி வற்புறுத்தினார். சமூக-மத விஷயங்களைச் சட்டத்தின் வாயிலாக எதிர்கொள்ளும் உரிமையை பாராளுமன்றம் மேற்கொள்ளும் என்பதை ஏற்றுக் கொண்டாலும், தன் விதிமுறைகளிலிருந்து வெளியேறும் சுதந்திரத்தை, அவ்வாறு விரும்புவோருக்கு அளித்தாலே, இந்து சட்ட மசோதா அத்தகையதாயிருக்கும் என்று கேட்டுக்கொண்டார். இத்தகைய சட்டத்தை நிறைவேற்றாதிருப்பது, சர்வதேச சமுதாயத்தில் இந்தியாவுக்கு கண்ணியக்குறைவை ஏற்படுத்தி, பின்தங்கியதாக பார்க்க வைக்கும் என்ற வாதத்தை மறுத்தார்-இனங்களுக்கிடையிலான திருமணத்தை தடை செய்யும் இனவாதங்களை பலமாநிலங்கள் கொண்டிருக்கும் அமெரிக்க உதாரணத்தை எடுத்துக்காட்டி.

அமெரிக்க உதாரணத்தை இந்தியா பின்பற்ற வேண்டுமா என ரேணுகா ரே வினவியபோது, இந்திய பண்பாட்டிலிருந்தே எடுத்துக்கொள்ள முடியும் என்றார். கத்தோலிக்க மதமும் உதாரணம் காட்டப்பட்டது; விவகாரத்தினை தேவாலயம் அனுமதிக்காத போதும், மதக்கட்டளைகளுடன் குழப்பிக் கொள்ளாத குடிமைச் சட்டங்களைப் பல கத்தோலிக்க நாடுகள் கொண்டுள்ளன; இருப்பினும் விண்ணப்பிப்போருக்கு விவாகரத்தினை உத்தரவாதப்படுத்துகின்றன. அரசாங்கம் இத்தகைய பாதையை பின்பற்றவேண்டும் என்றார். விவாகரத்தையும் கலப்பு மணங்களையும் அனுமதிக்கும் சட்டங்கள் ஏற்கனவே உள்ளன என்றார். இந்து திருமணத்தின் புனிதப் பண்பை, தார்மிக ரீதியில் பவித்திரமானதை அரசாங்கம் கூருணர்வுடன் நோக்காமல், தொல்கால துறவிகளின் ரிஷிகளின் படைப்பை அற்பப்படுத்துகிறது என அரசாங்கம் குற்றஞ்சாட்டப்பட்டது. வெறுமனே ஓர் அபிப்பிராயத்தின் அடிப்படையில், குறிப்பாக

'அழுகியதும் ஒழுங்கில்லாததும் பின்தங்கியதுமான' ஒன்று நாட்டில் நிகழ்கின்றது என்று காணமுடியாவிட்டால், பாராளுமன்றம் ஒரு சட்டத்தை ஆக்கக் கூடாது; மாறாக, அதனை எதிர்க்கின்ற மக்களிடத்தே நல்ல நம்பிக்கையுடன் ஈடுபடவேண்டும். மசோதாவை ஆதரித்த, என்.வி.காட்கில், எச்.என்.குன்ஸ்ரு உள்ளிட்டவர்களின் பேச்சுகள் பின்தொடர்ந்தன. செப்டம்பர் 20-இல் அம்பேத்கர் தன் மறுப்புகளை முன்வைத்தார்: 'டாக்டர் சியாம பிரசாத் முகர்ஜியைப் பொறுத்தவரை, அவரைத் தீவிரத்துடன் எடுத்துக் கொள்ளலாகாது என எனக்கொரு உணர்விருக்கிறது. அவருக்கு தனக்கென ஒரு மனம் இல்லை.' இம்மசோதா வளர்ந்து விவாதிக்கப்பட்ட நான்கு ஆண்டுகளில், அமைச்சரவை உறுப்பினராக அவர் இருந்தபோது, அவர் இம்மசோதாவினை எதிர்த்ததே இல்லை. எதிர்க்கட்சிக்கு வந்ததும், எதிர்க்கவேண்டும் என்னும் பொருட்டு, இப்போது எதிர்க்கின்றார் என அம்பேத்கர் குற்றஞ்சாட்டினார். எதிர்ப்புப் புள்ளிகளைக் கணக்கில் எடுத்துக் கூறினார்: ஓர் அமைப்பு உயிர்த்துள்ளது என்பது அதனை அங்கீகரிப்பதற்கான காரணமாக இருக்க முடியாது; பல்வேறான சித்தாந்தங்களை இந்துமதம் உள்ளீர்த்துக் கொள்ள தலைப்பட்டாலும், (மதத்தின் முற்போக்கான பண்பாக முகர்ஜியால் வாதிடப்பட்டது), சாராம்சமான அதன் கட்டமைப்பு அப்படியே இருக்கிறது, அது சதுர்வர்ணம்; ராமன், தசரதன், கிருஷ்ணன் போன்ற இந்திய முன்மாதிரிகளைப் பாராமல், வெறுமனே மேற்கத்தைய லட்சியங்களையே இம்மசோதா நகலெடுக்கிறது என்னும் வாதத்தை 'சுதந்திரம், சமத்துவம், சகோதரத்துவ' கொள்கைகளால் முறியடித்தார்-இவற்றை முன்மாதிரிகளாகக் கொண்டிருந்த அம்பேத்கர், இவற்றின் மூலம் சமூகம் பகுப்பாய்வு செய்யப்படவேண்டும் என்றார்.

'திருமணத்தின் புனிதக்கருத்து சுதந்திர உணர்வுக்கு எதிரானது; ஆணைப் பொறுத்து பலதாரமணமே அன்றி வேறில்லை, பெண்ணுக்கோ நித்திய அடிமை நிலை. இது அடிமை நிலைக்கு இணையானது. சுதந்திர உழைப்புத் தத்துவம், ஒருவர் விரும்பும்போது ஒப்பந்தத்தை விலக்கிக் கொள்ளும் திறமை வேண்டும்' என்பது அம்பேத்கரின் பார்வை. இந்து மதத்திற்கெதிரான இத்தகைய கண்டனங்களை சகித்துக்கொள்ள இயலாது என உறுப்பினர்கள் ஆட்சேபணைகள் எழுப்பினர். இம்மசோதாவை முன்னெடுத்துச் செல்வோர் தனிப்பட வசைபாடப்படுகின்றனர், அவ்வளவு கடுமையாக நிந்திப்பவர்களின் பண்பு நலன் ஆழமானதாயில்லாதது

வியப்படைய வைக்கிறது என்றார் நேரு. இம்மசோதாவை விருப்பம் சார்ந்ததாக ஆக்கும் பிரச்சனையில், அம்பேத்கர், இத்தகு திருத்தத்தால் உண்டாகும் குழப்பங்களுக்கு எடுத்துக்காட்டுகள் தந்தார்: யார் தெரிவு செய்வது? தந்தை தன் மகளுக்காகத் தெரிவு செய்வதா? கணவனின் தெரிவு மனைவிக்குப் பொருந்துமா? தாயின் முடிவு மகனின் முடிவைக் கட்டுப்படுத்துமா? இவற்றை எதிர்கொள்ள அனைத்திந்திய சீரான நெறிமுறை அவசியம். முஸ்லீம் சமுதாயத்திலுள்ள பலதாரமணத்தைப் பொறுத்தவரை, ஒருவர் தன் மத நம்பிக்கைக்கேற்ப வாழும் உரிமை பெற்றிருப்பதை அரசமைப்புச் சட்டம் உத்தரவாதப்படுத்துகிறது. ஆதலின் ஒருபுறத்தே, வெவ்வேறு சமுதாயங்களை வெவ்வேறு விதமாக நடத்துவதில் அரசாங்க நிலைப்பாடு சரியே. அதே சமயம் கலந்தாலோசிக்காது குறிப்பிட்ட சமுதாயத்தின் பொது விதிகளைத் திணிப்பது கொடுங்கோன்மையாகும்-முஸ்லீம்களைப் பொறுத்தவரை அந்நிகழ்வுப் போக்கு நிகழ்ந்திருக்கவில்லை. மறுபுறத்தே, சமூக சீர்திருத்தத்தை நிறைவேற்றுவதற்காக பல்லாண்டுகளாக கலந்தாலோசிக்கப் படுகின்றனர்- அது அவசரமான வகையில் தேவைப்பட்டது. இம்மசோதா குறிப்பாக இந்து மதத்தை, அதிலுள்ள பிரச்சனைகளை அணுகுகிறது. விவாதப் போக்கிலிருந்து விலகிய மோசமான நம்பிக்கையும் தர்க்க ரீதியிலான தவறுமே இந்து மதத்திற்குள்ளேயான சீர்திருத்தமாயுள்ளது. இந் நீண்ட பேச்சு ஆவேசமான நிந்தனைகளால் குறுக்கீடு செய்யப்பட்டது-சினம் அதிகரித்து வந்ததைக் காட்டியது.

உணர்த்தப்படுவது

ஆசாரவாத இந்துக்களால் ஆரவாரிக்கப்படும் முகர்ஜி எப்படி இந்து சட்ட மசோதாவிற்கு எதிராக நிற்கிறார் என்பதை ஒரு நேரடி உருவகம் சித்தரிக்கிறது. 'பெரும்பான்மை' எப்படி விவாதங்களை பார்க்கிறது என இப்பழைய ஜோக் எடுத்துக் காட்டுகிறது-ஒருவரது மூளை-முன்தசையினால் எதிரி 'அழிக்கப்படவேண்டிய' தற்காக, முந்திவிடும் ஆணாதிக்க ஆட்டம். திறந்துள்ள கார் நிச்சயம் மேற்கின் தன்மையிலானது-தனது லங்கோடில் இருக்கும் முகர்ஜி அசலான இந்தியர்.

13

விட்டுச் செல்லப்படுதல்

நேஷனல் ஹெரால்ட், செப்டம்பர் 30, 1951, பிரேஷ்வர்

NATIONAL HERALD SUNDAY,

LEFT BEHIND

Rajaji and Dr. Ambedkar, it is reported, will resign from the Central Government next month.

ராஜாஜியும் டாக்டர் அம்பேத்கரும் அடுத்த மாதம் மத்திய அரசாங்கத்திலிருந்து விலகுவர் என்று தெரிவிக்கப்படுகிறது.

உள்துறை அமைச்சராக சி.ராஜகோபாலாச்சாரி பாராளுமன்றத்தில் ஊடக மசோதாவை முன்வைத்தார். அது ஊடகத்தின் மீது பல கட்டுப்பாடுகளை விதிக்க முற்பட்டது. சில விதிமுறைகள் ஓர் ஊடகத்தை ஆரம்பித்து நடத்துவதை எளிதாக்குவதற்காக செய்யப்பட்டாலும், இன மோதல்களின் பதற்றம் நிலவிய சூழலில் அவற்றைத் தூண்டி விடுவதில் ஊடகத்தின் பங்கு என்னவென்று விவாதிக்கப்பட்ட பின்புலத்தில் இம்மசோதா கொண்டுவரப்பட்டது. பாராளுமன்றத்தில் இம்மசோதாவை ஆதரித்துப் பேசிய சி. ராஜகோபாலாச்சாரி, அதிகபட்ச அளவுக்கு ஊடக சுதந்திரத்தை அளிக்க விரும்புகிறது;

பெரிய குற்றம் இழைக்கப்பட்டுள்ளது என நிறுவப்பட்ட பிறகே அதன்மீது நடவடிக்கை எடுக்கப்படும் என்றார். 1931-ஆம் ஆண்டிலிருந்து இக்குற்றங்கள் கணிசமாகக் குறைந்துள்ளன. அவற்றில் அடங்கியவை: அரசாங்கத்தை தூக்கி ஏறிய அல்லது தகர்க்க வன்முறையை ஊக்குவித்தல்; கொலை செய்யத் தூண்டுதல்; எந்தவகையான சதி அல்லது வன்முறை; சட்டம்-ஒழுங்கில் பொருட்கள்-சேவைகள் வழங்குவதில் தலையிடல்; ஆயுதப்படை மற்றும் காவல்துறையின் விசுவாசத்தை மோசமாக்குதல்; அரசு ஊழியர்களை மிரட்டுதல், தாக்குதல்; வர்க்கப் பகைமையை வெறுப்பைத் தூண்டிவிடுதல்; குற்றவியல் தலையீடு. சதித்தன்மையான, வன்முறையைத் தூண்டுவதான, அவதூறான, ஆபாசமான விஷயங்களை வெளியிட செய்தித் தாள்கள் அனுமதிக்கப்படவில்லை. அக்டோபர் 23, 1951-இல் ஊடக ஆட்சேபகர விஷயங்கள் சட்டம் நிறைவேற்றப்பட்டது- அது தினசரிகளின் ஆசிரியர்களுக்கும் பத்திரிகையாளர்களுக்கும் திகிலூட்டுவதாயிருந்தது. இதனால் எழுந்த எதிர்ப்புகளால், இப்பிரச்சனையை விசாரிக்க நேரு ஊடக ஆணையத்தை நியமித்தார்; இச்சட்டம் 1956-இல் முடிந்து போகும் என்றும் அறிவித்தார்.

சர்ச்சைக்கு இடமான இம்மசோதாவின் நிறைவேற்றமும் இந்து சட்ட மசோதாவின் தோல்வியும் பொருந்திப் போயின. அப்போது ராஜகோபாலாச்சாரியும் அம்பேத்கரும் தம் பதவி விலகல்களை அறிவித்தனர். ராஜகோபாலாச்சாரி உடல்நலக்குறைவைக் காரணம் காட்டினார் ஆனால் பிரதமரிடமிருந்து கலந்தாலோசனை இல்லாதது அவருக்குப் பிடிக்கவில்லை எனப்பட்டது. அம்பேத்கரின் வெளியேற்றம் மிகவும் நாடகபூர்வமாயிருந்தது. செப்டம்பர் 27-இல் நேருவுக்கு எழுதிய கடிதத்தில், நேருவின் முயற்சிகளும் சமரசங்களும் இருந்தபோதிலும் இந்து சட்ட மசோதா கொல்லப்பட்டிருந்ததைக் குறிப்பிட்டிருந்தார். 'உங்கள் அமைச்சரவையில் உறுப்பினராக நான் நீடிப்பதில் எந்த நோக்கமும் இல்லை.' தான் கொண்டுவந்திருந்த மசோதாக்கள் தொடர்பான பணிகளை முடித்துத் தரும் பொருட்டு, அக்டோபர் 11 வரை நீட்டித்திட இசைந்தார். இறுதி நாளன்று, தனது பணி முடிந்ததும் அவையில் அறிக்கை சமர்ப்பிக்க இருந்தார். அப்போது குறுக்கிட்ட துணை சபாநாயகர் எச்.கே.மகதாப், அம்பேத்கர் தனது அறிக்கை நகலை முன்கூட்டியே வழங்காததால் பேச அனுமதிக்க முடியாது

என்றார். இது முன்-தணிக்கை என உறுப்பினர்கள் கண்டனம் செய்ய, அம்பேத்கர் தான் அமைச்சரில்லாததால், அவையின் கட்டளைகளுக்கு அடிபணியப் போவதில்லை என்றார் அவ்வளவு சுருக்கமாக. தன் அறிக்கையை எடுத்துக் கொண்டு வெளியேறிய அவர், பாராளுமன்றத்திற்கருகே கூடியிருந்த பத்திரிகையாளரிடம் தன் அறிக்கையை வெளியிட்டார். நேரு அமைச்சரவையுடனான 5 வித்தியாசங்கள் விவரிக்கப்பட்டன. 1) திட்டத்துறைக்குப் பொறுப்பானவராகத் தன்னை நியமிப்பதாக அளித்துள்ள வாக்குறுதி நிறைவேற்றப்படாமை 2) பட்டியலினச் சாதிகளின் நிலை குறித்த அக்கறை இன்மை 3) காஷ்மீர் பிரச்சனையை அணுகுவதில் சாமர்த்தியமின்மை 4) பல நாடுகளை பகைமை கொள்ள வைத்து, அதீதமான ராணுவச் செலவினை ஏற்படுத்திய அரசாங்கத்தின் வெளிநாட்டுக் கொள்கை 5) இந்து சட்ட மசோதாவை நிறைவேற்ற முடியாத திறமையின்மை. தானொரு நோயாளி என்றாலும், தனது பதவிவிலகல் ஏமாற்றத்தின் விளைவே, உடல் நோய் காரணமாகவே தனது கடமை எனத் தான் கருதியதை ஒருபோதும் கைவிடமாட்டேன் என்பதை தெளிவுபடுத்தினார்.

உணர்த்தப்படுவது

ராஜாஜிக்குப் பால் கிடைக்கிறது. அழுமாறு விடப்பட்டிருக்கிறார் அம்பேத்கர். நிகழ்வுகளின் நேரிடையான சித்தரிப்பு. இக்கேலிச்சித்திரத்தில் குறிப்பிடப்பட்டுள்ள மசோதாக்கள் தொடர்பற்றவை, அவற்றின் விதிகள் பின்னிப்பிணைந்தவை அல்ல. இருப்பினும், மிகவும் சிக்கலான சம்பவங்களில் நகைச்சுவை காணும் பொருட்டு, தேசிய அளவிலான பிரச்சனைகளை எளிமைப்படுத்துவது கேலிச்சித்திரக்காரரது பணி. சித்திரம் தீவிரச்சலிப்பினை மட்டும் வெளிப்படுத்திடாமல், குறைந்தது மனரீதியிலான சிரிப்பை எழுப்பினால் சரி.

14
வாயடைத்தல்

லீடர், செப்டம்பர் 30, 1951, உம்மன்

இந்து சட்ட மசோதா முடக்கப்பட்டிருக்கிறது

சர் பி.என். ராவ் தலைமையில் 1941-இல் குழு ஒன்று நியமிக்கப்பட்டபோது, இந்து சட்ட மசோதாப்பணி ஆரம்பிக்கப்பட்டது. இந்தியாவுக்குள் சென்றுவந்து, பிராமணிய நூல்களின் பல்வேறு பார்வைகளைக் கேட்டறிந்து, இந்து சட்டத்தை மாற்றி விதியாக்குவது அதன் பணியாகும். இதன் விளைவுதான் இந்து சட்ட மசோதாவின் முதல்வரைவு. இது இந்து சமூகத்திலுள்ள பல முக்கிய முரண்பாடுகளைப் பேசவில்லை; மசோதாவின் முக்கிய பகுதிகளை மாற்றி எழுதிட அம்பேத்கர் முற்பட்டபோது, பெண்களின் சொத்துரிமை மற்றும் கூட்டுக் குடும்ப அமைப்பு ஆகியவற்றில் சிறப்புக் கவனம் எடுத்துக்கொண்டார். முதலில் அவர் செய்த மாற்றம், கலப்பு மணத்தை பட்டவர்த்தனமாக அங்கீகரித்தது. எடுத்த எடுப்பிலேயே, பல்வேறு தரப்பினரால் ஆவேசமாக எதிர்க்கப்பட்ட இம்மசோதா, அவையில் கொந்தளிப்பை ஏற்படுத்தியது. சில ஆண்டுகளாக நடந்து விவாதங்களின் ஒவ்வொரு திருப்பத்திலும் தடுத்து நிறுத்தப்பட்டது; பல சந்தர்ப்பங்களில் அம்பேத்கரை நோக்கி சாதிய அவதூறுகள் வீசப்பட்டன; குறிப்பாக இம்மசோதாவை முன்னெடுத்துச் செல்லும் திறன் அவருக்குண்டா என ஒன்றுக்கு மேற்பட்ட தலைவர்கள் வினவினர்.

இம்மசோதாவின் ஆரம்ப கட்டச் சிக்கல்கள், நிர்வாக ரீதியில் தடுத்திடும் தந்திரங்களாயிருந்தன; ஏப்ரல் 1948-இல் அரசமைப்புச் சட்டசபை இம்மசோதாவை தெரிவுக்குழுவிற்கு அனுப்பியது. இக்குழுவுக்கு அனுப்பப்பட்ட மசோதா பி.என்.ராவின் பழைய வரைவன்றி, அம்பேத்கர் குழு தயாரித்த திருத்திய வரைவே. இத்தெரிவுக்குழு 17 புதிய திருத்தங்களைப் பரிந்துரைத்தது; சட்டசபை மசோதாவை விவாதிக்கத் தொடங்குமுன்பு மாகாண அலுவலர்களிடமும் சட்ட வல்லுநர்களிடமும் சுற்றுக்கு விடப்படவேண்டும் என்றது. இது காலனிய அரசு கையாண்ட உத்தி: மாகாண அலுவலர்களிடையே எந்தவொரு சர்ச்சைக்குரிய சீர்திருத்த சட்டத்தையும் மீண்டும் மீண்டும் சுற்றுக்கு விட்டுத் தாமதப்படுத்துவது. பாராளுமன்றத்தில் விவாதங்கள் ஒரு தேக்க நிலையை எட்டியதும், எல்லா எதிர்க்கட்சிகளுடனும் தனிப்பட பேசிப்பார்க்குமாறு அம்பேத்கருக்கு நேரு ஆலோசனை கூறினார். இதுவும் சுமுகமாகச் செல்லவில்லை. ஏப்ரல் 14, 1950 அன்று மாநாடு நடப்பதாக இருந்தது (அது சந்தர்ப்பவசமாக அம்பேத்கரின் பிறந்த நாள்)-அன்று ஹரித்வாரில் கும்பமேளா தினமும் ஆகும்.

பழமைவாதிகளைச் சிக்கலுக்குள்ளாக்காமலிருக்க, மாநாடு ஏப்ரல் 20-க்கு தள்ளிப் போடப்பட்டது; ஆனால் அப்போது, இந்தியாவிலும் பாகிஸ்தானிலுமுள்ள சிறுபான்மையினரைப் பாதுகாப்பதற்கான நேரு-லியாகத் ஒப்பந்த அறிவிப்பு, வலது சாரியினரைப் பரபரப்புக் கொள்ள வைத்தது. இத்தகைய சமாதானப் பேச்சுவார்த்தை அவர்களுக்கு ஏற்க முடியாததாயிருந்தது. இந்துப் பண்பாடு புண்படுத்தப்பட்டதாக கூறப்பட்டது.

இந்நச்சுச் சூழலில் அம்பேத்கர் மாநாட்டை நடத்தினார். விவாதம் உணர்வெழுச்சி மிக்கதாய் இருந்தது. துல்லியமாக நிகழ்த்தப்பட்டன அம்பேத்கரின் கூரிய வாதங்கள்; பொதுக் கூட்டங்களில் கொந்தளிப்பான பேச்சுகள் ஆவேசத்தை எழுப்பின-அரசாங்கத்தையும் இந்து மதத்தையும் தொடர்ந்து தாக்கினார். இது அவையில் பதற்றத்தை உண்டாக்கியது; இந்து சட்டமல்லாத பிற மசோதாக்களை அம்பேத்கர் முன்வைத்தபோது பாராளுமன்ற உறுப்பினர்கள் அவர்மீது தனிப்பட்ட தாக்குதல்களில் இறங்கினார்கள். தன் சகாக்களை அவமதிக்கும்போதும், பட்டியலினச் சாதிகளின் ஒரே நாயகனாக பொதுமக்கள் பார்வையில் தன்னை நிறுத்திக் கொண்டார் எனக் குற்றஞ்சாட்டப்பட்டார். இத்தகைய ஒரு விமர்சனத்திற்கு அம்பேத்கரிடமிருந்து வந்த பதில்: 'நீங்கள் செய்துகொண்டே இருங்கள்... 25 ஆண்டுகளாக நான் இவற்றைத் தாங்கிக் கொண்டு வருகிறேன்.' ஆகஸ்டு 10, 1951 அன்று, தன் சுகவீனம் தனக்கு பெரும் வலியைத்தருகிறது, அதனால் இந்து சட்ட மசோதாவை சீக்கிரமே நிறைவு செய்யவேண்டும் என அம்பேத்கர் நேருவுக்கு எழுதினார். தேர்தல் வந்து கொண்டிருந்ததால், தாங்கள் ஆட்சியை மீளவும் கைப்பற்றும் வரை, மசோதா தொடர்பான விவாதங்களை ஒத்தி வைத்திட காங்கிரஸ் எதிர்பார்த்துக் கொண்டிருந்தது. எனினும், திருமண உரிமைகள் தொடர்பான முதல் உட்பிரிவை செப்டம்பர் 17 அன்று விவாதத்திற்கு எடுத்துக் கொள்ளலாம், எஞ்சியதை பின்னொரு நாளில் வைத்துக் கொள்ளலாம் என அவை தீர்மானித்தது.

விவாதம் தொடங்கி, பழமைவாதத்தின் ஆயாசமளிக்கும் கேள்விகள் நீடிக்கவே, மசோதாவைப் பிரித்து, முதல் உட்பிரிவைத் தனி மசோதாவாக்கலாம் என நேரு ஆலோசனை கூறினார். அம்பேத்கர் இசைந்தார். அவசரவுணர்வில்லாது விவாதங்கள் தொடர்ந்தன.

அம்பேத்கரின் பேச்சால் கிளர்ந்தெழுந்த பார்வையாளரிடம் அவர் தன் வாதங்களை முன்வைத்தார். ராமாயணம் தொடர்பான அம்பேத்கரது குறிப்பு இழிவுபடுத்துவது என்று கருதப்பட்டதும் விஷயங்கள் மோதி நின்று, ஒட்டுமொத்த அவையும் கொந்தளித்தது. மன்னிப்புக் கோருமாறு கேட்கப்பட்டார். அதுவரையில் ஆதரித்து வந்திருந்த நேரு, அந்த அமளியும் சலசலப்புமான சூழலில், மசோதாவைக் கைவிடுமாறு அம்பேத்கரைக் கேட்டுக் கொண்டார். இருப்பினும் முடிவுறாத விவாதங்கள் தொடர்ந்தன; செப்டம்பர் 25 அன்று, மசோதா காலவரையின்றி ஒத்திவைக்கப்படுவதாக அறிவிக்கப்பட்டது. இரு தினங்களுக்குப் பிறகு, அம்பேத்கர் சட்ட அமைச்சர் பொறுப்பிலிருந்து விலகல் கடிதத்தை அளித்தார்.

உணர்த்தப்படுவது

ஜூலை 2016-இல் குஜராத்தின் உணாவில், பசுச் சடலங்களிலிருந்து தோலுரித்ததற்காக நான்கு தலித்துகள், கடவுளுக்குப் பயந்த உயர் சாதியினரால் நடத்திச் செல்லப்பட்டு சவுக்கடி தரப்பட்டனர். பூணூல் அணிந்தவர்களிடமிருந்து கொலை மிரட்டல்கள் கொத்துக் கொத்தாக வரவே, இந்து சட்ட மசோதா பணியிலிருந்த அம்பேத்கர் கடுமையான பாதுகாவலுக்கு உட்படுத்தப்பட்டிருந்தார். இரு சம்பவங்களும் வேடிக்கையானவை. தலித்துகளுக்கு இழைக்கப்பட்ட வன்முறையில் நகைச்சுவையைக் காண்பது தவிர்த்து கேலிச்சித்திரக்காரருக்கு வேறு வழியில்லை. ஒத்துணர்வு, குடிமைப்பண்பு, விழிப்புணர்வின் பொதுவான உணர்வு இவையெல்லாம் முட்டாள்களுக்கானவை.

15

வைராக்கியம்?

சங்கர்ஸ் வீக்லி, அக்டோபர் 7, 1951, சங்கர்

Renunciation ?

It is reported that Dr. Ambedhar is leaving the Ministry.

டாக்டர் அம்பேத்கர் அமைச்சரவையிலிருந்து வெளியேறுகிறார் என்று கூறப்படுகிறது.

இந்து சட்ட மசோதாவை முடக்கிட பாராளுமன்றம் தீர்மானித்தபோது, அம்பேத்கர் செப்டம்பர் 27, 1951-இல் அமைச்சரவையிலிருந்து விலகினார். தனது பதவி விலகல் கடிதத்தில் அவர் நேருவுக்கு எழுதினார்: ‘நீண்டகாலமாக அமைச்சரவையிலிருந்து விலக வேண்டும் என எண்ணி வந்துள்ளேன். இப்போதைய பாராளுமன்றம் முடிவுக்கு வருமுன்பு, இந்து சட்ட மசோதாவை நிறைவேற்றுவது சாத்தியமாயிருக்கும் என்னும் நம்பிக்கையே, என்னை நிறுத்திவைத்திருந்தது. மசோதாவைப் பிரித்து, திருமணம் மற்றும் விவாகரத்துடன் கட்டுப்படுத்திக் கொள்ளவும் சம்மதித்தேன்-இந்த அளவுக்காவது நமது உழைப்பு நன்மை பயக்கும் என்னும் நம்பிக்கையில்.

ஆனால் மசோதாவின் அப்பகுதியும் கொன்றுவிடப்பட்டிருக்கிறது. உங்கள் அமைச்சரவையில் நீடிப்பதில் அர்த்தமில்லை என்றுணர்கிறேன்.' அன்று மாலையே இலக்கம் 1, ஹார்டிங் அவென்யூ இல்லத்திற்குத் திரும்பிவிட்டார்; சில நண்பர்களுடன் கலந்தாலோசித்துக் கொண்டிருந்தார். அவர்களில் ஒருவர் நானக் சந்த் ராட்டு. 'உங்களது சேவையைப் பயன்படுத்திக் கொள்ளுமாறு திரும்பத் திரும்ப என்னிடம் நினைவூட்டியது நீங்கள் தானா?' என அவரிடம் கேட்டார். 'நான்தான், நாளைக் காலை வருவதற்கு உங்களுக்குச் சாத்தியப்படுமா?' என்றார் ராட்டு, மத்திய அரசின் துறையொன்றில் ஊழியராகப் பணியாற்றி வந்த ராட்டு, 1940-லிருந்து அம்பேத்கருக்கு சேவை புரிந்திட ஆர்வமாயிருந்து வருகிறார்; அம்பேத்கரின் தனிச்செயலராக அமர்த்தப்பட்டு, தனது இறப்பு வரையும் அப்பொறுப்பில் நீடித்தார். அடுத்த சில தினங்களில் 26, அலிப்பூர் சாலையிலுள்ள 10 படுக்கைகளுள்ள தங்குமில்லத்திற்கு மாறினார். இவ்வில்லத்தின் பத்து அறைகள், சேமிப்பு அறைகள், வெற்று வெளிகள் என எல்லா இடங்களிலும்-நடைபாதைகளைப் பற்றிச் சொல்லவே வேண்டாம்-இந்தியாவின் தனிப்பட்ட பெரும் நூலகங்களில் ஒன்றான, அவரது 50,000 புத்தகங்களின் சேகரம் அடுக்கப்பட்டிருந்தது.

உணர்த்தப்படுவது

இச்சித்திரம் உண்மைக்கு எதிராக இருப்பதால், இது வேடிக்கையாயுள்ளது. பிரேஷ்வரைப்போலின்றி, சங்கர் இரு படுக்கைகளைக் காட்டுவதில்லை என்பது சிறிய ஆறுதல். அக்காலத்தின் கேலிச்சித்திரக்காரர்களில் பலர் அதே கருத்தின் சாயல்களைச் சிந்திக்காமலேயே வரைந்தனர்-கற்பனைக்கு அவ்வளவு மதிப்பில்லை என்பதைக் காட்டுகிறது.

16
குவாலியரில் காணாது போதல்
சங்கர்ஸ் வீக்லி, அக்டோபர் 7, 1951, சங்கர்

'கறாராக ரகசியம் வாய்ந்ததும் தனிப்பட்டதுமான' வருகையில் டாக்டர் அம்பேத்கர் குவாலியருக்குச் சென்றார். அங்கே 'சாக்கடை சேர்ந்த ரகசிய வழி' அகழ்ந்தெடுக்கப்பட்டிருந்த கோட்டைப் பகுதிக்குப் போனார். அங்கிருந்து எங்கே சென்றார்?

அவரது பதவி விலகலை ஒட்டி, ‘குவாலியர் கோட்டைக்கு’ அம்பேத்கர் ‘ரகசியமாகப் போயிருந்தது’ உறுதிப்படுத்தச் சிரமமானது. கோட்டைகளுக்கும் வரலாற்று நினைவிடங்களுக்கும் செல்வதை அம்பேத்கர் விரும்பினார் என்பதை அறிவோம். அவரின் முழுமையற்ற சுயசரித கையெழுத்துப்படியில் *waiting for a visa*-வில் தௌலதாபாத் கோட்டைக்கு குழுவாகப் போய்வந்ததைப் பதிவு செய்துள்ளார். அம்பேத்கரும் சக ஒடுக்கப்பட்ட வர்க்கத் தலைவர்களும் வெரூரிலுள்ள பௌத்த குகைகளைப் பார்க்கப் போகும் வழியில், தௌலதாபாத்தில் சந்தித்துக் கொண்டனர். உள்ளூர் தலித்துகளால் வரவேற்கப்பட்டு, கோட்டைக்குப் புறப்படுமுன் சிற்றுண்டி உட்கொண்டனர், உற்சாகப்படுத்திக் கொண்டனர். கோட்டைக்கு வெளியிலுள்ள குளத்தில் கை கால்களைச் சுத்தப்படுத்தினர். கோட்டைக்குள் நுழைய இருந்தபோது, கோபங்கொண்ட முஸ்லீம் கும்பல் ஒன்று ‘*dheds* குளத்தைத் தீட்டுப் படுத்தியிருக்கின்றனர்... அவர்களுக்கு திமிர் அதிகமாகிவிட்டது... தம் மதத்தை மறந்து விட்டனர்... அவர்களுக்குப் பாடம் கற்பிக்க வேண்டும்’ என்று கூச்சலிட்டுப் பாய்ந்தது. *Dhed* என்பது அவதூறான தொடர். கும்பலின் கோபம் அதிகரித்துவர, தாங்கள் வெளியார், இங்குள்ள சம்பிரதாயம் அறியாதவர் என வந்தவர்கள் கூற முற்பட்டனர். இப்போது வந்தவர்களுடன் சேர்ந்திருந்த உள்ளூர்க்காரர்கள் பக்கம் கும்பல் திரும்பியது. அவதூறு அதிகரித்துக் கொண்டிருக்க, இளைஞனான ஒரு முஸ்லீம், தம் மதத்திற்கு ஒவ்வொருவரும் அடிபணிய வேண்டும் என்றான். ‘இதைத்தான் உன்மதம் கற்பிக்கின்றதா? முகமதியனாக ஒருவன் மாறிவிட்டால், இக்குளத்திலிருந்து நீர் எடுக்கும் தீண்டாதவனை தடுப்பாயா?’ என அம்பேத்கர் கோபத்துடன் வினவினார். அது கூட்டத்தை அமைதிப்படுத்துவதாய் தோன்றியது. இன்னும் கோபங் கொண்டிருந்த அம்பேத்கர், தங்களைக் கோட்டைக்குள் அனுமதிப்பீர்களா? எனக் காவலரிடம் கேட்டார். எழுத்து மூலம் விண்ணப்பம் கோரப்பட்டது, அவ்விண்ணப்பம் கண்காணிப்பாளரிடம் எடுத்துச் செல்லப்பட, உள்ளேயிருக்கும் நீர்நிலைகளைத் தொடக்கூடாது என்னும் நிபந்தனையுடன் அனுமதி வழங்கப்பட்டது.

உணர்த்தப்படுவது

செய்தி அறிக்கையின் மூன்றாம் நபர் படிமத்தை சங்கர் ரசிக்கிறார். தலித்துகள் பாதாள சாக்கடையில் மறைந்து விடுவதைக் கேலிச்சித்திரமாக்குகையில், பிரச்சனைகளைச் சொல்லவேண்டியதே தேவையில்லை. இருப்பினும் கதை அப்பட்டமாக இருக்கிறது: அம்பேத்கர் குவாலியரில் செய்து கொண்டிருந்த ரகசிய விஷயம் என்ன?

17

யாத்ரிகரின் முன்னேற்றம்

சங்கர்ஸ் வீக்லி, அக்டோபர் 7, 1951, சங்கர்

Pilgrim's Progress

Dr. Ambedkar issued a statement explaining his reasons for resigning from the Cabinet.

அமைச்சரவையிலிருந்து விலகியதற்கான காரணங்களை விளக்கி, டாக்டர் அம்பேத்கர் ஓர் அறிக்கை வெளியிட்டார்.

பேச அனுமதிக்கப்படாத நிலையில், கூட்டத்தொடரிலிருந்து வெளியேறிய பிறகு, பாராளுமன்றத்திற்கு வெளியே கூடியிருந்த நிருபர்களிடம் தனது பதவி விலகல் உரையாற்றும் அம்பேத்கரின் சித்திரவடிவ பிரதிநிதித்துவம் இங்குள்ளது. அம்பேத்கர் தனது உரையின் நகலை முன்கூட்டியே அவைக்குத் தராததால், அவர் பேசுவதற்கு அனுமதி மறுத்த துணை சபாநாயகர் எச்.கே. மகதாப், பிற்பகல் 6 மணிக்குப் பேசமுடியும் எனப் பிடிவாதம் காட்டினார். பல பாராளுமன்ற உறுப்பினர்கள் திகைத்திருக்க, அம்பேத்கர் சட்டென்று எழுந்து வெளியேறினார். அவர் என்ன சொல்ல இருக்கிறார் என்று கேட்க அவர்கள் ஆவலுடன் காத்திருந்தனர்.

நீண்ட காலத்திற்குப் பிறகு செயல் துடிப்பான அரசியலுக்கு அம்பேத்கர் திரும்பியதை அடுத்த நாட்கள் கண்டன.

உணர்த்தப்படுவது

விண்ணக நகரை/சொர்க்கத்தைக் கண்டறிய ஆபத்தான பயணம் மேற்கொள்ளும் தலைமைப் பாத்திரத்தின் கிறித்தவ உருவகக் கதையே ஜான் பன்யனின் *pilgrim's progress*. அம்பேத்கரைப் போலின்றி அப்பாத்திரம் வெற்றிபெறுகிறது என்றாலும்.

18
நிச்சயதார்த்தம் செய்ய வரலாம்

சங்கர்ஸ் வீக்லி, அக்டோபர் 14, 1951

Open to Engagement

The manifesto of the Scheduled Castes Federation states that the Federation is prepared to ally with the Socialist or the K.M.P. Party for the elections.

தேர்தலில் சோஷலிஸ்டுகளுடன் அல்லது KMP கட்சியுடன் கூட்டணி சேர கூட்டமைப்பு ஆயத்தமாயுள்ளது என பட்டியலினச் சாதிகள் கூட்டமைப்பின் கொள்கை அறிக்கை கூறுகிறது.

அம்பேத்கரால் தயாரிக்கப்பட்ட, பட்டியலினச் சாதிகள் கூட்டமைப்பின் தேர்தல் அறிக்கை, குறிப்பிட்ட கட்சிகளுடன் நிபந்தனை அடிப்படையில் அணி சேரத் தயாராயிருப்பதாகத் தெளிவுபடக் கூறியது. 'அமைப்பு வெறுமனே கட்சியை உருவாக்கிவிடாது. கட்சி என்பது, கொள்கைகளின் படி பிணைந்த மக்களின் அமைப்பாகும். கொள்கைகள் இன்றி ஒரு கட்சி இயங்க முடியாது, ஏனெனில் கொள்கைகள் இல்லாதபோது உறுப்பினர்களை ஒன்றாகப் பிணைத்திருக்க எதுவுமில்லை. கொள்கைகளற்ற கட்சி தங்கும் விடுதிதான். கொள்கைகளைக் கொண்டிராத, அக்கொள்கைப்படி நடப்பதாக வாக்குறுதி

தராத உறுப்பினர்களுள்ள கட்சியுடன் பட்டியலினச் சாதிகள் கூட்டமைப்பு அணிசேராது.

மேலும் கூட்டணிக் கட்சிகளின் கொள்கைகள் கூட்டமைப்புக் கொள்கைகளுக்கு எதிர்நிலையில் இருக்கக்கூடாது. ஒடுக்குமுறைக்கு உள்ளாகிவரும் பிற சமுதாயங்களுடன் அணிசேரும் SCF-யின் தீர்மானம் வெளிப்படையாகக் கூறப்படுகிறது: 'பின்தங்கிய சாதிகள் மற்றும் பட்டியலினப் பழங்குடிகளுடன் சேர்ந்து ஒத்துழைக்கவே பட்டியலினச் சாதிகள் கூட்டமைப்பு விரும்பும். ஏனெனில் அவை பட்டியலினச் சாதிகள் போலவே ஏறக்குறைய ஒரே நிலைமையில் உள்ளன. இவ்வர்க்கங்கள் அந்த அளவு அரசியல் பிரக்ஞையை வளர்த்திருக்கவில்லை; கடந்த 20 ஆண்டுகளில் பட்டியலினச் சாதிகள் கூட்டமைப்பின் அரசியல்-சமூக நடவடிக்கையால் பட்டியலினச் சாதிகள் அப் பிரக்ஞையைப் பெற்றுள்ளன. சுதந்திர இந்தியாவின் அரசமைப்புச் சட்டம், அநேகமாக நாட்டின் நாயகர்களான பின்தங்கிய வர்க்கங்கள், பட்டியலினப் பழங்குடிகள் மற்றும் பட்டியலினச் சாதிகளைக் கொண்டுள்ளது. இதுவரையிலும் சாதி இந்துக்களின் சிறுபான்மையினர் தம்மை நாட்டின் ஆட்சியாளர்களாகக் கொண்டிருந்தனர். பின்தங்கிய வர்க்கங்களும் பட்டியலினப் பழங்குடிகளும் பிரக்ஞையில்லாததால், சாதி இந்துக்களின் சிறுபான்மையினருக்கு இரையாயினர் என்பதே பட்டியலினச் சாதிகள் கூட்டமைப்பின் பயமாக இருந்தது. தாம் நாயகர்களாவதற்குப் பதிலாக தொடர்ந்து அடிமைகளாகவே இருந்தனர். இக்கூட்டமைப்பின் முதல் அக்கறை, தம் காலில் நிற்குமாறு இவ்வர்க்கங்களுக்கு உதவுவதே. அவர்கள் அப்படி விரும்பினால், பட்டியலினச் சாதிகள் கூட்டமைப்பு தன்னை, பின்தங்கிய வர்க்கங்களின் கூட்டமைப்பாக பெயர் மாற்றிக்கொள்ள ஆயத்தமாக இருக்கிறது- இரு பிரிவுகளையும் பொது அமைப்பாக்கிட ஏதுவாக இருக்கும். இது சாத்தியப்படாது போனால், இத்தகைய அமைப்புகளுடன் செயல்பாட்டு உடன்படிக்கை கொள்ளத் தயாராக இருக்கும்.

குறிப்பிட்ட நிபந்தனைகளுடன் அணிசேரத் தயாராக இருந்த அமைப்புகளாக சோஷலிஸ்ட் கட்சி, கே.எம்.பி. கட்சி மற்றும் நீதிக் கட்சிகள் குறிப்பிடப்பட்டன. இக்கூட்டணி விஷயத்தை முடிவு கட்டிட, என். சிவராஜ், பி.என். ராஜ்போஜ், அம்பேத்கர் ஆகியோரைக் கொண்ட தற்காலிக குழு அமைக்கப்பட்டது.

உணர்த்தப்படுவது

சோஷலிஸ்ட் கட்சியின் அசோக் மேத்தாவும் கே.எம்.பி.யின் ஜே.பி. கிருபளானியும் தம் பக்கம் அம்பேத்கரை ஈர்க்க முற்படுவது இங்கே சித்தரிக்கப்படுகிறது. எம்.வி.தோண்டே பார்த்துக் கொண்டிருக்கிறார். இப்படிமத்தின் பாலின பிரச்சனைகளை ஒதுக்கிவைத்துப் பார்த்தால், இரு ஆண்களும் தம் அணியை உருவாக்கி, தனியொரு கட்சியாக இணைந்தால், முற்போக்கினதாக மாறும்.

19
திரௌபதியின் பாத்திரம்

சங்கர்ஸ் வீக்லி, நவம்பர் 4, 1951, சங்கர்

பல்வேறு மாநிலங்களில் வெவ்வேறு கட்சிகளுடன் பட்டியலினக் கட்சிகள் கூட்டமைப்பு அணி சேர்ந்து கொள்ளும் என்கிறார் அம்பேத்கர்–திரௌபதியின் பாத்திரமா?

வரவிருக்கும் தேர்தல்களில் வெவ்வேறு மாநிலங்களிலுள்ள வெவ்வேறு கட்சிகளுடன் SCF கூட்டணிகள் வைத்துக்கொள்ள பேச்சுவார்த்தைகள் நடத்துகிறது என அம்பேத்கர் பாடியாலாவில் அறிவித்தார். கடந்த சில ஆண்டுகளாக அவர் பணியாற்றி வந்த, காங்கிரஸுடனான உறவு நிலையினையும் வெளிப்படுத்துமாறு கட்டாயப்படுத்தப்பட்டார். ஜலந்தரில் அதனைத் தெளிவாக்கினார்: 'காங்கிரஸ் அரசாங்கத்தில் நான் தனித்திருந்தேன்... காங்கிரஸ் அரசாங்கத்தின் அமைச்சரவை உறுப்பினர் பொறுப்பை ஏற்றுக்கொண்டதால், காங்கிரஸில் நான் இணைந்துவிட்டதாகப் பலர் எண்ணினர்... (ஆனால்) மண்ணும் பாறையும் இருவேறானவை, ஒருபோதும் ஒன்று சேர இயலாதவை.' இதனையடுத்து,

லூதியானாவில் இன்னும் தெளிவாக்கினார். 'காங்கிரஸில் எங்கள் துயரங்கள் தீர்க்கப்படும் சாத்தியமிருந்திருந்தால், அங்கிருந்து வெளியேறி இருக்கமாட்டேன்.' குறிப்பான அரசியல் நோக்கங்களுக்காக சித்தாந்தமற்ற இத்தகைய அணுகுமுறை சந்தர்ப்பவாதமாகக் கருதப்பட்டது. பல கூட்டணிகளுக்கு அழைப்பு வந்தாலும், SCF-இன் பிரதான கூட்டாளி சோஷலிஸ்ட் கட்சிதான். உண்மையில் சோஷலிஸ்ட் கட்சியே, கிஸான் மஸ்தூர் பிரஜா கட்சியுடனும் ஜார்கண்ட் கட்சியுடனும் அணிசேர்ந்தது.

உணர்த்தப்படுவது

சங்கரின் படிமத்திலுள்ள பிரச்சனை இரண்டு அடுக்குகளிலானது. ஒன்றுக்கு மேற்பட்ட துணைவர்களை ஒரு பெண் பெற்றிருக்கும் போது, ஒழுக்க குறைபாட்டை சுட்டிக்காட்டுகிறாரா? அதுவும் தம் சாதிக்குரிய பூணூல்களை துலாம்பரமாகக் காட்டும் அய்ந்து சவர்ணத் துணைவர்களுடனுள்ள தலித் பெண். இல்லாவிடில், இது ஏன் கேலிச்சித்திரத்திற்குரிய விஷயமாகிறது? வேறெதனையும் எண்ணிப்பாராமல், தனக்குத் தோன்றிய முதல் கருத்துடன் போய்க்கொண்டே இருந்திருக்கக்கூடும். பாடநூல் தயாரிப்போருக்கும் அவ்வப்போதைய விருப்பு வெறுப்புகளுக்கு உள்ளாகும் மாணவர்களுக்கும் பரிசீலனை செய்ய ஒருவேளை காலனிய சகாப்தத்திலும் சுதந்திரத்திற்குப் பின்னரும் வந்த கேலிச்சித்திரங்களில் பெண் வெறுப்பு பயன்படுத்தப்படும் நேர்வுகளை (இந்நூலிலும் வெளியிலும்) எண்ணிப் பார்த்து, கடந்தகாலத்து மாபெரும் மனிதர் என்னும் கலையற்ற கலையை ஆராய, பெண்ணிலைவாதம் காலவழுவாக ஈடுபடுத்தப்பட முடியுமா என்று கட்டுரை எழுதவும்.

20
லில்லிபுட்டில் கல்லிவர்

நேஷனல் ஹெரால்ட், நவம்பர் 10, 1951, பிரேஷ்வர்

இந்நாட்டில் பெரிய மனிதர்கள் இல்லாமைக்காக டாக்டர் அம்பேத்கர் வருந்தியுள்ளார்.

அமைச்சரவையிலிருந்து வெளியேறி, தேர்தல் நெருங்கிக் கொண்டிருந்த வேளையில், அம்பேத்கர் *SCF*-க்கான தேர்தல் அறிக்கையை எழுதும் பணியில் ஈடுபட்டார். சித்தரிக்கப்பட்ட மைய விஷயம் 'சமத்துவம்.' இது குறித்து அம்பேத்கர் எழுதினார்: 'அரசியல் ரீதியில் மதிக்கப்படுவதற்காகவோ வாக்காளர்களை ஏமாற்றுவதற்காகவோ கூட்டமைப்பின் கொள்கைகள் மேற்கொள்ளப்படவில்லை. அவை கூட்டமைப்புக்கு இயற்கையானவை. பட்டியலினச் சாதிகளின் சமூக நிலைமையிலிருந்து உருக்கொண்டவை. இக்கொள்கைகளை மேற்கொள்ளாமல், நடைமுறைப்படுத்தாமல், வாழ்ந்துகாட்டாமல் *SCF* உயிர்த்திருக்க இயலாது. *SCF*-இன் கொள்கைகள் *SCF*-இன் வாழ்க்கைப் புத்தகமாகும். அவை ஓர் அரசியல் நம்பிக்கையின் புற அடையாளங்களல்ல. உள்ளார்ந்த உணர்வின் புறவயப் பதிவேடாகும். தேர்தலில் வெல்வதற்கான தோற்றமில்லை. பலகட்சிகள் இக் கொள்கைகளை மேற்கொள்ளலாம். ஆனால் *SCF* போல எக்கட்சியும் கொள்கைகளுக்கு அவ்வளவு உண்மையாயிருக்க இயலாது.' சித்தாந்த ரீதியான விசுவாசத்தை நிராகரித்த அதன் செயல்முறை, பகுத்தறிவு ரீதியிலானதாக, நவீனமானதாக, அனுபவ ரீதியிலானதாக வரையறுக்கப்பட்டது, அது கல்வி வளாக ரீதியிலானதில்லை. கல்வி மற்றும் சேவைகளில் பின்தங்கிய வகுப்புகள், தீண்டாதோர் மற்றும் பழங்குடியினரின் எழுச்சியே உயர்ந்தபட்ச முன்னுரிமையாயிருந்தது.

இந்திய வறுமைக்கான தீர்வு, தொழிலிலும் வேளாண்மையிலும் உற்பத்தியை அதிகரித்தல், மக்கள்தொகை கட்டுப்பாடாக எடுத்துக் கொள்ளப்பட்டது. உள்ளார்ந்த நிர்வாக வாக்குறுதிகளில் இடம் பெறுபவை: மொழிவாரி மாநிலங்களின் உருவாக்கம், அரசாங்கத்தின் உயர்மட்ட ஊழலை ஒழித்தல், காங்கிரஸுக்கும் பெரும் வணிகத்திற்கும் இடையிலான புனிதமற்ற நெருக்கத்தைத் துண்டித்து, கள்ளச் சந்தையை அகற்றுதல், மற்றும் பணவீக்கத்தைக் கட்டுப்படுத்துதல். காஷ்மீர் நிலவரத்தைக் கையாளுதல், பாகிஸ்தானுடனான உறவுகளை மேம்படுத்தல், அய்க்கிய நாடுகள் சபையில் நிரந்தர உறுப்பினராதல் (சீன முயற்சியை ஆதரிப்பதை விடவும்), அமெரிக்காவுடனான உறவுகளை மேம்படுத்தல் என்பன வெளிநாட்டுக் கொள்கையாக வகுக்கப்பட்டன. ஒரு வருவாய் திட்டமும் முன்வைக்கப்பட்டது; ராணுவச் செலவினத்தைக் குறைத்தல், உப்புவரி விதிப்பு, மதுவிலக்கை நீக்குதல் மற்றும்

காப்பீட்டை தேசியமயமாக்கல். கூட்டணிகளை உருவாக்குதல் தொடர்பான தனது கறாரான கொள்கைக்கு உருவரை தரும்போது, இந்தியாவில் இரட்டை கட்சி அமைப்பை கொண்டுவர SCF முற்படும் எனப்பட்டது. குறிப்பிட்ட நிலைமைகளிலேயே அது கூட்டுக் கட்சியின் அங்கமாயிருக்கும். நவம்பர் 7 அன்று லக்னோ பல்கலைக்கழக மாணவர்களிடையே பேசிய அம்பேத்கர், 'பின்தங்கிய வகுப்புகள் மீதான அலட்சியம்' நாட்டின் ஜனநாயக எதிர்காலத்திற்கு நல்லதில்லை என்றார். SCF-இன் தேர்தல் அறிக்கையில் அதிகம் பேசப்படும் அம்சங்களை விளக்குகையில், இந்தியாவில் பெரிய மனிதர் இல்லை என்று கூறி பேச்சை நிறைவு செய்தார்.

உணர்த்தப்படுவது

நின்றுபோன கடிகாரத்தைப் போல, பிரேஷ்வர் தற்செயலாக உண்மை மீது தடுக்கி விழுந்திருக்கிறார். எனினும், இப்படிமத்தில் முரண் நகை கொண்டிருப்பதாக கேலிச்சித்திரக்காரர் எண்ணிக் கொள்கிறார் என்பது தான் முரண் நகை. காங்கிரஸால் நடத்தப்படும், நேருவால் நிறுவப்பட்ட நேஷனல் ஹெரால்டில் இடம் பெறும் இச்சித்தரிப்புகள், சில வேளைகளில் ஆர்.எஸ்.எஸ்ஸின் ஊது குழல் ஆர்கனைஸரின் சிந்தனையை எதிரொலிக்கும். 1950-இல் ஆர்கனைஸர் அம்பேத்கரைப் பரிகசித்தது: '(இந்திய அரசமைப்புச் சட்டத்தை வடிவமைத்தமைக்காக அம்பேத்கரை நவீன மனு என்றழைப்பது) லில்லிபுட்டை ப்ரோப்டிங்னாக்காக அழைப்பது போன்றது. கற்றறிந்த, கடவுள் போன்ற மனுவுக்கு சமமாக டாக்டர் அம்பேத்கரை நிறுத்துவது பரிகாசத்தின் சாயை பெற்றுள்ளது...'

21
ஷேவ் மட்டும்

நேஷனல் ஹெரால்ட், நவம்பர் 28, 1951, பிரேஷ்வர்

தம் கூட்டணி 'சந்தர்ப்பவாதமிக்கது கொள்கையற்றது' என்பதை டாக்டர் அம்பேத்கரும் திரு அசோக் மேத்தாவும் மறுக்கின்றனர்.

சோஷலிஸ்ட் கட்சியுடன் SCF கூட்டணி சேர்ந்திருப்பது போட்டிக் கட்சிகளிடமிருந்து பெரும் விமர்சனத்தை கிளப்பியிருக்கிறது. CPI-யின் எஸ்.ஏ. டாங்கே இதனை 'சந்தர்ப்பவாதமிக்கது, கொள்கையற்றது' என்றார்; தேர்தல் பயணத்திலிருந்த நேருவோ 'புனிதமற்ற கூட்டணி' என்றார். சோஷலிஸ்ட் கட்சித் தலைவர் அசோக் மேத்தாவும் அம்பேத்கரும் பாம்பே தேர்தல் கூட்டம் ஒன்றில், இக்குற்றச் சாட்டுகளை ஒதுக்கித்தள்ளி, 'இது காங்கிரஸ் ஆட்சி முடிவின் தொடக்கம்' என்றனர். அம்பேத்கர் காங்கிரஸுடன் இவ்வளவு காலம் பணியாற்றியிருக்கவே, காங்கிரஸுக்கு எதிராக அவர் கடுமையாக மாறியிருந்தது பரந்துபட்ட சலசலப்பை ஏற்படுத்தியது. இது

தனிப்பட்ட நோக்கங்களால் உந்திவிடப்பட்டது எனக் கண்டனங்கள் முன்வைக்கப்பட்டன. இவற்றை அடக்கிவைக்கும் முயற்சியாக, அக்டோபர் 27, 1951-இல் ஜலந்தரில் அம்பேத்கர் பேசினார்: 'நான் விரும்பினால் காங்கிரஸில் எப்போதும் இருக்கமுடியும், நிச்சயமாக அங்கு நல்ல இடத்தைப் பெற்றிருப்பேன். எனது சமூகத்தைப் பற்றிய அக்கறையில்லாது சுயநல நோக்கங்கள் கொண்டிருந்தால் நீடித்திருப்பேன். எனக்கென்று அனுமதி வாங்கவேண்டிய தேவை இருந்தால் நீடித்திருப்பேன். அனுமதிகள் தேவைப்படுபவன் தன் சமூகத்தை மறந்து அப்படிச் செய்ய முடியும். காங்கிரஸ் அரசாங்கத்தில் நானிருந்த காலத்தில் நான் பெற்ற அனுபவம் இதுவே.'

உணர்த்தப்படுவது

நாவிதர் கடை உருவகம் உணர்த்துவது என்ன? இங்கே வாய்ப்பேது? நாவிதரிடம் ஒருவர் போவது ஷேவ்/முடிவெட்டுவதற்காக-நெருங்கிய ஷேவ் ஆகவும் இருக்கலாம்-ஆனால் நாவிதருடன் நெருங்கிய உறவு நிலையில் இருப்பாரா? அதிகபட்சம் தோன்றி மறைவது? மாபெரும் கலையில் நடப்பது போலவே, அதனை உருவாக்குவதற்கு செலவிடப்பட்ட நேரத்தையும் சிந்தனையையும்விட, அது பற்றி சிந்திப்பதில் அதிக நேரத்தைச் செலவிடுகிறோம்.

22
அம்பேத்கரின் கோமாளித்தனங்கள்

லீடர், டிசம்பர் 7, 1951, உம்மன்

AMBEDKAR'S ANTICS

Dr. Ambedkar's ways are strange and perplexing, says Mr. Dange.

டாக்டர் அம்பேத்கரின் வழிகள் விசித்திரமானவை, குழப்பமிக்கவை என்கிறார் திரு. டாங்கே.

கம்யூனிஸ்ட் கட்சித் தலைவர் எஸ்.ஏ. டாங்கே, அம்பேத்கருக்கு எதிராக விமர்சித்ததன் பின்புலத்தில் இக்கேலிச்சித்திரம் வெளியாயிற்று. இடது முன்னணியால் நடத்தப்பட்ட மாபெரும் மக்கள் திரள் ஆர்ப்பாட்டத்தில், அம்பேத்கர் உறுதிப்பாடுகளோ கொள்கைகளோ இல்லாதவர் என டாங்கே குற்றஞ்சாட்டினார். வெவ்வேறு கால கட்டங்களில் பிரித்தானியர், காங்கிரஸார், சோஷலிஸ்டுகள் பக்கம் சேர்ந்து நின்று, ஒவ்வொரு முகாமையும் பழித்து வந்தமையால் அம்பேத்கரது விசுவாசம் நொய்மையானது என விவரிக்கப்பட்டது. இந்தியாவின் ஆரம்ப கட்ட எளியதும்

சித்தாந்தத்தன்மை வாய்ந்ததுமான கம்யூனிஸ இயக்கங்களை நடத்திவந்த முன்னோடி பிராமண கம்யூனிஸ்டுகளில் ஒருவர் டாங்கே. அம்பேத்கருடனான அவரது உறவுநிலை எப்போதும் மோதல் கொண்டதாகவே இருந்தது. ஒடுக்கப்பட்ட வர்க்கங்களின் தலைவர், எப்போதும் சாதிப் பிரச்சனைகளை எழுப்பி, உழைக்கும் வர்க்கத்தை பிளவுபடுத்தினார் என நம்பப்பட்டது. ஆலைத் தொழிலாளர்கள் வெட்கமின்றி தீண்டாமையைக் கடைப்பிடித்து, தனித்தனி சமையல்காரர்கள்-சமையலறைகள் கோரிக்கைக்கு இந்திய கம்யூனிஸ்ட் கட்சி இணங்கிய காலகட்டம் அது. 1975-இல் டாங்கேயின் மருமகன் பணி தேஷ்பாண்டேயின் The Universe of Vedanta நூலுக்கு டாங்கே ஆதரவளித்ததில் ஆச்சரியமில்லை; இந்து தத்துவத்திற்கும் மார்க்ஸியத்திற்குமிடையே ஒப்புமைகள் கண்டது அப்புத்தகம்-அதனால் டாங்கே கட்சியிலிருந்து வெளியேற்றப்பட நேர்ந்தது. தன் ஆரம்ப ஆண்டுகளில் திலகரின் செல்வாக்கிற்குள்ளான டாங்கேயின் சாதியவாதம், அவரது கம்யூனிஸ்ட் வாழ்வு முழுவதிலும் நீடித்தது; Socialist இதழில் அவர் எழுதிய தலையங்கங்களில், மராட்டியத்தில் வளர்ந்து வந்த பிராமணர் அல்லாதார் இயக்கத்தைப் பெரிதும் தாக்கிவந்தார்.

நேரு அமைச்சரவையிலிருந்து வெளியேறிய பிறகு, அம்பேத்கர் சோஷலிஸ்ட்டு கட்சியுடன் அணிசேர்ந்துவிட முற்பட்டார். காங்கிரஸுக்கு பிரதான எதிர்ப்பணியாக பொதுமேடையில் அசோக் மேத்தாவும் அம்பேத்கரும் இயங்கினர். 1952-இல் நடக்க இருந்த தேர்தல்களுக்கான பரப்புரைக் கூட்டங்களில் டாங்கே அம்பேத்கருக்கு எதிராக அமிலத்தைக் கொட்டினார். மக்கள் அம்பேத்கருக்கு வாக்களிப்பதைவிடவும் வாக்களிக்காதிருப்பது நல்லது என்றார். இந்திய கம்யூனிஸ்ட் கட்சிக்கு கணிசமான வாக்கு இல்லாமல், அம்பேத்கர்-சோஷலிஸ முகாமைப் போன்றதாகவே இருந்தாலும், கிராங்கோவன் போன்ற தொகுதிகளில் வெல்ல முடிந்தது-' ஆலைக் கிராமம்' எனப் பொருள்படும் அவை, அம்பேத்கருடைய பிரதான யுத்தகளங்களாயிருந்தன. இறுதியில், அம்பேத்கர் (மற்றும் சோஷலிஸ்டுகள்) தேர்தலில் தோற்றார். முறையற்ற வகையில் வாக்காளரிடம் செல்வாக்கைப் பிரயோகித்து வென்றதாக டாங்கே மீது அம்பேத்கரும் மேத்தாவும் வழக்கு தொடுத்தனர் ஆனால் அவர்களது முறையீடு தள்ளுபடி செய்யப்பட்டது.

உணர்த்தப்படுவது

விமர்சனக் குறிப்புகள் இல்லை. இப்படிமத்தில் பிரச்சனைக்குரியது எதுவுமில்லை. கேலிச்சித்திரக்காரர் பேச்சுரிமையை நிறையவே பயன்படுத்தி உள்ளார். தாராளமான ஆணாதிக்கப்பார்வை பிறப்புரிமை.

23
வேற்றுமையில் ஒற்றுமை

லீடர், டிசம்பர் 9, 1951, உம்மன்

அம்பேத்கருடனான சோஷலிஸ்டுகளின் அணிசேர்க்கை, அம்பேத்கரின் அயலகக் கொள்கையை அங்கீகரிப்பதாகாது என்கிறார் ஜே.பி.

1952 தேர்தல்களில், மேலோங்கியிருந்த காங்கிரஸுக்கு நம்பகமான எதிர்க்கட்சியை உருவாக்குவதில் பல கட்சிகள் திரண்டன. சோஷலிஸ்ட் கட்சி (காங்கிரஸிலிருந்து பிரிந்து வந்த தசாப்தங்களின் வயதுடையது) வலுவான போட்டியாளராக இருந்தது. இந்தியாவெங்கிலும் ஜெயப்பிரகாஷ் நாராயணனின் ஒழுக்க சீலமான சோஷலிஸத்தின் விரிந்தகன்ற நடைமேடை மீது, மண்டல-தேசியக் கட்சிகளுடன் அணிசேர்ந்திருந்தது. ஜார்கண்ட் கட்சி (ஜார்கண்ட் மாகாணம் கோரியது), அம்பேத்கரின் *SCF*, ஷேக் அப்துல்லாவின் தேசிய மாநாடு என்பது போன்ற கட்சிகளுடன் அணிசேர்ந்து இனவாத வித்துகளை விதைக்கிறது இக்கட்சி என காங்கிரஸ் குற்றம் சாட்டியது. இப்படியான பொதுமேடையை அமைத்துத் தருவது கூட்டணிக் கட்சிகளின் பார்வைகளை ஆதரிப்பதாகாது, தனி ஜார்கண்ட் மாநில கோரிக்கையைத் தான் ஆதரிக்கவில்லை, அம்பேத்கரின் வெளிநாட்டுக் கொள்கையையும் ஆதரிக்கவில்லை என நாராயண் பதிலடி தந்தார். சோஷலிஸ்ட் கட்சி, இக்கட்சிகளை இனவாதப் போக்குடையவை என்று பார்க்கவில்லை. ஒடுக்கப்பட்ட சாதிகளும் சமுதாயங்களும் தமக்கான அமைப்புகளை உருவாக்கித் திரண்டால் அது முற்போக்கிலான வளர்ச்சியே, சமூக-பொருளாதார கலகத்தின் அடையாளமே என்று சோஷலிஸ்ட் கட்சி பார்த்தது. டாக்டர் அம்பேத்கரையும் திரு ஜெய்பால் சிங்கையும் தன்னுடன் கைகோர்த்திருக்கச் செய்வதில் காங்கிரஸ் தன்னால் இயன்றதைச் செய்து பார்த்தது, ஆனால் அம்முயற்சிகள் தோற்றன. இப்போது காங்கிரஸார் இவர்களை இனவாதத்தினர் என குற்றம்சாட்டுவதால் இது 'சீச்சி இத்திராட்சை புளிக்கும்' கதையே. பட்டியலினச் சாதிகளும் பழங்குடியினரும், இந்திய சமுதாயத்தில் மிகவும் கீழ்நிலையிலுள்ளவர்கள், ஒடுக்கப்பட்டவர்கள்; இம்மக்களைத் தன் கூட்டணிக்குள் கொண்டுவந்து சேர்த்திருப்பதில் சோஷலிஸ்ட் கட்சி பெருமிதம் கொள்கிறது' என்று நேஷனல் ஹெரால்டுக்கு (*டிசம்பர் 8, 1951*) தெரிவித்தார்.

ஷேக் அப்துல்லாவின் நெருங்கிய நண்பராயிருந்த ஜே.பி., காஷ்மீர் தன்னாட்சிக் கோரிக்கைக்கு முழு ஆதரவளித்தார். உண்மையில், தன் ஆயுள் முழுவதிலும் காஷ்மீர் சுதந்திரக் கோரிக்கைகளுக்கு குரல் கொடுத்து வந்த, இந்தியாவின் தலைமை அரசியல் தலைவர்களுள் ஒருவராக நாராயண் விளங்கினார். எனினும் அம்பேத்கர் வேறுவிதமாகப் பார்த்தார். ராணுவ

நடவடிக்கையைப் புறக்கணிக்காத அவர், அது அவசியம் என்றெண்ணினார். காஷ்மீர் பிரச்சனை காரணமாக சர்வதேச அரங்கில் இந்தியா பெருமை இழந்திருப்பதற்காக, தன் பதவி விலகல் உரையில் அம்பேத்கர் வருத்தப்பட்டார். ராணுவச் செலவினம் தாங்க முடியாதபடி அதிகரித்துவந்தது என்றார். கிழக்கு பாகிஸ்தானிலுள்ள சிறுபான்மை சமுதாயங்களின்பால் இந்திய அரசாங்கம் அக்கறையில்லாதிருப்பதைச் சுட்டிக்காட்டினார். காஷ்மீர் பிரச்சனையில் பிரிவினையே தீர்வு என்றார். கிழக்கு பாகிஸ்தானில் நடந்தது போலவே, அங்கு இந்து மற்றும் பௌத்தச் சிறுபான்மையினர் புறக்கணிக்கப்படுகின்றனர்; எளிய கருத்துக் கணிப்பு என்பது இச்சமுதாயங்களுக்கு அந்நிகழ்வுப் போக்கில் பங்கேதும் இல்லை என்றாகும். சுய நிர்ணய உரிமை முஸ்லீம்கள் மேலோங்கிய பகுதிகளுக்கே பொருத்தமானது, இது தொடர்பான முடிவு, உரிய சமுதாயங்களிடம் விடப்படவேண்டும் என்றார்.

உணர்த்தப்படுவது

ஒரு கேலிச்சித்திரம் போட்டு இவ்வெளியை வீணாக்கியிருப்பதன் அர்த்தத்தைப் புரிந்துகொள்வது ஒருவேலையாகும். எதுவும் இங்கே நிகழவில்லை.

24
அந்தப்புரம் சார்ந்த ஒப்பந்தம்

சங்கர்ஸ் வீக்லி, டிசம்பர் 16, 1951, அபு ஆப்ரஹாம்

அம்பேத்கர்: எனக்கு வேறு சில கணவர்கள் உண்டு என்பது உனக்குத் தெரியுமா, அன்பே...

மேத்தா: அதுசரி, அன்பே! எனக்கும் வேறுசில மனைவியர் உண்டு.

பிற கட்சிகளுடன் சேர்ந்து விரிவான கூட்டணி அமைப்பதற்கான முயற்சிகளை SCF மேற்கொண்டிருந்தாலும், 1952 தேர்தல் தோல்விக்குப் பின்னரே அக்கறையுடன் இம்முடிவு எடுக்கப்பட்டது. 1946 தேர்தலுடன் ஒப்பிடுகையில், ஒப்பீட்டளவிலான வெற்றியை SCF பெற்றிருந்ததால்தான் இது எடுக்கப்பட்டது. அப்போது ஹைதராபாத்தில் ஒன்றும் பம்பாயில் ஒன்றுமாக இரு இடங்களையே பாராளுமன்றத்தில் பெற்றிருந்தது, இத்தடவை மெட்ராஸ், ஹைதராபாத், மைசூர், PEPSU (பாடியாலா மற்றும் கிழக்கு பஞ்சாப் மாநிலங்கள் ஒன்றியம்) இமாச்சலப் பிரதேசம் எனப் பரவலாக வென்றது. இந்திய குடியரசுக் கட்சியின் முக்கிய உறுப்பினரான சதானந்த் ஃபுல்ஸெலே நேர்முகம் ஒன்றில்,

காங்கிரஸ் எனும் வலுவான கூட்டமைப்புக்கு வலுவான எதிர்ப்பை அளித்திடும் வகையில், விரிவான கட்சிகளின் கூட்டமைப்பை உறுதிப்படுத்துவதே இக்கட்சியை உருவாக்குவதிலான பிரதான நோக்கம்; இக்கூட்டமைப்பு ஜனசங்கம் மற்றும் இந்திய கம்யூனிஸ்ட் கட்சிகளையும் எதிர்க்கும் என்றார். தன் இறப்புக்கு முன்னதாக தேர்தலின் பொருட்டு, ராம் மனோஹர் லோகியா, எஸ்.எம்.ஜோஸி, பி.கே.ஆத்ரே ஆகியோருடன் பேச்சுவார்த்தைகள் நடத்தினார். எனினும் 1951-இல் சோஷலிஸ்ட் கட்சி மட்டுமே SCF-இன் பிரதான அணியாக இருந்தது.

உணர்த்தப்படுவது

தேர்தல் கூட்டணிகள் ஏன் ஒருவித ஒழுக்கமற்ற விவகாரமாக கருதப்படவேண்டும் அல்லது அம்பேத்கர் ஏன் படுத்துறங்கும் பருத்த பெண்ணாக சித்தரிக்கப்படவேண்டும் என்று புரிந்துகொள்ள போராடியுள்ளோம். கேலிச் சித்திரக்காரர்கள் சங்கரால் பயிற்றுவிக்கப்பட்டு வழிநடத்தப்பட்டிருக்கக்கூடும்- இளைஞரான அபு ஆபிரஹாம் இங்கே இருக்கிறார்-தம் ஆசிரியரிடமிருந்து தந்திரங்களை கற்றிருக்கலாம். அறிவு விளக்கம் பெற்ற சவர்ணர்கள், சவர்ண பெண்ணியவாதிகள் கூட, எப்படி நாம் ஒரு ஜோக்கினை எடுத்துக் கொள்ளலாகாது என நமக்குச் சொல்லவேண்டியுள்ளது.

25
பரஸ்பர உதவி

சங்கர்ஸ் வீக்லி, டிசம்பர் 30, 1951, குட்டி

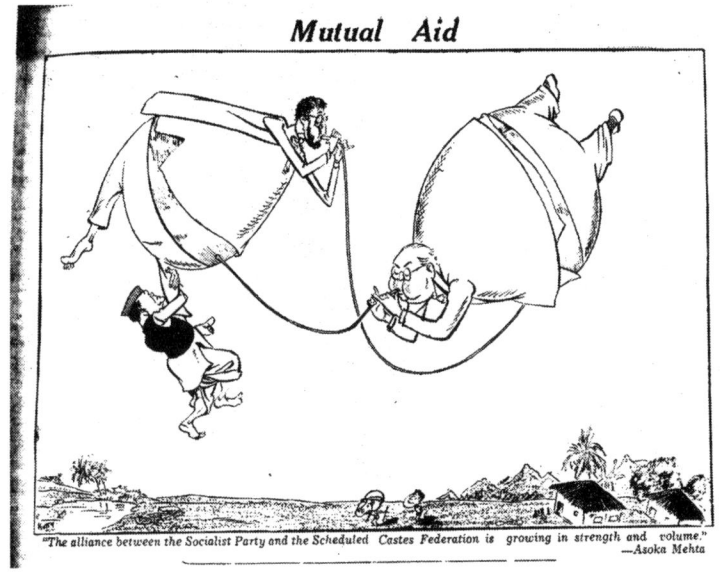

"The alliance between the Socialist Party and the Scheduled Castes Federation is growing in strength and volume."
—Asoka Mehta

"சோஷலிஸ்ட் கட்சிக்கும் பட்டியலினச் சாதிகள் கூட்டமைப்பு (SCF) க்கும் இடையிலான கூட்டணி வலிமையிலும் அளவிலும் வளர்ந்து வருகிறது"
– அசோக் மேத்தா

பம்பாயில் தேர்தல் கூட்டமொன்றில் பேசிய சோஷலிஸ்ட் கட்சியின் அசோக் மேத்தா, அவர்களுக்கும் SCF-க்கும் இடையிலான கூட்டணி, வலிமையிலும் அளவிலும் வளர்ந்து வருகிறது என்றார். அதே வேளையில் காங்கிரஸின் வலதுசாரி சக்திகளின் வலிமை வளர்ந்து வருவது கண்டு நேரு ஆயாசமடைந்திருந்தார். பம்பாயின் நாரே பூங்காவில் உரையாற்றிய அம்பேத்கர், வலுவான எதிர்க்கட்சியின் முக்கியத்துவத்தை வலியுறுத்தினார். ஆளுங்கட்சியைக் கட்டுப்படுத்திட அது முக்கியம் என்றார். நேருவை சோஷலிஸ்ட் கட்சியில் சேருமாறும் அவருக்கு அழைப்பு

விடுத்தார். மேத்தா மற்றும் அம்பேத்கரின் நம்பிக்கைவாதம் மிகைப்படுத்தப் பட்டிருந்தது என்று சொல்லத் தேவையில்லை. சீக்கிரமே தேர்தலில் அவர்கள் தோற்கடிக்கப்பட்டனர். மொத்த மக்களவை இடங்கள் 489-இல் 364-னை காங்கிரஸ் வென்றது.

உணர்த்தப்படுவது

பிரக்ஞை குறைந்தவராயினும் குட்டி மாபெரும் பௌத்த தத்துவ கட்டளையில் தடுக்கி விழுகின்றார்- அம்பேத்கர் தனது புத்தரும் அவரின் தம்மமும் நூலில் இக்கட்டளை குறித்து விரிவாகப் பேசுவார். கௌதம சித்தார்த்தர் படிச்ச சமுப்படா என்னும் கருத்தமைவை உருவாக்கியதாகக் கூறப்படுகிறது- சார்புநிலை விழிப்பு விதி எனப்படும் அது-இவ்விருப்பிலிருந்து அது ஆகின்றது; இவ்விழிப்பிலிருந்து அது எழுகின்றது. இது இருப்பில்லை, அது ஆவதில்லை; இந்த ஓய்தலிலிருந்து அது ஓய்கின்றது.

மேத்தாவும் அம்பேத்கரும் ஒருவரை ஒருவர் வெப்பக் காற்றால் படுக்கவைக்க, ஜெயப்பிரகாஷ் நாராயணனால் பிடித்திருக்க முடியவில்லை. இச்சித்திரம் பெரிதும் உண்மை. இருதலைவர்களது சக-சார்புநிலை உறவு வெளிப்படையானது. எனினும், ஒரு சுவையான எண்ணம் இங்கே கொண்டுவரப்படுகிறது. அசோக் மேத்தாவுக்கும் அம்பேத்கருக்கும் இடையிலான நட்பு எப்படியானது? பல கேலிச் சித்திரங்கள் குற்றஞ்சாட்டுவது போல, இது நிச்சயமாக, பயன்படுத்தி எறிந்துவிடும் உறவு நிலை இல்லை. வெற்றிகரமான அரசியல் கூட்டணியாக இல்லாதபோதும், அது பல ஆண்டுகள் நீடித்தது. இப்போது குட்டிதான் தன் ஆசிரியர் வழியைப் பின்பற்றுகிறார்.

26
விசித்திரக் கூட்டாளிகள்

ஃபிலிம் இந்தியா, டிசம்பர் 1951, ஈரன்

நமது ஹரிஜனத் தலைவர் டாக்டர் பி.ஆர். அம்பேத்கர் காங்கிரஸுடன் காலங்காலமான விரோதத்துடன், சோஷலிஸ்டுகளுடன் தேர்தல் உடன்பாடு மேற்கொண்டுள்ளார். ஆனால் சோஷலிஸ்டுகளும் விரக்திகொண்ட காங்கிரஸ்காரர்களே.

அம்பேத்கர் மற்றும் சோஷலிஸ்ட் கட்சியின் அசோக் மேத்தா உருவாக்கிய கூட்டணி நீண்டகாலம் தொடர்ந்தது. அது உருவானதுமே நேரு மற்றும் எஸ்.ஏ. டாங்கே இருவராலும் தாக்குதலுக்குள்ளானது. கூட்டணியின் பெரும்பாலான முயற்சிகள் தோல்வியில் முடிந்தன. அமைப்பின் போதாத வலிமையையும் ஒப்பீட்டளவில் சிறிய வாக்காளர் அடித்தளமும்தான் இதற்குக் காரணம். தோல்விக்குப் பின்னே, அம்பேத்கரும் மேத்தாவும் தம் தேர்தல் பரப்புக்கு சதி செய்ததாக டாங்கே மீது வழக்கு தொடுத்தனர்.

உணர்த்தப்படுவது

பெரும்பாலான நகர்ப்புற சவர்ணர்கள், தாராளவாதிகள், பாடநூல் எழுதுவோர்களுக்கு இக்கேலிச்சித்திரம் தீங்கற்றதாகத் தோன்றலாம் ஆனால் இந்நூலில் மிகவும் வெறுப்புக்குரியதாக உள்ளது, பீம்-யா அல்லது மராத்தியில் இப்படி யா-வில் முடியும் எதுவும் பிரியத்தைப் பொருள்படுத்தும் சுருங்கிய வடிவமாகும். அசோக் மேத்தா அம்பேத்கரை 'பீம்யா' என்றழைப்பது நெஞ்சத்தைத் தொடுகின்றது. ஆனால் இப்படிமம், நாம் அதிக வாசிப்புத் தந்துவிடும் அபாயத்துடன், இழிவுபடுத்தும் சாதி உருவகங்களையும் எழுப்புகிறது. பலுதாவடான்[11] அமைப்பின் அங்கமாக, ஒரு மஹறிடமிருந்து-மராட்டியத்தின் மிகப்பெரிய தீண்டாதார்-பட்டியலினச் சமுதாயம்; அம்பேத்கர் பிறந்தது இதில்தான்-எதிர்பார்க்கப்படும் ஊதியமற்ற, மரபார்ந்த பல சேவைகளில் ஒன்றாக, கிராம எல்லைச் சுவர்களை அல்லது நிலப்பிரபுவின் சொத்தைப் பாதுகாப்பது இருந்தது. எஜமானர் மேத்தாவின் காவல் நாயாக இங்கு காட்டப்படும் அம்பேத்கர், வேலியிட்ட வயலுக்கு வெளியே குரைத்துக் கொண்டிருக்க, மேத்தா வைக்கோல் போரில் சாய்ந்திருக்கிறார். நேரு, காங்கிரஸின் பசு.

இப்படிமம் உங்களுக்கு கோபமூட்டினால், இப்பக்கத்தைக் கிழித்து, ஒரு பசுவுக்குத் தின்னக் கொடுங்கள். இதில் நீங்கள் நிதானம் கொள்ளமுடிந்தால்-வாழ்த்துகள், நீங்கள் *SCOFEC-Savarnas and cows only Freedom of Expression club* (பதிவு அலுவலகம்: வேதங்களிலுள்ள ஆர்க்டிக் இல்லம், கிளைகள் உலகமெங்கிலும்) உறுப்பினராகத் தகுதியுடையவர்.

27
“கைவிடுகிறீர்களா?”

நேஷனல் ஹெரால்ட், ஜனவரி 8, 1952, பிரேஷ்வர்

Dr. Ambedkar is shocked at the results of the elections in Bombay City.

பம்பாய் நகர் தேர்தல் முடிவுகளால் டாக்டர் அம்பேத்கர் அதிர்ச்சியடைகிறார்.

SCF- சோஷலிஸ்ட் கட்சி கூட்டணி சுதந்திர இந்தியாவின் முதல் பொதுத் தேர்தல்களில் பெரும் தோல்வியடைந்தது. பம்பாயில் *SCF*-னைச் சேர்ந்த பி.என்.ராஜ்போஜ் மற்றும் பி.சி. காம்ப்ளே ஆகிய இருவரே தேர்ந்தெடுக்கப்பட்டனர். பம்பாய் வடதொகுதியில் (தனித் தொகுதி) அதிகம் கேள்விப்பட்டிராத காங்கிரஸ் வேட்பாளர் என்.எஸ். கஜ்ரோல்கரிடம் அம்பேத்கரே தோற்றார். காங்கிரஸ் திட்டமிட்டே, மராட்டியத்தில் மஹர்களுக்கு அடுத்த பெரிய தீண்டாமைச் சாதியைச் சேர்ந்த (சாம்பர்) வேட்பாளரை நிறுத்தி இருந்தது. சமுதாய தீர்ப்பு மற்றும் மதமாற்ற அழைப்பு என்னும் இரு அம்சங்களில் கஜ்ரோல்கர் அம்பேத்கரை எதிர்த்தார்- ‘எங்கள் மூத்த தலைவரான டாக்டர் அம்பேத்கர், இந்து மதத்தைக் கைவிடுமாறு ஹரிஜனங்களாகிய எங்களுக்கு

ஆலோசனை கூறியபோது நாங்கள் அதிர்ச்சி அடைந்தோம்... கடந்த காலத்தில் எங்களுக்கு முன்னணித் தலைமை அளித்த டாக்டர் அம்பேத்கர், எம் மதத்தைக் கைவிட்டு, தற்கொலை செய்யுமாறு வேண்டுவதைப் பார்க்கையில்... எம் நெஞ்சைப் பிளப்பதாக உள்ளது.' இவ்விழப்பு அம்பேத்கருக்கு அடியாகும், அவரே அவநம்பிக்கையில் இருந்தார். தேசியவாத வரலாற்றாளர் ராமச்சந்திர குஹா முன்வைக்கிறார்:

திறமைசாலியான மராத்தி பத்திரிகையாளர் பி.கே. ஆத்ரே பின்வரும் முழக்கத்தை செல்வாக்குமிக்கதாக்கினார்.

'அரசமைப்புச் சட்டத்தை உருவாக்கிய அம்பேத்கர் எங்கே வெண்ணெய் விற்கும் கஜ்ரோல்கர் எங்கே?'

கஜ்ரோல்கர் பால் பொருட்களை விற்றதாகத் தெரிகிறது. முழக்கத்தின் சாதியத் தொனி சஞ்சலப்படுத்தவே செய்கிறது (சமீபத்தைய சாயக்காரர் என்னும் தொடரின் அதிர்வு இருந்தும், தான் தகுதிபெறும் வகையில் ஒருவர் எப்படிக் கறந்தார் என்று இருந்தும்). அம்பேத்கர் அளித்த நேர்முகம் ஒன்றில் அதிர்ச்சியை வெளிக்காட்டினார்; காங்கிரஸ் குறைந்த வாக்குகளைப் பெறும் தொகுதியில், சோஷலிஸ்டுகளும் SCF-னரும் அதிகமுள்ள இடத்தில், இத்தகைய முடிவு வந்திருப்பது வியப்பளிக்கிறது என்றார்-'பம்பாய் பொதுமக்களின் அதிகப்படியான ஆதரவு இவ்வளவு அப்பட்டமாக ஏமாற்றியிருப்பது, தேர்தல் ஆணையரின் விசாரணைக்குரியது.' கமலாகாந்த் சித்ரேவுக்கு எழுதிய தனிப்பட்ட கடிதத்தில் அவர் வருந்தினார்: 'ஒன்று, அளிக்கப்பட்ட வாக்குகளில் தில்லுமுல்லு நடந்திருக்கும்... அல்லது பம்பாய் நகரம் சரியாக காங்கிரஸுக்கு வாக்களித்துள்ளது. பிந்தையது உண்மையானால், பம்பாய் குடிமக்களின் அறிவின் மோசமான பிரதிபலிப்பாகும்... பம்பாய் நகரம் மிகவும் இழிவடைந்த நகரமாயிருப்பதாகத் தோன்றுகிறது.' சூழ்ச்சிச் செயல்பாடுகளின் சாத்தியப்பாடு பற்றிய கொள்கைகளையும் சுற்றுக்குவிட்டார். SCF-இன் அமைப்பு வேலைகளில் ஈடுபட்டிருந்த சித்ரே, ஆவேசமின்றி பதிலளித்தார். பட்டியலினச் சாதிகளின் வாக்குகளில் அம்பேத்கர் 60% மட்டுமே பெற்றிருப்பார் என்றார். பலர் வாக்களிக்கவில்லை அல்லது வாக்களிக்கப் பதிவு செய்திருக்கவும் இல்லை. ஆனால் அவர் அடையாளம் கண்டிருந்த மிகப்பெரும் பிரச்சனை, அமைப்புக் குறைபாட்டால், SC பிரிவினருக்கு வெளியிலுள்ள வாக்காளர்களுடன் தொடர்பு ஏற்படுத்திக் கொள்ள முடிந்தது என்பதாகும்.

அவர் தொடர்ந்து எழுதுகிறார்: 'நமது அமைப்பே நார்நாராகிவிட்ட ஒன்று. நடைமுறையில் உங்கள் பெயர் தவிர்த்து எதுவுமில்லை, அது இல்லாவிட்டால் எங்கும் போயிருக்க மாட்டோம்? கட்சித் திட்டத்திலுள்ள அக முரண்பாடே தோல்விக்கு இட்டுச் சென்றது என கிறிஸ்டோப் ஜாஃப்ரலாட் சுட்டிக் காட்டுகிறார்: தனிநபர்வாதத்திலான நம்பிக்கை மற்றும் குறிப்பிட்ட சமுதாயங்களின் (பட்டியலினச் சாதிகள் மற்றும் இதரச் சிறுபான்மைகள்) சிறப்பு நலன்களைப் பாதுகாத்தல் ஆகிய இரண்டையும் சமன்படுத்துதல். வறுமையைப் போக்குவதில் பருண்மையான முயற்சிகள் இல்லாததையும் அவர் சுட்டிக்காட்டுகிறார்-மறுவிநியோக நீதியை அல்லது நிலச் சீர்திருத்தங்களைப் பேசுவதே இல்லை. தொழில்மயப்படுத்தல் மற்றும் 'அறிவியல்' திட்டங்கள் வாயிலாக குடியானவர்களுக்கு உதவி. அதீத வறுமையிலிருந்த சாதாரண வாக்காளருக்கு இது பிடிப்பையே தரவில்லை. இத்தோல்வியிலிருந்து பெறப்பட்ட மூன்று பாடங்கள்: ஆகஸ்டு 1955-இல் SCF தனித்தொகுதிகள் அமைப்பை எதிர்க்கத் தீர்மானித்தது ஏனெனில் பொதுப்பிரிவில் இருந்த வாக்காளரை அணுக முடியாதபடி இது தடுத்தது; இதர சமுதாயங்களுடன் பணியாற்ற வழிவகை செய்திடும் விரிவான கட்டளை கட்சிக்குத் தேவைப்பட்டது; பொருத்தமான சித்தாந்த சார்புகளுடைய கட்சிகளுடன் தொடர்ந்து கூட்டணி வைத்துக் கொள்வதற்கான தேவை.

உணர்த்தப்படுவது

தேர்தல் முயற்சியின் பிரும்மாண்டத் தோல்வியை, பாராட்டுக்கு உரியவிடத்தே பாராட்டு என பிரேஷ்வர் சுட்டிக் காட்டுகிறார். தோல்வியின் ஆரம்பகட்ட செய்தியைத் தொடர்ந்து குற்றஞ் சாட்டுவதில் ஊசலாட்டம் நிறையவே இருந்தது. சவுக்குகள் இருந்தும், கடைசி சிரிப்பு குதிரையினுடையதாயுள்ளது.

28
"நீங்கள் செய்தீர்கள்!"

சங்கர்ஸ் வீக்லி, ஜனவரி 20, 1952, சங்கர்

"You Did It !"

pite of their election alliance, both Dr. Ambedkar and Mr. Asoka Mehta were defeated in the election to Parliament from the Bombay North Constituency.

தேர்தல் கூட்டணி இருந்தும், பம்பாய் வடக்கு பாராளுமன்றத் தேர்தலில், டாக்டர் அம்பேத்கர் மற்றும் திரு. அசோக் மேத்தா இருவரும் தோற்கடிக்கப்பட்டனர்.

அம்பேத்கர் ஏன் தேர்தலில் தோற்றார் என்பதற்கு ஏராளமான கோட்பாடுகள் உண்டு. எஸ்.ஏ. டாங்கே போன்ற கம்யூனிஸ்டுகள் நெறியற்ற வழிகளில் சதி செய்திருந்தனர் என அம்பேத்கர் நம்பினார். எனினும் SCF-இன் மூத்த தலைவர்கள், கட்சிக்கு அமைப்பு சார்ந்த பலமே இல்லையென்றும் நீண்ட காலம் இருந்து வந்ததெல்லாம் அம்பேத்கரின் பெயர் மட்டுமே என்று புகார் கூறினர். முதல் முறையாகத் தேர்தல் மற்றும் அது சார்ந்த அமைப்பு நடவடிக்கைகளில் அம்பேத்கர் பிரத்யேகமாக குவிமையம் கொண்டிருந்தார். இதற்கு முன்னர் அவர் பாராளுமன்றத்தில் இருந்தார், அரசமைப்புச் சட்டசபையில் இருந்தார். சுதந்திரத்திற்கு முந்தைய ஆண்டுகளில், வைஸ்ராயின் செயற்குழுவில் தொழிலாளர்

உறுப்பினராக தன் கடமைகளில் ஈடுபட்டிருந்தார். அம்பேத்கரின் வாழ்க்கை வரலாற்றாளர் தனஞ்செய் கீர் கூறுகிறார்: 'காஷ்மீர் பிரிவினைக்காக வாதாடியது, முஸ்லீம்களுக்கு தனித் தொகுதிகள் தொடர்பாக பம்பாய் முஸ்லீம்கள் முன் அவர் பேசியது, மக்களின் முன்னே நேர்மறையான பேச்சுகள் நிகழ்த்தாதது, எல்லாவற்றுக்கும் மேலாக, ஒழுங்கமைவு இல்லாத கட்சியின் பலவீனம் அனைத்தும் சேர்ந்து, தோல்வியில் முடிந்தன. '*SCF*-இன் தேர்தல் அறிக்கையில் வெகுமக்கள் யுத்த தந்திரங்கள் இடம்பெறாதது, அதிக வாக்காளர்களை ஈர்க்கத் தவறியது என மற்றவர்கள் நம்பினர். இந்தியாவில் தீவிரப் பிரச்சனையான வறுமைக்கு ஈர்ப்புள்ள தீர்வு இல்லாமை இவற்றில் அடங்கும்.'

உணர்த்தப்படுவது

தலைப்பில்லாத நிலையில் இக்கேலிச்சித்திரம் எந்தவொரு காட்சி ரீதியிலான அர்த்தத்தையும் தருவதில்லை. பம்பாய் காங்கிரஸ் தலைவர் எஸ்.கே. பாட்டில் ஒரு மூலையில் உள்ளூரச் சிரிக்கின்றார்; வலது புறம் இருப்பவர் ஜெயப்பிரகாஷ் நாராயண். வேடிக்கை என்ன என்பதைப் பொறுத்து, எங்களுடையதைப் போலவே உங்கள் யூகமும் அவ்வளவு சரியானதே. கீழே தரப்பட்டுள்ள இடத்தில், இக்கேலிச்சித்திரம் ஏன் வேடிக்கையானது என்று நீங்கள் நினைப்பதை நிரப்புங்கள். இதனடிப்படையில், இந்நூலிலுள்ள கேலிச்சித்திரங்களில் எவற்றை நீக்கலாம் என எங்களுக்குச் சொல்லுங்கள். ஜனநாயகம் இனிதான பாவனையாயிருப்பதால், உங்களது பேச்சுரிமையை நாங்கள் உறுதிப்படுத்தும் போதும், ஜனநாயகத்துடன் இருப்பதாக பாவனை செய்வோம்.

29
யானைச் சிறுவன்

ஃபிலிம் இந்தியா, ஜனவரி 1952, ஈரன்

நபர் 1 : டாக்டர் அம்பேத்கர் ஊதுவது என்ன நுரைகள்?
நபர் 2 : புதிய சாபு, இல்லையா?

டெல்லியில் தங்கியிருந்தபோது அம்பேத்கர் தோட்டம் அமைப்பதில் மிகவும் ஈடுபாடு கொண்டார். அவரது பெரிய இல்லத்தில் நிறைய தலித்துகள் கூடி தம் பிரச்சனைகளையும் யுத்த தந்திரங்களையும் விவாதித்தனர். அவர்களில் பலரும் அடக்கமான பின்புலங்களிலிருந்து வந்தவர்கள்; அவர்களுக்கு அவ்வீட்டின் பிரும்மாண்டச் சூழல் வியப்பூட்டியது. பலர் தம்மிடமிருந்த சொற்பமான பணத்தில் மாலைகள் வாங்கி அளிக்க, மற்றவர்கள் பாபாவுக்கு சேவை புரிந்தனர். இக்கலந்துறவாடல்களின் போது, அம்பேத்கர் ஆலோசனை தந்தும் தவறான கருத்தமைவுகளைப் போக்கியும் உடன் நின்றார். தன் மக்களுக்கு தான் எவ்வளவு முக்கியமானவர் என்பதில் அவருக்கு மயக்கங்கள் இருந்ததில்லை.

உணர்த்தப்படுவது

Elephant Boy என்னும் 1937-ஆம் ஆண்டு பிரித்தானிய திரைப்படத்தைக் குறிக்கின்றது. யானை வேட்டைக்காரனாக மாறவேண்டும் என கனவு காணும் மைசூர் பாகனின் மகனின் கதையைச் சொல்கிறது இப்படம். சிறுவனாக நடித்தவர் சாபு தஸ்தகிர். பேச்சாகவும் சிந்தனைக்குமிழிகளாகவும் புத்திசாலித்தனமாக சிதறடித்துக் காட்டப்பட்டுள்ள அம்பேத்கரின் பேச்சு, கனவு காண்பவனின் மரியாதையற்ற வார்த்தைகளாக ஒலிக்கின்றது-குறிப்பாக, போராட்டத்தை அறிந்திடாத மக்களுக்கு. கோபம் அவர்களுக்கு வேடிக்கையாகத் தோன்றுகிறது. ஆனால் லட்சக் கணக்கிலான தலித்துகளின் கனவுகளை அம்பேத்கர் அறிவார்; அதிகாரத்தை பற்றியிருந்தோரின் ஆட்டுவிப்புகளுக்கு ஒரு அங்குலமேனும் விட்டுக் கொடுக்க விரும்பாது, கண்களை அகலத் திறந்து வைத்திருந்தார்.

30
அரேபிய இரவுகள்?

நேஷனல் ஹெறால்ட், பிப்ரவரி 10, 1952, பிரேஷ்வர்

SCF–இன் பொதுச்செயலர் கூட்டமைப்பு பல்வேறு கட்சிகளுடனான கூட்டணியைத் தொடரவேண்டிய கட்டாயத்தில் இல்லை என்கிறார்.

1951 தேர்தல் அறிக்கையிலேயே அம்பேத்கர் கூட்டமைப்புக் கட்சியை உருவாக்குவதற்கான தன் திட்டங்களை உருவரை செய்து, எண்ணற்ற கட்சிகளுக்கு அழைப்பு அனுப்பினார். பிரித்தானிய உழைப்பாளர் கட்சி அடிப்படையில், அனைத்திந்திய கட்சியின் உருவாக்கத்திற்கு வற்புறுத்தினார்-அது தனிப்பட்ட உறுப்பினர்களை அல்லாமல் தனித்தனிக் கட்சிகளைக் கொண்டிருக்கும். தேர்தலின் போது பரஸ்பர கடப்பாடுகள் மற்றும் உள்ளார்ந்த அமைப்பு விஷயத்தில் தன்னாட்சி உரிமை என்பவற்றின் அடிப்படையில் இக்கட்சி உறவுநிலைகள் இருக்கும்.

பலமிக்க கூட்டணிக் கட்சிகளாய் இருக்கக் கூடியவையாக கருதப்பட்டவை: சோஷலிஸ்ட் கட்சி, கிசான் மஸ்தூர் பிரஜா கட்சி மற்றும் ஜஸ்டிஸ் கட்சி. இந்நிகழ்வுப் போக்கை நிறைவேற்றிட அம்பேத்கர் குறிப்பான வழிகாட்டு நெறிகளை வகுத்தளித்தார்- அனைத்துக் கட்சிகளும் தம் கொள்கைகளை தெளிவாக்க வேண்டும்; அவை SCF-னுடையவற்றுடன் மோதி முரண்படக் கூடாது. அனைத்துக் கட்சிகளும் பட்டியலினச் சாதிகளின் மேம்பாட்டுக்குத் துணை நிற்கவேண்டும். SCF-இன் சுயாட்சித்தன்மை பராமரிக்கப்பட வேண்டும்; ஒட்டுமொத்த கூட்டமைப்பால் அங்கீகரிக்கப்படாத இன்னொரு கட்சியுடன் எந்த கட்சியும் இணைப்பு கொள்ளலாகாது. 1951-இல் SCF தனிப்பட்ட உறுப்பினர்களை ஆதரிக்க மறுத்தது. பொதுத் தேர்தலில் SCF-இன் தோல்வியை ஒட்டி, சோலாப்பூர் கூட்டம் ஒன்றில் பேசிய பொதுச் செயலர் பி.என். ராஜ்போஜ், ஏற்கனவே போடப்பட்டுள்ள கட்சி உடன்பாடுகள் கட்டுப்படுத்துபவை அல்ல என்றார். இம்முடிவு இனிமேல்தான் மேற்கொள்ளப்பட இருக்கிறது என்ற அவர், பல்வேறு சட்டமன்றங்களில் கூட்டணிக் கட்சிகளுக்கு வழிகாட்டும் வகையில் ஒரு மத்திய பாராளுமன்ற கழகத்தை அறிவித்தார்.

உணர்த்தப்படுவது

மத்திய கிழக்கின் காவியம், ஆயிரத்து ஓர் இரவுகளில் பெண் வெறுப்பாளரான மன்னர் சஹ்ரயார், தன் மனைவி நெறி தவறியதால் பெண் வெறுப்பாளராக மாறி, ஒவ்வொரு பகலிலும் ஒரு மணப்பெண்ணை மணந்து அன்று இரவே அவளைக் கொன்றுவிடத் தீர்மானிக்கிறார். அம்பேத்கரின் சிடுசிடுப்பான தோற்றம் பல தினசரிகளைச் சலசலப்புக்கு உள்ளாக்கியது. அரசாங்கத்தின் தொடர்ச்சியான அலட்சியத்திற்காக கடும் விளைவுகள் வரும் என்ற ஆவேசமான மிரட்டல்களுடன் 1952-இல் பல அறிக்கைகள் வெளியிடப்பட்டன. அம்பேத்கரின் வெளிப்படையான கோபத்துடன் சேர்ந்து கொண்ட எதிர்ப்பின் வெடிப்பு, ஆழமான சமூக-அரசியல் பதற்றத்தை விடவும் தேர்தல் ரீதியிலேயே தீட்டப்பட்டது. இதற்கிடையே, SCF, லோஹியாவின் சோஷலிஸ்ட் கட்சியுடன் கொண்டிருந்த கூட்டணியைத் தொடர்ந்தது; தேர்தல் அரசியலில் அசோக் மேத்தாவின் (சஹ்ரியாரின் முகச்சவரம் செய்யப்படாத பலியிடப்படும் மணப்பெண்களில் ஒருவராக காணப்படுபவர்) சகாவாக அம்பேத்கர் இருக்கிறார்.

31
கடலின் கிழவன்

சங்கர்ஸ் வீக்லி, பிப்ரவரி 17, 1952, சங்கர்

SCF, சோஷலிஸ்டுகளான கூட்டணியிலிருந்து வெளியேற விரும்புகிறது. கடலின் கிழவன் உடன்படுவாரா?

தேர்தல் தோல்விக்குப் பின்னர், SCF-இன் பொதுச்செயலர் பி.என். ராஜ்போஜ் சோலாபூரில் சிறிய விமர்சனக் குறிப்பை வெளியிட்டார்: 'நாடெங்கிலும் பல்வேறு அரசியல் கட்சிகளுடன் கொண்டுள்ள தேர்தல் கூட்டணியைத் தொடரும் கட்டாயம் SCF-க்கு இல்லை.' இது கேலிச்சித்திரக்காரருக்கு இரையாகி, முற்போக்குக் கட்சிகளின் 'புனிதமற்ற' கூட்டணி சீக்கிரமே முறிந்து போகுமா என அனுமானிக்கச் செய்தது. இச்சிறு கூட்டணியின் தோல்விக்குப் பிந்தைய விநோதம் தொட்டுணரக் கூடியதாயிருந்தது. தோற்றவர்கள் வலுவுடனும் ஆற்றலுடனும்

இருக்கையில் இப்பயம் அர்த்தம் கொண்டிருக்கும். இத்தகைய சிறு கூட்டணிக்கு எதிராக ஏன் இந்த வெறுப்பு என ஒருவர் வியப்படைவார். எந்தவிதமான காழ்ப்புணர்வுடனும் இது கற்பிதம் செய்யப்படுவதைக் கடவுள் விலக்கட்டும். நல்ல உத்தேசமிக்க சவர்ண முற்போக்காளர்கள் எப்படி காழ்ப்புணர்வு கொண்டிருப்பார்கள்? இங்கே மேத்தா, அம்பேத்கர் தோளிலுள்ள குரங்காகச் சித்தரிக்கப்படுகிறார். முன்னதாக இவ்வியங்காற்றல் இன்னொரு விதமாயிருந்தது. கேலிச்சித்திரக்காரர் தம் படைப்புக்கு இரண்டாவது சிந்தனை தந்துள்ளாரா?

உணர்த்தப்படுவது

சிந்துபாத் கதையில், கடலின் கிழவன் பயங்கர நபராகக் கூறப்படுவான்; தன்னைக் கடலில் சுமந்து செல்லுமாறு பயணிகளை ஏமாற்றி, அவர்கள் தூக்கிச் சென்றதும், அவர்களை விட்டுவிடாமல் வதைக்க, அவர்கள் இறந்து போவார்கள். SCF-இன் தோல்விக்கு சோஷலிஸ்ட் கட்சி பொறுப்பாக்கப்படுகிறது. காரணங்கள் கூறப்படவில்லை. ஏனெனில் கேலிச்சித்திரக்காரர் யாருக்கும் பதிலளிப்பதில்லை.

32
டேவிட்டும் கோலியாத்தும்[12]

ஃபிலிம் இந்தியா, பிப்ரவரி 1952, ஈரன்

கஜ்ரோல்கர்: அவர் மீண்டும் எழுவாரா?
நேரு: முட்டாளே, ஆணியடி. நான் கொன்றவர்கள் ஒரு போதும் எழுவதில்லை.
தலைப்பு : இந்திய அரசமைப்புச் சட்டத்தை வரைந்தவரும் வழக்குரைஞரும், அறிஞரும் இந்திய ஹரிஜனங்களின் உயரிய தலைவருமான நம்முடைய 'கோலியாத்' ஆன டாக்டர் அம்பேத்கர், மக்களவைத் தேர்தலில் காங்கிரஸின் ஹரிஜனனான 'டேவிட்' ஆகிய என்.எஸ். கஜ்ரோல்கரால் 14, 164 வாக்குகள் வித்தியாசத்தில் தோற்கடிக்கப்பட்டார்.

1952 பொதுத்தேர்தலில் சுமார் *15000* வாக்குகள் வித்தியாசத்தில் என்.எஸ். கஜ்ரோல்கரிடம் தோற்றபோது, அம்பேத்கர் ஏமாற்றமடைந்தார். காந்தியவாதியான கஜ்ரோல்கர் ஒப்பீட்டளவில் யாரென்று அறியப்படாதவர். சாம்பர் சமூகத்தைச் சேர்ந்த அவர் ஓர் உணவு பதப்படுத்தும் அமைப்பை நடத்தி வந்தார். அம்பேத்கர் தனித் தொகுதிகளையும் தனிக் காஷ்மீரையும் விரும்பியதால், அவரை 'தேசத்துரோகி'யாக சித்தரிக்கும் சிறு பிரசுரங்களை,

கம்யூனிஸ்ட் தலைவர் எஸ்.ஏ. டாங்கே வெளியிட்டதாக வதந்திகள் உலவின. இவ்விரண்டு பிரச்சனைகளையும் தன் தேர்தல் அறிக்கையில் அம்பேத்கர் வெளிப்படையாகவே குறிப்பிட்டிருந்தார். சோஷலிஸ்டுகள் சரிவர ஆதரிக்காததால் அம்பேத்கர் தோற்றார் என கஜ்ரோல்கர், ராஜேந்திர பிரசாத்துக்கு எழுதிய கடிதத்தில் கூறியிருந்தார்.

உணர்த்தப்படுவது

அம்பேத்கரின் சவப்பெட்டியில் இன்னொரு ஆணி அடிக்குமாறு நேரு கட்டளையிட, கஜ்ரோல்கர் சந்தேகத்துடன் பார்க்கிறார். அம்பேத்கரை எதிர்த்த தலைவர்களும் அவருக்குக் கடன்பட்டிருந்ததாக உணர்ந்தனர் என்று தோன்றுகிறது. பிறகேன் தயங்குகின்றனர்? ஒப்பீட்டளவில் ஒன்றுமற்ற ஒருவரால் பலமிக்க தலைவரை வீழ்த்த முடியும் என்பதை காங்கிரஸும் நேருவும் நிரூபித்துள்ளன-காங்கிரஸுக்கு நன்கு சேவகம் புரிந்த கஜ்ரோல்கருக்கு 1970-இல் பத்மபூஷன் வழங்கப்பட்டது. தீவிர தலித்துகளை வீழ்த்துவதற்கான அடித்தளம் செப்டம்பர் 24, 1932-இல் போடப்பட்டிருந்தது.

33
இந்திய லார்வுட்[13]

ஃபிலிம் இந்தியா, மார்ச் 1952, ஈரன்

அம்பேத்கர்: தப்பான இடங்களை அவர் தாக்குகிறார். இது கிரிக்கெட் இல்லை!
மேத்தா: உடலில் தாக்குதல்! சோஷலிஸ்டுகள் இந்தக் கிரிக்கெட்டை ஆடியதே இல்லை!
கிருபளானி: அவர் சுசேதாவை விட்டுவிட்டு என் முதுகை முறித்துவிட்டார். சூழ்ச்சிக்கார பிசாசு!
எஸ்.கே.பாடில்: வெளியே போ–வெளியே போயாகவேண்டும்–வெளியே போய்த்தீரவேண்டும்.
தலைப்பு: இங்கிலாந்திற்கு எதிரான இறுதிச்சோதனை ஆட்டத்தில் வென்றதற்காக, பிரதமர் நேரு கேப்டன் விஜய் ஹஸாரேயைப் பாராட்டினார். ஆனால் சமீபத்திய தேர்தல்களில் உடல் மீது பந்தை வீசி, இன்னும் பெரிய வெற்றியை நேரு அடைந்தார்.

1952 பொதுத்தேர்தல், அனைத்து எதிர்க்கட்சிகளின் வீழ்ச்சியினையும் காங்கிரஸின் புதிய காலனித்துவ அரசு நிறுவப்படுதலையும் கண்டது. 489 மொத்த இடங்களில் 364-னை காங்கிரஸ் பெற்றது. சியாம பிரசாத் முகர்ஜியின் ஜனசங்கமும்

அம்பேத்கரின் *SCF*-ம் மிகக் குறைவான இடங்களையே பெற்றன. ஆச்சரியப்படும் வகையில், புதிய ஆட்டக்காரர்களான கிருபளானியின் கிஸான் மஸ்தூர் பிரஜா பார்ட்டியும் சோஷலிஸ்ட் கட்சியும் ஒப்பீட்டளவில் அதிக வாக்குகளைப் பெற்றன. கிருபளானியின் மனைவி சுசேதா, காங்கிரஸின் மன்மோகினி சாகலை வென்று, டெல்லியைப் பிடித்தார். அதே வேளையில், இந்தியாவுக்கு வந்திருந்த இங்கிலாந்து கிரிக்கெட் அணியுடன் 5 சோதனை ஆட்டங்கள் ஆடியதில், மூன்று சமமும், இந்தியாவும் இங்கிலாந்தும் தலா ஓரிடமும் பெற்றன. தன்னார்வலரான நிகெல் டேவிட் ஹோவர்ட், இந்தியா பாகிஸ்தான், சிறிலங்காவில் பயணம் செய்த இரண்டாவது இங்கிலாந்து அணிக்குத் தலைவரானார். சோதனை ஆட்டங்களில் 'இங்கிலாந்து' எனவும் ஏனைய ஆட்டங்களில் *MCC* (மெரில்போன் கிரிக்கெட் கிளப்) எனவும் அறியப்பட்டது. அய்ந்தாவது மற்றும் இறுதி ஆறாவது ஆட்டத்தில் (பிப்ரவரி 6-10) வென்றமைக்காக நேரு, இந்தியக் கேப்டன் ஹஸாரேவைப் பாராட்டினார். இது கிரிக்கெட் வரலாற்றின் சரிதங்களில் இடம்பெறவில்லை. கிரிக்கெட்டில் பரிச்சயம் இல்லாதவர்களுக்கு, இங்கு குறிப்பிடப்படுவர் ஆங்கிலேய வேகப்பந்து வீச்சாளர் ஹரோல்டு லார்வுட்-ஆஸ்திரேலியாவின் 1932-33 ஆட்ட வரிசையில் உடல்மீது பந்து வீசியதற்காக செய்திகளில் அடிபட்டவர்; இவரும் வேறு சிலரும் இப்படி பந்து வீசவே பல ஆஸ்திரேலிய வீரர்கள் காயம் பட்டனர்-மோசமான விளையாட்டு எனக் கூக்குரல் எழும்பச் செய்தனர்.

உணர்த்தப்படுவது

வெளியெல்லாம் பிரதிகள், அருவருப்பான வகையில் சுயத்தைப் பெருக்குதல், மிக மோசமான கருத்துப்பட மாடல் இருக்க வேண்டும். இந்திய சமூகத்தின் விலகிச் செல்லும் தன்மையால் மனம் புண்பட்டவராக அம்பேத்கர் ஓய்வு பெற்றிருக்கக்கூடும்; ஆனால் தன் இறப்புக்குப் பிறகு அமர்க்களத்துடன் திரும்பியுள்ளார். ஒவ்வொரு அரசியல் கட்சியும் அவரை அபகரித்துக் கொள்ள போட்டியிடுகின்றன மற்றும் ஒவ்வொன்றும் அவரது உயில்வழிக் கொடையால் விழுங்கப்பட்டுவிடும்.

34
சுதந்திரமாயிருப்பதன் முக்கியத்துவம்
நேஷனல் ஹெரால்ட், மே 14, 1952, பிரேஷ்வர்

சிறியதாக இருப்பதால் எந்த அரசாங்கமும் கவலைப்படாத தன் கட்சி, பாராளுமன்றத்தில் சுதந்திரமான கொள்கையைப் பின்பற்றும் என்கிறார் அம்பேத்கர்.

மே 13, 1952 அன்று ராஜ்யசபாவில் பாராளுமன்ற உறுப்பினராக அம்பேத்கர் பதவிப் பிரமாணம் எடுத்துக் கொண்டார். பத்திரிகையாளருக்கு அளித்த செய்தியில், SCF உறுப்பினர்கள் மிகச்சிலராக இருப்பதால், அரசாங்கம் அவர்களைப் பற்றி கவலைப்படவேண்டாம் என சமரச நிலையை மேற்கொண்டார். பாராளுமன்ற எதிர்க்கட்சிகளுடனான கூட்டணி என்ற அளவில், மூன்று வாய்ப்புகளை அவர் குறிப்பிட்டார்-வலது சாரிகள், கம்யூனிஸ்டுகள் மற்றும் சுயேச்சைகள். இவற்றில் எதனோடும் அணிசேரும் சாத்தியத்தை நிராகரித்த அவர், தன் கட்சி நடுநிலையை

மேற்கொள்ளும், பாராளுமன்றத்தில் கொண்டுவரப்படும் ஒவ்வொரு மசோதாவும் அதன் தகுதியின் அடிப்படையில் மட்டுமே பரிசீலிக்கப்பட்டு, பொது அறிவு, பகுத்தறிவு, பெருந்திரளினரின் நல்வாழ்வு என்பன அரசாங்கத்திடமிருந்து வருகின்றனவா அல்லது எதிர்க்கட்சிகளிடமிருந்து வருகின்றனவா என்று பார்த்த பின்னரே ஆதரவு அளிக்கப்படும்.

மே 14 அன்று தாதாசாகிப் கெய்க்வாடுக்கு எழுதிய கடிதத்தில் அம்பேத்கரின் வேதனை மற்றும் விலகிய பாவத்திற்கான குறிப்பைக் காண முடியும் 'எனது ஆரோக்கியம் என்பது அப்படியே உள்ளது. உங்களுக்கெல்லாம் அது வருத்தத்திற்கான காரணமாக இருக்கிறது. நான் கவலைப்படுவதை விட்டுவிட்டேன். என் பழைய ஆரோக்கியத்தைக் கொண்டுவர என்னால் எதுவும் செய்யமுடியும் என்று நான் எண்ணவில்லை. புத்தர் சொல்வது போல, இருப்பிற்கு வரும் ஒவ்வொன்றும் அழிகின்றது, அந்த ரீதியில் எடுத்துக்கொள்ள நீங்கள் பழகிக் கொள்ள வேண்டும். என் ஆரோக்கியத்திற்காக கவலைப்படுவதைவிடவும் என் பொறுப்புகளை ஏற்பது முக்கியமானது-அதனை சீக்கிரமே செய்வீர்கள். நான் நீண்ட நாள் இருக்கப் போவதில்லை என்பது உறுதி.'

உணர்த்தப்படுவது

விக்டோரியா கால விழுமியங்களைப் பகடி பண்ணும், ஆஸ்கார் ஒயில்டின் நாடகம் The Importance of BEING Earnest இங்கு குறிக்கப்படுகிறது. இதன் தலைமைப் பாத்திரங்கள், வெவ்வேறு நிலவரங்களுக்குப் பொருந்தும் வெவ்வேறு நபர்களாக பாவனை செய்து, இரட்டை அடையாளங்களைப் பூண்டு ஏமாற்றுகின்றனர். காங்கிரஸார் மற்றும் பாராளுமன்ற எதிர்க்கட்சியினர் உடன் இருக்கையில் அம்பேத்கர் தன் மெட்டினை மாற்றிக் கொள்வதாக இங்கே சித்தரிக்கப்படுகிறார் (பார்வையாளர் உறுப்பினர்களாக சித்தரிக்கப்பட்டுள்ளனர்). அவர் தனித்துவமற்றவராகக் காட்டப்படுகிறார். பிரேஷ்வர் இந்நாடகத்தை வாசித்திருப்பதாகத் தெரியவில்லை-அதில் ஏமாற்றே, நேரிய தன்மை உருவாக்கப்படும் வழிவகையாக மாறும் -மற்றும் நிறைவான வாழ்வைத் தருவதாக இருக்கும்.- அது இருவிதங்களில் நல்ல தீர்மானங்களுக்கு

கொண்டுவந்து சேர்க்கும். அம்பேத்கரின் முரண்பாடான அரசியல் நடவடிக்கை அமைந்த அதே நேரிய தன்மைதான் என ஒருவர் வாதிட முடியும். (பரிகாசமின்றி ஒரு பெண் பிரேஷ்வர் கேலிச்சித்திரத்தில் இடம்பெறுவது கவனிக்கத்தக்கது.)

35
சிறிய கருணைகள்

சங்கர்ஸ் வீக்லி, ஜூன் 8, 1952, சங்கர்

அமெரிக்கரின் முன்னே இந்திய அரசாங்கத்தைப் பற்றி மோசமாகப் பேசமாட்டேன் என டாக்டர் அம்பேத்கர் உறுதி அளித்துள்ளார். சிறிய கருணைகளின் பொருட்டு நாடு நன்றி பாராட்டுகிறது.

அரசாங்கத்தின் மீதான அம்பேத்கரின் கசப்பான விமர்சனங்கள் தேர்தலுக்குப் பிறகும் நீடித்தன. அரசாங்கத்தில் இருந்தபோது அதனை அடியொற்றினார் என்பதல்ல. அவரது துல்லியமான விவாதம் மற்றும் தொழில் திறன்களைக் கண்டு ஒரு கட்டத்தில் திகைத்து நின்றனர் காங்கிரஸார். தான் பயின்ற கொலம்பியா பல்கலைக்கழகத்தில் ஜூன் 5, 1952-இல் முனைவர் பட்டம் வாங்க இருக்கிறார் அம்பேத்கர் என்ற செய்தி ஆண்டின் மத்தியில் வந்தது. அவருடன் சேர்ந்து கண்ணியப்படுத்தப்பட்டவர்களில் ஒருவர் அமெரிக்கக் கவிஞர் வாலஸ் ஸ்டீவன்ஸ். மிக முன்னதாகவே அய்ஸனோவரின் கைகளிலிருந்து அம்பேத்கர்

இக் கண்ணியத்தைப் பெற இருந்தார். ஆனால் அமைச்சரவை மற்றும் தேர்தல் கடமைகள் குறுக்கிட்டன. சவீதா அம்பேத்கர் உடன் செல்லவில்லை; போதுமான அந்நியச் செலாவணி இல்லை என்று கூறப்பட்டது. மே 31 அன்று இந்திய கிரிக்கெட் கிளப்பில் பாராட்டுவிழா நிகழ்ந்தது. சித்தார்த் கல்லூரியின் முதல்வரும் பதிவாளருமான வி.எஸ். பதங்கர் மற்றும் கே.வி. சித்ரே விழாவை நடத்தினர். இந்திய அரசமைப்புச் சட்டத்தின் சிற்பி என்று அவர் அறியப்பட்ட பின்னரும், அம்பேத்கர் பயின்ற பம்பாய் பல்கலைக்கழகம் உள்ளிட்ட எந்தப் பல்கலைக்கழகமும் அவரைப் பாராட்ட வேண்டும் என எண்ணிப்பார்த்ததில்லை என பதங்கர் சுட்டிக்காட்டினார். 1953-இல் உஸ்மானியா பல்கலைக்கழகம் அவருக்கு கௌரவ முனைவர் பட்டம் வழங்கி, இப்போக்கினை முறியடித்தது.

அந்நிகழ்வில் அம்பேத்கரும் பேசினார். அமிலத்தன்மையிலான தன் மனப்போக்கை குறிப்பிட்டு, அதிகாரத்திலிருப்போருடன் நிறைய விவாதங்களில் ஈடுபட்டிருந்ததை ஒத்துக் கொண்டார். வெளிநாடு சென்றும், நாட்டின் விவகாரங்களை அம்பலப்படுத்திக் கொண்டிருப்பேன் என யாரும் நினைக்க வேண்டாம். வட்ட மேஜை மாநாடுகளின் போதும், இந்தியாவின் நலன்களை முன்னெடுப்பதில் 200 மைல்கள் முன்னதாக இருந்ததாகக் குறிப்பிட்டார். அமெரிக்காவிலிருந்து திரும்பியதும், அமெரிக்க அரசாங்கம் பாகிஸ்தான் பக்கமே சார்பாக இருக்கிறது, இந்தியாவைப் பற்றிய பொது அபிப்பிராயம் நல்லதாக இல்லை என ஊடகத்திடம் தெரிவித்தார்.

உணர்த்தப்படுவது

உண்மையாகவே வேடிக்கையான நகைச்சுவை சார்ந்த பதிலடியாக உள்ளது. வறண்டதும் விழிப்புணர்வு மிக்கதுமான ஒரு வாசகத்தை அம்பேத்கர் வெளியிடுகிறார். சங்கர் சம அளவில் வறண்ட பதிலுடன் திருப்பித் தாக்குகிறார். ஓர் அற்புதத் தருணம், அப்படி ஒன்று இருந்திருந்தால். இதனை எண்ணிப் பார்த்தாலுங்கூட: 1930-களின் வட்டமேஜை மாநாடுகளிலிருந்து 2001-இன் இனவாதத்திற்கெதிரான டர்பன் மாநாடு வரை, அடுத்தடுத்த ஏராளமான முயற்சிகள் வரை, அய்க்கிய நாடுகள் சபையில்

சாதிப்பாகுபாடு பிரச்சனையை எழுப்ப முற்பட்டபோதெல்லாம், சர்வதேச மன்றங்களில் இந்தியாவைப் பற்றி இழிவாகப் பேசவேண்டாம் என தலித்துகள் கூறப்பட்டு வந்துள்ளனர். 2018-இல் சங்கபாணி அருணா தலைமையிலான பெண்கள், ட்விட்டரின் நிறுவனர்களில் ஒருவரும் தலைமை நிர்வாக அலுவலருமான ஜாக் டேர்ஸேயைச் சந்தித்து, தேன்மொழி சவுந்திரராஜன் என்ற தலித் திவாவால் வடிவமைக்கப்பட்ட சுவரொட்டி 'பிராமணிய ஆணாதிக்கத்தை நொறுக்குவோம்' (Smash Brahmanical patriarchy)-னை ஒப்படைத்தபோது இந்துக்கள் எழுப்பிய அமளியை நினைத்துப் பாருங்கள். சர்வதேச மேடையில் சவர்ண போலித்தனத்தை அம்பேத்கர் எப்படி இடித்துரைக்கிறார் என்பதை இந்நூலில் (பக்.97) வாசித்தறியுங்கள்.

36
மீண்டும் தனிமையை உணர்தல்
நேஷனல் ஹெரால்ட், அக்டோபர் 1, 1952, பிரேஷ்வர்

பல்வேறு எதிர்க்கட்சி அரசியல் கட்சிகளைக்கொண்ட இறுக்கமின்றிப் பிணைந்துள்ள கூட்டமைப்புக் கட்சிக்கு திட்டமிட்டுக் கொண்டிருப்பதாக டாக்டர் அம்பேத்கர் அறிவித்திருக்கிறார்.

1947-இல் சுதந்திரம் பெற்ற உடனேயே ஜெயபிரகாஷ் நாராயண், பகவான் சிங், ஆசார்ய நரேந்திர தேவ் ஆகியோர் காங்கிரஸிலிருந்து விலகியதும் சோஷலிஸ்ட் கட்சி நிறுவப்பட்டது. 1951-இல் ஜீவாத்ராம் கிருபளானி தலைமையிலான இன்னொரு குழு காங்கிரஸிலிருந்து வெளியேறிற்று-தேசியக் கட்சியிலிருந்தும் வலதுபுறம் நோக்கிய அதன் நகர்விலிருந்தும் முற்போக்கான உறுப்பினர்களின் பெரும் வெளியேற்றமாகத் தோன்றியது. கிராம சுயாட்சி கொள்கையைக் கைவிட்டதால் உண்டான விரக்தியாலும், காங்கிரஸ் தலைவராகும் முயற்சியில் தோற்கடிக்கப்பட்டதாலும்

கிருபளானி கிஸான் மஸ்தூர் பிரஜா கட்சியை ஆரம்பித்தார். இரு கட்சிகளும் 1951 பொதுத்தேர்தலில் வரம்புக்குட்பட்ட வெற்றியையே பெற்றன, இரண்டையும் இணைப்பதற்கான பேச்சுவார்த்தைகள் நடந்தன.

புதிய பிரஜா சோஷலிஸ்ட் கட்சி செப்டம்பர் 1952-இல் அறிவிக்கப்பட்டது. இணைப்புப் பற்றி விவாதிக்க அம்பேத்கருடன் தொடர்பில் இருப்பதாக அசோக் மேத்தா ஊடகத்திடம் தெரிவித்தார். இவ்விணைப்பு குறித்து அம்பேத்கர் விமர்சனபூர்வமாக இருந்தார் எனப்படுகிறது. இந்த இணைப்புக்கு, புதிய கட்சி ஆரம்பிப்பது தொடர்பான தன் கொள்கையை *SCF* மாற்றியமைக்க வேண்டியிருந்தது என்றார் மேத்தா. இரு கட்சிகளிடையேயான பெரும் ஒத்துழைப்புக்கு அம்பேத்கர் உறுதுணையாக நின்றார் மற்றும் தேர்தலுக்குப் பிறகு இணைப்புக்கு இசைவு தருவதாகத் தெரிவித்தார் என்றும் கூறினார். கூட்டணிக் கட்சிகளின் கூட்டமைப்பு பற்றிய அம்பேத்கரின் பரிந்துரை மேத்தாவாலும் விளக்கப்பட்டது. செப்டம்பர் 28, 1952-இல் பாரேலில் உள்ள நரேபூங்காவில், *SCF*, சமதாசைனிக் தள், பட்டியலினச் சாதிகள் மேம்பாட்டு டிரஸ்ட், முனிசிபல் காம்கர் சங், மஹர் ஜாதி பஞ்சாயத் ஆகியவற்றால் சேர்ந்து ஏற்பாடு செய்யப்பட்டிருந்த மாபெரும் பொதுக் கூட்டத்தில், அம்பேத்கர் அது குறித்துப் பேசுவார் என எதிர்பார்க்கப்பட்டது. ஆனால் கோபங்கொண்ட மனநிலையில் அம்பேத்கர் கூட்டமைப்புக்கு அரங்கம் நிறுவும் பணியிலிருந்து விலகி, இக்கூட்டத்திற்கு ஏற்பாடு செய்திருந்த ஏற்பாட்டாளர்களை விமர்சித்தார். பத்து நிமிடப் பேச்சில், பெற்ற நிதிகளுக்கு விபரங்கள் இல்லாதது பற்றி ஆவேசமுற்று உடனே அவற்றைப் பார்க்க வேண்டும் என்று கோரினார். ஒலிபெருக்கிகள் அணைக்கப்பட்டன; மேடையிலிருந்த சக பேச்சாளர் ஒருவர் முணுமுணுக்க, ஆத்திரமுற்ற அம்பேத்கர் ‘இதனை நான் சகித்துக்கொள்ளமாட்டேன். நாளைக்கு என்னிடம் கணக்கு வழக்குகளைக் கொடுங்கள்’ என்றார்.

1931-இல் ஆரம்பிக்கப்பட்ட கட்டிட நிதி இன்னும் முழுமையடையாமலேயே இருந்தது. தன் சமூகத்தின் படிப்பறிவு பெற்ற உறுப்பினர்களிடத்தே நம்பிக்கை இழந்துவிட்டதாகவும், பொதுமக்கள் இத்திட்டத்தை ஆதரிக்குமாறும் கூறினார்.

நன்கொடைகள் குவியத் தொடங்கி, கூட்ட முடிவில் ரூ.22,000 சேர்ந்திருந்தது.

உணர்த்தப்படுவது

குதிகால் உயர்ந்த காலணிகள் அணிந்து, வசதியான நபர்களைப் பார்க்க காத்திருக்கும் மேல்வர்க்கப் பெண்ணாக அம்பேத்கர் சித்தரிக்கப்பட்டுள்ளார்-அதுவே அற்பமானது என்பது போல. பெண்களுக்கு இத்தகு சாத்தியங்களைத் திறந்து விடுவதற்காக அவரது இந்து சட்ட மசோதா பெரிதும் பயத்திற்குக் காரணமானது. அம்பேத்கரின் அதிகரித்துவரும் தனிமை பற்றியதுதான் இந்த ஜோக். அதிக சிந்தனையின்றி, ஒரு விதிபோல உருவாக்கப்பட்ட இக்கேலிச்சித்திரத்தின் தலைப்பைப் பார்க்கையில் ஒருவரால் சிரிக்க முடியும் என ஒருவர் ஆசைப்படுவார். அவரது பல கேலிச் சித்திரங்களை உற்றுநோக்கிய அனுபவத்தில், பிரேஷ்வர் ஒரு மோசமான தொழில்நுட்பவாதி-அவரால் விரல்களைச் சரியாக வரையமுடியாது. காங்கிரஸின் நிறுவன-நிதி வல்லமையின் முன்னே, நிதிநிலைக் குறைபாடு அதிகரித்து வருதல் மற்றும் ஆற்றலற்ற உணர்வால் அம்பேத்கர் வருந்தியதை வேடிக்கையுணர்வாக்கிட ஒருவர் ஆசைப்படுவார். இத்தனிமையுணர்வைக்கண்டு ஜோக் அடிப்பது சோகத்தை லேசாக்கலாம். ஆனால் தொட்டுணரக்கூடிய அற்ப உணர்வு, 'சேர்ந்து சிரிப்பதை' விடவும் 'பார்த்துச் சிரிப்பது', ஏன் நகைச்சுவையே அதிகாரத்தின் சேவகனாக மாறுகிறது என்பதன் அடையாளமாயுள்ளது.

7

1953–1956

1

அவரின் ஒரே சாதனை

நேஷனல் ஹெரால்ட், பிப்ரவரி 1, 1953, பிரேஷ்வர்

பட்டியலினச் சாதிகளுக்கு எதிரான அநீதிகள் நீடித்தால். நேரடிச் செயல்பாட்டில் இறங்குவது பற்றி சிந்திக்க வேண்டிவரும் என டாக்டர் அம்பேத்கர் திரும்பவும் எச்சரித்தார்.

அரசாங்கத்திற்கு விடப்படும் மறைக்கப்படாத மிரட்டல்களாக விளங்கிய, இடி முழக்கங்கள் போன்ற பேச்சுகளை வழங்கி, அம்பேத்கர் குறைந்து வரும் வெற்றிக்கு எதிர்வினையாற்றினார். பெல்காமில் SCF-ஆல் ஏற்பாடு செய்யப்பட்டிருந்த 50,000 மக்கள் கூடிய பேரணியில், கடந்தகாலத்தில் பிரெஞ்சு மற்றும் ரஷ்ய புரட்சிகளின் அஞ்சத்தக்க வழிமுறைகள் குறித்து அரசாங்கத்திற்கு அவர் நினைவூட்டினார்; பட்டியலினச் சாதிகளின் மேம்பாடு கவனிக்கப்படாது போனால், அராஜகம் நிகழும் என்றார். 'என் மக்களின் துயர் போக்கப்படுவதற்காக இரண்டாண்டுகள் அல்லது

அடுத்த தேர்தல் வரை காத்திருப்பேன்; பேச்சுவார்த்தைகளின் மூலம் புதிய ஏற்பாடு செய்யப்படாது போயின், கடுமையான வழிமுறைகள் மேற்கொள்ளுமாறு நிர்ப்பந்திக்கப்படுபவனாக இருப்பேன்.' ஜனவரி 29, 1953 அன்று, 13-ஆம் நூற்றாண்டு தலித் ஞானியும் கவிஞரும், சாதி எதிர்ப்பு திருவுருவுமான குரு ரவிதாஸின் 702-வது பிறந்த ஆண்டு தினக் கொண்டாட்டத்தை ஒட்டி, ஒரு கூட்டத்திற்கு ஏற்பாடு செய்யப்பட்டிருந்தது. இங்கேயும் இதே தொனியில்தான் அம்பேத்கர் பேசினார். 'பட்டியலினச் சாதிகளுக்கு எதிரான தற்போதைய அநீதிகள் நீடித்தால், ஒட்டுமொத்தத்தில் நாட்டுக்கு தீங்கு விளைவிப்பதான செயற்பாட்டில் அடியெடுத்துவைக்குமாறு அவர்கள் கட்டாயப்படுத்தப்படுவார்கள். பட்டியலினச் சாதிகளுக்கு எதிரான அநீதியின் வரம்பு எட்டப்பட்டுவிட்டது, நம் முன்னேற்றத்தின் வழிகளெல்லாம் அடைபட்டுவிட்டால், எங்களுக்கான மீட்சியை நாங்கள் எண்ணிப்பார்க்க வேண்டியிருக்கும். எங்களது துயரங்கள் தீர்க்கப்படுவதற்கான தைரியமோ திறனோ எங்களுக்கில்லை என்னும் மனப்பதிவு உண்டாவதை நாங்கள் விரும்பவில்லை. சுதந்திரம், பட்டியலினச்சாதிகளின் நிலைமையை மேலும் பாதித்திருக்கிறது. குறிப்பான எடுத்துக்காட்டுகளை அவர் சுட்டிக்காட்டினார்: பிரித்தானிய அரசில் இருந்ததை விடவும் சுதந்திர இந்திய அரசாங்கத்தில் பட்டியலினச்சாதி, ஊழியர்கள் சொற்பமாகவே உள்ளனர்.'

இப்பேச்சுகளின் தன்மை மிகுந்த சலசலப்பை ஏற்படுத்தி விமர்சனத்திற்கு இட்டுச் சென்றபோதும், இம்மிரட்டல்கள் தவறாத நிகழ்வாகியுள்ளன, அவற்றை அவ்வளவாகக் கவனிக்கத் தேவையில்லை என ஏராளமான செய்தித்தாள்கள் கருதின. SCF-இன் தேர்தல் அறிக்கையிலிருந்து அம்பேத்கர் தன் செயல் தந்திரத்தை முழுதாக மாற்றியது, கவனிக்கச் சுவையானது. முந்தைய தேர்தலில் வறுமைப் பிரச்சனையினை அம்பேத்கர் மோசமாகக் கையாண்டிருந்தார்-பொருளாதார மற்றும் அறிவியல்பூர்வ நிபுணர் பேச்சாக வைத்திருந்தார் (சிலவேளைகளில் அரைபாதி பிற்போக்குவாத நடவடிக்கைகளையும்கூட: வறுமையைப் போக்க மக்கள் தொகைக்கட்டுப்பாடு எடுத்துரைக்கப்பட்டது). வரலாற்றாளர் சேகர் பந்தோபாத்யாய குறிப்பிடுகிறார்: 'பழைய திட்டம், எழுந்துவரும் தலித் மத்தியதரவர்க்கத்திற்கு ஈர்ப்புடையதாயிருக்கும். பெருந்திரள் மக்களை

புறக்கணித்தமைக்காக காங்கிரஸை அம்பேத்கர் எவ்வளவுதான் விமர்சித்தாலும், வயதுவந்தவர் வாக்குரிமை அடிப்படையிலான தேர்தலில், வாக்காளர் பெருந்திரளினருக்கு மாற்று அட்டையாக மாறிடும் என எதிர்பார்க்க முடியாததாகவே அவரின் தேர்தல் அறிக்கை இருந்தது. புதிய வெகுஜன முறை முந்தைய செயல் தந்திரத்திலிருந்து தீர்மானிக்கப்பட்ட விலகலாகத் தோன்றுகிறது.'

உணர்த்தப்படுவது

தனக்குத்தானே மகிழ்ந்து கொள்பவராக, திரும்பத்திரும்ப ஒரே தடத்தில் செல்பவராக இருக்கிறார் என அம்பேத்கர் குற்றம் சாட்டப்படுகிறார். பொருத்தப்பாடு உடையவராக தன்னைக் காட்டிக் கொள்ள முற்படும் மேட்டுக்குடி அரசியல்வாதியாக அவர் பிரதிநிதித்துவப்படுகிறார். அம்பேத்கர் எழுத்துகளில் இதற்கான மறுப்பைக்காண முடியும். ஏப்ரல் 1, 1952-இல், பம்பாய் சட்டமன்ற உறுப்பினரும் காம்கர் கிஸான் பக்ஷாவின் நிறுவனர்களில் ஒருவருமான டாட்டா தேஷ்முக்கிற்கு எழுதிய கடிதத்தில்: 'எனது அரசியலில் எனக்கு நாட்டமில்லை. பட்டியலினச்சாதிகளுக்கு எது நன்மையோ அது எனக்கும் நன்மையே; இதன் மறுதலை என்னிடம் இருந்ததே இல்லை.' அவநம்பிக்கைவாதிகள் இதனை பாவனை என ஒதுக்குவார்கள்; இது எங்களுக்கு எதிரான உங்களின் நல்ல வார்த்தை என்று நாம் கூறுவோம்.

அம்பேத்கருக்கு செவ்வியல் இசை மற்றும் இசைத்தட்டுகளில் ஆர்வம் மட்டுமின்றி தேர்ந்த ரசனையும் இருந்தது என்பது பலருக்கு புதிய செய்தியாயிருக்கலாம். சரியான 'தேசிய'ப் பாடலுக்கான சரியான ராகத்திற்கு ஆதரவு தேட முயற்சிகள் மேற்கொள்ளப்பட்டபோது, இசைக்கலைஞரும் மும்பையைச் சேர்ந்தவருமான வி.டி. அம்பைகர், அரசமைப்புச் சட்ட வரைவுக் குழுவின் ஒப்புதலைப் பெற முயன்றார்-மராட்டியப் பாடகர் ஒருவரால் காம்பவதி ராகத்தில் பாடப்பட்ட 'வந்தே மாதரம்' பாடலுக்காக. இதன் பொருட்டு பல பரிசோதனை இசைத்தட்டுகளைத் தயாரித்து, 1948-இல் அம்பேத்கரைச் சந்தித்தார். இந்திய இசைத்தட்டு சேகரிப்பாளர் சங்கத்தின் சுரேஷ் சந்த்வாங்கர் எழுதுகிறார்: 'டாக்டர் பாபாசாகிப் அம்பேத்கர் இம்மெட்டினை

பெரிதும் விரும்பினார், கேசர்பாய் கேர்கரின் குரலில் ஒரு கிராமபோன் இசைத்தட்டு தயாரிக்கப்படுவதாக இருந்தால், அதனை வாங்கும் முதல் நபராக தானிருப்பேன் என்றார்.' கேசர்பாய் கேர்கர் (1892-1977) 'சுரசிறி' என்றறியப்பட்டு, காலவந்த் தேவதாசி சமுதாயத்தில் பிறந்தவர்; ஜெய்பூர்-அட்ரௌலி கரானாவில் அலாதிய கானால் பயிற்றுவிக்கப்பட்டவர்; இந்துஸ்தானி இசையில் நேர்த்தியான 20-ஆம் நூற்றாண்டு செவ்வியல் பாடகராக கருதப்படுபவர்-பிராமணர் கைக்கொள்வதற்கு முன்னர்.

2
சார்பு நிலையில்

சங்கர்ஸ் வீக்லி, பிப்ரவரி 8, 1953, சங்கர்

சுதந்திரம் ஹரிஜனங்களுக்கு எந்த நன்மையினையும் கொண்டு வந்திருக்கவில்லை என்கிறார் டாக்டர் அம்பேத்கர். தேர்தல்தான் இதற்குப் பொறுப்பு.

போர்க்குண நிலைப்பாட்டினை மேற்கொண்டிருந்த அம்பேத்கர், பட்டியலினச் சாதிகளின் முன்னேற்றத்திற்கு அரசாங்கம் மேலும் நடவடிக்கைகள் மேற்கொள்ளாவிட்டால் நாட்டின் எதிர்காலம் இருண்டதாயிருக்கும் என அரசாங்கத்தை எதிர்த்தார். சுதந்திரம் பெற்றதிலிருந்து நிலைமை மாறியிருக்கவில்லை, இப்படியே

நீடித்தால் தீவிரச் செயல்பாடுகளில் இறங்க வேண்டிவரும். ஆளுங்கட்சி இப்போது அம்பேத்கரை எதிர்கொள்வதில், 'புறக்கணித்துவிட்டு ஆட்சிசெய்' என்னும் பரிசோதிக்கப்பட்ட வழிமுறைக்குப் பழகிப் போயிருந்தது. ஆனால் இப்போது பட்டியலினச் சாதிகளின் மேம்பாடு சார்ந்த அதே பிரச்சனையில் உட்கட்சி மோதல் குறுக்கிட்டது. தீண்டாமை தீர்க்கப்பட்டிருப்பது காகிதத்திலேயே தவிர நடைமுறையில் அல்ல என பல உறுப்பினர்கள் குறை கூறினார்கள். பாகுபாட்டுப் பிரச்சனைகளை குற்றங்களாக்கி தண்டிக்க தீவிர நடவடிக்கைகள் பரிந்துரைக்கப்பட்டன. பட்டியலினச்சாதி உறுப்பினர்கள் பலர் தம் சாட்சியங்களைப் பதிவு செய்தனர்-அதிகார நிலையில் இருந்தும் இன்னும் தாங்கள் அதேபோல நடத்தப்படுவதாகத் தெரிவித்தனர். ஓட்டல் மேலாளர் ஒருவர் ஒரு குவளையைப் பயன்படுத்தியதும் தூக்கி எறிந்ததை நினைவு கூர்ந்தார் ஒருவர்; கோயிலுக்குள் நுழைய முற்பட்டபோது லத்தியால் விரட்டி அடிக்கப்பட்டதை இன்னொருவர் விவரித்தார். ஒரு முடிதிருத்துபவர் தனக்குச் சவரம் செய்ய, அதுவும் டெல்லியிலேயே மறுத்ததைப் பதிவு செய்துள்ளார் ஒருவர். தன்னைக் குறித்து தொடர்ந்து முணுமுணுக்கின்ற சாதி இந்துக்களை அவர் கண்டித்தார் ஏனெனில் சாதிப்பாகுபாடு முன்னிருந்தது போன்றே மாறாதிருக்க, கடந்த காலத்தை தன்னால் மறக்க முடியவில்லை என்றார்.

உணர்த்தப்படுவது

தாம் எப்படி உணர்கிறோம் எனத் தீர்மானிக்கும்படி தலித்துகளை விட்டுவிடுவது பற்றி என்ன நினைக்கிறீர்கள் சங்கர்?

3
பௌத்த இலாகா?

சங்கர்ஸ் வீக்லி, ஜூன் 7, 1953, சங்கர்

பௌத்தத்தைப் பரப்பப் போவதாக அம்பேத்கர்ஜி திரும்பவும் அறிவித்துள்ளார் (அரசாங்கத்தில் சேர்ந்து கொள்ளுமாறு அழைப்பாணை இல்லாது போனால்)

பௌத்தத்திற்கு ஆதரவாயும் இந்து மதத்தைத் தாக்கியும், அம்பேத்கர் பல கூட்டங்களில் தன் உரைகளை நடத்திக் கொண்டிருந்தார். பம்பாயில் புத்த ஜெயந்தி கொண்டாட்டங்களின் போது, தன் இறுதி வாழ்வை மதத்தைப் பரப்புவதில் ஈடுபடுத்துவேன் என்றார். அந்த ஆண்டு இறுதியில் *SCF* ஊழியர்கள் மற்றும் தலைவர்களைக் கொண்ட கூட்டத்தில் பேசும்போது, கூர்மையான படிப்பின் முக்கியத்துவத்தை

வற்புறுத்தி, அடித்தள மக்களின் போராட்டத்தின் பொருட்டு அதனைப் பயன்படுத்துங்கள் என்றார். அவர்களில் யாரேனும் இந்து ஆலயங்களுக்கு யாத்திரை மேற்கொண்டால், கட்சியிலிருந்து நீக்கப்படுவார் என எச்சரிக்கையும் விடுத்தார். உண்மையில், இது அம்பேத்கரது வாழ்வின் தீவிர கட்டமாகும். முன்னதாக அளித்த நேர்முகம் ஒன்றில் 'ஒருவித கம்யூனிஸம்' தேவைப்படுகிறது, ஏற்றத்தாழ்வுப் பிரச்சனைகளுக்கு தீர்வளிக்கக்கூடியதாக பாராளுமன்ற ஜனநாயகம் இங்கு இல்லை என்றார்.

உணர்த்தப்படுவது

இது அவமதிப்பு. அமைச்சரவைப் பொறுப்புகளுக்கு காத்திராமல், அம்பேத்கர் 'கடும் விளைவுகள்' பற்றி எச்சரித்துக் கொண்டிருந்தார். தன் விருப்பப்படி அரசாங்கத்தில் இருக்க முடியாததால்தான் பௌத்தம் ஒரு தெரிவாக இருந்தது என்கிறார் சங்கர். அம்பேத்கர் பற்றி சக சவர்ணர்கள் எழுதியுள்ளதைத்தாண்டி எதனையும் சவர்ணர்கள் வாசிக்காமல், விரக்தியால் அம்பேத்கர் பௌத்தத்தில் சேர்ந்தார் என எண்ணிவிடுகின்றனர். இந்நூலின் நிறைவுப் பகுதியான 'பிக்கு பீம்ராவ்' என்னும் அஞ்சலியில் சங்கர் எழுதுகிறார்: 'உணர்வின் நிகழ்வுகள், ஆன்மாவின் புரட்சி-ஒருவரால் அவருடன் எளிதாக தொடர்பு கொண்டுவிட முடியாது.'

'புத்தரும் அவரது தம்மமும்' நூலுக்காக எழுதி வெளியிடப்படாத முகவுரையில் அவர் எழுதுகிறார்: 'ஆங்கில நான்காம் வகுப்பு தேர்வில் வெற்றிபெற்ற ஆண்டில் (1907), என்னைப் பாராட்டிட ஒரு பொதுக்கூட்டம் நடத்த விரும்பியது எனது சமூகம்... தாதா கேலுஷ்கர் தலைமை தாங்கினார். அவரொரு இலக்கியவாதி. தன் பேச்சு முடிந்ததும் அன்பளிப்பாக புத்தர் வாழ்க்கையைப் பற்றிய புத்தகத்தை எனக்கு அளித்தார்- அது பரோடா சாயாஜிராவ் ஓரியண்டல் வரிசைக்காக அவர் எழுதியது. அதனைப் பெரும் ஆர்வத்துடன் வாசித்த நான், ஈர்க்கப்பட்டு நெகிழ்ந்து போனேன். எனது அப்பா ஏன் எனக்கு பௌத்த இலக்கியத்தை அறிமுகப்படுத்தவில்லை என்று கேட்கத் தொடங்கினேன். அதன்பிறகு, என் அப்பாவிடம் இதனைக் கேட்க தீர்மானித்தேன். ஒருநாள் கேட்டுவிட்டேன். பிராமணர்-சத்திரியர் பெருமையைக்கூறி, சூத்திரர்-தீண்டாதவரின் இழிவைக்கூறும்

கதைகளான மகாபாரதம்-ராமாயணத்தை நாங்கள் வாசிக்குமாறு ஏன் வற்புறுத்தினீர்கள் என்று அவரிடம் வினவினேன். அவருக்கு இக்கேள்வி பிடிக்கவில்லை. ‘இப்படியெல்லாம் உருப்படாத கேள்விகளைக் கேட்காதே, நீ சின்னப்பையன், சொன்னதை மட்டும் செய்’ என்று மட்டும் கூறினார். எனக்குத் திருப்தியில்லை. மகாபாரதத்தில் வரும் யாரையும் எனக்குப் பிடிக்கவில்லை. ‘பீஷ்மரையோ துரோணரையோ கிருஷ்ணரையோ எனக்குப் பிடிக்கவில்லை. பீஷ்மரும் துரோணரும் அயோக்கியர்கள். அவர்கள் சொன்னது ஒன்று, செய்தது வேறொன்று. கிருஷ்ணன் மோசடியில் நம்பிக்கை வைத்திருந்தான். அவனது வாழ்க்கை மோசடிகளின் வரிசையே அன்றி வேறொன்றுமில்லை. அப்படியே ராமனையும் வெறுக்கிறேன். சூர்ப்பனகை சம்பவத்திலும் வாலி-சுக்ரீவன் கதையிலும் சீதையிடமான காட்டுத்தனமான நடத்தையிலும் அவனது நடத்தையைப் பரிசீலியுங்கள்.’ என் அப்பா பதிலளிக்காது நிசப்தமாயிருந்தார். கிளர்ச்சி இருந்தது என்பதை அறிவார். இப்படித்தான் தாதா கேலுஷ்கர் எனக்களித்த புத்தகத்தின் உதவியால் புத்தர் பக்கம் திரும்பினேன். எனது ஆரம்பகட்ட வயதில் வெறுமையான மனதுடன் நான் புத்தரிடம் போகவில்லை. எனக்கொரு பின்புலமிருந்தது, பௌத்த நூல்களை வாசித்தபோது, எப்போதும் என்னால் ஒப்பிட முடிந்தது, வேறுபடுத்த முடிந்தது. இதுதான் புத்தரிடத்தேயும் அவரது தம்மத்திடத்தேயுமான என் ஆர்வத்தின் தோற்றுவாய்.’

இதனையெல்லாம் தெரிந்துகொள்ளும் வழிவகை சங்கருக்கு இல்லை ஏனெனில் மகாத்மாவைப் போல, பாபா தனது ஆரோக்கியம், பாலியல் வாழ்க்கை, ஆன்மிக வாழ்க்கை குறித்தெல்லாம் தினசரி அறிக்கைகளை வெளியிடவில்லை. ஆனால் இன்றைய சவர்ணர்களுக்கு நிச்சயமாக வாய்ப்புள்ளது.

4
குறிபார்த்து சுடுபவர்

சங்கர்ஸ் வீக்லி, செப்டம்பர் 6, 1953, சங்கர்

இந்திய அரசமைப்புச் சட்டத்தை அழிக்கப் போவதாக அம்பேத்கர் மிரட்டுகிறார். அவரை யார் தடுக்கின்றனர்?

செப்டம்பர் 2, 1953 அன்று ஆந்திர அரசு மசோதா மீதான பாராளுமன்ற மேலவை விவாதத்தின்போது, புதிய ஆந்திர அரசில் சிறுபான்மையினர் பாதுகாக்கப்படும் வகையில் இரு விதிகளை ஏற்படுத்த வேண்டும் என அம்பேத்கர் வாதிட்டார்; சிறுபான்மையினரின் பாதுகாப்பு தொடர்பாக ஆளுனரிடம் தனி அதிகாரங்கள் இருக்கவேண்டும்; பல மொழிகள் பேசும் மாநிலங்களில், வெவ்வேறு மொழிப் பிரிவினரைப்

பிரதிநிதித்துவப்படுத்தும் குழுக்கள் சட்டத்தில் நிறுவப்பட்டு, ஏதேனும் அநீதி இழைக்கப்படுகையில், சிறுபான்மையினருக்கு நீதி செய்யுமாறு அமைச்சர்களைக் கோரவோ ஆளுனரிடம் முறையிடவோ முடியும். மாநிலத்தில் ஆளுனரின் பாத்திரத்தைக் கடுமையாகக் குறைத்திடும் அரசமைப்புச் சட்டத்திற்கு இது நேர் எதிரானதாகும். இது பிரித்தானிய அரசாங்கத்திடமிருந்து சுவீகரிக்கப்பட்டது என்றார் அம்பேத்கர்: 'ஓர் அமைச்சர் என்னதான் அயோக்கியர் என்றாலும், எவ்வளவு ஊழல் படிந்தவர் என்றாலும், ஆளுனரிடத்தே ஒரு முன்மொழிவைக் கொண்டு போனால், அவர் நிறைவேற்றியாகவேண்டும். இந்நாட்டில் நாம் வளர்த்துவந்துள்ள ஜனநாயகம் குறித்த கருத்தமைவு இதுவே.' அரசமைப்புச் சட்டம் வரையப் பெற்றபோது, அம்பேத்கரே இவற்றை ஆதரித்தார் எனப் பலர் பதிலடி தந்தனர். 'மக்கள் எப்போதும் என்னிடம் கூறுகின்றனர்- "நீங்கள் தானே அரசமைப்புச் சட்டத்தை உருவாக்கியவர்." "நானொரு கூலியாள்தான் என்பது எனது பதிலாக இருக்கும். என்ன செய்யவேண்டும் என்று கூறப்பட்டதை, எனது விருப்புறுதிக்கு மாறாகச் செய்தேன்... வழக்குரைஞர்களாகிய நாங்கள் பலவற்றை ஆதரிப்போம். (குறுக்கீடு) நான் என்ன கூறுகின்றேன் என்பதை நீங்கள் கவனமாகக் கேட்கவேண்டும். ஏனெனில் இது முக்கியப் பிரச்சனையாகும்."

அம்பேத்கரின் முந்தைய நிலைப்பாடுகளுக்காக அவரைக் குற்றம் சாட்டிக் கொண்டிருந்த அவரின் எதிரிகளுடைய வாதங்களை தன் பேச்சு சாதுர்யத்தால் முறியடித்தார். பிரச்சனையின் பழைய உறவு நிலைகளை விலக்கிவிட்டு, தற்போதைய சூழலில் வைக்கப்படும் வாதங்களை உறுப்பினர்கள் பரிசீலிக்க வேண்டும் என்றார். 'நான் அரசமைப்புச் சட்டத்தினை ஆக்கினேன் என்கின்றனர் என் நண்பர்கள். ஆனால் அதனை எரிக்கின்ற முதல் நபராக நானிருப்பேன் என்று கூறத் தயாராக உள்ளேன்.' எனக்கு அது தேவையில்லை. யாருக்கும் அது பொருந்தாது. எது எப்படியாயினும், பெரும்பான்மையினரும் சிறுபான்மையினரும் உள்ளனர்; 'உங்களை அங்கீகரிப்பது ஜனநாயகத்திற்கு தீங்கிழைப்பதாகும் என்று கூறி பெரும்பான்மையினர் சிறுபான்மையினரைத் திருப்பிவிடலாகாது என்பதை மட்டும் மறந்துவிடக் கூடாது. சிறுபான்மையினரைக் காயப்படுத்துவதால் மிகப் பெரும் தீங்கு வந்து சேரும் என்பேன்.'

உணர்த்தப்படுவது

அவரை யார் தடுக்கின்றார்? அரசாங்கமா? நீதித்துறையா? ராணுவமா? ஆற்றலுள்ள சவர்ண மக்கள் கூட்டமா? பணத்தைப் பதுக்குபவர்களா? எவ்வளவு காலம் நமக்கு வேண்டும்?

5
மற்றும் அவர் ஆயத்தமாயுள்ளார்

நேஷனல் ஹெரால்ட், அக்டோபர் 8, 1953 பிரேஷ்வர்

ரஷ்ய லட்சியத்தின் அடிப்படையில் இந்திய கம்யூனிஸ்ட் கட்சி வடிவமைக்கப்பட வேண்டும் என்கிறார் டாக்டர் அம்பேத்கர்.

கம்யூனிஸம் மற்றும் கம்யூனிஸ்ட்கள் மீதான அம்பேத்கரின் ஊசலாட்ட நிலைப்பாடு, அப்பட்டமான நிராகரிப்பிலிருந்து முணுமுணுக்கும் இணக்கம் வரை இருக்கும். சர்வாதிகார அரசுகள் என்ற காரணத்தினால் அவர் சோவியத் ஒன்றியத்தையும் சீனாவையும் பெரிதும் தாக்கினார். 'பாட்டாளி வர்க்க சர்வாதிகாரம்' என்ற தொடர் அவரைக் கோபங்கொள்ள வைத்தது. மறுபுறத்தே, தனது ஆவேசப் பேச்சுகளில் அதுபோன்றே ஆத்திரமூட்டும் மொழியைப் பயன்படுத்தினார். கம்யூனிஸம் மீதான அம்பேத்கரின் இணக்கம், எதிர்ப்பு குறித்து பல கேள்விகள் எழுப்பப்பட்டுள்ளன;

அவை ஒருபுறமிருக்க, கம்யூனிசத்தின் தேவை இந்தியாவில் இருக்கிறது என எண்ணினார்; மே 1953-இல் பி.பி.ஸி-க்கு அளித்த நேர்முகத்தில் குறிப்பிட்டார்: 'நாம் கொண்டுள்ள சமூகக் கட்டமைப்பு, பாராளுமன்ற ஜனநாயகத்துடன் பொருந்திப் போகாதது. அதற்கான மாற்று ஒருவித கம்யூனிசமே.' இந்திய கம்யூனிஸ்டுகள் பட்டியலினச் சாதிகளுடன் சேர்ந்து பணியாற்றுகின்றனரா என்று வினவப்பட்டபோது அவர் அளித்த பதில்: 'இல்லை, ஏனெனில் அவர்கள் என்னிடம் நம்பிக்கை வைத்துள்ளனர்.' முன்னதாக, பாராளுமன்ற ஜனநாயகத்தை ஆதரித்துப் பேசியபோது, கம்யூனிஸத்தை நிராகரித்திருந்தார்.

அக்டோபர் 5, 1953-இல் மீரட்டில் நடந்த பேரணியில், அம்பேத்கர் குறிப்பிட்டார்: 'சாதிப்பாகுபாடு மற்றும் தீண்டாமையை அகற்றவேண்டும் என்று நேர்மையாக விரும்பாத, தம் சுயநலத்திற்காகவே உங்களைக் கெஞ்சுகின்ற மற்ற அரசியல் கட்சிகளிடம் கவனமாயிருங்கள்... இந்திய கம்யூனிஸ்ட் கட்சி ரஷ்ய லட்சியத்தின் அடிப்படையில் வடிவமைக்கப்பட்டால், வருகின்ற நகராட்சித் தேர்தல்களில் கம்யூனிஸ்டுகளுடன் அணிசேர SCF தயாராக உள்ளது-மற்ற கட்சிகளைப் போலவே அது சாதியமைப்பையும் தீண்டாமையையும் ஒழிக்கத் தவறிவிட்டது.'

உணர்த்தப்படுவது

இந்திய கம்யூனிஸ்ட் கட்சி, பிரகாசப் பார்வையுடைய அம்பேத்கரை அனுமதிப்பதில் சந்தேகம் மிகுந்திருப்பதாகத் தெரிகிறது. உண்மையில் அம்பேத்கர் தன் பழைய சகா அசோக் மேத்தாவுடன் தேர்தலில் நின்றார். சுயேட்சை வேட்பாளருடன் நிற்கும் ஆசையையும் வெளியிட்டிருந்தார். இக்கேலிச் சித்திரம் ஒன்றுமில்லாதது பற்றியதாகவே தோன்றுகிறது. அதிபர் மாவோ பாணியில் கோட்டு-சூட்-பட்டன்கள்-பாக்கெட்டுகள் முதலியவை இருப்பதைக் கவனியுங்கள்.

6
அடக்கி வாசித்தல்

சங்கர்ஸ் வீக்லி, மே 23, 1954, சங்கர்

அடுத்த முறை தேர்தலில் நிற்கும்போது அடக்கி வாசிக்கப் போவதாக பட்டியலினச் சாதித் தலைவர் திட்டமிட்டுள்ளார்.

1954 மக்களவைத் துணைத் தேர்தலில், அம்பேத்கர் பண்டரா தொகுதியிலிருந்து போட்டியிடுவதாக அறிவித்தார் ஏனெனில் இந்நாடு சிதைந்து கொண்டு போகிறது, தான் வித்தியாசமான நோக்குநிலையை, - எழுச்சி தருவதான செய்தியை அல்ல - முன்வைக்க விரும்பியதாகக் கூறினார். சர்வதேச களத்தில் நண்பர்களின்றி இந்தியாவிலிருந்து கிளம்புவதற்காக நேருவை விமர்சித்தார், அமெரிக்காவின் பக்கம் சேருமாறு அவரை வேண்டினார். சோஷலிஸ்ட் கட்சியிலுள்ள தன் சகாக்களையும்

விமர்சித்தார், அவர்களுக்கு எங்கும் வேர்களில்லை, கிராமப்புறங்களில் ஆதரவில்லை என்றார். அவர்களது நிகழ்வுத் திட்டம் கிராமப்புற மக்களின் அக்கறைகளிலிருந்து மிக விலகியதாக, கீழ் நடுத்தர மக்களை சஞ்சலப்படுத்துவதாக உள்ளது என்றார். பொதுத் தொகுதியில் சுயேச்சையாக போட்டியிடுவது பற்றிக் கவலைப்படவில்லை என்றார். இறுதியில் தனது பழைய சோஷலிஸ்ட் நண்பர் அசோக் மேத்தாவுக்கு ஆதரவளித்தார்; பண்டரா தனித் தொகுதியில் போட்டியிட்டார். காங்கிரஸைச் சேர்ந்த அவரது எதிராளி பாபுராவ் போர்கர் 1,41,164 வாக்குகள் பெற்றுவிட, அம்பேத்கர் 1,32,483 வாக்குகள் பெற்றார். அசோக் மேத்தாவோ பூனம்சந்த் ரங்காவைத் தோற்கடித்து பாராளுமன்றத்தில் நுழைந்தார்.

தேர்தல் முடிவுகள் அறிவிக்கப்படும் முன்பு அம்பேத்கர் புத்த ஜெயந்தி நிகழ்வையொட்டி ரங்கூன் சென்றிருந்தார். வர இருக்கும் தோல்வி குறித்த முன்னுணர்வு கொண்டிருந்த அவர், தனது நீண்ட நாளைய அரசியல் சகா கமலாகாந்த் சித்ரேவுக்கு எழுதிய கடிதத்தில் அதனை வெளிப்படுத்தி இருந்தார். இது பற்றி கீர் குறிப்பிடுவது; 'தோல்வி பற்றிய செய்தியை ரங்கூன் தினசரியில் வாசித்தறிந்தார். சுமார் இருவாரங்கள் தங்கிவிட்டு, டெல்லிக்குத் திரும்பினார்.'

உணர்த்தப்படுவது

அடக்கி வாசித்தலைக் குறித்த சங்கரின் எண்ணம் இதுதானா? அம்பேத்கரின் தகுதிநிலையிலுள்ள தலித் தன் மனதை வெளிப்படுத்த முடியாமல், தன் நாவையே வெட்டிக் கொள்வது பற்றி யோசிக்க நேர்ந்தால், என்னாகும்? சவர்ணர்கள் தம் மீறல்களுக்காக வருந்தி, பரிகாரத்தில் சுயதீங்கினை ஏற்படுத்திக் கொள்வதாக சவர்ணர்கள் பெரிதும் கதைகளைக் கட்டி விடுவார்கள். ஏகலைவனைச் சுற்றியுள்ள புனைவு நல்ல எடுத்துக்காட்டு-காட்டில் வசிக்கும் நிஷாடன், நகரத்தைச் சேர்ந்த ஒல்லியான பிராமண குருவிடம் வில்வித்தை கற்க ஆசைப்படுவது, பிறகு மிகச்சிறந்த வீரரை விடவும் சிறந்தவன் என்பதால், தனது பெருவிரலை காணிக்கையாக்குதல் என்பது பற்றி எண்ணிப்பாருங்கள். தொன்மையான சட்டங்களுடன் தொடர்புடைய ஒன்றை

சங்கர் குறிப்பிடலாம். 'ஒரு பிறப்புள்ளவன் (சூத்திரன்) இரு பிறப்புள்ளவனை அப்பட்டமான வசையால் அவமதித்தால், தன் நாவு துண்டிக்கப்படுவான்; ஏனெனில் அவன் இழிபிறப்பாளன்' (மனுஸ்மிருதி-8.270). 'அவன் அகந்தையுடன் பிராமணருக்கு அவர்தம் கடமையைக் கற்பித்தால், அவன் வாயிலும் காதுகளிலும் கொதிக்கும் எண்ணையை ஊற்றுமாறு மன்னன் செய்யவேண்டும்' (மனுஸ்மிருதி-8.272) மனுஸ்மிருதிக்கு முந்தைய கௌதம தர்ம சூத்திரம்-அத்தியாயம் 12.4 குறிப்பிடுகிறது: 'ஒரு சூத்திரன் வேண்டுமென்றே வேதம் ஓதக் கேட்டால், அவனது காதுகளில் ஈயம் காய்ச்சி ஊற்றப்படும். அவன் வேதம் ஓதினால், அவன் நாவு துண்டிக்கப்படும். நினைவில் வைத்திருந்தால் அவன் உடல் பிளவுண்டுபடும். அமர்வதில், படுப்பதில், உரையாடலில், அல்லது சாலையில், இருபிறப்பாளருக்கு சமமான நிலையை அவன் மேற்கொண்டால் (உடல்) தண்டனை பெறுவான்' இப்படி இருக்கையில் அம்பேத்கரை நவீன மனு என்று குறிப்பிட்டு வருவதற்கு எவ்வளவு மொண்ணைத்தனம் இருந்திருக்கும் என்று பாருங்கள். டிசம்பர் 1949 ஃபிலிம் இந்தியாவில் ஈரன் வரைந்த 'நவீன மனு' கேலிச்சித்திரத்தையும் (பக்.277) பார்க்கவும்.

7
பிளவுண்ட அய்க்கிய முன்னணி

சங்கர்ஸ் வீக்லி, ஆகஸ்டு 1, 1954, சங்கர்

அடுத்த தேர்தலுக்கான ஆயத்தப் பணிகள் அய்க்கிய முன்னணி அடிப்படையில் இருக்கும் என அசோக் மேத்தா கூறுகிறார்.
மீண்டும் டாக்டர் அம்பேத்கரா?

இடைத்தேர்தலில் வென்ற அசோக் மேத்தா, அடுத்த தேர்தலுக்கான ஆயத்தப் பணிகள் அய்க்கிய முன்னணி அடிப்படையில் இருக்கும் என்றார். இந்த அய்க்கிய முன்னணியில் யார் இருப்பார் என்பது குறித்து யூகங்கள் நிலவின. பிற்பாடு இது ஜே.பி. கிருபளானியின் கிஸான் மஸ்தூர் பிரஜா கட்சியுடனான அணி சேர்க்கையாக ஆனது-அதுவே பிரஜா மஸ்தூர் கட்சியாக ஒன்றிணைந்தது. அம்பேத்கரின் SCF-ம் இவ்வேற்பாட்டில் முக்கிய

அணியாக இருந்தது. இந்திய குடியரசு கட்சிக்கான அம்பேத்கரின் திட்டமும் இயக்கத்தில் இருந்தது. SCF-னை விடவும் பரந்த ஈர்ப்பினைப் பெற்றிருந்தது; சோஷலிஸ்டுகளுடன் அணிசேர்ந்து, அய்க்கியப்பட்ட கணிசமான எதிர்க்கட்சிகளின் அமைப்பானது. ஆனால் அம்பேத்கரின் மறைவால் இது ஈடேறவில்லை.

உணர்த்தப்படுவது

சங்கர் வரலாற்றில் ஆழ்ந்திருக்கலாம், ஆனால் பின்னோக்கிப் பார்க்கும் ஆற்றல் நம்மிடமுள்ளது- அவரது வழமையான யூகங்களில் வேடிக்கைகாட்ட அதனை நாம் பயன்படுத்தி ஆகவேண்டும்.

8
அரசாங்கத் தீண்டத்தகாதவர்

சங்கர்ஸ் வீக்லி, செப்டம்பர் 12, 1954 சங்கர்

பட்டியலினச் சாதிகள் அறிக்கை பற்றிப் பேசிய அம்பேத்கர், கட்ஜு தீண்டத்தகாதவராகிடும் நிலைக்கு இத்தகைய சிறப்புரிமையை தனக்கு எடுத்துக் கொண்டார்.

பட்டியலினச் சாதிகளின் உரிமைகளை மேலும் பாதுகாத்திட பாராளுமன்றத்தில் ஒரு மசோதா தாக்கல் செய்யப்பட்டிருந்தது. தீண்டாமைக் குற்றங்கள் மசோதா என்று அதற்குப் பெயர். அம்பேத்கர் மேல்சபையில் அப்பெயரிலிருந்தே தன் விமர்சனத்தைத் தொடங்கினார்; மக்கள் உரிமைகள் (தீண்டாதவர்கள்) பாதுகாப்பு சட்டம் என்பதைத் தெரிவு செய்தார். முதல் பெயர் இம்மசோதாவுக்கு சிறிய பண்பையே அளிப்பதாக எண்ணினார்; 'வண்ணான் துணியைத் துவைப்பதில்லை, நாவிதன்

சவரம் செய்வதில்லை, மிட்டாய் வாலா லட்டுகளும் அவை போன்றவையும் விற்பதில்லை என்பது போல... குடிமை மற்றும் அடிப்படை உரிமைகள் சார்ந்து பாதுகாப்பு அளித்திடும் உத்தேசமுடையது இம்மசோதா.'

கே.என். கட்ஜு- ஆம், வாடகைக்கு அபிப்பிராயம் தரும் மார்கண்டேய கட்ஜுவின் தாத்தா; 2006-லிருந்து 2011-வரை உச்சநீதிமன்ற நீதிபதியாகப் பணியாற்றியவர். மசோதாவை முதலில் முன்வைத்த அவர், ஏராளமான குறைபாடுகளைக் கண்டார். தீண்டத்தகாதவர் பலருக்கு சட்ட ரீதியில் வழிவகை காண பொருளாதார சாத்தியமில்லை; தரப்படும் தண்டனை குற்றத்தின் கனபரிமாணத்திற்கு பொருந்தவில்லை. அம்பேத்கர் கட்ஜுவுடன் கருத்து மோதலில் இறங்கினார். முதலில், பட்டியலினச் சாதிகள் என்பதற்குப் பதிலாக 'தீண்டாதோர்' என்று திரும்பத் திரும்பப் பயன்படுத்தப்பட்டதற்கு தன் அதிருப்தியை வெளியிட்டார். மேலும் தரப்பட்டுள்ள வாய்ப்புகள் போதாதவை, அவை ஒருபோதும் தீண்டாமையை முடிவுக்கு கொண்டுவரப் போவதில்லை என்றார். தன் ஆதரவாளர்களுக்கு தீண்டாமையை அகற்றுவதில் அம்பேத்கர் வெற்றி பெற்றுள்ளாரா என்று கேட்டு கட்ஜு பதிலடி தந்தார். பொறுப்பு சாதி இந்துக்களிடம் இருக்கிறது, அவர்களே இதனை நோக்கிச் செயல்பட வேண்டுமே ஒழிய, அதன் மறுதலை அல்ல.

உணர்த்தப்படுவது

மோசமான ரசனை, வேண்டாம் நன்றி. ஆனால் ஆம், திரும்பி வாருங்கள், இன்னும் திரும்பி வாருங்கள், "நவீன மனு" (ஃபிலிம் இந்தியா, டிசம்பர் 1949, ஈரன்) கேலிச்சித்திரம் மீதான விமர்சனக் குறிப்புக்கு-அங்கே நாம் அரவிந்த் மாளகத்தியின் 'கவர்ன்மெண்ட் பிராமணன்' பற்றி விவாதிப்போம்.

9
அவர்கள் கேக் சாப்பிடட்டும்

சங்கர்ஸ் வீக்லி, ஜனவரி 1, 1956, சங்கர்

மராத்தி பேசும் பகுதிகளை மூன்றாகப் பிரித்திட அம்பேத்கர் விரும்புகிறார். அவரது பங்கினை நாங்கள் வைத்துக் கொண்டு, இரண்டைத் தருவோம்.

மொழிவழி மாநிலங்களைப் பிரிப்பதற்கான கோரிக்கை அதிகரித்துவர, Thoughts on Linguistic States நூலில் இப்பிரச்சனைக்குத் தன்னுடைய தீர்வுடன் அம்பேத்கர் வந்துள்ளார். மண்டல தேசியவாதத்தைப் பதித்திடும் சாத்தியம் பற்றி ஏற்கனவே பேசியிருந்த அவர், தேசிய ஒருமைப்பாட்டிற்கு அது முன்வைத்த ஆபத்துகள் பற்றி எழுதியுள்ளார். ஆனால் ஆந்திராவில் அதிகரித்துவரும் அமைதியின்மை மற்றும் இதனைத் தீர்ப்பதில் மத்திய அரசாங்கம் காட்டும் மெத்தனம் ஆகியவற்றால், மொழிவழி

மாநிலங்கள் கோரிக்கைக்கு விமர்சனபூர்வ ஆதரவளித்தார். தனி ஆந்திராவுக்காக போராடிவரும் செயற்பாட்டாளர் பொட்டி சிறிராமுலு, உண்ணா நோன்பு இருந்தபோது இறந்துவிட்டார். என்ன நடந்து கொண்டிருக்கிறது என்று தெரிந்திருந்தும், அரசமைப்புச் சட்டப்படி மக்களுக்கு உரியதை மறுதலித்தமைக்காக, வெறுமனே அமர்ந்து கொண்டிருந்த அரசாங்கத்தை அம்பேத்கர் கண்டித்தார். மகாராஷ்ட்ரத்தின் உருவாக்கத்தைப் பொறுத்தவரை, அம்பேத்கர் தன் நூலில் புதுமையான திட்டத்தை முன்வைத்துள்ளார். பம்பாய் தனியொரு நகர அரசாகவும், எஞ்சிய மகாராஷ்ட்ரம் மூன்று தனித்தனி அரசுகளாகவும் ஆக்கப்பட வேண்டும் என்றார். அவை பின்வரும் மாவட்டங்களைக் கொண்டிருக்கும்-

மேற்கு மகாராஷ்ட்ரம்: தானா, கொலாபா, ரத்னகிரி, பூனா, வடக்கு சதாரா, தெற்கு சதாரா, கோலாப்பூர் மற்றும் கர்நாடகத்திற்கு அளிக்கப்பட்ட மராத்தி பேசப்படும் பகுதிகள்.

மத்திய மகாராஷ்ட்ரம்: டாங், கிழக்கு கண்டேஷ், மேற்கு கண்டேஷ், நாசிக், அகமத் நகர், அவுரங்காபாத், நான்டெட், பர்பாணி, பீட், உஸ்மானாபாத், சோலாபூர் நகர் மற்றும் மராத்தி பேசப்படும் சோலாபூர் மாவட்டப் பகுதி மற்றும் தெலங்கனாவுக்கு வழங்கப்பட்ட மராத்தி பேசப்படும் பகுதிகள்.

கிழக்கு மகாராஷ்ட்ரம்: புல்தானா, ஏவோட் மல், அகோலா, அர்ன்ரவோடி, வார்தா, சண்டா, நாக்பூர், பண்டாரா மற்றும் இந்தி மாநிலங்களுக்கு வழங்கப்பட்ட மராத்தி பேசப்படும் பகுதிகள்.

தனி மராட்டியக் கோரிக்கைகளின் பிரிவினைத் தர்க்கத்தை அவர் மேலும் வளர்த்து, தான் உருவரை செய்துள்ள மூன்று மாகாணங்களில் தனித்துவமான சமூக-பண்பாட்டு வித்தியாசம் உள்ளதை வற்புறுத்தினார். ‘தனியொரு மராட்டிய அரசைப் பெறுவது முற்றிலும் வேறுபட்டது. குஜராத்திகளிடமிருந்து வேறுபட்ட, இந்தி பேசும் மக்களிடமிருந்து வேறுபட்ட தனி மராட்டியத்திற்கு ஆதரவாக இருக்கிறேன். ஆனால் சுதந்திர மராட்டியம் ஏன் தனியொரு மாநிலமாக்கப்பட வேண்டும் என்பதை என்னால் புரிந்துகொள்ள முடியவில்லை. மராட்டியர்கள் உத்தர பிரதேசத்தின் மீது யுத்தம் செய்ய திட்டமிடவில்லை, எனவே அவை பொது முகப்பை கொண்டிருக்கத் தேவையில்லை.’

மூன்று மண்டலங்களின் பொருளாதார, தொழில்துறை, கல்விச் சமத்துவமின்மையும் ஒரு தீர்மானகரமான காரணியாகும். பிரிவினை விஷயங்களில் சாதியின் முக்கியத்துவத்தையும் வலியுறுத்தினார். மராத்தியர் மிகவும் பின்தங்கிய சமூகத்தினர் என்பதை ஒத்துக்கொண்டு, தனியொரு மாநிலம் என்பது, சிலவான உறுப்பினர்களிடையே மேல்நோக்கிய நகர்வின் திரட்சியில் முடிந்து, பிராமணிய மேலாதிக்கத்தை உலுக்கி எடுக்காது என்று வாதிட்டார். பம்பாயிலுள்ள சிறுபான்மையினருக்கு அதுவே உண்மையாயிருந்தது. 'பம்பாயை உள்ளடக்கிய அய்க்கிய மகாராஷ்ட்ரம் இருப்பின், பாதுகாப்புத்தேடி அவர்கள் எங்கே போகமுடியும்? கோட்சே காந்தியைக் கொன்றபோது கிராமங்களில் வசித்த பிராமணர்கள், மார்வாரிகள், குஜராத்திகள் மீது இதே கொடூரம் நடைமுறைப் படுத்தப்பட்டது. ஒரு காலத்தில் கிராமங்களில் வசித்துவந்த பிராமணர்கள், மார்வாரிகள், குஜராத்திகளெல்லாம் ஓடிவந்து, இப்போது நகரங்களில் வசிக்கின்றனர்; தம் அனுபவங்களை மறந்து, பாதுகாப்பான துறைமுகத்தை எட்டியதும், அய்க்கிய மராட்டியத்திற்காக கூச்சலிடுகின்றனர்.' இச்சிறு ஆய்வுநூல் வெளியாகி, அம்பேத்கர் தன் கருத்துகளை முன்வைத்ததுமே, அய்க்கிய மராட்டியத்திற்கான கோரிக்கைகள் வலுப்பெற்றன. சஹ்யாத்ரிகளினூடே பிரிக்கப்படும் இரு மராட்டிய அரசுகளுக்கான இன்னொரு திட்டத்தை அவர் விரைவிலேயே முன்வைத்தார். தனியொரு மராட்டியம் இருப்பதாக இருந்தால், பூனாவையோ நாக்பூரையோ விடவும் (அவை பிராமணிய மையங்கள்) அவுரங்காபாத்தைத் தலைநகராக்கலாம் என்றார்.

உணர்த்தப்படுவது

மராட்டியத்தில் தற்போதுள்ள பொருளாதார சாதியப் பிரிவினைகளைப் பார்க்கையில், அம்பேத்கரின் தீர்வுகள் பொருத்தமானவையாக உள்ளன. கிறீச்சிடும் வலதுசாரிக் குரல்கள், அடிப்படையில் பிளவுபட்டுள்ள மாநிலத்தின் உண்மையான பிரச்சனைகளை, பூசி மெழுகப் பார்க்கின்றன. அம்பேத்கர் தன் முன்மொழிவுகளில் சந்தர்ப்பவாதியாக இருக்கிறார் என்னும் சங்கரின் குற்றச்சாட்டு உண்மையாயினும், இன்னும் மேலான ஒன்றை ஏற்படுத்திடும், துல்லியமான தர்க்கபூர்வ 'சந்தர்ப்பவாத'மாகும்.

10
வைராக்கியம்

நேஷனல் ஹெரால்ட், செப்டம்பர் 25, 1956, பிரேஷ்வர்

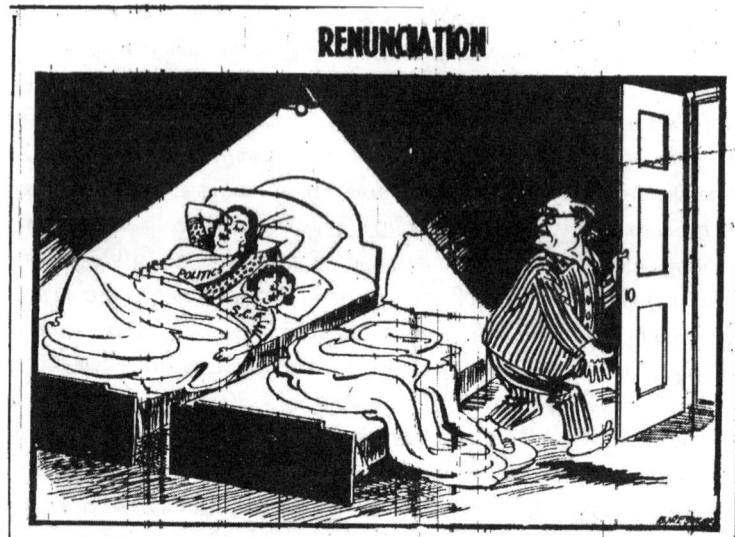

அக்டோபர் 14 அன்று டாக்டர் பி.ஆர். அம்பேத்கர் பௌத்தத்திற்கு மாற்றப்படுவார்.

1955-இன் ஆரம்பத்திலேயே, அம்பேத்கர் சீக்கிரமே பௌத்தத்திற்கு மாற இருக்கிறார் என்னும் செய்தி பரவிற்று. மதரீதியில் உந்தப்பட்ட அவரது பணியொன்றும் ரகசியமானதில்லை; தேசிய இலச்சினைகள் நிறுவனங்களில் பௌத்த அடையாளங்கள் மேற்கொள்ளப்படுவதற்கும் உதவினார். 1946-இல் பம்பாயில் சித்தார்த் கல்லூரியை நிறுவினார். அவுரங்காபாத்தில் மிலிந்த் கல்விக்கழகத்தை ஆரம்பித்தார். அவரது மதமாற்றம் பெரிய அளவில் நிகழ இருந்தது; அவரே சடங்கு விபரங்களைத் தயாரித்தார். நடவடிக்கைகள்

மும்முரமாயிருந்தன. பௌத்தத்தைப் பரப்பிட பெங்களூருவில் இறையியல் கல்லூரி நிர்மாணிக்கவும் திட்டமிடப்பட்டது. கிழக்கு ஆசியாவுக்கான ஹங்கேரிய சமூகத்தினைச் சேர்ந்த முன்னணி பௌத்தரான ஃபெலிக்ஸ் வால்யி, இப்போது நிதி திரட்டுவதில், அம்பேத்கரின் உதவிக்கு வந்தார். பெரும்பகுதி நேரத்தை டோக்கியோவில் கழித்த வால்யி, தொடர்ந்து அம்பேத்கருடன் தொடர்பில் இருந்தார். ஒரு கடிதத்தில் வால்யி எழுதினார்: 'எமது வட்டமேஜை மாநாடுகளின்போது நீங்கள் பங்கேற்றது முக்கியத்துவம் நிரம்பியதாகும். இந்தியாவின் பௌத்தத் தலைவர் என்னும் முறையில் ஜப்பானில் நன்கறியப்பட்டவர் நீங்கள்; உங்களது உலகளாவிய புகழ், எங்கள் பணிக்கு உலகளாவிய முக்கியத்துவத்தை அளிக்கும்.' உலகெங்கிலும் நடந்த பௌத்த மாநாடுகளில் அம்பேத்கர் சிறப்புப் பேச்சாளராக விளங்கினார். 1950-இல் கொழும்பில் இளைஞர் பௌத்த அமைப்பால் ஏற்பாடு செய்யப்பட்டிருந்த பௌத்த மாநாட்டில் கலந்து கொண்டார்; இந்தியாவில் பௌத்தத்தின் தோற்றமும் வீழ்ச்சியும் பற்றிப் பேசினார். இதற்கிடையே அவரது உடல்நிலை நலிந்தது; துணையுடனேயே நடக்க முடிந்தது; அவ்வப்போது சுவாசப் பிரச்சனை இருந்ததால், ஆக்ஸிஜன் சிலிண்டர் தேவையாயிற்று. (ஆதரவாளர்கள் கலவரமடைந்து விடுவார்களென்று இது ரகசியமாய் வைக்கப்பட்டது).

மேலும், இதற்கிடையே நிதியாதாரம் இல்லாதுபோக, நேரு உள்ளிட்ட பலருடன் தொடர்பு கொண்டு உதவி கோரினார். சீக்கிரமே அம்பேத்கரின் தளபதியரான சித்ரேவும் ராஜ்போஜும் *SCF*-னை உஷார்படுத்தினர். பௌத்தம் தொடர்பான அவரது இரு நூல்களில், புத்தரும் அவரது தம்மமும் (முதலில் *The Buddha and his Gospel*) பௌத்தத்தின் பைபிளாக மாற இருந்தது. மதமாற்றம் அக்டோபர் 14, 1956-இல் நிகழ்வதாக அறிவிக்கப்பட்டது. தனது இந்து விமர்சகர்கள் தன்னையும் தன் மக்களையும் பள்ளத்தில், வேறெதுவும் இல்லாதபோது, விழுமாறு விட்டுவிடவேண்டும் என்று வேண்டிக்கொண்டார். தன் முக்கியத்துவம் குறித்து தனக்கு மயக்கங்கள் இல்லாதிருந்தார். தன் மந்தையின் மேய்ப்பாளராக, மோசஸுடன் தன்னைச் சமநிலையில் வைத்து, தன் மக்களை விடுதலைக்கு அழைத்துச் செல்கிறேன் என்றார். மனித சமுதாயத்தின் கேடுகளை அகற்ற உதவி புரியும் வகையில், பௌத்தத்தைப் பயிலுமாறு கம்யூனிஸ்டுகளுக்கும் அழைப்பு விடுக்கப்பட்டது.

இறுதியில், அவரது உடல்நிலை மோசமாகிட, தன் வாழ்வை தோல்வியாக திரும்பிப் பார்த்து, துயரத்தால் நிரம்பப்பெற்று, தன் சாதனைகளின் சொற்ப அளவைக்கண்டு வருந்தினார். தொடர்ந்து வந்த காழ்ப்புணர்வுகளால் கசப்பான கண்ணீர் மல்க, அவரைப் போன்ற ஒருவர் கூட குள்ளமாக்கப்பட்டார். மதமாற்றத்திற்கு ஒரு வாரம் முன்னதாகவே மக்கள் நாக்பூரில் குவியத் தொடங்கினார்கள். எல்லா மூலைகளிலிருந்தும் மக்கள் திரள்வது, முழக்கங்கள் எழுப்புவது என நகரம் பரபரப்படைந்தது. அக்டோபர் 14 அன்று, தடுப்பூசி மருந்து நிறுவனத்திற்கருகில் இருந்த, பரந்து விரிந்த தீட்சா பூமியில் கூட்டம் நிறைந்திருந்தது. வெள்ளை நிறப் பட்டு வேட்டியிலும் வெள்ளைக் கோட்டிலுமிருந்த அம்பேத்கர் 9.15 மணிக்கு மேடைக்கு வந்தார். 9.45-க்கு தீட்சை பூண்டார். மராத்தியில் அவரே தயாரித்திருந்த 22 உறுதிப்பாடுகளை எடுத்து, மக்கள் முன்னே திருப்பிக் கூறினார். பிறகு அங்கு கூடியிருந்தவர்களும் தீட்சை பெறவைத்தார். சுமார் 5 லட்சம் பேர் உறுதிப்பாடுகளை மேற்கொண்டனர்.

உணர்த்தப்படுவது

'சமூக உறவு நிலையில், சமூகத்தை உருவாக்கிடும் மக்களுக்கிடையிலான தொடர்புள்ள வாழ்வில், ஜனநாயகத்திற்கான வேர்களைத் தேடவேண்டும்.' என்கிறார் அம்பேத்கர். 'பௌத்தம் என்பது சமூக நற்செய்தி என்பது உணர்ந்து கொள்ளப்பட்டதும், அதன் புதுப்பித்தல் நீடித்திருக்கும் நிகழ்வாயிருக்கும்' என்றும் குறிப்பிட்டார்.

பாபா சாகிபின் மரணம் குறித்து தயாபவாரின் 'பலுதா' கூறுவது: 'பூமி பிளந்துவிட்டதைப் போல உணர்ந்தேன். யாரோ ஒருவர், என் குடும்பத்தைச் சேர்ந்த ஒருவர், இறந்துவிட்டது போலிருந்தது. வாசலில் சாய்ந்தபடி அழுதேன். நான் ஏன் அழுதேன் என்று ஆயை மற்றும் சயீக்குப் புரியவில்லை. ஆனால் குடும்பத்தினருக்குத் தெரிவித்த மாத்திரத்தில், அவர்களும் அழத் தொடங்கினார்கள். நான் வெளிவந்ததும், மக்கள் அக்கறை கொண்டு பேசியபடி கூட்டங் கூட்டமாக நின்றதைக் கண்டேன்.'

ஏராளமான பிராமணியத் தொன்மங்களை புத்தர் தலைகீழாக்கியதைப் போலவே, புத்தரைச் சுற்றியிருந்த ஏராளமான தொன்மங்களை

அம்பேத்கர் தலைகீழாக்கினார். புத்தரும் அவரது தம்மமும் நூலின் முன்னுரையில், 29-வது வயதில், போரிட்டுக் கொண்டிருந்த சாக்கியர்கள் மற்றும் கோலியர்களிடமிருந்து விலகி வந்து, சித்தார்த்தர் பரிவிரஜா (துறவு பூணுதல்) மேற்கொண்டது பற்றிய 'மரபார்ந்த விளக்கங்கள் ஏற்க முடியாதனவாக' இருந்தது பற்றி விளக்கியுள்ளார். அந்நூலின் பின்பகுதியில் அம்பேத்கர் மேலும் விளக்கம் தருகிறார்.

23. சித்தார்த்தர் பின் யசோதரவாவின் இல்லம் சென்றார். அவளைப் பார்த்ததும் என்ன சொல்வது, எப்படிச் சொல்வதென்று தெரியாமல், நிசப்தமாய் நின்றார். 'கபிலவாஸ்துவின் சங்கத்தில் நடந்ததையெல்லாம் கேள்விப்பட்டுள்ளேன்' என நிசப்தத்தைக் கலைத்தாள்.

24. 'யசோதரா, பரிவிரஜா மேற்கொள்ளும் என் முடிவு பற்றி நீயென்ன நினைக்கிறாய்?' என்று வினவினார்.

25. அவள் சரிந்து விழுந்து விடுவாள் என எதிர்பார்த்தார். அப்படி எதுவும் நிகழவில்லை.

26. தன் உணர்ச்சிகளைக் கட்டுப்படுத்திக் கொண்டு அவள் கூறினாள்: 'உங்களிடத்தே நானிருந்தால் வேறென்ன நான் செய்திருக்கக்கூடும்? கோலியர்கள் மீதான யுத்தத்தின் பக்கம் நிச்சயமாக இருந்திருக்க மாட்டேன்.'

27. 'உங்கள் முடிவு சரியானது. எனது இசைவும் ஆதரவும் உங்களுக்குண்டு. நானும் உங்களுடன் பரிவிரஜம் மேற்கொண்டிருப்பேன். ஏன் மேற்கொள்ளவில்லையெனில், ராகுலை நான் கவனித்துக் கொள்ளவேண்டியிருக்கிறது.'

இக்கேலிச்சித்திரம், அச்சு அசலான உண்மையற்றதை வழங்குகிறது என்று சொல்லத் தேவையில்லை. தனித்தனிப் படுக்கைகள் உள்ளதை மீண்டும் கவனியுங்கள்; நழுவிச் செல்லும் பொருட்டு யாரோ ஒருவர் விளக்கை அணைத்திடும் அப்பட்டமான முட்டாள்தனத்தைக் கவனியுங்கள் (அப்போதுதான் உண்மையற்றதின் மீதான தன் நேசத்தின் மீது பிரேஷ்வர் நம் கவனத்தை ஈர்க்க முடியும்).

11
பிக்கு பீமாராவ்

சங்கர்ஸ் வீக்லி, "தி மேன் ஆஃப் தி வீக்," டிசம்பர் 9, 1956, சங்கர்

அய்ந்தாண்டுகள் என்பது நீண்ட காலமல்ல; 1945-இல் தாங்கள் செய்தவற்றிலிருந்து வித்தியாசப்படாமல் 1950-இல் உணர்ந்தால், பெரிய நிகழ்வுகள் நடக்காத சிறிய மனிதர்கள் புகார் கூறுவதில்லை. ஆனால் பெரிய நிகழ்வுகள் இயற்கையாக நிகழ்ந்திடும் பெரிய மனிதர்களிடம் அய்ந்தாண்டுகள், உணர்விலும் அணுகுமுறையிலும் அவ்வளவு வித்தியாசங்களை ஏற்படுத்திவிடும்-அவர்களால் தம்மையே அடையாளங்காண முடியாதபடி.

உதாரணமாக பீம்ராவ் ராம்ஜி அம்பேத்கரை எடுத்துக் கொள்ளலாம். 1945-இல் இருதயத்தில் வலியுடன் அவர் எழுதிக் கொண்டிருந்தார்: 'அரசியல் சூழலில் ஈர்க்கப்படுகிறேன், இலக்கியத் தேடல்களுக்கு அது நேரம் விட்டுவைப்பதில்லை. அதிலிருந்து எப்போது வெளிவருவேன் என்பது எனக்குத் தெரியாது.' 1950-இல் தன் கண்களில் வைராக்கியத்தின் கீர்த்தி பிரகாசிக்க, 'அரசியலுடனான சண்டையை முடித்துக்கொண்டு,' எஞ்சிய வாழ்வை இலக்கியத் தேடல்களால் அடையும் ஆதாயங்களை விடவும் மாபெரும் இலட்சியங்களிடம் ஈடுபடுத்தப் போவதாகக் கூறுகிறார். 1945-இல் ரூத் அர்த்தப்படுத்தியதை விடவும் அதிக வேதனை கொண்டிருந்தார்-'உனது மக்கள் எனது மக்களாயிருப்பார்கள்.' 1950-இல் அவரது ஆன்மாவிலிருந்து அவநம்பிக்கை வாதத்தின் நச்சு ஆவி வெளியேறிவிட, நான்கு உன்னத உண்மைகள் மீது வாக்குறுதி செய்யவும், தார்மிகத்தின் எண் மடங்குப் பாதையில் பயணிக்கவும் அவர் தயாராயிருந்தார். 1945-இல் காந்தியும் காங்கிரஸும் தனக்கும் தன் மக்களுக்கும் செய்திருந்ததன் பொருட்டு, குமுறிக் கொண்டிருந்தார். 1950-இல் மன்னித்துவிட்டு, மேம்பட்ட நிலைக்குப் பொறுமையாகக் காத்திருந்தால் நிர்வாணநிலை கிட்டும் என மனிதனுக்கு கூறிக்கொண்டிருக்கிறார்.

பெரிய விஷயங்கள் நிகழக் கூடியவர்களுள் ஒருவராக (ஒருவரைப் போல) பீம்ராவ் ராம்ஜி அம்பேத்கர் தோன்றுகிறார். கெய்க்வாட் படிப்பு உதவித்தொகையில் கொலம்பியா பல்கலைக்கழகம்,

பெரிய பொறுப்புகள், தலை விழுந்தால் உனக்கு வெற்றி பூ விழுந்தால் யாரோ ஒருவர் தோற்கிறார் என்ற நிலை. ஆனால் உயிர்த்துடிப்பின் நிகழ்வுகளுடனும் ஆன்மாவின் புரட்சிகளுடனும் ஒருவர் எளிதாக அவருடன் தொடர்பு கொண்டுவிடுவதில்லை. எனவே அவர் அறிவித்த மாபெரும் மதமாற்றம் லேசான அதிர்ச்சியூட்டியது; அம்பேத்கர் கூட இந்தியனுக்கும் மேலாக ஒன்றுமில்லை என்று நாம் உணரச் சிறிது நேரம் பிடித்தது-வேலைகளை விடவும் அதிகாரத்தை விடவும் வைராக்கியம் கூடுதலாக ஈர்க்கின்றபோது அவருக்கு வந்து சேரும் அனுபவம்.

அரசியல் சாமர்த்தியம், மற்றவரது பலவீனத்தைக் கண்டுவிடும் திறன் போன்றவற்றிற்காக, டாக்டர் அம்பேத்கரைப் போற்றி வருகின்ற நாமும் நம் தலைமுறையும், அவரை வருத்தத்துடன் ஆல்டஸ் ஹக்லிகள் மற்றும் அரவிந்த கோஷ்களிடம் ஒப்படைத்தாக வேண்டும் போலும், அவரை பிக்கு பீம்ராவ் என்றழைக்கக் கற்றுக்கொள்ள வேண்டும் போலும்-யார் அறிவார்?

நன்றி பாராட்டுதல்

எனது ஆய்வுக்கு அரிதான ஆவணங்களை வழங்கியமைக்காக பின்வரும் நிறுவனங்களது பணியாளர்களுக்கு நன்றி பாராட்ட விரும்புகிறேன். நேரு நினைவு அருங்காட்சியகம் மற்றும் நூலகம், டெல்லி; தேசிய நூலகம், கல்கத்தா; இந்தியாவின் தேசிய திரைப்பட ஆவணக் காப்பகம், பூனே; ஆந்திர பிரதேச மாநில ஆவணக் காப்பகம் மற்றும் ஆய்வு மையம், ஹைதராபாத். இரண்டாம் நிலை ஆதாரங்கள் வழங்கியமைக்காக *JNU* நூலகத்திற்கு நன்றி. *NMML*-னைச் சேர்ந்த சஸீஜி மற்றும் சீமாஜிக்கு எனது சிறப்பான நன்றிகள். சங்கர்ஸ் வீக்லியிலுள்ள கேலிச்சித்திரங்கள் இதில் இடம்பெற அனுமதித்த, சில்ரன்ஸ் புக் டிரஸ்டின் அலாகா சங்கருக்கு நன்றியுடையவனாக இருப்பேன்.

JNU-வின் கலை-அழகியல் பள்ளியைச் சேர்ந்த, சுக்லா சாவந்த், ஒ.எஸ். அலோன், எச்.எஸ். சிவபிரகாஷ், பாருல் தாவே முகர்ஜி போன்ற பல பேராசிரியர்களுக்கு என் நன்றிகள். காட்சிக்கலைகள்-கலை வரலாறு தொடர்பாக என்னிடத்தே பெரும் ஆர்வத்தை ஏற்படுத்திய வகுப்புகள் எடுத்த பேராசிரியர் நமன் அகுஜாவுக்கு சிறப்பான நன்றி.

எனக்கு ஆதரவளித்த டாக்டர் பி.கேசவகுமார், டாக்டர் ஒய். சின்னராவ், டாக்டர் சிறிகலா சிவசங்கரன் ஆகியோருக்கு நன்றி தெரிவிக்க விரும்புகிறேன்; கேலிச் சித்திரங்கள் வரைவதில் எனது ஆர்வத்தைக் கண்டு, காலனித்துவ இந்திய கேலிச்சித்திரங்களை ஆராயுமாறு ஆலோசனை கூறிய எனது முதுநிலை ஆய்வாளரும் சகோதரருமான தூசி சிறிநிவாஸ்; தொடர்ந்து ஆதரவளித்த டாக்டர் எஸ். வீரமணி மற்றும் பிரவீண் தோந்தி.

இம்முயற்சியில் நேரடியாகவோ மறைமுகமாகவோ எனக்கு ஆதரவளித்த எனது நண்பர்களுக்கு நன்றி தெரிவிக்கிறேன்-டாக்டர் வெங்கடேஷ் நாயக், டாக்டர் கிரண் குமார் பாலி, பி.வி.என். காமேஷ், எஸ். சிராவண், ஜீவ்வகா சந்தோஷ், பூஜலா ரவி,

கரமலா ஆரிஷ், கே.பி. அஸ்வினி, சாகேதி ராஜு, எம்.ஜி.ஆர். சசி, சின்மய் மகானந்த், பூர்ணா நாய்க், திலீப் மாஜ்ஹி. டாக்டர் சுசீலா ராவுக்கு பெரிதும் கடன்பட்டிருக்கிறேன்.

அணிந்துரை அளித்துள்ள சூரஜ் யங்டேவுக்கு நன்றி; குறுகிய காலத்தில் இப்பணியை முடிக்க உறுதுணையாக நின்ற விஜெதா குமார், ராஜ்யசிறி கூடி, வருண் குரோவருக்கும்.

துணை நின்ற அலெக்ஸ் ஜார்ஜ் மற்றும் ரோஹன் காம்ப்ளேவுக்கு எனது பொறுப்பான நன்றிகள். எஸ். ஆனந்த் இல்லாது இந்நூல் சாத்தியப்பட்டிருக்காது.

குறிப்புகள்:

1. emoji: சிரிக்கும் முகம்.

   சிறிய வாசகத்தை உற்சாகமிக்கதாக்க, மகிழ்ச்சி/பரபரப்பை தெரிவிக்க பயன்படுத்தப்படும் அடையாளம். மின்னியல் தொடர்புறுத்தல்களில் இடம் பெறும்.

2. சவர்ணர்: மேல் சாதியினர்.

   அவர்ணர் வர்ணாஸ்ர தர்மத்தில் மேலடுக்கினர். வர்ணாஸ்ர தர்மத்தில் அடங்காமல் வெளியே தள்ளப்பட்டார்கள் அவர்ணர்கள்.

3. Communal Award: ராம்ஸே மக்டொனால்ட் என்ற பிரித்தானியப் பிரதமரால் வழங்கப்பட்டதால் (1932) 'மக்டொனால்ட் அவார்ட்' எனவும் அழைக்கப்படும். இதன் மூலம் தனித் தேர்தல் தொகுதிகள் கிட்டின.

   முன்னேறிய வகுப்பினர், தாழ்ந்த சாதியினர், முஸ்லீம்கள், பௌத்தர்கள், சீக்கியர்கள், இந்திய கிறித்தவர்கள், ஆங்கிலோ–இந்தியர்கள், அய்ரோப்பியர்கள் எனப் பிரித்து வழங்கப்பட்டது.

4. அத்தார்மி: 1920–களில் பஞ்சாபில் தொடங்கப்பட்ட இயக்கம். தமிழகத்தின் ஆதி திராவிடர் இயக்கம் போன்றது. 13–ஆம் நூற்றாண்டின் பக்தி இயக்க ஞானி ரவிதாஸை ஆன்மிக குருவாகக் கொண்டிருப்பது.

5. LOSHA: List of sexual Harassers in Academia. 2017–இல் ராய சர்கார் என்னும் சட்ட மாணவரால் uc Davis School of Law–இல் நிறுவப்பட்டது.

6. மூன்று மேகிகள்: குழந்தை ஏசுவைப் பார்க்க வந்த மூன்று பாரசீக மன்னர்கள்.

7. SCF: (Scheduled Castes Federation)
   பட்டியலினச்சாதிகள் கூட்டமைப்பு. அம்பேத்கர் நிறுவியது.

7A. Mandingo Fights: எஜமானரது சொத்தினைப் பாதுகாக்கும் வகையில் அடிமைத் தொழிலாளர்களை, தோட்ட உரிமையாளரை எதிர்த்துப் போராடுமாறு நிர்ப்பந்தப்படுத்துவது. மேற்கு ஆப்பிரிக்க இனக் குழுக்களின் மொழி Mandingo–விலிருந்து இத்தொடர் உருவானது.

8. Ambien: தூக்கமின்மைக்குத் தரப்படும் மருந்து. Zolpidem, tartrate என்பன இதன் இதர பெயர்கள்.

9. ஜேஸன் மற்றும் அர்கோனாட்ஸ்: அர்கோ என்னும் கப்பலின் மாலுமிகள் அர்கோனாட்ஸ். ஜேஸன் தலைமைப் பாத்திரம். ஜேஸனும் அர்கோனாட்ஸ்களும் Golden Fleece என்னும் நாயகியைத் தேடிப் போகின்றனர்.

10. லில்லிபுட்–ப்ராப்டிங்னாக்: ஜோனதான் ஸ்விஃப்ட் 1726–இல் வெளியிட்ட Gulliver's Travels அங்கதத்தில் வரும் குள்ள மனிதர்களுக்கு லில்லிபுட் என்று பெயர். கற்பிதமான நிலப்பகுதிக்கு ப்ராப்டிங்னாக் என்று பெயர்.

11. பலுதா–வடான்: கிராமக் காவல் சேவை. ஊதியமின்றி மேற்கொள்ளப்படுவது. தீண்டாதாருக்கு உரியதாக கட்டாயப்படுத்தப்பட்டது.

12. டேவிட்டும் கோலியாத்தும்: பைபிள் கதையில் வரும் வீரர்கள். இளைஞனான டேவிட்டால் வீழ்த்தப்பட்ட ராட்சசன் கோலியாத்.

13. லார்வுட்: ஹரால்ட் லார் ⌊ட் (1904–95) ஆங்கிலேய கிரிக்கெட் வீரர். வலக்கை வேகப்பந்து வீச்சாளர். துல்லியத்துடனும் அதிக வேகத்துடனும் பந்து வீசுபவர்.